சுராவின்

# செஸ் திறப்புகள்
# (CHESS OPENINGS)

## குரூயன்பெல்டு டிஃபன்ஸ்
## GRUENFELD DEFENCE +7

எழுதி வழங்கியவர்:

**P. ராதாகிருஷ்ணன்**

சுரா பதிப்பகம்

**சுரா பதிப்பகம்**

(An imprint of Sura College of Competition)

சென்னை

**செஸ் திறப்புகள்** (CHESS OPENINGS)

*by* **P. Radhkrishnan**

© **வெளியீட்டாளர்கள்**

இந்தப் பதிப்பு : டிசம்பர், 2023

அளவு : 1/8 டெமி

பக்கங்கள் : 272

**குறியீட்டு எண் : O 10**

**ISBN: 81-7478-222-2**

(வெளியீட்டாளர்களின் எழுத்து மூலமான அனுமதி இன்றி இப்புத்தகத்தை மறுபதிப்புச் செய்யவோ, வேறு மொழிகளில் மொழிபெயர்க்கவோ, அச்சடிக்கவோ, போட்டோகாபி செய்யவோ கூடாது)

**சுரா பதிப்பகம்**

[An imprint of Sura College of Competition]

***தலைமை அலுவலகம்:*** 1620, 'ஜே' பிளாக், 16-ஆவது பிரதான சாலை, அண்ணா நகர், சென்னை-600 040. ☎ 91-44-48629977, 42043273

**பத்மாவதி ஆப்செட், சென்னை** - 600 032-**இல்** அச்சடிக்கப்பட்டு,
**சுரா பதிப்பகத்திற்காக** [An imprint of Sura College of Competition].
1620, 'ஜே' பிளாக், 16-ஆவது பிரதான சாலை, அண்ணா நகர், சென்னை - 600 040 இல்
**திரு. வீ.வீ.கே. சுப்புராசு** அவர்களால் வெளியிடப்பட்டது.
தொலைபேசி எண்: 91-44-48629977.
email: enquiry@surabooks.com; website: www.surabooks.com

12 23 500

# முன்னுரை

- நமது நாட்டில் மாணவ-மாணவியர், ஏன் பெரியவர்கள் கூட, செஸ் விளையாட்டைக் கற்பதிலும், போட்டிகளில் பங்கேற்பதிலும், நல்ல ஆர்வம் காட்டுகின்றனர். பெரும்பாலானவர்கள் அவ்விளையாட்டைப் பற்றி முழுமையாக, முக்கிய அம்சமான 'திறப்புகள்' (Openings) பற்றி இன்னும் அறிய வேண்டியவர்களாகவே இருக்கின்றனர். அவர்கள் பயன்பெறும் வகையில், **'சுராவின் செஸ் விளையாட்டு'** என்ற புத்தகத்தை தமிழில் வெளியிட்டோம். அதற்கு அமோக ஆதரவு இருந்தது. செஸ்ஸில் ஏறத்தாழ ஐம்பது வகையான 'திறப்புகள்' உள்ளன. அவற்றில் இருபதுக்கும் மேற்பட்ட 'திறப்புகள்' அதிகமாக நடைமுறையில் உள்ளன. 'திறப்புகள்' (Openings) பற்றிய தமிழ்ப் புத்தகம் எங்களுக்குத் தெரிந்த அளவில், இன்றைய நாள் வரை ஒன்றுகூட கிடையாது. எனவே முதற் கட்டமாக **'செஸ் திறப்புகள்' - குரூயன்ஃபெல்டு டிஃபன்ஸ் +7 (Gruenfeld Defence +7)** என்ற இப்புத்தகத்தை, ஆங்கிலம் ஹிந்தி மொழிகளில் வெளிவந்திருப்பவைகளைவிட சிறப்பானதாக தயாரித்து வெளியிடுகிறோம்.

- இதனைப் படிப்பதால், திறப்புகளின் முக்கியத்துவம், யோசிக்கும் வழிமுறைகள் ஒவ்வொரு நகர்த்தலின் நோக்கம், சிறந்த நகர்த்துதல்கள் (Best moves) ஆகியவற்றைத் தெளிவாக அறிந்து, அதில் பயிற்சியும் பெறுவர். அத்துடன் 'செஸ் கோட்பாடு', 'செஸ் கலைக் களஞ்சியம்' (Chess Theory and Encyclopaedia) ஆகியவற்றில் காணப்படும், நகர்த்தல், மாற்று நகர்த்தல்களில் தொகுப்புகள், (set of best of moves and other suitable moves) சிந்தனைப் பயிற்சிகள் ஆகியவற்றைக் கொடுத்துள்ளோம்.

- இப்புத்தகத்தில் உள்ளவற்றை ஒருவர் நன்கு கற்பாரேயானால், அவரது, அச்சம் நீங்கி, அவருக்கு 'தன்னம்பிக்கையுடனும், தெளிவான சிந்தனையுடனும், போட்டிகளில் பங்கேற்று வெற்றி பெறுவோம்' என்ற மனநிலை உருவாகும். இதில் கொடுக்கப்பட்டுள்ள, ஆறு 'குருயன்ஃபெல்டு டிஃபன்ஸ் கேம்'களைச் சேர்த்து மொத்தம் பதினைந்து கேம்களில், எட்டு திறப்புகளில் தெளிவடைந்து விளையாடுவாரேயானால், நிச்சயம் வெற்றி பெறுவார். இந்த 15 கேம்களும் அவரது சொத்து (Asset of a chess player) ஆகின்றது. உலக சாம்பியன்களின் வரலாற்றைக் காணும்பொழுது, அவர்கள் 'சாம்பியன்', 'கிராண்ட் மாஸ்டர்' (Champion, Grand Master) தகுதி பெறும் முன்பு இவ்வாறு 500 - 700 கேம்களில் பயிற்சி பெற்றுள்ளனர் என்பதனை அறிகின்றோம்.

- நமது வாசகர்களும் இதனைப் படித்து நிச்சயம் முன்னேறுவார்கள் என்று நம்புகிறோம்.

**பதிப்பகத்தார்.**

# ஆசிரியரின் உரை

செஸ் விளையாட்டு சுமார் 1500 ஆண்டுகளுக்கு முன்பு இந்தியாவில் தோன்றிய விளையாட்டு. உலகிலுள்ள அனைத்து நாடுகளாலும் ஏற்றுக்கொள்ளப்பட்டு, விரும்பி போற்றி விளையாடப்பட்டு வரும் விளையாட்டு. இதற்காக, இதன் முன்னேற்றத்திற்காக, மேலை, கீழை நாடுகள் ஏராளமாக பணம் செலவழிக்கின்றனர். நமது மத்திய அரசாங்கமும், பலவகையில் உதவி செய்வதுடன் விளையாட்டு வீரர்களுக்கு வேலை வாய்ப்பையும் அளிக்கின்றது. இது மூளை சம்பந்தமான (Brain Game) விளையாட்டு ஆகும். இவ்விளையாட்டினை முன்னேற்ற FIDE, PCA (Professional Chess Association), WCC (World Chess Council) போன்ற உலக அளவிலான அமைப்புகளைத் தவிர, ஒவ்வொரு நாட்டிலும் செஸ் ஃபெடரேஷன்கள் உள்ளன. இவைகள் பல போட்டிகள் நடத்தி 'லட்சம்', 'கோடி' என்று பரிசுகள் தருகின்றன. இது மிகவும் நாகரீகமான, மூளைப் பசிக்கேற்ற சிறப்பான விளையாட்டு என்று ஆண்டி முதல் அரசன் வரை, புகழ்ந்து கூறுகின்றனர். இதன் சிறப்புகளைப்பற்றி ஓரளவு அறிவதற்கு **"சுராவின் செஸ் விளையாட்டு"** என்னும் புத்தகத்தைப் படிக்கலாம். இவ்விளையாட்டை அடுத்த ஒலிம்பிக்கில் சேர்ப்பதற்கு தீவிர முயற்சிகள் நடந்து முடியும் தருவாயில் உள்ளது. சேர்ந்துவிடும் என்றே நம்பப்படுகின்றது.

இவ்விளையாட்டினைக் கற்பதால், சிந்திக்கும் திறன், சுய சிந்தனை, முன்யோசனை, நட்புணர்வு, நற்பண்புகள் ஏற்படும் என்று பல அறிஞர்கள் கூறியுள்ளனர். இதன் பயனாக மற்ற விஷயங்களை எளிதில் புரிந்துகொள்கின்றனர் என்றும் கணித்துள்ளனர். ஓய்வு நேரங்கள், விடுமுறை நாட்கள், படித்துவிட்டு வேலை தேடும் நாட்களில், செஸ் விளையாடுவதால், சினிமா அதிகம் பார்ப்பது, நகர் சுற்றுதல், தீய நட்பு, தீய செயல்களிலிருந்து தங்களை ஒதுக்கிக்கொள்வர்.

செஸ் விளையாட்டு இரண்டு பெரும் பிரிவுகளைக் கொண்டது. (1) செஸ் விளையாடுபவர்கள், (2) செஸ் கோட்பாட்டாளர்கள். முதலாமவர், செஸ் விளையாடுபவர்கள், இரண்டாமவர்கள் அவர்கள் விளையாடுவதற்கு தேவையான பயிற்சிகள் அளிப்பதோடு புத்தகங்களும் தயாரிக்கின்றனர். இன்று ரஷ்யா அதனைச் சார்ந்த (மாஜி) கம்யூனிச நாடுகளில் உள்ள, 'செஸ் கோட்பாடு' (Chess Theory), 'செஸ் கலைக்களஞ்சியம்' (Chess Encyclopaedia) போன்ற முக்கியமான செஸ் புத்தகங்கள் தவிர நூற்றுக்கணக்கான செஸ் புத்தகங்கள் 'செஸ் குட்டீஸ்'கள் (Chess Miniatures) எல்லாம் மேலை, கீழை நாடுகளில் உள்ள செஸ் கோட்பாட்டாளர் (Chess theoretician)களால் தயாரிக்கப்பட்டவைகளே. இவ்வேலை மேலை, கீழை நாடுகளில் நூறு ஆண்டுகளுக்கு மேலாகவே நடைபெற்று வருகின்றது. மேலை, கீழை நாட்டவர்கள், குறிப்பாக - ரஷ்யா, அதனைச் சார்ந்துள்ள நாடுகளைச் சேர்ந்தவர்கள் ஏராளமான செஸ் புத்தகங்களை உருவாக்கியுள்ளனர். 'க்ளவல் பப்ளிக் லைப்ரரி' (Clevel Public Library), ஒகியோ, யு.எஸ்.ஏ.-யில் ஏராளமான, செஸ் சம்பந்தப்பட்ட புத்தகங்கள் உள்ளன என்று அறிகின்றோம். செஸ் விளையாட்டிற்கு புத்தகம் படிப்பது இன்றியமையாதது. நம்மில் அனேகர் திறமையாக செஸ் விளையாடுகின்றனர். ஆனால் பலருக்கு அடிப்படை விஷயமான 'ஓப்பனிங்ஸ்' பற்றி தெரிவதில்லை. புத்தகங்கள் வாயிலாக ஓப்பனிங்ஸ் மற்றும், செஸ் சம்பந்தப்பட் இதர விஷயங்களை அவர்கள் அறிய இயலும். ஆங்கிலத்திலும், ரஷ்ய மொழியிலும் ஏராளமான, பெரிய, பெரிய செஸ் புத்தகங்கள் உள்ளன. ஆனால் தமிழில் ஓரிரு அறிமுகப் புத்தகங்களைத் தவிர, வேறு புத்தகங்கள் கிடையாது. எனது 40 வருட செஸ் அனுபவத்தில், செஸ்சைப்பற்றி ஒன்றுமே அறியாதவர், உலக சேம்பியனாவதற்கு என்னென்ன படிக்க வேண்டும் என்பதனைக் கணக்கிட்டேன். அக்கணக்குப்படி புத்தகங்கள் எழுத ஆரம்பித்து எழுதிக்கொண்டு வருகின்றேன்.

**முதலாவதாக**, செஸ்சைப்பற்றி A to Z அறிய வேண்டும். நன்றாக விளையாடவும் வேண்டும். அதற்கான புத்தகம் "சுராவின் செஸ் விளையாட்டு"

**இரண்டாவதாக**, உலகில் இன்று 45-க்கும் சற்று கூடுதலாக 'ஒப்பனிங்ஸ்' (திறப்புகள்) விளையாடப்படுகின்றன. ஒரு உலக சேம்பியனின் வாழ்க்கை வரலாற்றை ஆராயும் பட்சத்தில், ஒவ்வொரு ஒப்பனிங்கிலும் 10-15 கேம்கள் விளையாடி Record செய்து வைத்துக்கொள்கிறார். அதாவது, பாதுகாத்து வைத்துக் கொள்கின்றார். மொத்தம் 700 கேம்கள் வரை விளையாடுகிறார். நான் 45 ஒப்பனிங்சிலும், குறைந்தபட்சம் 3 (சராசரியாக) கேம்கள் ஒவ்வொரு ஒப்பனிங்சிலும் புத்தகம் வெளியிட முடிவு செய்துள்ளேன். அதில் முதல் புத்தகம் இது. இன்னும் ஏழு புத்தகங்கள் விரைவில் வெளிவரும்.

**மூன்றாவதாக**, ஒவ்வொரு சாம்பியனும், கிராண்ட் மாஸ்டரும், 10-20 செஸ் பிரச்சினைகளை தினமும் செய்து தீர்வு காண்கின்றனர். இது மூளையின் warm up-பிற்கும், விதவிதமான (Varity moves) நகர்த்துதல்களைக் காண வைக்கும் சிறந்த பயிற்சியளிப்பதோடு 'கேமி'லும் தக்க சமயத்தில் கைகொடுத்து உதவுவதாகக் கூறுகின்றனர். எனவே, நாங்கள் '354 செஸ் பிரச்சினைகளும் 96 அயல் நாட்டு செஸ் பிரச்சினைகளும்' என்ற மிகச்சிறந்த பிரச்சினைகள் (Problems) அடங்கிய நூலை அடுத்து (உடன்) வெளியிட உள்ளோம். அச்சில் உள்ளது என்றே கூறலாம்.

**நான்காவதாக**, செஸ்ஸில் உயர்படிப்பு என்று கூறப்படும் 'பினலே' (Finalae) படிப்பை (Group study) *'எது சிறந்த நகர்த்தல்?'* என்ற தலைப்பில் வெளியிட உள்ளோம். ஒரு செஸ் விளையாட்டு வீரர் 5,000 'பினலே'வாவது (Finalae) அறிந்திருக்க வேண்டும். நாங்கள் 500×4 அடங்கிய தொகுதிகளாக (Volumes) புத்தகங்கள் வெளியிட இருக்கின்றோம்.

**ஐந்தாவதாக,** சிறுவருக்கான செஸ் புத்தகம் ஒன்றும், மற்றும் சில புத்தகங்களும் வெளியிட இருக்கின்றோம்.

செஸ் விளையாட்டில் 'விசுவநாதன் ஆனந்த்' FIDE-ன் உலக சேம்பியன், ஒரு தானாக முளைத்த வேப்ப மரம். மற்ற விளையாட்டு வீரர்கள் (ஒரு சிலரைத் தவிர) சரியாக விளையாடுவதில்லை. முன்னேற்றத்துடன் விளையாடுவார்கள் என்ற அறிகுறியும் இல்லை. FIDE அமைப்பு, செஸ் விளையாட 'வாருங்கள், வாருங்கள்' என்று அழைக்கின்றது. ஆளில்லை.

வாசகர்களே, எதிர்வரும் ஒலிம்பிக் சேம்பியனும், உலக சேம்பியனும், உங்களில்தான் உருவாக வேண்டும். நாங்களும், செஸ்ஸில் உங்களைத்தான் நம்பியுள்ளோம். **நாடும்** உங்களேயே நம்பியுள்ளது. எங்கள் நம்பிக்கை வீண்போகாது என்று நம்புகிறோம்.

*'Burning mind'*

*'Constant work'*

*'Sure success'*

தூத்துக்குடி டெலிபோன் இலாகாவின் திரு. மோகன்ராஜ் A.E., அவர்களுக்கும், 'பியர்ல் சிட்டி செஸ் அசோசியேஷன்' (Pearl City Chess Association) காரர்களுக்கும், அரிய செஸ் புத்தகம் தந்து உதவி, என் புத்தகத்திற்குப் பாராட்டு தெரிவித்தமைக்கும், செஸ் சம்பந்தமான உதவிகளைச் செய்துகொண்டிருப்பதற்கும் எனது மனமார்ந்த நன்றியை இந்த 'ஆசிரியர் உரை' மூலமாக தெரிவித்துக் கொள்கின்றேன்.

SPIC, முத்தையாபுரம், தூத்துக்குடி-5, CKT International Public School and Community College-காரர்கள் அவர்களது மாணவ/மாணவியர்களுக்கு செஸ் கல்வியளிக்க சமீப காலங்களில் வாய்ப்பளித்தனர். அதனால் பல நிலையில் உள்ள மாணவர்/மாணவியர் மனநிலை - அதாவது செஸ் கற்கும் மனநிலை, கற்கும் விதம், ஆர்வம் முதலியவைகளைக் கண்டறியும் வாய்ப்பு கிடைத்தது. அவர்களின்

ஆர்வம், கற்கும் மனநிலையின் அடிப்படை உணர்வு, என்னை புத்தகம் எழுதத் தூண்டியது. எழுதும் முறைக்கு வழிகாட்டியாகவும் உள்ளது. அதனடிப்படையில்தான் 'சிறுவர்கள் செஸ் புத்தக'மும் எழுதுகின்றேன். அவர்களுக்கும் என் மனமார்ந்த நன்றி. அனைத்திற்கும் மேலாக இப்புத்தகத்தை படங்களுடன் எழிலுற வடிவமைத்து அச்சிட்டு வெளியிட்ட "சுரா" பதிப்பக உரிமையாளர் திரு. வீ.வீ.கே. சுப்புராசு அவர்களுக்கும் எனது உளமார்ந்த நன்றி.

வணக்கம்.

P. ராதாகிருஷ்ணன்.

# பொருளடக்கம்

பக்கம்

1. செஸ் விளையாட்டைக் கற்கும் முறை (Method of learning Chess) ___ 1
2. யோசிப்பதெப்படி? ___ 7
3. திறப்புகள் (Openings) ___ 15
4. குருயன்ஃபெல்டு டிஃபன்ஸ் - 1 (Gruenfeld Defence - 1) ___ 21
5. குருயன்ஃபெல்டு டிஃபன்ஸ் - 2 (Gruenfeld Defence - 2) ___ 38
6. குருயன்ஃபெல்டு டிஃபன்ஸ் - 3 (Gruenfeld Defence - 3) ___ 56
7. குருயன்ஃபெல்டு டிஃபன்ஸ் - 4 (Gruenfeld Defence - 4) ___ 72
8. குருயன்ஃபெல்டு டிஃபன்ஸ் - 5 (Gruenfeld Defence - 5) ___ 90
9. குருயன்ஃபெல்டு டிஃபன்ஸ் - 6 (Gruenfeld Defence - 6) ___ 107
10. ரிடி திறப்பு - 1 (Reti Opening - 1) ___ 125
11. ரிடி திறப்பு - 2 (Reti Opening - 2) ___ 139
12. பெட்ரோஃப் டிஃபன்ஸ் - 1 (Petroff Defence - 1) ___ 159
13. பெட்ரோஃப் டிஃபன்ஸ் - 2 (Petroff Defence - 2) ___ 174
14. அலெக்கைன் டிஃபன்ஸ் (Alekhin's Defence) ___ 191
15. இண்டியன் டிஃபன்ஸ் (Indian Defence) ___ 205
16. ராணியின் பானின் திறப்பு (Queen's Pawn Opening) ___ 223
17. பர்ட் திறப்பு (Bird Opening) ___ 235
18. போன்ஜியானி திறப்பு (Ponziani Opening) ___ 247

# செஸ் திறப்புகள்

### பாடம் - 1

## செஸ் விளையாட்டைக் கற்கும் முறை

## (Method of learning Chess)

- ஆரம்பத்தில், சிறுவர்களுக்கு பெற்றோர்கள் ‘இது செஸ் போர்டு, இது ராஜா, இது ராணி, இது ரூக், இது பான்’ என்று அடையாளம் காட்டி அது நகரும் விதத்தையும் கூறுகின்றனர். இல்லையென்றால் சிறுவர்களே பெரியவர்களைக் கேட்டு, தொந்தரவு செய்து கற்றுக்கொள்கின்றனர். பெரியவர்கள் மற்றும் இதர ஆட்டக்காரர்களின் பேச்சுக்களைக் கேட்பதாலும், அவர்கள் விளையாடுவதைப் பார்ப்பதாலும் வளர வளர செஸ் விளையாடக் கற்றுக்கொள்கின்றனர். 12-18 வயதிற்கிடைப்பட்ட நிலையில் ஒரு சில தந்திரங்களையும் கற்கின்றனர். அவர்கள் ராஜாவிற்கு முன்கட்டத்தில் ராணியை வைத்து செக் சொன்னால் செக் மேட் ஆகிவிடும். ராஜாவினால் ராணி அடிபடாமல் இருக்க, குதிரை, ரூக், பிஷப் போன்ற காய்களினால் ஆதரவு (support) தர வேண்டும். எல்லா காய்களையும் அடித்தெடுத்துவிட்டு, ராஜா தனியாக இருக்கும்பொழுது, ஓரக் கட்டங்களில் ஒதுக்கி, ராஜா இருக்கும் ஃபைல் / ரேங்க் (File / Rank)-கிற்கு செக் வைப்பது போன்றவைகளையே திரும்பத் திரும்ப விளையாடுவர். பெரும்பான்மையான சிறுவர்களின் நிலை இதுவே. இவ்வயதினருக்கு மேற்கொண்டு கற்பதற்கு இயற்கையாகவே அவர்களிடம் ஆர்வம் அதிகமாகக் காணப்படுகிறது. பெரும்பான்மையான பெற்றோருக்கும் நண்பர்களுக்கும் இதற்குமேல் தெரிவதில்லை. இதனை மேலை மற்றும் கீழை நாட்டினர் ‘தொன்றுதொட்டுவரும் விளையாட்டு’ (orthodex play) என்கின்றனர்.
- இவ்வாறு தொடர்ந்து விளையாடுவது இவ்வயதினருக்கு, குறிப்பாக - முன்னேற எண்ணுபவர்களுக்கு சரியானது அல்ல என்கின்றனர். இந்நிலையில் பெற்றோர்கள், செஸ்ஸில் வேறு விஷயங்களே இல்லாததுபோல், ‘யோசித்து விளையாடு, நன்றாக யோசித்து விளையாடு’ எனக் கூறி தங்கள் கடமையை முடித்துக்கொள்கின்றனர். இதனால் சிறுவர்கள் யோசித்தால்தான் மேலும் விளையாட இயலும். ஆனால், எப்படி யோசிப்பது என்று தெரியாமல்,

1

மேற்கொண்டு கற்க வழியேதும் இல்லாமல் போவதால் மனம் தளரலாம். அல்லது செஸ் விளையாடுவதையே விட்டுவிடலாம். சற்று நன்றாக விளையாடத் தெரிந்தவர்களைக் காணும்பொழுது, தனக்குச் சொல்லித்தர, வழிகாட்ட ஆள் இல்லாமையால், மற்றவர்களுக்கு தான் தாழ்ந்தவன் என்ற தாழ்வு மனப்பான்மை உண்டாகலாம்.

♙ மேலும், அவர்கள் வயது அடிப்படையில் போட்டிகள் நடக்கின்றன. அதனால் அவர்களை எதிர்த்து விளையாடுபவர்களின் நிலையும் அவர்களுக்கு சமமாகவே இருக்கும். க்ளப் / சங்கம் / அசோசியேஷன்களில் நண்பர்களுடன் விளையாட சந்தர்ப்பம் கிடைப்பின், அவர்கள் மூலம் முன்னேற்றமான விளையாட்டைக் கற்றுக்கொள்கின்றனர். இவ்வாறு கற்று முன்னேற பல ஆண்டுகள் பிடிக்கும்.

♙ இந்நிலையில் உள்ள சிறுவர்களுக்கு, பெரியவர்கள் அவர்கள் ரெகுலர் (Regular) விளையாட்டை விளையாடத் தெரிந்துகொண்டவுடன், அடுத்த கட்டமாக திறப்புகளைக் (Openings) கற்றுத் தந்துவிட வேண்டும். மேலை மற்றும் கீழை நாடுகளில், இதனைக் கற்பிக்க ஏராளமான இன்ஸ்டிடியூட்களும், அரசாங்க கல்விக் கூடங்களும் உள்ளன. பள்ளிக்கூடங்களிலும் கற்பிக்கின்றனர். ரஷ்யாவில் செஸ் கல்வியை போதிப்பதற்கு இரண்டு அமைப்புகள் பல்கலைக் கழகங்கள் போல் இயங்குகின்றன. அவை **'யங் பயனியர் பேலஸ்'** (Young Pioneer Palace) மற்றும் **'வொயிட் ரூக் கிளப்'** (White Rook Club). இவை தவிர, ஏராளமான புத்தகங்களும் கிடைக்கின்றன. படிக்கின்றனர்.

♙ மேற்கண்ட வசதிகள் நமது நாட்டில் எல்லா இடங்களிலும் இல்லாமையாலும், குறைவாக உள்ளமையாலும், உடனடியாக அவர்களுக்கு 'திறப்புகள்' சம்பந்தமான புத்தகங்கள் வாங்கித்தருவது இன்றியமையாததாகும். இன்றுள்ள, இதற்கு முன்பு வாழ்ந்த செஸ் சாம்பியன்கள், கிராண்ட் மாஸ்டர்கள், செஸ் கோச்சுகள், செஸ் நிபுணர்கள் இதுபோன்ற புத்தகங்களைப் படித்து முன்னேறியவர்களே. இவர்கள் இன்றும் ஏராளமான புத்தகங்களைப் படிக்கின்றனர். இப்புத்தகத்திலுள்ள விஷயங்களை 'டிஸ்க்' (Disk) களில் பதிவு செய்து 'கணினி'யில் போட்டுப் பார்த்தும் படிக்கின்றனர். இவ்வாறு புத்தகங்களைப் படித்து விளையாடுவதற்கு, இயந்திர சிந்தனை (Mechanical thinking) என்றும், இதிலிருந்துதான் சுய சிந்தனை (Creative thinking) உருவாகின்றது என்றும் புத்தகங்களாக எழுதி விளக்குகின்றனர். அவற்றில் ஒன்றை மட்டும் சுருக்கமாக பார்ப்போம்.

ஹங்கேரி நாட்டின் கல்வி ஆராய்ச்சி இலாகாவில் இருந்த ஆராய்ச்சியாளர் **லாஷ்லோ போல்கரும்** அவரது மனைவி **க்ளாரா லாஷ்லோவும்** (Mr. Llaszlo Polgar and Clara Llaszlo). 'மேதைகள் பிறப்பதில்லை, உருவாக்கப் படுகின்றார்கள்' (Genius are not born but made) என்று கூறி, அதை சவாலாக ஏற்று மூன்று மேதைகளை உருவாக்கினார்கள். அவர்கள் **ஜூடித் போல்கார்** (Judit Polgar) சிறந்த கணித மேதை, உலக செஸ் சாம்பியன். அவர் சகோதரி

**ஷுஷு போல்கரும்** (Suzu Polgar), உலக செஸ் சாம்பியன், சிறந்த இசையமைப்பாளர். இவர்களின் மூத்த சகோதரியும், சிறந்த பாடகி மற்றும் செஸ் விளையாட்டு வீரர் ஆவார். இவர்கள் மூவரும் போல்கர் தம்பதியின் மகள்கள் ஆவர். இம்மூவருக்கும், இக்கலைகளைக் கற்பதற்கு, புத்தகங்கள்தான் உதவியதாகக் கூறுகின்றனர்.

♟ மேலும் புத்தகங்களைப் படித்து புரிந்துகொள்ள வேண்டுமேயொழிய கண்டிப்பாக மனப்பாடம் செய்யக் கூடாது. 'திறப்புகள்' வரை அதே நகர்த்துதல்களை (படித்ததை மட்டும்) உபயோகப்படுத்த வேண்டும். ஏனெனில், அவைகள் பல ஆண்டு காலமாக விளையாடப்பட்டு வருவது. பல திருத்தங்களைப் பெற்று முன்னேற்றமடைந்தவைகள். நடுகள விளையாட்டில் கண்டிப்பாக சுய சிந்தனையில் தான் விளையாட வேண்டும். புத்தகத்தில் படித்த நகர்த்துதல்கள், தக்க சமயத்தில் முன்வந்து உதவும். அச்சமயம் உங்கள் சுய சிந்தனையை (Original or Creative thinking) வளர்த்துக்கொள்ள வேண்டும். சிறிது முயன்றால் வளரும். நடுகள விளையாட்டில் வரும் நகர்த்துதல்கள் ஒரு நல்ல வழிகாட்டி (Guidance) ஆகும். சிறுவர்கள், ஓரளவு ரெகுலர் விளையாட்டுக் காரர்களாயிருப்பதாலும், பள்ளியில் படித்துக்கொண்டிருப்பவராக இருப்பதாலும், புரிந்துகொள்ளும் ஆற்றல் இருக்கும். இவற்றின் அடிப்படையில், தேவையான அளவு சுய சிந்தனை உற்பத்தியாகி வருடாவருடம் விரைவாக (Rapidly) முன்னேறிக்கொண்டு வரும். முற்றிலும் சுய சிந்தனை உள்ளவராக வளர்ந்து விடுவர் என்று கூறப்படுகின்றது. அதற்குப் பின் அவர்கள் முன்னேற்றம்; அவர்கள் யோசனை, ஞாபகசக்தி, ஆராய்தல், படித்தல், கண்டுபிடித்தல் (Thinking, Memory, Study and Revealing) ஆகியவைகளின் அடிப்படையிலும் அமைகிறது என்று புத்தகங்கள் கூறுகின்றன. இதற்கு 500-700 கேம்கள் வரை ஆய்வு (Analysis) செய்து விளையாட வேண்டும். எவ்வளவு முடியுமோ அவ்வளவு 'திறப்புகள்' விளையாடி பயிற்சி செய்ய வேண்டும். அனைத்து 'திறப்புகளை'யும் கற்று விளையாடுதல் வேண்டும். செஸ்ஸில் ஆய்வு செய்வது கடினமான காரியம் அல்ல. ஒவ்வொரு நகர்த்துதலிலும். சிறந்த நகர்த்துதல் எது என்று கண்டறியவேண்டும். இவற்றை பிரபல முன்னாள் மற்றும் இந்நாள் சாம்பியன்கள் கூறுகின்றனர். செஸ் புத்தகம் படிப்பது, திறமையான சாம்பியன் ஒருவர் நமக்கு செஸ் சொல்லிக் கொடுப்பதற்கு ஒப்பாகும்.

♟ 'செஸ் கோட்பாடு', 'செஸ் கலைக் களஞ்சியம்', 'திறப்புகள் குறித்த கைப் புத்தகங்கள்' செஸ் விளையாட்டைப்பற்றி பல விபரங்களை அறிந்துகொள்ள உதவும் அடிப்படை புத்தகங்கள் ஆகியவை முன்னாள் ரஷ்யா, செக்கோஸ்லோவாக்கியா, யூகோஸ்லாவியா, ஹங்கேரி போன்ற கம்யூனிச நாடுகளின் சொத்தாக இன்றும் இருக்கின்றன. இவை தவிர, செஸ் சம்பந்தமான செய்தித்தாள்கள், பத்திரிக்கைகளும் உள்ளன. செஸ் விளையாட்டு சம்பந்தமான அனைத்து விஷயங்களும் மேற்கண்ட புத்தகங்களில் கிடைக்கும். உதாரணமாக, அறுபது ஆண்டுகளுக்கு முன்பு ஒரு ஆட்டம் உலகளவிலான போட்டியில் ஆடப்பட்டிருந்தால் அது மேற்கண்ட

புத்தகத்தில் இடம்பெறும். பின்பு, பிறிதொரு சமயம் விளையாடப்பட்டால் அது ஆராயப்பட்டு, முன்னேற்றப்படும். மாற்று நகர்த்தல் கண்டுபிடிக்கப்பட்டு, செஸ் நிபுணர்களால் ஆராயப்பட்டு, மீண்டும் இடம்பெறும். அது சம்பந்தமான, குறிப்புகளும், விமர்சனங்களும் கிடைக்கும். இவை படங்களுடன் இடம் பெறும். 'திறப்புகள்', மீண்டும் மீண்டும் விவாதிக்கப்படும். பின் இடம் பெறும். இன்று பல செஸ் புத்தகங்களில் இடம் பெற்றுள்ள 'திறப்புகள்' அனைத்தும் மேற்கண்ட புத்தகங்களிலிருந்து பெறப்பட்டவைகளே. இப்புத்தகத்திலுள்ள 'திறப்பு'களில் ஒருசிலவற்றைத் தவிர மற்றவை அந்தப் புத்தகங்களிலிருந்து பிரபல சாம்பியன்களால் உலகளவில் விளையாடப்பட்டவைகளே.

♟ இந்த அடிப்படைப் புத்தகங்களிலிருந்து தான், உலகில் உள்ள செஸ் கல்வி நிலையங்களுக்கு, குறிப்பாக - ரஷ்யாவின் 'யங் பயனியர் பேலஸ்', 'வொயிட் ரூக் க்ளப்' போன்றவைகளில் படிப்பதற்கும், ஆராய்வதற்கும் பாட சம்பந்தமான பொருள்களைத் (Study material) தருகின்றனர். மேலும் செஸ் கோச்சுகள், தங்களால் தயார் செய்யப்படும் விளையாட்டு வீரர்களுக்குத் தேவையான நகர்த்தல்கள், மாற்று நகர்த்தல்கள், செஸ் சம்பந்தப்பட்ட தேவைகளை இப்புத்தகங்களிலிருந்து பெற்று வழங்குகின்றனர். இப்புத்தகங்களிலுள்ள நகர்த்துதல்கள், குறிப்புகள், விமர்சனங்கள் அனைத்தும் சாம்பியன்கள், வல்லுநர்கள், செஸ் ஆசிரியர்களால் ஆராயப்பட்டவை. மிகப் பழமையானது முதல் புதிய நகர்த்துதல்கள் வரை இதில் கிடைக்கும். இதிலிருக்கும் திறப்புகள் நமது சுய சிந்தனையினால் உருவாக்குவது, மிக கடினமானதும், அதிக காலம் பிடிப்பதாகவும் உள்ளது. எனவே 'திறப்புகள்' வரை ஒவ்வொரு நகர்த்தலும், ஒவ்வொரு 'திறப்பு'களிலும் நீங்கள் கண்டிப்பாக, மனப்பாடமாக, தெரிந்து வைத்திருக்க வேண்டும்.

♟ **செஸ் குறியீடுகள்** (Chess Notations)

அல்ஜீபரிக் முறை, டிஸ்கிரிப்டிவ் முறை, போர்ஸித் முறை (Algebraic, Descriptive and Forsyth Systems) ஆகிய மூன்று வித செஸ் குறியீடுகள் இரண்டு கேம்கள் பயிற்சியுடன் எங்களது **"செஸ் விளையாட்டு"** என்ற புத்தகத்தில் விரிவாகக் கொடுத்துள்ளோம். எனினும், உடனடி பார்வைக்காக (Ready Reference), அந்தப்புத்தகத்தை படிக்காமல், இப்புத்தகத்தை படிப்பவர்களின் தேவைக்காக சுருக்கமாக கீழே தரப்பட்டுள்ளது.

| | | | | |
|---|---|---|---|---|
| (a) | K | - | King | (ராஜா) |
| (b) | Q | - | Queen | (ராணி) |
| (c) | R | - | Rook | (கோட்டை, யானை) |
| (d) | B | - | Bishop | (பிஷப் / ரதம்) |
| (e) | Kt அல்லது N | - | Knight or Night | (நைட், குதிரை) |
| (f) | P | - | Pawn | (சிப்பாய்) |
| (g) | | - | moves to | (நகர்கிறது) |
| (h) | ep | - | enpassant | (பொருந்தா நிலை) |

| | | | |
|---|---|---|---|
| (i) | X | - | token (அடிக்கின்றது) |
| (j) | ( ) | - | becomes (மாறும்) |
| (k) | 0 - 0 | - | Castling King's side. (ராஜாபக்க கோட்டை) |
| (l) | 0 - 0 - O | - | Castling - Queen's side (ராணிபக்க கோட்டை) |
| (m) | +, ÷, Ch | - | Check (செக் - ராஜாவை காப்பாற்றிக்கொள்) |
| (n) | + +, db ch | - | Double Check (இரட்டை செக்) |
| (o) | dis ch | - | Discovered Check (ஒரு காயை விலக்கியதும், மறு காயால் செக்). |
| (p) | . . . | - | Black move follows (கருப்புக் காய் வைத்து விளையாடுபவர் நகர்த்த வேண்டும்) |
| (q) | ! | - | Very good move (நல்ல நகர்த்தல்) |
| (r) | !! | - | Excellant move (மிக நல்ல நகர்த்தல்) |
| (s) | ? | - | Bad move (மோசமான நகர்த்தல்). |
| (t) | ? ? | - | Very bad move (மிக மோசமான நகர்த்தல்). |
| (u) | (?) | - | Questionable move (கேள்விக்குரிய நகர்த்தல்) |
| (v) | + + | - | Checkmate or mate (செக்மேட்) ராஜா வளைக்கப்பட்டு விட்டார். ஆட்டம் முடிந்தது. |
| (w) | Di or DI | - | Diagonal (குறுக்காக) |
| (x) | mc or MC | - | Mating Combination (ராஜாவை எதிரி விரட்டத் தொடங்குவதைக் கூறுவது). |
| (y) | Pc | - | Piece (சிப்பாயைத் தவிர மற்ற காய்கள்) |
| (aa) | (+) | - | Won game (வெற்றி) |
| (bb) | (–) | - | Defeated game (தோல்வி) |
| (cc) | (=) | - | Drawn game (சமநிலை முடிவு) |
| (dd) | Sq | - | Square (கட்டம்) |
| (ee) | | - | On (இரண்டு காய்கள் ஒரு கட்டத்தைக் காக்கும்பொழுது, குறிப்பாக எது என்பதைக் குறிப்பிட '/' இக்குறியிட்டு அது இருக்கும் ஃபைல் (File) அல்லது ரேங்கைக் (Rank) குறிப்பிடுவர். இது அதிகமாக டிஸ்கிரிப்டிவ் (Descriptive) முறையில் வருகிறது. |

தமிழில் கேஸ்ட்லிங் (Castling) என்பதற்கு 'கோட்டை கட்டுதல்' என்று அர்த்தம். அதே சமயம் அரண் (Fortification) என்ற வார்த்தையும் உண்டு. அரணில் இரண்டு வகை உண்டு. ராஜாவை கேஸ்ட்லிங் செய்து, அதற்கு முன் ரேங்க்கில் மூன்று பான்களை காவலாக வைப்பதற்கு **முதல் நிலை அரண்** (No. 1 Fortification) என்று பெயர். உதாரணமாக g1-ல் ராஜா இருந்தால், g2, f2, h2-வில் பான்கள் இருக்கும். f2, h2-வில் பான்கள் இருந்து g2-ல்

பிஷப் இருந்தால் அதை **இரண்டாம் நிலை அரண்** (No. 2 Fortification) என்று எழுதுகின்றனர். இதற்கு இணையான கட்டங்கள் (Symmetrical Squares) கருப்பிற்கு வரும். ராணி பக்க கோட்டைக்கும் (Queen's Side Castling) இது போன்றே வரும். ஆனால் a2, a7 பான்கள் கூடுதலாக நிற்கும்.

♟ இதில் வரும் 'கேம்'களை, தனியாகவோ, இருவர் இணைந்தோ கற்கலாம். இருவர் பக்கமும் (கருப்பு, வெள்ளை) விளையாட வேண்டும். இரண்டு போர்டுகள் வைத்துக்கொள்ளுதல் வேண்டும். அடித்தலையும், மாற்று நகர்த்தல் தொகுப்புகளையும் செய்து பார்க்க இரண்டாம் போர்டு.

**குறிப்பு :** இதில் ஆராயப்பட்டுள்ள நகர்த்துதல்களில் தரப்படும் விமர்சனம், 90 சதவீதத்திற்குமேல், உலக சாம்பியன்கள், கிராண்ட் மாஸ்டர்கள், செஸ் நிபுணர்கள், கோச்சுகளால், 'செஸ் கோட்பாடு', 'செஸ் கலைக் களஞ்சியம்' (Chess Theory and Chess Encyclopaedia) ஆகியவற்றின் அடிப்படையில் தரப்பட்டவை. 'கேம்கள்' பெரும்பாலும் உலக சாம்பியன்கள், உலக கிராண்ட் மாஸ்டர்களால் விளையாடப்பட்டு, ஆராயப்பட்டவை.

♟ மேலும், உலகில் செஸ் விளையாட்டில் முன்னேறியவர்கள் தினமும் 10-20 செஸ் பிரச்சினைகளைப் (Chess problems) படித்து புரிந்து தீர்க்கின்றனர். அவைகள் 2 முதல் 27 நகர்த்துதல்களைக் கொண்டதாகக் காணப்படுகிறது. அத்துடன் கீழ்க்கண்டவைகளையும் மூளையின் (Brain Twist) பயிற்சிக்காக செய்கின்றனர்;

(a) Self mate - இதில் வெள்ளை முதலில் விளையாடுவார், தொடர்ந்து விளையாடிக்கொண்டேயிருப்பார். இறுதியில் கருப்பு தன்னை வளைக்கும்படி, விளையாடித் தோற்பார். கருப்பிற்கு வேறு வழியில்லாது, வெள்ளைக்கு செக் வைத்து ஜெயிப்பார்.

(b) Help mate - கருப்பு முதலில் விளையாடுவார். வெள்ளை தனக்கு செக் வைக்க உதவி நகர்த்தல் செய்வார்.

(c) Self Stalemate - இதில் வெள்ளை முதலில் விளையாடுவார். தனது ராஜாவை நகரவிடாமல் செய்ய கருப்பிற்கு உதவி செய்வார்.

(d) Help Stalemate - இதில் கருப்பு முதலில் விளையாடுவார், தன்னை ஸ்டேல்மேட் ஆக்க, வெள்ளைக்கு உதவுவார்.

இதுபோன்ற Series Help mate, இன்னும் சிலவும் உண்டு. எல்லாம், மூளை வேலையை தூண்டக்கூடியவை. இவை அனைத்தும் அடங்கிய 'செஸ் பிரச்சினைகள், 'அயல் நாட்டு செஸ் பிரச்சினைகள்' என்னும் புத்தகங்கள் விரைவில் வெளிவர இருக்கின்றன. இறுதியாட்டத்திற்கு (End game) உபயோகமான புத்தகம்.

♟ மேலும் சிந்தனைப் பயிற்சிகள் செய்வது பற்றிய விபரம் இப்புத்தகத்தில் "யோசிப்பதெப்படி" என்ற பாடத்தில் கொடுக்கப்பட்டுள்ளது.

# பாடம் - 2

# யோசிப்பதெப்படி?

**1.** நான் சில ஆண்டுகளுக்கு முன்பு செஸ் கற்றுக் கொடுத்துக் கொண்டிருந்தேன். எனது அனுபவத்தில், சில மாணவர்கள், வினையத்துடன் கேட்டனர் ; "சார், நீங்களும் யோசித்து விளையாடு, யோசித்து விளையாடு என்கிறீர்கள். எங்கள் பெற்றோர்களும் யோசித்து விளையாடு, நன்றாக யோசித்து விளையாடு என்றுதான் கூறுகின்றனர். ஆனால், எப்படி யோசிப்பது என்பது பற்றி யாரும் கூறுவதில்லை" என்றனர். அவர்கள் கூற்றும் சரியே. செஸ் விளையாட்டு என்பதே யோசனை, ஞாபக சக்தியின் குவியல்தானே என்று அதனை அறிந்தவர் எவரும் கூறுவர். ஒவ்வொரு நகர்த்தலிலும் எதிரி மற்றும் நமது காய்களின் போக்கை நன்கு கணித்து ஆட வேண்டும். திரும்பத் திரும்ப யோசிக்கும் பயிற்சியை (Drill) எந்த ஆட்டத்திலும் கைவிட்டுவிடக் கூடாது. மறுபடியும், மறுபடியும் சளைக்காமல் யோசித்துக்கொண்டே இருக்க வேண்டும்.

**2.** ***சில யோசனைக் குறிப்புகள்:***

**(a)** ஒருவர் பானை (e2 - e4) நகர்த்திவிட்டால் அது கண்காணிக்கும் கட்டம். அதனால் காலியான கட்டம், அந்நகர்த்தலினால், மற்ற பீஸ்களுக்கு ஏற்பட்ட வழி. இந்த ஒரு நகர்த்தலுக்கு எதிரி ஏதாவது பதில் (Counter attack) நடவடிக்கை எடுத்தாரா, அல்லது வேறு காயை நகர்த்தி விட்டாரா, அல்லது அவர் எடுக்கப்போகும் நடவடிக்கைக்கு ஆதரவு நகர்த்தல் செய்துள்ளாரா போன்றவை.

**(b)** நமது நைட்டை அடுத்த நகர்த்தலில், எங்கு வைக்கலாம், அதற்கடுத்த நகர்த்தலில், மூன்றாவது நகர்த்தலில் எங்கு வைக்கலாம், அது அடிபடுமா, அதனால் எதிரியை எவ்வாறு தாக்கலாம், ஆபத்து என்றால் அது திரும்பிவர கட்டங்கள் உள்ளனவா போன்றவை.

**(c)** பிஷப் நிற்கும் கட்டத்திலிருந்து நான்குபுற குறுக்குக் கட்டங்களிலும் யோசிக்க வேண்டும். பெரும்பான்மையான கட்டங்களில் நிறுத்த இயலாது. எதிரியின் கண்காணிப்பு இருக்கும். கண்காணிப்பில்லாத பாதுகாப்பான கட்டத்தில் நிறுத்தினால், அடுத்த நகர்த்தலில் அது மீண்டும் நான்கு குறுக்கு திசையில் செல்லும். இவ்வாறு உங்கள் பிஷப்பைப் பற்றியும் எதிரியின் பிஷப்பைப் பற்றியும் யோசிக்க வேண்டும்.

**(d)** ரூக்கைப் பற்றியும் இவ்வாறு யோசிக்க வேண்டும். ரூக்குகள் பெரும்பாலும் இறுதியாட்டத்தில்தான் பயன்படும். எனவே ஃபைல் (File)கள் காலியாகும் பொழுது அவற்றை ரூக்கின் உதவியால் எப்படி தனது ஆதிக்கத்தின் கீழ் கொண்டு வருவது போன்றவை.

**(e)** ராணி எட்டு திசைகளிலும் செல்லுமாகையால், அது செல்லும் வழியிலுள்ள கட்டங்களைப்பற்றி யோசிக்க வேண்டும். ராணி எப்படியாவது தப்பித்துவிடும்

என்று நினைத்து ராணியை ஆரம்பத்தில் அதிகம் வெளிக்கொண்டு வந்தால், ராணியை இழக்க நேரிடும்.

**(f)** எதிரியை கேஸ்ட்லிங் (Castling) செய்யவிடாது தடுக்கமுயல்வதை விட, தான் விரைவில் கேஸ்ட்லிங் செய்துகொள்ள வேண்டும்.

**(g)** எதிரியின் ஒவ்வொரு காயும் நமது எல்லைக்குள் எதுவரை வரும், நுழைந்து எதைத் தாக்கும், அவைகளுக்கு ஆதரவு (Support) காய்கள் உள்ளனவா போன்றவைகள்.

**(h)** ஆப்பு (Pin), இரட்டைக்குறி (Skewers), இரண்டிலொன்று (Fork), செக் (Check), திறப்பு செக் (Discovered Check) - இவைகளை நாம் எதிரிக்கு போட முயலும் யோசனை. அதைவிட எதிரி இவைகளை நமக்கு போட்டு விடுவாரோ என்பதில் கவனம்.

**(i)** இறுதியாட்டத்தில் நாம் ஜெயிக்கும் நிலையிலிருக்கும்பொழுது, ஸ்டேல் மேட்டிற்கு (Stalemate) முயற்சிப்பார். அதில் கவனித்து ஆடும் சிந்தனை, அதனால் டிரா (Draw) வைத் தவிர்க்கலாம்.

**(j)** இறுதியாட்டத்தை ஒரு செஸ் பிரச்சினை (Chess problem ending)யின் அடிப்படையில் முடித்துவிடுகின்றனர். "இந்த கேமில் நாம் தான் ஜெயிப்போம் என்றே நூறு சதவீதம் எண்ணுவோம். ஆனால், ஓரிரு நகர்த்தலில் கார்போவ் ஜெயித்து விடுவார்" - இவ்வாறு கூறியது 15-வது உலக சாம்பியன் விஸ்வநாதன் ஆனந்த். இவ்வாறு கார்போவ் ஜெயிப்பதற்குக் காரணம், ஒரு செஸ் பிரச்சினையை, முடிவாக வைத்து அதற்கேற்ப விளையாடுவதுதான். இதைக் கட்டும் (Constructive) விளையாட்டு எனக் கூறுகின்றனர்.

**(k)** சிலர் டிரா (Draw)வின் நிச்சய நிலையறியாது தொடர்ந்து விளையாடி தோல்வி அடைகின்றனர். இதையும் அறிந்திருத்தல் வேண்டும்.

**(l)** பலி (Sacrifice) கொடுக்கும்பொழுதும், காய் பரிமாற்றம் (Exchange) செய்யும்பொழுதும், நன்கு யோசித்து முடிவெடுக்கப்பட்ட, திண்ணமான நிலையில் நமது மனம் இருக்க வேண்டும். (Firm determination)

**(m)** திட்டம் (Strategy). தொடர்ந்து நேர்மையான விளையாட்டை, விளையாடிக் கொண்டிருக்கும்பொழுது, ஒருவர் மற்றவர் பொறுமையை இழப்பார் என்று எதிர்பார்க்கின்றார்கள். அதனால் ஜெயித்துவிடலாம் என்றும் ஜெயிப்பதற்கு இது ஒரு வழி என்றும் நம்புகின்றனர். மற்றொன்று இவ்வாறு நேர்வழியில் விளையாடிக்கொண்டிருக்கும்பொழுது, சிறு சிறு திட்டங்கள் போட்டு செயல்படுவது, உதாரணமாக, எதிரி ராஜாவின் முன்கட்டத்தில், ஆதரவுடன் (Support) ராணியை வைப்பது. தனக்கு சாதகமாக, போர்டில் காய்கள் இருக்கும் நிலையை, மாற்றியமைத்துக்கொள்ள (Board's Position), ஏதாவதொரு காயை பலி கொடுத்து, அதை சாதித்துக்கொள்வது போன்ற பல. இப்புத்தகத்திலுள்ள கேம்களைப் படித்து விளையாடும்பொழுது பழக்கத்தில் வந்துவிடும். செஸ் பிரச்சினைகளை சுயமாக சிந்தித்து நிவர்த்தி செய்வதன் மூலம் புதுப் புது திட்டங்கள் மனதில் உருவாகும். ஆரம்பத்திலேயே பெரிய பெரிய

திட்டங்கள் போடக்கூடாது. ராஜாவை அடிக்க (வளைக்க) ஆரம்பத்தில் திட்டம் தீட்டக்கூடாது. சில காய்களை அடித்தெடுத்துவிட்டுத்தான், ராஜாவை வளைக்க திட்டம் போட வேண்டும். ஒரு பான் லாபமாகக் கிடைத்தாலே போதும். நாம் நஷ்டத்தில் இல்லை என்ற திருப்தியுடன் விளையாட வேண்டும். திட்டம் நிறைவேறும் என்பதற்காக, காய்களை தெளிவில்லாமல் (Blind courage move) நகர்த்தக்கூடாது. எதிர்பார்ப்பு நகர்த்தல்கள் செய்யக் கூடாது. அதாவது எதிரி இதை நகர்த்துவார், நான் இதை நகர்த்துவேன் என்பது. அவர் வேறு நகர்த்தலை செய்துவிடுவார். நமது திட்டம் செயல்படாமல் போய்விடும். நாம் செய்யப்போகும் நகர்த்தல் மட்டும் அல்ல, நகர்த்தல் தொகுப்பும் உறுதியானதாக இருக்கவேண்டும். அரைகுறையாக யோசித்து பிறகு பார்த்துக்கொள்ளலாம் என்று நகர்த்துவது ஆபத்தாகும். அதே வழக்கத்தில் வந்து, நரம்புத் தளர்ச்சி (Nervous) ஏற்பட்டு, செஸ்ஸில் முன்னேற இயலாது போகலாம். நகர்த்தல் விரைவாக இருப்பினும் யோசனை முழுமையாக இருக்க வேண்டும். இவைகளின்படி நடப்பது செஸ் விளையாட்டு வீரர்களுக்கு கடினமான காரியம் அன்று.

3. அடுத்ததாக, 'யோசிப்பதெப்படி' என்ற பாடத்தின் கீழ்வருவது, சிந்தனைப் பயிற்சிகள் இரண்டும், உடற்பயிற்சி மற்றும் உணவுக் குறிப்புமாகும். முதலாவதாக, அடுத்தடுத்து வரும் நகர்த்தல்களில், அனைத்து காய்களைப் பற்றிய சிந்தனைப் பயிற்சி (Consequence thinking of whole coins). இரண்டாவதாக, அடுத்தடுத்து வரும் நகர்த்துதல்களில் தனித்தனி காய்களைப் பற்றிய சிந்தனைப் பயிற்சி (Consequence thinking of single pieces).

4. உலக சாம்பியன்களான, அலெக்ஸாண்டர் அலெக்கெய்ன் சோலோவ், மிக்காயில் போட் வின்னிக், காஸ்பரோ, கார்போவ், க்ராம்னிக் போன்றவர்களின் வாழ்க்கை வரலாற்றை ஆராயும் பட்சத்தில் இவர்கள் செஸ் சாம்பியன்களாவதற்கு 500-700 கேம்கள் ஆராய்ந்து விளையாடியது மட்டுமின்றி, மேற்கண்ட பயிற்சிகளையும் செய்து வந்துள்ளனர் - செய்கின்றனர் என்பதனையறிகின்றோம். பத்திரிக்கை, ரேடியோ, டெலிவிஷன் நிருபர்களின் 'உங்கள் வெற்றியின் ரகசியமென்ன' என்ற கேள்விக்குப் பதிலாக, 'நாங்கள் போர்டில் விளையாடுவது 40 சதவீதம் என்றால் சிந்தனையுடன் விளையாடுவது 60 சதவீதம் என்று கூறியுள்ளனர். மேற்கூறிய சிந்தனைப் பயிற்சி தவிர உடற்பயிற்சிகளை நாங்கள் செய்கின்றோம். வேறு ஏதும் கிடையாது' என்று விரிவாகக் கூறியுள்ளனர். 'நாங்கள் உலகின் முன்பு விளையாடுகின்றோம். அவைகள் பதிவும் செய்யப்படுகின்றன. ஆராயப் படுகின்றன. அவைகளையே நாங்கள் மீண்டும் மீண்டும் சிந்திக்கின்றோம். (சிந்தனைப் பயிற்சி செய்கின்றோம்)' என்று அவர்கள் அழுத்தமாகக் கூறுகின்றனர். அச்சிந்தனைப் பயிற்சிகள் பிரமாதம் ஒன்றும் இல்லை. செய்வது கடினமும் இல்லை. ஆனால், பலன் பெறக்கூடியது (Effective) என்று கூற இயலும். பயிற்சிகள் கீழே நான்கு கட்டங்களாப் பிரித்துக் கூறப்பட்டுள்ளது.

**(a) முதற்கட்டம் :** அடுத்தடுத்து வரும் நகர்த்துதல்களில், அனைத்து காய்களைப் பற்றிய சிந்தனை. (Consequence thinking of whole coins).

இதில், இரவில் நாம் நித்திரை செய்வதற்கு படுத்த பின்பு, காலையில், மாலையில், நேரம் கிடைக்கும்பொழுது கடற்கரையில் அல்லது அதுபோன்ற இடங்களில் தனிமையில், அல்லது மேடு-பள்ளம் இல்லாத, போக்குவரத்து இல்லாத இடங்களில் நடந்து செல்லும்பொழுது, நமது மனக்கண்ணால் நமது மூளையைப் பார்க்க வேண்டும். விஞ்ஞான பாடப்புத்தகத்தில், கபாலத்துடன் கூடிய மூளையின் படம் போட்டிருப்பார்களே அது போன்று தெரியும். (Look your own brain's feature by means of will power or God's grace). மூளையைச் சுற்றி பலவிதமான செஸ் போர்டுகள் சலனமின்றி சுற்றி வருகின்றன. தூரத்திலிருந்து இன்னும் சில செஸ் போர்டுகள் வந்து இணைந்து, மிதப்பது போன்று உங்கள் மூளை, தலையைச் சுற்றிச்சுற்றி வருகின்றன. சிறிது நேரம் இவ்வாறு சுற்றிய பின்பு, ஒரு போர்டு உங்கள் மூளையில் சென்று அமர்ந்து கொள்கின்றது. காய்கள் அடுக்கப்படுகின்றன. நீங்களும், அவரும் (உங்கள் எதிரி) அவரவர் இடத்தில் அமர்கின்றீர்கள். பின் காய்களை நகர்த்த ஆரம்பிக்கின்றீர்கள்.

**(b) இரண்டாவது கட்டம் :** இப்படிக் கூறிக்கொண்டே விளையாட ஆரம்பிக்கின்றீர்கள்.

"நான் முதலில் d2 பானை d4-க்கு நகர்த்தினேன். அவர் Ng8-ஐ f6-க்கு நகர்த்தினார். 2-ல் நான் Ng1 - f3, அவர் g7 - g6, 3-ல் நான் c2 - c4, அவர் Bf8 - g7, 4-ல் நான் g2 - g3, அவர் d7 - d5, 5-ல் நான் Bf1 - g2, அவர் 0 - 0, 6-ல் நான் 0 - 0, அவர் d5 × c4, 7-ல் நான் Nb1 - a3, அவர் c4 - c3, 8-ல் நான் b2 × c3, அவர் c7 - c5, 9-ல் நான் e2 - e3, அவர் Nb8 - c6, 10-ல் நான் Qd1 - e2, 10-ல் அவர் Bc8 - Bf5, 11-ல் நான் Bb2, அவர் e7 - e5, 12-ல் நான் Na3 - c4, அவர் e5 - e4, 13-ல் நான் Nf3 - e5, அவர் Nc6 × e5, 14-ல் நான் Nc4 × Ne5, அவர் h7 - h5, 15-ல் நான் h2 - h3, அவர் Nf6 - d7, 16-ல் நான் Ne5 × Nd7, அவர் Qd8 × Nd7, 17-ல் நான் Rf1 - d1, அவர் c5 × d4, 18-ல் நான் c3 × d4, அவர் Bf5 × h3, 19-ல் நான் Bg2 × e4, அவர் h5 - h4, 20-ல் நான் Be4 - Bf3, அவர் h4 × g3, 21-ல் நான் f2 × g2, அவர் Rf8 - e8, 22-ல் நான் e3 - e4, அவர் Ra1 - c8, 23-ல் நான் kg1 - h2, அவர் Bh3 - f5, 24-ல் நான் Qe2 - g2, அவர் Bf4 - g5, 25-ல் நான் Rd1 - d2, அவர் g7 - g5, 26-ல் நான் Ra1 - f1, அவர் Rc8 - c6, 27-ல் நான் Bf3 × Bg4, அவர் Qd7 × Bg4, 28-ல் நான் e4 - e5, அவர் Rc8 - Rh6 +, 29-ல் நான் Kh2 - g1, அவர் f7 - f6, 30-ல் நான் Qg2 - f3, அவர் Qg3 × Qf3, 31-ல் நான் Rf1 - Qf3, அவர் f6 × e5, 32-ல் நான் d4 × e5, அவர் Rh6 - g6, 33-ல் நான் Rf3 - f5, அவர் g5 - g4, 34-ல் நான் Rd2 - d7, அவர் Re8 - c8, 35-ல் நான் Bb2 - d4, அவர் Rh8 - c2, 36-ல் நான் Rf5 - f2, அவர் Rc2 - c4, 37-ல் நான் Rf2 -d2, அவர் Kg8 - f8, 38-ல் நான் Rd2 - e2, அவர் Bg6 - h8, 39-ல் நான் B × a7, அவர் Rg6 - e6, 40-ல் நான் Rd6 × b7, அவர் Bh8×e5, 41-ல் நான் Ba7 - f2,

அவர் Rc4 - c6, 42-ல் நான் Re2 - e4, அவர் Kg8 - f8, 43-ல் நான் Kg1 - f1. கேம் டிராவில் முடிந்துவிட்டது.

**குறிப்பு :** இரண்டாவது கட்டத்தில் (b) கொடுக்கப்பட்டிருக்கும் நகர்த்துதல்கள் குரூயன்ஃபெல்டு டிஃபன்ஸ் - 4வது கேமிற்கு உரியதாகும். (பாடம் - 7).

(c) **மூன்றாவது கட்டம் :** அடுத்தடுத்து வரும் நகர்த்தல்களில் தனித்தனிக் காய்களைப் பற்றிய சிந்தனை (Consequence thinking of single pieces).

இதிலும் முன்பு போலவே இரவில் படுக்கையில் படுத்த பின்பும், காலை மாலை, நேரம் கிடைக்கும்பொழுதும் கடற்கரையில் அல்லது அதுபோன்ற இடங்களில் அல்லது மேடு-பள்ளம் இல்லாத, போக்குவரத்து இல்லாத இடங்களில், நடந்து செல்லும்பொழுது, நமது அகக்கண்ணால் நமது மூளையைப் பார்க்க வேண்டும். மூளையைச் சுற்றி ஒரு செஸ் போர்டு மெதுவாக சுற்றுகிறது. அந்த போர்டைச் சுற்றி வரிசையாக, முறையே பான்கள், ரூக்குகள், நைட்டுகள், பிஷப்புகள், ராணி, ராஜா என்று பதினாறு காய்கள் சுற்றுகின்றன. அதாவது சூரியனைச் சுற்றி 16 சந்திரன்கள் சுற்றுவது போன்று சுற்றுகின்றன. பின்பு அவைகள் உங்கள் மூளையில் தங்குகின்றன. பின் ஒவ்வொரு காயும் தனித்தனியாக அதன் வழியைப் பின்பற்றி செல்கிறது. சில, போர்டை விட்டு வெளியே சென்று, சுற்றிச்சுற்றி சென்று விடுகின்றது. இந்த சிந்தனைப் பயிற்சிக்கு தேவையான நகர்த்தல் (ஒவ்வொரு காயின் நகர்த்தல், தனித்தனியே) கீழே தரப்பட்டுள்ளது.

(d) **நான்காவது கட்டமாக :**

**வெள்ளை பான்கள்**

a2 - இறுதியாட்டம் டிரா (Draw)வில் முடியும் வரை, அதன் பிறந்த (Born place) இடத்தை விட்டு நகரவே இல்லை.

b2 - 8-வது நகர்த்தலில் c3-ல் இறங்கிய கருப்பு பானை அடித்துவிட்டு அங்கு செல்கிறது. பின் 18-வது நகர்த்தலில் d4-ல் இருந்த, வெள்ளை பானை அடித்த, கருப்பு பானை அடித்துவிட்டு d4-க்கு செல்கின்றது. பின் 32-வது நகர்த்தலில் e5-லிருக்கும் பானை அடித்துவிட்டு அங்கு செல்கிறது. இறுதியாக 40-வது நகர்த்தலில் கருப்பு பிஷப்பால் அடிபட்டு விடுகிறது.

c2 - 3-வது நகர்த்தலில் c4-க்கு செல்கின்றது. ஆறாவது நகர்த்தலில் அடிபட்டு விடுகிறது.

d2 - முதல் நகர்த்தலில் d4-க்கு செல்கின்றது. 17-ல் அடிபட்டு விடுகிறது.

e2 - 9-ல் e3-க்கு, 22-ல் e4, 28-ல் e5-க்கும் செல்கின்றது. 31-ல் அடிபட்டு விடுகிறது.

f2 - 21-ல் g3 அடிபடவில்லை.

g2 - 4-ல் g3, 20-ல் அடிபட்டு விடுகிறது.

h2 - 15-ல் h3, 18-ல் அடிபட்டு விடுகிறது.

### வெள்ளை ரூக்குகள்

a1 - 26-ல் f1, 31-ல் ×f3, 33-ல் f5, 36-ல் f2, 37-ல் d2, 38-ல் e2, 42-ல் e4 அடிபடவில்லை.

h1 - 6-ல் கேஸ்ட்லிங் செய்தமையால் f1, 17-ல் d1, 25-ல் d2, 34-ல் d7, 40-ல் ×b7 அடிபடவில்லை.

### வெள்ளை நைட்டுகள்

b1 - 7-ல் a3, 12-ல் c4, 13-ல் கருப்பு N-ஐ அடித்துவிட்டு e5, 16-ல் ×Nd7, 16-ல் அடிபட்டு விடுகிறது (Qd8, × Nd7)

g1 - 2-ல் f3, 13-ல் e5. 13-லேயே அடிபட்டு விடுகிறது.

### வெள்ளை பிஷப்புகள்

c1 - 11-ல் b2, 35-ல் d4, 39-ல் ×a7, 41-ல் f2 அடிபடவில்லை.

f1 - 5-ல் g2, 19-ல் ×e4, 20-ல் f3, 27-ல் ×g4 அதிலேயே, அந்நகர்த்தலிலேயே அடிபட்டு விடுகிறது.

### வெள்ளை ராணி

d1 - 10-ல் e2, 23-ல் g2, 30-ல் f3 அதிலேயே கருப்பு ராணியால் அடிபட்டு விடுகிறது.

### வெள்ளை ராஜா

e1 - 6-ல் கேஸ்ட்லிங்கிற்காக g1, 22-ல் h2, 29-ல் g1, 43-ல் f1 டிரா கேம்.

### கருப்பு பான்கள்

a7 - 39-வது நகர்த்தலில் c1. அதிலேயே அடிபட்டு விடுகிறது.

b7 - 40-வது நகர்த்தலில் h1. அதிலேயே அடிபட்டு விடுகிறது.

c7 - 8-ல் c5, 17-ல் ×d4, 18-ல் அதிலேயே அடிபட்டு விடுகிறது.

d7 - 4-ல் d5, 6-ல் ×c4, 7-ல் c3, 8-ல் அடிபட்டு விடுகிறது.

e7 - 11-ல் e5, 19-ல் அடிபட்டு விடுகிறது.

f7 - 29-ல் f6, 31-ல் e5, 32-ல் அடிபட்டு விடுகிறது.

g7 - 2-ல் g6, 25-ல் g5, 33-ல் g4, பிளாக்காகி விடுகிறது (Pawns are Blocked g3 and g4)

h7 - 14-வது நகர்த்தலில் h5, 18-ல் h4, 20-ல்×g3, பிளாக் ஆகிவிடுகிறது.

### கருப்பு ரூக்குகள்

a8 - 22-ல் c8, 26-ல் c6, 28-ல் h6+, 32-ல் g6, 39-ல் e6 அடிபடவில்லை.

h8 - 5-ல் கேஸ்ட்லிங்கிற்காக f8, 21-ல் e8, 34-ல் c8, 35-ல் c2, 36-ல் c4, 41-ல் c6 அடிபடவில்லை.

சுராவின் செஸ் திறப்புகள் (ஓப்பனிங்ஸ்)

**கருப்பு நைட்டுகள்**

b8 - 9-ல் c6, 12-ல் ×e5, இரண்டே நகர்த்தலில், அங்கேயே அடிபட்டு விடுகிறது.

g8 - 1-ல் f6, 15-ல் d7 அங்கேயே அடிபட்டு விடுகிறது.

**கருப்பு பிஷப்புகள்**

c8 - 10-ல் f5, 19-ல் ×h3, 23-ல் f5, 24-ல் g4 அடிபட்டு விடுகிறது.

f8 - 3-ல் g7, 37-ல் f8, 40-ல் e5 அதிலேயே அடிபட்டு விடுகிறது.

**கருப்பு ராணி**

d8 - 16-ல் ×d7, 27-ல் ×g4, 31-ல் ×f3, அங்கேயே அடிபட்டு விடுகிறது.

**கருப்பு ராஜா**

e8 - 5-ல் g8 (கேஸ்ட்லிங்கிற்காக) 37-ல் f8, 42-ல் f8 'கேம் டிரா'.

**குறிப்பு :** நான்காவது கட்டத்தில் (d) கொடுக்கப்பட்டிருக்கும் நகர்த்துதல்கள், இப்புத்தகத்திலுள்ள குரூயன்ஃபெல்டு கேம் 4-க்கு உரிய நகர்த்தல்கள் ஆகும்.

**5.** மேற்கூறிய நான்கு கட்ட பயிற்சிகளையும் ஒவ்வொரு கேமையும், ஆய்வு (Analysis) செய்தபின்பு செய்தல் வேண்டும். ஒவ்வொரு கேமைத் தொடர்ந்தும் 2-ம் கட்ட (b), 4-வது கட்ட (d) பயிற்சிக்குத் தேவையான நகர்த்தல்கள் தரப்பட்டிருக்கும். ஆனால் முதற்கட்ட (a) பயிற்சியும், 3-ம் கட்ட (c) பயிற்சியும் இப்பாடத்தில் உள்ளது தான், இப்புத்தகத்திலுள்ள அனைத்து கேம்களுக்குமாகும்.

**6.** **உடற்பயிற்சி :** செஸ் விளையாட்டு முற்றிலும் மூளை சம்பந்தப்பட்டது என்றாலும், உடற்பயிற்சியும் தேவை என்று பிரபல சாம்பியன்கள் கூறுகின்றனர். அவர்கள் புத்தகத்தில் படத்துடன் விளக்கியுள்ளனர். நல்ல ஆரோக்கியமான உடலில் தான், திறமையாக செயல்படக் கூடிய மூளை உள்ளது என்கின்றனர். தினசரி 5-6-8 மணி நேரம் கூட செஸ் விளையாடும்படி நேரிடலாம். அதற்கு ஏராளமான சக்தி தேவை என்கின்றனர். கைகள், கால்கள், இடுப்புப் பகுதிக்கான பயிற்சிகள் தேவை. மூளைக்கு ரத்த ஓட்டம் தரும் பயிற்சிகளும் அவசியம் என்கின்றனர். 'யோகா', போன்ற பயிற்சிகளும் நல்லது. சிரசாசனம் என்பது தலைப்பகுதிக்கு ரத்த ஓட்டம் செலுத்தக்கூடியது. இவைகளை நீங்கள், யோகா தெரிந்தவர்கள், உடற்பயிற்சி ஆசிரியர்களின் ஆலோசனையின்பேரில்தான் செய்யவேண்டும். நீங்களாக செய்யக்கூடாது. உடற்பயிற்சி மிக அவசியம்.

**7.** செஸ் விளையாட்டு, மூளை மற்றும் நரம்பு சம்பந்தப்பட்டது. இவைகளின் முன்னேற்றத்திற்கான உணவுகளை உண்ண வேண்டும். பிரபல சாம்பியன்கள், கீழ்க்கண்டவாறு உணவு உண்பதாகக் கூறுகின்றனர்.

(a) **காரி காஸ்பரோவ்** - அவித்த மீன், பால் சற்று அதிகமாக.

(b) **க்ராம்னிக்** - எல்லாவகை உணவும் - மாவுப் பொருள் (Carbohydrate) குறைவாக, புரோட்டின் சற்று அதிகமாக. 'Protein is life' என்கிறார்.

(c) **அலெக்ஸாண்டர் அலெக்கெய்ன்** செஸ் உலகில் உயர்வாக எண்ணப்படுபவர். 'எதையும் சாப்பிடுங்கள் - ஆனால், குடிக்கும், புலால் உணவிற்கும் அடிமையாகாதீர்கள்' என்பதுடன் அதனால்தான் தன் நிலை தாழ்ந்தது எனக் குறிப்பிட்டுள்ளார்.

(d) **பாபி பிஷர்,** பாலடைக் கட்டி, பச்சைக் காய்கள் சற்று அதிகம் சாப்பிடுவார். அவரும் 'மதுபானமும் புலால் உணவும், பெரிய பயில்வானையும் ஞானியையும் வீழ்த்திவிடும்' என்பதோடு, அதற்கு அவர்கள் என்ன சமாதானம் சொன்னாலும், அது அவர்களை மட்டுமின்றி கேட்பவர்களையும் ஏமாற்றுவதாகும் என்கிறார்.

(e) **விஸ்வநாதன் ஆனந்த்:** வெஜிடேரியன் உணவு, வல்லாரைக் கீரை, வெண்டைக்காய் போன்றவைகள். 'சில சமயம் சிக்கன்' என்று அவர் மனைவி கூறுகிறார்.

பொதுவாக அனைவரும், சிக்கன், சாலட் சாப்பிடுபவர்கள். ரஷ்யர்கள் கார் கோசக் டீ அதிகமாக அருந்துகின்றனர். இது, மூளையின் செயல்பாடு, எடை பராமரிப்புக்கு நல்லது என்கின்றனர் டாக்டர்கள். இது பச்சை தேயிலையில் (Taj Mahal Tea) வடித்த தேனீரில், அது ஆறியவுடன், ஈஸ்ட் என்னும் பொருளைக் கலந்து 15 நாட்கள் வரை புளிக்கவைத்து வடிகட்டி குடிப்பதாகும். நாம் சாப்பிடும் உணவு சரியானது என்றே நான் கருதுகிறேன். மாவுப்பொருளை குறைத்துக்கொண்டு, புரோட்டின் அளவை கூட்டலாம். வல்லாரைக் கீரை, சோயா மொச்சை, சுண்டல் வகைகள் மிக நல்லது. எல்லாவற்றிற்கும் மேலாக செஸ் விளையாட்டு வீரர்கள் அளவிற்கதிகமாக உண்ணுதல் கூடாது என்று அனைத்து சாம்பியன்களும் கூறுகின்றனர்.

## பாடம் - 3

# திறப்புகள் (Openings)

1. செஸ் விளையாட்டைத் துவங்க - அதாவது ஓர் ஆட்டம் (Game) ஆடுவதற்கு, போர்டில் காய்களை அடுக்கியாகிவிட்டது. யார் முதலில் விளையாடுவது என்பதும் தீர்மானிக்கப்பட்டுவிட்டது. வெள்ளைக் காய்களை வைத்து விளையாடுபவர் யோசிக்கின்றார். எதனை நகர்த்துவது, ஆரம்ப நிலையில் எட்டு பான்களில் ஏதாவதொன்றை அல்லது நைட்டைத் (Knight) தான் நகர்த்த இயலும். மற்ற ஆறு பீஸ்களை நகர்த்த இயலாது. ஏனெனில், அவைகள் பானினாலும் மற்ற காய்களினாலும் அடைப்பட்டுக் கிடக்கின்றன. ஒரு பானை நகர்த்துவதனாலும் அதனால் என்ன லாபம் (Advantage) கிடைக்கும் என்பதனை யோசித்து நகர்த்த வேண்டும். இல்லையேல் 'முதற்கோணல் முற்றும் கோணல்' என்பது போல் ஆகி, காய்களை நகர்த்துவதில் சிக்கல் ஏற்பட்டு, தோல்வி ஏற்படும். காய்களை நகர்த்துவதற்கு யோசிப்போம். ரூக்கிற்கு (Rook) முன்னால் இருக்கும் பானை (Pawn's Privilege - படி) முதல் தடவையாக இரண்டு கட்டங்கள் நகர்த்தினால், இரண்டு கட்டங்கள் ரூக் நகர இடம் கிடைக்கின்றது. ரூக் நேராகவும், படுக்கை வசத்திலும் (Vertical and Horizontal) செல்வதால், நடுகள ஆட்டத்தின் இறுதியிலும், இறுதி ஆட்டத்திலுமே (End game) அதிகம் பயன்படும் காய். இந்த நிலையில் எதிரியின் காய்கள் மட்டுமல்லாது நமது காய்களே அதன் போக்குவரத்திற்கு தடையாக இருக்கும். எனவே இது சிறந்த நகர்த்தல் அல்ல.

குதிரை (Knight)க்கு முன் இருக்கும் பானை இரண்டு கட்டங்கள் நகர்த்தினால், பிஷப் இரண்டு கட்டங்கள் போர்டின் இறுதி வரை செல்லும். இது ரூக்கின் முன்னால் நிற்கும் பானை நகர்த்துவதைவிட சிறந்தது. அடுத்து பிஷப்பிற்கு முன் உள்ள பானை திறப்பு (Open) செய்தால், ராணி (Queen) போர்டின் இறுதிவரை செல்லும். இது முந்தைய இரு நகர்த்தல்களைவிடச் சிறந்தது. எப்படியெனில், அதிக சக்தியுள்ள நகரும் தன்மையுள்ள (Mobility to all directions) காய் (Piece) முன்னேற்றமடைந்துள்ளது. அடுத்து ராணியின் முன் உள்ள பானை நகர்த்திப் பார்ப்போம். இதனால் ஒரு பிஷப்பும், ராணியும் நகரும் வாய்ப்பைப் பெறுகின்றன. அத்துடன் நைட்டிற்கும் ஒரு கட்டம் கிடைக்கின்றது. உடனடியாக இரண்டும் சேர்ந்து ஏழு கட்டங்களை கண்காணிக்கின்றன. அவைகளில் இரண்டு கட்டங்கள் எதிரியின் பகுதியில் (Territory) உள்ளன என்பது குறிப்பிடத்தக்கது. எனவே முன்கண்ட மூன்று நகர்த்துதல்களைவிட இது சிறந்தது. அடுத்ததாக உள்ளது ராஜாவிற்கு முன்பு உள்ள பான் தான். அதையும் இரண்டு கட்டம் நகர்த்திப் பார்ப்போம். இதனால் மூன்று காய்களுக்கு நகரும் தன்மை (Mobility) கிடைக்கின்றது. அவைகள் முறையே ராணி, ராஜா, ஒரு பிஷப் ஆகும். பிஷப் தங்கு தடையின்றி (Free - ஆக) ஐந்து கட்டங்களும், ராணி நான்கு கட்டங்களும், ராஜா ஒரு கட்டமும், குதிரை ஒரு கட்டமும் செல்லும் வாய்ப்பைப் பெறுகின்றன. இதில் எதிரியின்

கட்டம் மூன்று ஆகும். எனவே, மேற்கண்ட பான்களின் நகர்த்தல்களில் மிகச்சிறந்த நகர்த்துதல்கள் முறையே (a) ராஜாவின் முன் உள்ள பான் (b) ராணியின் முன் உள்ள பான் (c) பிஷப்பின் முன் உள்ள பான் (d) நைட்டின் முன் உள்ள பான் (e) யானை (Rook)யின் முன் உள்ள பான் ஆகும். எனவே ஆரம்ப நிலையில் ராஜா அல்லது ராணியின் முன் உள்ள பானில் ஏதாவதொன்றை திறப்பதே சிறந்தது ஆகும். இது விளையாட்டின் விதி அல்ல. ஆனால், விளையாடும் முறையில் விதி ஒன்று என்று ஏற்றுக்கொள்ளுங்கள்.

**2.** யானை (Rook), ரதம் (Bishop), ராணி (Queen) இவைகளுக்கு யோசித்து வழி கொடுத்து விட்டோம். அடுத்து குதிரையைப்பற்றி சற்று யோசிப்போம். குதிரையைப்பற்றியும், அதன் போக்கைப்பற்றியும் நாம் **'சுராவின் செஸ் விளையாட்டு'** என்ற புத்தகத்தில் நன்கு கூறப்பட்டுள்ளதைப் படித்துவிட்டோம். எனினும் குதிரையை நகர்த்தும்முன் அது அடுத்தடுத்து வரும் மூன்று நகர்த்துதலில் எங்கு செல்லும் என்பதனையும், அது எதிரியினால் தாக்கப்படுமேயானால் திரும்பிவர (Retreat) கட்டங்கள் உள்ளனவா என்பதையும் யோசிப்பது முக்கியமாகும். அதைவிட எதிரியின் குதிரை (நைட்) நகர்த்தப்பட்டால் அது அடுத்த மூன்று அல்லது நான்கு நகர்த்தலில் நமது எல்லைக்குள் நுழைந்து எங்கெங்கு செல்லும், என்னென்ன நடக்கும் என்பதனை நன்கு யோசிப்பது மிக முக்கியம். அதைவிட முக்கியமானது, இந்தப் பாடத்திற்கேற்ப அதை திறப்புகள் செய்வதாகும். அதை ஓரக்கட்டங்களில் (உ-ம்) a3, h3, a6, h6களில் வைப்பதைத் தவிர்க்க வேண்டும். d2, e2, d7, e7களில் வைக்க திறப்பின்போது நேரிட்டால் நமது வழிகளில் ஏற்படக்கூடிய பாதிப்பை உணர்ந்து வைக்க வேண்டும். (உ-ம்) g1-e2 என்றால் Qd1, f1-ன் வழிகள் அடைக்கப்பட்டு நமது காயே நமக்கு இடைஞ்சல் செய்வதுடன், சில சமயம் நல்ல திட்டம் / நகர்த்தல் பாதிக்கப்படலாம் என்பதனை அறியவும்.

**3.** திறப்புகள் என்பதே குறைந்த நகர்த்துதலில் எல்லா காய்களுக்கும் வழிவகுத்துக் கொடுப்பதும் கேஸ்ட்லிங் செய்து கொள்வதுமேயாகும். எனவே தொடர்ந்து கேஸ்ட்லிங் செய்துகொள்ள முயற்சிக்கவும். இதனால் ராஜா ஆரம்பநிலையில் அலைக்கழிக்கப்படாமல் ஒரு பாதுகாப்பான கட்டத்தில் இருக்கும். ஆரம்ப, நடுகள ஆட்டத்தில் ராஜாவை, ஆட்டத்தில் (போரில்) ஈடுபடவைப்பதால் அதிக பலன் ஒன்றும் கிடைப்பதில்லை. கேஸ்ட்லிங் செய்வதால் மூலையில் இருக்கும் யானை (Rook) இரண்டு கட்டம் உள்ளே வந்து நிற்கும் (Vertical) கட்டங்களில் வழி ஏற்படும்பொழுது பெரும்பாலும் இறுதியாட்டத்தில் (End game) ராஜாவை வளைக்க பெரிதும் உதவும். இதற்கு **ரூக் எண்டிங்** (Rook Ending) என்று பெயர். ரூக்குகளை மூலை கட்டங்களில் வைக்காதீர். அவற்றிற்கு இடை (படுக்கை) கட்டங்களில் வழிவகுத்துக் கொடுங்கள். ஓரிரு கட்டங்கள்தான் வழிவகுக்க இயலும். அது போதும், நிற்கும் கட்டங்களில் ஆரம்பத்தில் வழிவகுப்பது சிரமம். அப்படி வழிவகுத்துக் கொடுத்தாலும் நமது காய்களின் நகர்தல்களுக்கு இடைஞ்சல் செய்யும். அதற்காக தனி கவனம் செலவிட வேண்டும். அது ஆரம்பத்தில் தேவையற்றதே.

**ராணி**

4. ராணி அதிக சக்திவாய்ந்த, அதிக நகரும் தன்மையுள்ள (Mobility) காயாக இருப்பினும் திறப்புகள் முடியும் வரை அதை வெளியில் கொண்டுவரக் கூடாது. ஏனெனில் ஆரம்ப நிலையில் போர்டில் 32 காய்களும் இருந்தாலும், காய்கள் நகருவதற்குக் குறைந்த கட்டங்களே (Restricted Squares) இருப்பதால், ராணி சிக்கிக்கொள்ள அல்லது ஒரு சிறிய ஆற்றலுக்காக அதை இழக்க வாய்ப்புகள் மிக அதிகம்.

**தற்பாதுகாப்புக் கோட்டை:**

5. நாம் மேற்கண்டவாறு விளையாடுவதால் எல்லா காய்களையும் நகர்த்துவதற்கு வழி கிடைப்பதோடு, ராஜாவிற்கு ஒரு தற்பாதுகாப்புக் கோட்டை (Fortification or Defence) ஏற்பட்டு விடுகிறது. தற்பாதுகாப்புக் கோட்டைக்கு சில சக்தி குறைந்த காய்கள் தேவைப்படும். அதுபோக மீதமுள்ள காய்களை வைத்துப் போரிடலாம் (விளையாடலாம்). இவைகளை எவ்வளவு குறைந்த நகர்த்துதல்களில் செய்ய இயலுமோ, செய்துவிட வேண்டும். இப்படி செய்பவர்கள் நடுக்கட்டங்களில் ஆதிக்கம் செலுத்தி போரிட்டு வெற்றி பெறலாம்.

6. இந்த திறப்புகளினால் ஏற்படும் நகர்த்துதலின் அடிப்படையில்தான் விளையாட்டின் அடுத்த பகுதியான நடுகள (Middle) விளையாட்டும், இறுதி (End game) விளையாட்டும் அமைகிறது. இந்த திறப்பினில் ஏற்படும் ஒரு மாற்றம் முழு கேமையும் மாற்றிவிடும் என்பதனை பல வழிகளில் ஆராய்ந்து நிரூபித்துள்ளனர்.

இது சிறந்த நகர்த்துதலின் (Best moves) அடிப்படையில் ஏற்பட்டுள்ளது. ஒரு திறப்பின் ஆரம்பத்தில் e2-e4, அடுத்த ஆட்டத்தில் d2-d4 என்றால் சிறந்த நகர்த்துதல் அடிப்படையில் ஒருவித திறப்புகளாக அமையும் (Fixed). அதையே d2-d4, அடுத்த நகர்த்தல் c2-c4 என்றால், அது வேறு விதமாக அமையும். இந்த ஒரு சிறந்த நகர்த்தல் விளையாட்டின் போக்கையே சிறந்த நகர்த்தலின் அடிப்படையில் மாற்றி அமைத்துவிடும். இவ்வாறு முதல், இரண்டாவது, மூன்றாவது, இன்னும் சில அடுத்தடுத்த நகர்த்துதல்களில் மாற்றங்கள் செய்து விதவிதமான திறப்புகளைக் கண்டுபிடித்துள்ளனர். இவைகள் திறப்புகள் தேவைகளை உட்கொண்டதாக இருக்கும் ஒரு தொகுப்பு நகர்த்துதல்களாகும் (A set of moves consisting the requirements of a perfect opening). இவைகளைக் கண்டுபிடித்தவர்கள் தங்களது நாட்டின் பெயர், அல்லது தங்களது பெயரை அந்த திறப்புகளுக்கு சூட்டி விடுவார்கள். பின்பு இது நாட்டின், முக்கியமாக ரஷ்யா, அதனைச் சார்ந்த நாடுகள், இதர கம்யூனிச நாடுகளில், அரசாங்க சொத்தாக உள்ள 'செஸ் கோட்பாடு', 'செஸ் கலைக் களஞ்சியம்' (Chess Theory, Chess Encyclopaedia) இவற்றில் பதிவு செய்து விடுவர். இந்த திறப்புகள், பின்பு பல உயர்நிலை (Top seed) ஆட்டக்காரர்களால் விளையாடப்படும்பொழுது அதனை செஸ் கோச்சுகள், வல்லுநர்கள் ஆராய்வர். அந்நகர்த்துதல்களில் இன்னும் மாற்றங்கள், முன்னேற்றங்கள்,

தேவைகளை (Changing, Improvement, Addings) இணைப்பார்கள். இன்று நடைமுறையில் உள்ள திறப்புகள் எல்லாம் இவ்வாறு முன்னேற்றம் அடைந்தவைகளே.

7. செஸ் மிகப் பழமையான விளையாட்டாக இருந்தமையால், நூற்றுக்கும் மேலான திறப்புகள் உள்ளன. ஆனால் அவை மிகச்சிறிய மாற்றங்கள் இருந்தமையாலும், நடைமுறையில் விளையாடப்படாமையாலும் எண்ணிக்கையில் குறைந்து, கடந்த முப்பது ஆண்டுகளில் நாற்பத்தைந்து விதமான திறப்புகள் விளையாடப்பட்டுள்ளன. அவைகள் :

1. அலெக் கெய்ன் டிஃபன்ஸ்
2. பர்ட் (Bird) திறப்பு
3. காரோ-கான் டிஃபன்ஸ்
4. இங்கிலீஷ் திறப்பு
5. கேடலான் (Catalan) திறப்பு
6. ஃப்ரென்ச் (French) திறப்பு
7. குரூயன்ஃபெல்டு டிஃபன்ஸ் (Gruenfeld)
8. இண்டியா டிஃபன்ஸ்
9. கிங்ஸ் இண்டியா டிஃபன்ஸ்
10. மாடர்ன் பினோனி (Modern Benoni)
11. நிம்சோ (Nimzo) இண்டியன் டிஃபன்ஸ்
12. பெட்ராப் (Petroff) டிஃபன்ஸ்
13. க்வீன்ஸ் கேம்பிட் டிக்ளைன்
14. க்வீன்ஸ் இண்டியா டிஃபன்ஸ்
15. க்வீன்ஸ் பான் திறப்பு
16. ரிடி (Reti) திறப்பு
17. ரூயி (Ruy Lopez) லோப்பஸ்
18. சிசிலியன் டிஃபன்ஸ்
19. ஸ்காட்ச் (Scotch) திறப்பு
20. குய்யுவோகோ பியானோ (Giuoco Piano)
21. ஃபோர் (Four) நைட்ஸ் கேம்
22. போன்ஜியானி (Ponziani) திறப்பு
23. டேனிஷ் கேம்பிட் (Danish Gambit)
24. செமி இத்தாலியன் திறப்பு
25. பிலிடோர் (Philidor) டிஃபன்ஸ்
26. டபுள் ஃபியன்செட்டோ (Double Fianchetto)

27. கிங் சைடு ஃபியன்செட்டோ (King-side Fianchetto)
28. சென்ட்டர் கவுண்ட்டர் கேம் (Center Counter Game)
29. க்வீன்ஸ் கேம்பிட் அக்ஸப்டட் (Queen's Gambit Accepted)
30. சென்ட்டர் கவுண்ட்டர் கேம்பிட்
31. கோர்ஜிங் (Gorging) கேம்பிட்
32. க்வீன்ஸ் கேம்பிட் டிக்ளைன்டு (மார்ஷல் முறை மொழிபெயர்ப்பு)
33. கிங்ஸ் கேம்பிட் அக்ஸப்டட் (அலக் கெய்ன் கேம்பிட்)
34. சிசிலியன் டிராகன் (Sicilian Dragon Opening) திறப்பு
35. சிசிலியன் ஸ்கீவெனின்ஜன் (Sicilian Scheveningen) திறப்பு
36. சிசிலியன் நஜ்டார்ப் (Sicilian Najdorf)
37. சிசிலியன் ரிக்டர் ராவ்சர் (Sicilian Richter-Ravser)
38. சிசிலியன் டெய்மநோவ் (Sicilian Taimanov)
39. போட்வின்னிக் திறப்பு முறை
40. சிசிலியன் ஸ்வெஷ்னிகோவ் (Sicilian Sveshnikov)
41. கேரோகான் - பானோவ் - போட்வின்னிக் அட்டாக்
42. போகோ இண்டியன் திறப்பு (Bogo Indian Opening)
43. ஸ்லேவ் (Slav) திறப்பு
44. கிங்ஸ் இண்டியா பென்கோ (Benco Gambit)
45. இங்கிலீஷ் திறப்புகள் (English Openings)

8. மேற்கண்ட திறப்புகளில் சிறந்த கேம்களை, தேர்ந்தெடுத்து, ஆராய்ந்து படித்து பலமுறை விளையாடிப் பார்ப்பது, ஒவ்வொரு செஸ் வீரரும் செய்யவேண்டிய அவசியமான காரியமாகும். இதனால் எதிரி ஓரிரு காய்களை நகர்த்தியவுடன், அவர் என்ன திறப்புகள் விளையாடுகின்றார் என அறிந்து, அதற்கேற்றார் போல் விளையாட நம் மூளை தயாராகிவிடும். ஒவ்வொரு நகர்த்தலிலும், நாம் பயிற்சி பெற்ற விளையாட்டுகளிலிருந்து பல நகர்த்துதல்கள், நாம் அவ்வப்பொழுது செய்யும் யோசனைக்கு துணையாய் நிற்கும். இல்லையேல், ஆட்டம் நம் கட்டுப்பாட்டிலிருந்து விலகி, அறுந்த பட்டம் போலாகிவிடும். நாம் அதைப்பிடிப்பதைப்போன்று தொடர்ந்து விளையாடிக்கொண்டிருப்போம். எதிரி திறப்புகளில் மாறி விளையாடினாலும், நாம் முறையாக திறப்புகள் விளையாடும்பொழுது அதை மாற்றுவதற்காக காய்களைத் தாறுமாறாக நகர்த்தினாலும் நாம் கற்ற திறப்புகளில் உள்ள நகர்த்தல்கள் நம்முன் வந்து, அக்குறைகளை சரிக்கட்டி, நமது மூளையின் செயல்பாட்டை அதிகரித்து, நம்மை முன்னேற்றப் பாதையில் கொண்டுசெல்லும். ஒவ்வொரு திறப்புகளிலும் எவ்வளவு கேம்கள் விளையாட இயலுமோ, அவ்வளவு கேம்கள் விளையாட வேண்டும். உலக சாம்பியன்கள் 500-700 கேம்கள் வரை ஆராய்ச்சி செய்து

(Analysis) விளையாடியுள்ளனர். தாங்கள் விளையாடிய கேம்களை, பதிவு செய்தும் ஆராய்கின்றனர். இப்புத்தகத்தில் குரூயன்ஃபெல்டு (Gruenfeld Defence) டிஃபன்ஸில் ஆறு, ரிடியில் இரண்டு, பெட்ரோஃபில் இரண்டு, அலெக்கைனில் ஒன்று, இண்டியன் டிஃபன்ஸில் ஒன்று, ராணியின் பானின் திறப்பில் ஒன்று, பறவை (Bird) திறப்பில் ஒன்று, போன்ஜியானி திறப்பில் ஒன்றுமாக மொத்தம் பதினைந்து கேம்கள் ஆராயப்பட்டுள்ளன. இவைகளைக் கற்று, பயிற்சிசெய்து, ஆராய்ந்து, சிந்தனைசெய்து பயன் (வெற்றி) பெறுவீர்கள் என்பது நிச்சயம்.

9. ஒரு குறிப்பிட்ட திறப்புடன் விளையாடுவது நன்கு கட்டப்பட்ட நவீன நீச்சல் குளத்தில் நீந்துவதற்கும், திறப்புகள் செய்யாமல் விளையாடுவது, ஆழம் தெரியாத, சகதிகள் நிறைந்த கலங்கின நீர் நிறைந்த, ஒழுங்கான கரைகள், துறைகள் அற்ற ஓர் குளத்தில் நீந்துவதற்கும் சமம்.

10. ஒரு திறப்பினில் வல்லுநராக, குறைந்த பட்சம் 10 கேம்களாவது, விளையாடி பயிற்சிபெற வேண்டும். நடைமுறையில் உள்ள ஏறத்தாழ 45 திறப்புகளில் நன்கு பயிற்சி பெற 450 கேம்களாவது பயிற்சிபெற வேண்டும். சிறந்த கேம்களை, தேர்ந்தெடுத்து விளையாடி பயிற்சி பெறுதல் வேண்டும். இப்படி செய்வதால், ஒரு குழந்தை எப்படி தன்னையறியாமலேயே ஒரு மொழியைக் கற்றுக் கொள்கிறதோ, அதுபோன்று நீங்களும், உங்களையறியாமலேயே சிறந்த, மிகச்சிறந்த விளையாட்டை விளையாட ஆரம்பித்து விடுவீர்கள். நன்கு பயிற்சி பெற்றபின் அதாவது எல்லா திறப்புகளும் நன்கு அறிந்த பின்பு, நீங்கள் விளையாடும் விளையாட்டு, உலக சாம்பியன் விளையாடும் விளையாட்டை விட சிறப்பானதாக நிச்சயம் இருக்கும். அவைகளை மனதில் வைத்துக் கொள்ளுங்கள். உலக சாம்பியன்கள், கிராண்ட் மாஸ்டர்கள் இவ்வாறுதான் பயிற்சி செய்தனர், செய்கின்றனர், செய்வார்கள். நீங்களும் இவ்வாறு பயிற்சி பெற்று வெற்றிகளை அடைவீர்களாக.

## பாடம் - 4

# குருயன்ஃபெல்டு டிஃபன்ஸ் - 1

# (Gruenfeld Defence - 1)

1. குருயன்ஃபெல்டு டிஃபன்ஸ் 100 ஆண்டுகளுக்கு முன்பிருந்தே விளையாடப்பட்டு வரும் திறப்புகள் ஆகும். இதில் கொடுக்கப்பட்டிருக்கும் **2-வது கேம், 1886-ம்** ஆண்டு உலக சாம்பியன் போட்டியில், வில்ஹெம் ஸ்டினிட்ஜ் (Whilhelm Steinitz) என்பவரால் விளையாடப்பட்டு, சிறப்புப் பரிசும் பெற்று, 'செஸ் கோட்பாடு', 'செஸ் கலைக் களஞ்சியம்' (Chess Encyclopaedia ) ஆகியவற்றில் இடம்பெற்ற திறப்பு ஆகும். பின்பு சிறியது முதல் உலகளவிலான போட்டிகளில் பலமுறை விளையாடப்பட்டு, ஆராய்ச்சி (Analysis) செய்யப்பட்டு, பல திருத்தங்கள், முன்னேற்றங்கள் பெற்று இன்றளவும் விளையாடப்பட்டு வரும் ஒரு முழுமையான திறப்பு (Perfect Opening) ஆகும்.

2. செஸ் விளையாட்டில் முன்னேறிய, சாம்பியன்களின் வாழ்க்கை வரலாற்றை ஆராயும் பட்சத்தில், அவர்கள் சாம்பியன் ஆவதற்கு முன்பு ஐநூறு முதல் எழுநூறு வரையிலான கேம்களை ஆராய்ச்சி செய்து (Analysis) விளையாடிப் பார்த்துள்ளனர் என்பதை முன்பாடத்தில் அறிந்தோம். அவர்கள் வழியில் நாமும் முன்னேறுவோம் என்ற எண்ணத்தின் அடிப்படையில், குருயன்ஃபெல்டு டிஃபன்ஸில் (Gruenfeld Defence) ஆறு கேம்கள் மற்றும் இதர திறப்புகளில் ஒன்பது கேம்களுமாக மொத்தம் பதினைந்து கேம்கள் இப்புத்தகத்தில் ஆராயப்பட்டுள்ளன. இவற்றை, நீங்கள் நன்கு படித்து விளையாடிப் பார்ப்பீர்களேயானால், குருயன்ஃபெல்டில் எவ்வளவு முழுமை (Perfection) பெற்றுவிட்டோம், அதனையொட்டிய இதர திறப்புகளையும், எவ்வளவு அறிந்துகொண்டோம் என்பதனை உணர்ந்து ஆராயும் திறமையும் பெறுவீர்கள். நீங்களும், திறமையான கேம்களை விளையாடி உருவாக்குவீர்கள். முழு தன்னம்பிக்கை பெறுவீர்கள். வெற்றிமேல் வெற்றி பெறுவீர்கள். கீழே கொடுக்கப்பட்டுள்ளது குருயன்ஃபெல்டு டிஃபன்ஸின் முதல் கேம்.

## குருயன்ஃபெல்டு டிஃபன்ஸ் - 1

## (Gruenfeld Defence - 1)

1. **d2-d4** திறப்புகள் குறிப்பின்படி முதலில் ராஜா அல்லது ராணியின் முன் உள்ள பானை திறப்பதே சிறந்ததாகும் என்பதற்கேற்ப, ராணியின் முன் உள்ள பானை நகர்த்திவிட்டார். இதனால் c1-ல் நிற்கும் பிஷப்பிற்கு, d2, e3, f4, g5, h6 என்று வலதுபக்க குறுக்கில் (Right diagonal) நகருவதற்கு போர்டின் இறுதிவரை ஆறு கட்டங்கள் கிடைக்கின்றன. அவைகளைக் கண்காணிக்கின்றன என்றும் கூறலாம். Qd1 - வெள்ளை ராணி d2, d3 ஆகிய

கட்டங்களைக் கண்காணிக்கின்றது. ராஜா (Ke1) d2 விற்குச் செல்ல இயலும். d4 பான் முக்கிய நடுக் கட்டங்களாகிய c5, e5 கட்டங்களைக் கண்காணிக்கின்றது.

**1.** **. . . Ng8-f6** செஸ் கோட்பாட்டின்படி ஒருவர் ஒரு பானை நகர்த்தினால், மற்றவரும் ஆரம்ப நிலையில் பானைத்தான் நகர்த்த வேண்டும். அதன்படி பார்த்தால் கருப்பு d7-d5 அல்லது c7-c5 அல்லது e7-e5 என்று நகர்த்தி, பின்பு ஆதரவு (Support) காயாக, நைட்டையோ, பிஷப்பையோ நகர்த்த வேண்டும். ஆனால், இவர் முதலில் ஆதரவு காயான Ng8-f6 என்று நகர்த்தி விட்டார். முன்பே தயார் செய்யப்பட்ட திறப்புகள் (Openings) இருப்பதால் ஒரு நகர்த்தல் முன் பின் இருக்கலாம் என்பதனடிப்படையில் இந்நகர்த்தலை செய்துவிட்டார். இந்த f6-ல் நிற்கும் கருப்பு நைட் d5, e4, g4, h5 ஆகிய வெள்ளை கட்டங்களைக் கண்காணிக்கின்றது. இதில் d5 முக்கிய நடு கட்டமாகும். e4 வெள்ளையின் (கருப்பின் எதிரி) கட்டமாகும். ஒரு நைட் கருப்புக் கட்டத்தில் இருக்குமானால் வெள்ளை கட்டங்களையும், வெள்ளை கட்டத்தில் இருக்குமானால் கருப்புக் கட்டங்களையும்தான் தாக்கும். Nf6-க்கு ஏதாவது ஆபத்து என்றால், திரும்பிச் செல்ல (Retreat) அதன் பிறப்பிடமான (Born Square) g8-ஐ தவிர வேறு கட்டங்கள் இல்லை. இந்நகர்த்தலினால், கருப்பிற்கு ஒரு முன்னேற்றம் (Advantage) கிடைத்துள்ளது. அது கோட்டை கட்டிக் (Castling) கொள்வதற்கு g8 கட்டம் காலியாகிவிட்டது.

**2.** **c2-c4** பொதுவாக, குரூயன்ஃபெல்டு டிஃபன்ஸில் a, b, c, d ஃபைல்கள் (Files) போர் நடக்கவும் (Gambit or Offence) e, f, g, h ஃபைல்கள் ராஜாவை பாதுகாக்கவும் (For Fortification or Defence) அவருக்காக கோட்டை / அரண் அமைக்கவும் உபயோகப்படும் ஃபைல் (Files)களாகும். அதனடிப்படையில் c2-c4 என்று நகர்த்தியுள்ளார். இப்பொழுது வெள்ளை பான்கள், கருப்பின் எல்லையிலிருக்கும் b5, c5, d5, e5 கட்டங்களைக் கண்காணிக்கின்றன.

**2.** **. . . g7-g6** தற்சமயம் முக்கிய நடுக்கட்டங்களில், வெள்ளையின் ஆதிக்கம் தான் அதிகமாக உள்ளது. கருப்பு அதற்கு எதிர் நடவடிக்கை எடுக்கவில்லை. காரணம் போர்டில், ஆரம்பநிலையாதலால், காய்கள் ஒன்றுக்கொன்று ஆதரவாக உள்ளதால், ஆபத்து இல்லை. மேலும் இந்த g7-g6 பானை நகர்த்துவதால் g7 கட்டம் காலியாகும். அதில் Bf8-g7 என்று வைத்து, கேஸ்ட்லிங் செய்வதற்கு வழி வகுக்கலாம். இதுவே சிறந்த நகர்த்தல் என்று கருதி இந்நகர்த்தலை (g7-g6) செய்துள்ளார். இந்த g6 பான் h5, f5 கட்டங்களைக் கண்காணிக்கின்றது.

**3.** **Nb1-c3** இந்த நகர்த்துதலால் எந்தக் காயும் முன்னேற வழியைப் (Not developed) பெறவில்லை. எதற்கும் ஆதரவாக இல்லை. கேஸ்ட்லிங் செய்வதற்கு உதவவும் இல்லை. எனவே இந்நகர்த்தல் தற்காப்பைக் (Defensive) கருதி செய்யப்படவில்லை. ஆனால் போராடும் (Offensive) நோக்கில் நகர்த்தப்பட்டுள்ளது. இது b5, d5, a4, e4 ஆகிய வெள்ளைக் கட்டங்களைக் கண்காணிக்கின்றது. அதில் d5 முக்கிய நடுக்கட்டங்களில்

ஒன்றாகும். d5 கட்டத்தை c4 பானும், Nf6 (கருப்பு) நைட்டும் கண்காணிக்கின்றன. வெள்ளையின் Nc3-யும், c4-ம் (பானும்) ஒன்றுக்கொன்று ஆதரவாக இல்லையென்றாலும், இரண்டும் செல்லக்கூடிய d5 கட்டத்தில் ஒரு பான் வந்தாலோ, வேறு ஒரு காய் வந்தாலோ, இவை இரண்டும் அதை எடுத்து விடும். (உ-ம்) c4×d5 (d5 லாபம்) c4×d5, கருப்பு Nf6×d5 என்றால் Nc3×Nd5 என்று கருப்பின் இரண்டு காய்களையும் எடுத்துவிடும். ஆனால் கருப்பிற்கு இன்னுமோர் காய் இருப்பின், இரண்டு தரப்பினருக்கும் சமமாக காய்கள் அடிபட்டு விடும். இதுபோன்று தொடர் அடிகளில் கவனமாகக் கணக்கிடல் வேண்டும்.

3. **. . . d7-d5** மேலே கூறியது போலவே அவர் d5-ல் தனது பானை நகர்த்தி விட்டார். அதை வெள்ளை அடுத்த நகர்த்தலில் அடித்தேயாக வேண்டும். இல்லையேல் அவர் d5×c4 என்று அடித்தால், அந்தக் கருப்பு c4-ஐ அடிக்க வெள்ளையிடம் காய் இல்லை. பின் அவர் தனது c4 பானை, பலப்படுத்த அதற்கு ஆதரவாக Bc8-e6 அல்லது e7-e6 என்று நகர்த்துவார். இதனால் இருவரும் திறப்பு செய்ய இயலாமல் குரூயன்ஃபெல்டின் வழி (Line) மாறி நடுகள (Middle Game) விளையாட்டு துவங்கிவிடும். இதற்கு வெள்ளையே பொறுப்பேற்க வேண்டும். அல்லது 4-ல் c4×d5 என்று அடித்துவிட வேண்டும்.

4. **c4×d5** இவ்விபரங்களை, வெள்ளை அறிந்தமையால் அடித்துவிட்டார்.

4. **. . . Nf6×d5** இவரும் தன் நைட்டால் d5 பானை அடித்துவிட்டார். இச்சமயம் போர்டின் நிலையை ஆராய்வோம்.

கருப்பின் Nd5-ம் வெள்ளையின் Nc3-ம் ஒன்றுக்கொன்று அடிக்கும் நிலையில் உள்ளன. கருப்பு நைட்டிற்கு Qd8 ஆதரவாகவும் வெள்ளை (Nc3) நைட்டிற்கு b2 ஆதரவாகவும் உள்ளது. வெள்ளை d4-க்கு வெள்ளை (Qd1) ராணிதான் ஆதரவு. வெள்ளை பிஷப் (Bc1) வலது குறுக்குக் கட்டங்களில் h6 வரை செல்லும். எதையும் பயமுறுத்த (Threaten) இயலாது. வெள்ளை கேஸ்ட்லிங்கிற்கு (0-0) இன்னும், துவக்க நகர்த்தலே செய்யவில்லை. கருப்பு Bf8-ஐ g7-ல் வைத்தால், கேஸ்ட்லிங் செய்துகொள்ளலாம். கருப்பின் Bc8, தனது இடது குறுக்குக் கட்டங்களில் h3 வரை செல்லும். Nd5 ; e3, f4, b4 ஆகிய கட்டங்களில் இறங்கும். ஏதாவது ஆபத்தென்றால் b6, f6களில் (நீளத்தாண்டல்) செல்லும். c7, e7 (குறுகிய தாவல்)-ல் செல்ல இயலாது.

5. **e2-e4** இதனால் பிஷப் f1 (Bf1)க்கு வழி கிடைத்துவிட்டது. இது வெள்ளை கட்டங்களில் செல்லும் பிஷப். தனது இடது குறுக்குக் கட்டங்களில் a6 வரை செல்லும். a6 ஐத் தவிர மற்ற எல்லாக் கட்டங்களிலும் வைக்கலாம். ஆபத்தில்லை. b5-ல் வைத்து கருப்பு ராஜாவிற்கு செக் சொல்லலாம். அப்படி செக் சொல்வதால், கேமை முடிக்க (Mate) இயலாது. போர்டின் நிலை நமக்கு (Positional advantage) சாதகமாகவும் மாறாது. எப்படியெனில், அவர் Bc8 ஐ d7-ல் வைத்து, பின் (Pin) செய்துகொள்வார். பின்பு நமது Bb5 ஐ பின்னால் (Retreat) கொண்டுவர வேண்டும். நமக்கு இரண்டு மூவ்கள் (Moves) நஷ்டமாகும். அவருக்கு ஒரு மூவ் லாபமாக அமையும்.

5. **... Nd5×c3** கருப்பு நைட்டிற்கு, நைட் என்று காய் பரிமாற்றம் (Exchange) செய்துகொண்டார். குரூயன்ஃபெல்டு டிஃபன்ஸில் ஆரம்பமான சில நகர்த்துதலிலேயே குதிரையை (Nights) அடித்து விடுகின்றனர். இதற்குக் காரணம் என்ன என்பதனை ஆராயும் பட்சத்தில், இதில் போராட்டம் a, b, c, d ஆகிய ஃபைல்கள் அளவில் சுருக்கி (Gambit restricted to files a, b, c, d) அதை e, f, g, h ஃபைல்களில் பரவ விடாமல் தடுப்பதற்கும் அல்லது குறைப்பதற்கும்தான் என்று காணப்படுகிறது. (Restricted Gambit and reduced tempe). இது குரூயன்ஃபெல்டின் தத்துவம்.

6. **b2 × Nc3** 4, 5, 6 நகர்த்தல்களை கேஸ்ட்லிங் செய்த பின்பும் செய்திருக்கலாம் என்பது பலரது கருத்து. இப்படி செய்ததால் கேஸ்ட்லிங்கில் தாமதம் ஏற்படும். திறப்புகள் முடியாமலேயே, நடுகள விளையாட்டு ஆரம்பமாகிவிடுவது போல் தோன்றும். இதைத் தொடர்ந்தால் குரூயன்ஃபெல்டு (Gruenfeld Lines) வழி மாறிவிடலாம். எனவே e, f, g, h ஃபைல்கள் பக்கமும் கவனம் செலுத்தவேண்டும். கேஸ்ட்லிங் செய்து கொண்டாலே போதுமானது. போர்டின் நிலையை ஆராயும் பட்சத்தில் வெள்ளையின் பிஷப்புகள் இரண்டிற்கும், ராணிக்கும் (Qd1, Bc1, Bf1) இடது குறுக்குக் கட்டங்கள் (Left diagonals are free) தங்கு தடையின்றி உள்ளன. பிஷப் Bc1-க்கு இரண்டு பக்க குறுக்குக் கட்டங்களும் தங்குதடையின்றி உள்ளன. கருப்பிற்கு, இரண்டு பிஷப்களின் இடது பக்கக் குறுக்குக் கட்டங்களும் தங்குதடையின்றி உள்ளன. Bf8 - g7 என்று வைத்து கேஸ்ட்லிங் செய்து கொள்ளலாம். Bc8 - e6 என்று வைத்து, a1, a2 களில் இறங்க முயற்சிக்கலாம். ஏனெனில் 'b' ஃபைல் தடையின்றி உள்ளதால் வெள்ளை Ra1 - b1 என்று செல்லலாம். வெள்ளை பான் e4-க்கு தற்சமயம் ஆதரவும் இல்லை. ஆபத்தும் இல்லை. இருவருக்கும் ஒரு நைட்டும், ஒரு பானும் போய்விட்டதால், போர்டில் அழுத்தம் சற்று குறைவாக உள்ளது.

6. **... Bf8 - g7** இதனால் கருப்பு கோட்டை கட்டிக்கொள்ளத் தேவையான, f8, g8 கட்டங்கள் காலியாகிவிட்டன. இதனால் கருப்பு பிஷப், e5, f6 கட்டங்களைக் கண்காணிக்கின்றது. கருப்பு g6 பான் f5, h5 கட்டங்களைக் கண்காணிக்கின்றது. ராஜா g8-க்கு கோட்டை (Castling) கட்டிக்கொள்வதன் மூலம் வந்துவிட்டால், நல்ல பாதுகாப்பு வளையத்திற்குள் வந்துவிட்டது போலாகும். இந்த அரணை இறுதிவரை (காய்களை நகர்த்தி) பலகீனப்படுத்த மாட்டார்கள். d4 பானை கருப்பு தாக்காது. ஏனெனில் அதற்கு, Qd1, c3 ஆகிய இரண்டு ஆதரவுகள் (Support) உள்ளன.

7. **Ng1 - f3** இது e5, g5, h4 கட்டங்களைக் கண்காணிக்கின்றது. d4-க்கு ஆதரவாகவும் உள்ளது. வெள்ளை Bf1-ஐ நகர்த்தினால் கோட்டைக் (Castling) கட்டிக்கொள்ள இயலும்.

7. **... b7 - b6** இதே நகர்த்தலில் 7 ... b7 - b5-ற்கு பதிலாக b6 நல்ல நகர்த்தல் (More logical) என்று நிபுணர்கள் கருதுகின்றனர். நீங்களும் மாற்றி விளையாடிப் பார்க்கவும்.

ஒரு திறப்பு ஏற்றுக்கொள்ளப்பட்டதும், மீண்டும் மீண்டும் ஆராயப்படுகிறது என்று படித்தோம். இவ்விளையாட்டை ஆராய்ந்த சில நிபுணர்கள் 7-வது (வெள்ளையின்) நகர்த்தல் Ng1 - f3 என்றில்லாது, 7. Bf1 - c4 என்று இருந்து, அடுத்துவரும் நகர்த்தலில் Ng1 - e2 என்றும் நகர்த்தலாம். அச்சமயம் Bc8 - g4+ என்று கருப்பு செக் வைத்தால் அதை f2 - f3 என்று நகர்த்தி தடுத்துக் கொள்ளலாம். இதனை மிகவும் கெட்டதனமான (Malicious) பின் என்றும், அதனால்தான் வெள்ளை 7-ல் Bf1 - c4 என்றில்லாது 7. Ng1 - f3 என்று நகர்த்தினார் என்றும் கூறுகின்றனர். அதாவது f3 நைட்டை நகர்த்தினால் கருப்பு Bg4-ஆல் செக் விழும். நீங்களும் இம்மாற்று நகர்த்தலை விளையாடிப் பார்க்கவும். அனுபவம் பெறவும்.

சுமார் 100 வருடங்களுக்கு முன்பு, இதுபோன்ற மாற்று நகர்த்துதல்கள், நகர்த்துதல் தொகுப்புகளைப்பற்றி மிக்காயில் ட்ச்கோரின் (Mikhail Tchgorin) என்பவர் கூறியதாவது: புத்தகத்தில் எழுதியுள்ளது, அவைகளைப் பற்றி விவாதித்தது (Discuss), உங்கள் சிந்தனையில் அந்நகர்த்துதல்களைப் பற்றி உருவானவைகள், மற்றவர்கள் விளையாடிய, நீங்கள் விளையாடிப், பார்த்து - அனுபவத்தில் கண்டவை, சிறு விஷயங்களாக இருந்தாலும், மீண்டும் மீண்டும் சிந்தித்து தியரியாக விளையாடும்பொழுது, மீண்டும் மீண்டும் கவனமாகக் கோட்பாட்டின்படி விளையாடுங்கள். கோட்பாடுகளைப் பாருங்கள். குறைகளை நிவர்த்தி செய்யுங்கள். குறைவற்ற நகர்த்தல் தொகுப்புக்களை உருவாக்கி எடுத்துச்சென்று விளையாடுங்கள் (Refer, improve, adjust, prepare improved set of moves and play it) என்று வலியுறுத்திக் கூறியுள்ளார். இதை மேலே கண்ட 7-வது மாற்று நகர்த்தலுடன், எழுதிவைத்திருப்பதாக தற்கால செஸ் சாம்பியன்கள் கூறுகின்றனர். இவர்களும், இவ்வறிவுரையை (advise) ஏற்று நடப்பதாகவும், அதையே செஸ்ஸில் முன்னேற விரும்புகின்றவர்களுக்கும் கூறுகின்றனர்.

திரு. ட்ச்கோரின் மேலும் கூறியதாவது: (எழுதிவைத்திருப்பதாவது) ‘மேலே கூறியவற்றிற்கெல்லாம் உயர்ந்தது செஸ் விளையாட்டு (The game of chess is, however much richer than can be imagined on the basis of existing matters, *i.e.*, quoted above). மேலும், செஸ் விளையாட்டு என்பது புத்தகத்தை மட்டும் படி, கற்பனையில் மட்டும் விளையாடு, சுய சிந்தனையில் மட்டும் விளையாடு, கேட்டு விளையாடு, பார்த்து விளையாடு என்று கட்டுப்படுத்த இயலாத - (கூடாது) விளையாட்டு என்றால் அதற்கும் மேலாக ஓர் உயர் தன்மை (அதைத்தான் richer என்று கூறுகிறார் போலும்) உள்ளது’ என்று எழுதி வைத்துள்ளார் (Can't keep the game within above confines). உன் இஷ்டம் போல் விளையாடு என நாம் கொள்ள இயலுமா ! அவர் 100 ஆண்டுகளுக்கு முன்பு எழுதிவைத்த வரிகள், இன்றைக்கும், என்றைக்கும் எழுதியது போல் உள்ளது. இதை திரும்பத் திரும்ப நினைவு கூற வேண்டும் என்கின்றனர் இக்கால சாம்பியன்கள். (This is where the essence of a player's work method to improve his play lies, and this is well worth advise repeating again and again). சரி, இப்போது கேமிற்கு வருவோம்.

**8.** **Bf1 - b5+( ?)** இது முன்பு கூறியது போல் ஒரு வேண்டாத நகர்த்தல்தான் (Questionable move). இதை d3-ல் வைத்துவிட்டு அடுத்த நகர்த்தலில் கேஸ்ட்லிங் செய்திருக்கலாம்.

**8.** **. . . c7 - c6**

**9.** **Bb5 - c4**

**9.** **. . . 0 - 0** ராஜாபக்கக் கோட்டை (King's Side Castling) கட்டிக்கொண்டார். இது இவருக்கு 2-ம் நிலை அரணை (Fortification) அமைத்துக் கொடுத்து விட்டது.

**10.** **0 - 0** இவரும் ராஜாபக்கக் கோட்டை (King's side Castling) கட்டிக் கொண்டார். இதனால் இவருக்கு முதல் நிலை அரண் (Fortification) அமைந்துவிட்டது.

வெள்ளை தனது 10-வது நகர்த்தலை செய்த பின்பு திறப்புகள் முடிந்துவிட்டன. இன்னும் நுணுக்கமாக (Technically) கூறினால், 3-வது நகர்த்தலிலேயே குரூயன்ஃபெல்டு டிஃபன்ஸ் (Gruenfeld Defence) முடிந்து விட்டது. இனி நடுகள விளையாட்டு ஆரம்பம். இதில், புத்தகத்திலுள்ள நகர்த்துதல்களைச் செய்வதுடன், நீங்களாக மாற்று நகர்த்துதல்களையும் யோசிக்க வேண்டும். அவைகளைக் குறித்துவைத்துக்கொண்டு பின்பு விளையாடிப் பார்க்கவேண்டும். செஸ் நிபுணர்கள் கூறும் மாற்று நகர்த்தல்களும் ஆங்காங்கே தரப்பட்டுள்ளன. அவைகளையும் சிந்தித்து, அவர்கள் கூறும் வழியிலும் (Track-ல்) விளையாடிப் பார்க்க வேண்டும். இப் புத்தகத்தில் உள்ள கேம்களைப் படிக்கும்பொழுது, இரண்டு போர்டில் காய்களை அடுக்கி வைத்துக்கொள்ள வேண்டும். செஸ் நிபுணர்கள், சாம்பியன்கள் (Chess experts, champions) கூறும் நகர்த்தல் தொகுப்புகளை உடனுக்குடன் விளையாடிப் பார்க்க வேண்டும். உங்கள் மனதில் உதயமாகும் நகர்த்துதல்களையும், பரீட்சை செய்து பார்க்க வேண்டும்.

எரியும் மூளை, பொறுமையுடன் யோசனை, ஞாபக சக்தியின் அளவை சோதிப்பதுதானே இவ்விளையாட்டு ? (Burning mind, constant thinking, merit of memory). இவைகள் ஒவ்வொன்றிலும் உயர் அளவு தேவை. அவைகளை இவ்விளையாட்டின் மூலம் பெறலாம் என்றும் இவ்விளையாட்டின் முன் வரிசையில் உள்ளவர்கள் கூறுகின்றனர்.

வெள்ளை தனது 10-வது நகர்த்தலை செய்த பின்பு போர்டின் நிலையை **படம் 1** உடன் (Board position) ஒப்பிட்டு சரிபார்த்துக் கொள்ளவும்.

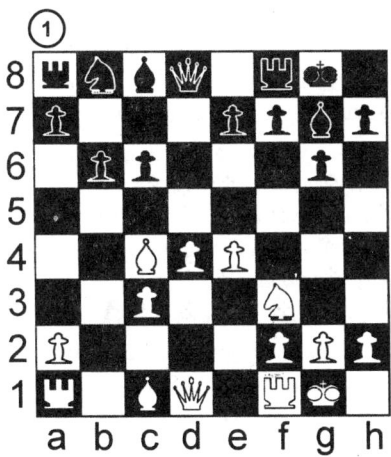

வெள்ளை 10வது நகர்த்தல் செய்த பின்பு போர்டின் நிலை.
(குருயன்ஃபெல்டு டிஃபன்ஸ் 1வது கேம், பாடம் - 4)

**10.** **. . . Bc8 - a6** இந்நகர்த்தலின் உத்தேசம், காய் பரிமாற்றமே (Exchange) என்று தோன்றுகிறது. வெள்ளை Bc4-க்கு தற்சமயம் ஆதரவு இல்லை யென்றாலும், உடன் அவருக்கு Qd1 - e2, Nf3 - d2 என்று நகர்த்தி ஆதரவு (Support) தர முடியும். காய்பரிமாற்றத்தை (Exchange) அவரும் விரும்பினால், தனது பிஷப்பால் Ba6-ஐ அடித்தெடுத்து விடுவார். அப்படி பரிமாற்றம் செய்தால் போர்டில் இன்னும் அழுத்தம் குறைந்துவிடும். இந்த ஓப்பனிங்சில் இதுவரை நடந்த போராட்டங்கள் a, b, c, d ஃபைல்களிலேயே நடந்திருப்பது குறிப்பிடத்தக்கது.

**11.** **Bc4 ×Ba6** காய் பரிமாற்றம் (Exchange) செய்துவிட்டார்.

**11.** **. . . Nb8 × a6** தனது நைட்டால் a6-ல் இருந்த பிஷப்பை அடித்துவிட்டார். ஆனால் a6-ல் இருக்கும் கருப்பு நைட்டிற்கு இது நல்ல பொசிஷன் இல்லை. (Exposed, disadvantageous position of the knight a6) எப்படி என்பதன் விளக்கம் 20 / 22-வது நகர்த்தலில் கூறப்பட்டுள்ளது.

**12.** **Qd1 - a4** இந்த நகர்த்துதலால், d4-க்கு இருந்த பாதுகாப்பு மாறவில்லை. ராணி (Qa4) கருப்பின் c6, பானையும் Na6 நைட்டையும் தாக்குகிறது (Threatening). இவை இரண்டிற்கும் ஆதரவு (Support) இல்லை.

**12.** **. . . Qd8 - c8** நல்ல நகர்த்தல். இதனால் கருப்பு ராணி, ஆதரவற்றிருந்த தனது இரண்டு காய்களுக்கும் (Na6 and c6), ஆதரவு தந்துவிட்டார். e7 பான் ஆதரவின்றி போய்விட்டது.

போர்டின் நிலையை ஆராயும் பட்சத்தில் எவரும் மற்றவர் அரணை (Fortification-ஐ) இதுவரை தாக்குவதற்கு முற்படவில்லை. போராட்டம் a, b, c, d ஃபைல்களிலேயே நடக்கின்றது.

**13. Bc1 - g5** கருப்பின் ஆதரவற்ற e7 பானை அடிப்பதற்கே இதனை நகர்த்தியுள்ளார்.

**13. . . . Qc8 - b7** இந்நகர்த்துதலால் e7 பானுக்கு ஆதரவு கிடைத்ததோடு, ஏற்கெனவே ஆதரவளித்து வந்த Na6, c6-ற்கும் ஆதரவு விட்டுப்போகவில்லை.

**14. Rf1 - e1** ஒரு பீஸை நகர்த்தும் முன்பு அதை நகர்த்துவதால் எந்தெந்தக் காய்கள் ஆதரவை இழக்கும், எந்தெந்தக் காய்கள் ஆதரவினைப் பெறும் என்பதைக் கணிக்கவேண்டும். அதன்படி Rf1 - e1- னினால் e4 ஆதரவைப் பெறுகின்றது Rf1-லிருக்கும்பொழுது எதற்கும் ஆதரவளிக்காமையால் எதுவும் ஆதரவை இழக்கவில்லை.

**14. . . . e7 - e6** ராணியின் பாதுகாப்பில் இருந்த இந்த பான் அதிலிருந்து விடுபட்டு விட்டது. தற்சமயம் இதற்கு ஆதரவு (Support) f7 பான் தான். இது (e6) d5, f5 கட்டங்களைக் கண்காணிக்கின்றது. d7 பான் d6-க்கு சென்று விட்டதால், வெள்ளை பிஷப் (Bg5) f6, e7, d8 கட்டங்களைக் கண்காணிக்கின்றது.

**15. Ra1 - b1** இந்த ரூக் b1, b2, b3, b4, b5 கட்டங்களைக் கண்காணிக்கின்றது. c1, d1-னிலும் நகரும். பான் a2 விற்கு அளித்து வந்த ஆதரவு (Support) விலக்கிக்கொள்ளப்பட்டு விட்டது என்றாலும் a2-விற்கு Qa4-ன் ஆதரவு உள்ளது. இது தற்காலிகமானதே. ராணி மிக அதிகமான நகரும் தன்மை கொண்டபீஸ் (High mobility). அதை ஒரு பானின் ஆதரவுக்காக எவ்வளவு நேரம் நிறுத்த இயலும் ?

**15. . . . c6 - c5** இவர் செய்த 14-வது, 15-வது ஆகிய இரு நகர்த்தல்களும், சரியான நகர்த்தல்கள் அல்ல என்று நிபுணர்கள் கருதுகின்றனர். e7 - e6-ல் நகர்ந்ததால், அரணில் ஒரு மூலையில் பாதுகாப்பு குறைந்துவிட்டது. அதில் g5 செல்ல இயலும், ராணியும் வர இயலும். இதனால் கருப்பு ராணியை (Qb7) நகர்த்தினால் ஆபத்து உருவாகும் (பின் நகர்த்தலில் தெளிவு பெறலாம்). அதேபோல் c6 - c5 வினால் c×d-களில் அடி (போர்) ஏற்படும். அதன் விளைவாக, வெள்ளை ரூக்கும், கருப்பின் பக்கம் நுழையும். அதாவது வெள்ளையின் ராணி, பிஷப், ரூக் தடையின்றி, கருப்பின் எல்லைக்குள் நுழையும் என்பதாகும்.

**16. d4 - d5** இந்நகர்த்துதலால் c3 ஆதரவற்றதாகிவிட்டது. Bg7 அதை லாபகரமாக அடித்தெடுக்கலாம். பின் ஏன் இதை செய்தார் ? d4 × e5 என்று அடித்திருந்தால் 'd' ஃபைல் காலி (Free) ஆகி இருக்கும். அந்த பானை (வெள்ளையின் d5-ஐ) கருப்பு தனது b6-ஆல் அடித்திருக்கவும் மாட்டார். ஏனெனில் கருப்பு ராணி (Qb7) வெளிப்பட்டு (Expose)விடும். அதை Rb1 அடித்துவிடும். இப்பொழுது e6 × d5 என்றால், e4 × d5 e ஃபைலும் காலியாகிவிடும். அதன் வழியாக e8 வரை செல்ல இயலும் e7 ஐ போர்க்களக் கட்டமாக (Gambit Square) ஆக்க முடியும் என்று திட்டம் தீட்டி இதைச் செய்துள்ளார்.

**16. ... Bg7 × c3** மேலே கூறியது போல் c3 பானை எடுத்து விட்டு, e1 வெள்ளை ரூக்கைப் பயமுறுத்துகிறார் (Threatening)

போர்டின் நிலையை கணிக்கும் பட்சத்தில், வெள்ளை ஒரு பானை இழந்திருக்கின்றார். போர்டின் நிலை (Positional advantage) வெள்ளைக்கு சாதகமாக உள்ளது.

**17. Re1 - d1** இவர் கருப்பு Bc3 ஐ அடிக்கவோ அல்லது தனது எல்லையிலிருந்து விரட்டவோ முயற்சிக்கவில்லை. சிறு சிறு திட்டங்களைப் போடுகிறார் (Strategy). செயல்படுத்துகின்றார். இறுதியாட்டத்தில் (End game-ல்) நுழைய முயற்சிக்கின்றார். அடுத்த நகர்த்தலில் கருப்பின் e6 × d5 என்றால், தனது e4 × d5 என்று அடிப்பார். மேலே கூறியதுபோல் 'e' ஃபைல் காலி (Free) ஆகிவிடும். கருப்பு e6 × d5 இல்லை என்றால், இவர் d5 × e6 என்று அடித்து 'd' ஃபைலை காலி (Free) ஆக்கிவிடுவார். இவைகளில் ரூக்குகள் தங்குதடையின்றி செல்லும். மேலே 14-வது நகர்த்தலில் e7 - e6 செய்யாவிடில் கருப்பிற்கு இந்தப் பாதுகாப்பு உடையும் நிலை ஏற்பட்டிருக்காது. போர் 6-வது 5-வது ரேங்கில் தான் நடந்துகொண்டிருக்கும். கருப்பு ராணிக்கு வெள்ளையின் e4, d5 பான்கள், அதனுடைய b6 பான் முட்டுக்கட்டையாக உள்ளன. Na6 தனது பாதுகாப்பிற்காக ராணியை நகர விடவில்லை.

**17. ... e6 × d5** அரண் பலகீனப்படுகின்றது. நல்ல நகர்த்தல் அல்ல. வேறு வழியுமில்லை. 14-ல் செய்த தவறு.

**18. e4 × d5** மேலே கூறியது போல் 'e' ஃபைல் ஓப்பன் ஆகிவிட்டது. கருப்பு நைட் இருக்கும் கட்டம், அனுகூலமான கட்டம் அல்ல. Na6 நல்ல கட்டத்திற்கு தாவுவது தடை செய்யப்பட்டது போல் நிலை ஏற்பட்டுவிட்டது. இந்த வெள்ளையின் d5 ராணியாக பதவி உயர்வு (Promote) பெற்றுவிடுமோ என்ற அச்சமும் கருப்பிற்கு ஏற்பட்டுள்ளது.

**18. ... Bc3 - g7** அரணுக்கு பாதுகாப்பளிக்க திரும்பிச் சென்றுவிட்டது.

**19. d5 - d6** இது ராணியாகாது என்பது தெரிந்தும் மேலே செல்கிறார். இவ்வளவு தூரம் கொண்டு வந்ததற்கான பலனை (ஏதாவது) அடைவார். எப்படி என்பது 20-வது வெள்ளையின் நகர்த்தலில் கூறப்பட்டுள்ளது.

**19. ... f7 - f6** இது நல்ல நகர்த்தல் அல்லவே அல்ல. ராஜா வெளிப்பட்டுவிட்டார் (Exposed)

**20. d6 - d7** எப்படி முயன்றாலும் இந்த பான் ராணியாக முடியாது. d7 - d8 (Q) என்றால் a8 ரூக் அல்லது f8 ரூக் இதை அடித்துவிடும். இரண்டாவதாக இவர் தனது பிஷப்பை (Bg5) ஒரு பானுக்காக பலி கொடுக்கின்றார். இப்படிப்பட்ட சமயத்தில் மிகவும் நிதானமாக, பொறுமையுடன் கணித்திடல் வேண்டும். யோசிப்பதால் அறியப்படுவது, d6 வெள்ளை பான் d7-க்கு வந்தமையால், கருப்பு ராணியின் உதவி (Qb8) அதன் அரணுக்கு குறிப்பாக f7, e7, g7 கட்டங்களுக்குக் கிடைப்பது தடைப்பட்டுவிட்டது. அடுத்த நகர்த்தலில் கருப்பின் f6 பான் Bg5 ஐ அடிக்கும். அதாவது வெள்ளை தரும் பலியை ஏற்றுக்

கொண்டார் (Sacrifice accepted) என்றால், Nf3 ×g5 ராஜாவை ஒட்டியுள்ள f7, h7 கட்டங்களைக் கண்காணிக்கும். இவர் எதிரியின் ராஜாவை வளைக்கும் வேலையில் இறங்கிவிட்டார். ஆனால் கருப்பு அதற்கேற்றார் போல் எதிர் நடவடிக்கை (Mating combination not doing) எடுக்கவில்லை. எதிரியின் காய்களை அடிப்பதிலும், தற்காத்துக்கொள்வதிலுமே உள்ளார். வெள்ளை இறுதியாட்டத்தில் நுழைய, தீவிர நடவடிக்கை எடுத்துக்கொண்டுள்ளார். எதிரியின்காயை அடிப்பதில் சிறிதும் ஆர்வம் காட்டவில்லை. ஆனால், அவர் ராஜாவை வளைப்பதில் கவனமாகச் செயல்படுகிறார். தனது காய்களை பலி கொடுத்தாவது, தனது காய்களின் (Positional advantage) போக்குவரத்துக்கு, வழி அமைக்கின்றார்.

**20.** . . . **f6 × Bg5** பானுக்கு பிஷப் கிடைக்கின்றதே என்று ஆசைப்பட்டு அடித்தெடுத்து விட்டார். உருவாகும் ஆப்த்தை நுணுக்கமாக கவனிக்கவில்லை.

கருப்பின் 20-வது நகர்த்துதல் முடிந்த பின்பு போர்டின் நிலையை **படம் 2** உடன் ஒப்பிட்டு சரிபார்த்துக் கொள்ளவும்.

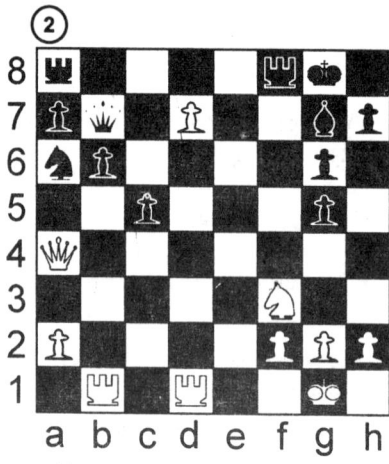

20-வது நகர்த்தல் கருப்பு நகர்த்திய பின்பு போர்டின் நிலை.
(குரூயன்ஃபெல்டு டிஃபன்ஸ் 1வது கேம். பாடம் - 4)

**21. Qa4 - c4 +** அழுத்தம் (Pressure) கொடுக்க ஆரம்பித்துவிட்டார்.

**21.** . . . **kg8 - h8** இதில் Rf8 - f7 என்று ஆப்பு (Pin) போட்டு தடுத்திருக்கலாம் என்று எண்ணுவர். அது தவறு. ஆனால், வெள்ளையின் d6 - d7 நகர்த்தல் மீது யோசனை செய்திருப்பாரேயானால் Qb7 - f7 என்று போட்டிருக்கலாம். ஆனால் இவர் Bg5 - ஐ அடிப்பதில் சந்தோஷப்பட்டுவிட்டார்.

**22. Nf3 × g5** இப்பொழுது கருப்பு ராஜாவிற்கு, நகர்த்துவதற்கு ஒரு கட்டமும் இல்லை. ஆனாலும் அசையாநிலை (Stalemate) கிடையாது. ஏனெனில், நகர்த்துவதற்கு ராஜாவைத் தவிர வேறு காய்கள் உள்ளன என்பதனை அறிவீர்கள்.

**22. . . . Bg7 - f6** தற்பொழுது இவருக்குத் (கருப்பு) தான், வெள்ளையைவிட 1 பிஷப் அதிகமாக உள்ளது. ஆனால், போர்டில் காய்கள் நல்ல கட்டங்களில் இல்லை. மேலே கூறப்பட்டவைகளுக்கு (11/18 நகர்த்தல்களில்) விளக்கமாக, கருப்பின் நைட்டை (Na6) b8-ற்கு நகர்த்தினால் d7 - d8 (Q) என்று ராணியாகும் பட்சத்தில், கருப்பின் f8 ரூக்தான் அதை அடிக்க இயலும். அந்த f8 ரூக்கை, வெள்ளை ரூக் (Rd1) அடிக்கும். ஆனால் அந்த வெள்ளை ரூக்கை கருப்பு அடிக்க இயலாது. ஏனெனில், a8 ரூக்கிற்கும், வெள்ளையின் d8 ரூக்கிற்கும் இடையில் Nb8 உள்ளது (இருக்கும்). எனவே, வெள்ளை ரூக் தப்பித்துவிடும். நைட் (Na6) c7-க்கு சென்றிருக்காது. அதனால், ராணியின் உதவி அரணுக்கு கிடைக்காமல் போகும் என்ற பிரச்சினை இருந்தது. b4--ல் அச்சமயம் c5 வரவில்லை. இப்பொழுது வைத்தாலும், a2 - a3 என்று விரட்டப்படும். இப்பொழுதும் c7-க்கு சென்றால் ராணியின் உதவி தடுக்கப்பட்டு, மேட் (Mate) ஆகும் அபாயம் உள்ளது. இவைகளால்தான் நைட்டை... Na6-க்கு நகர்த்தியதை 'லாபமற்ற (Disadvantageous Position) நகர்த்தல்' என்று 11/18-வது நகர்த்தலில் கூறப்பட்டது. இதனால் நைட்டை ஓரக் கட்டங்களில் வைக்கக்கூடாது என்பதனையறிகின்றோம். [22 ... Bd4, 23. R × d4 ... c5 × Rd4 (பிஷப்பிற்கு பதில் ரூக் கிடைக்கின்றது) 24. Qc4 × d4+ . . . kh8 - g7 என்று கூட ஆராயப்பட்ட மாற்றுப்பாதை (Track) உண்டு. விளையாடிப் பார்க்கவும்.]

**23. Ng5 - e6** பான் d7 - d8 (Q) ஆனால், அதற்கு இரண்டாவது ஆதரவு (Support) ஆகிவிட்டது. கருப்பின் f8 ரூக்கை பயமுறுத்துகிறது (Threatening). g7 ஐயும் கண்காணிக்கின்றது.

**23. . . . Na6 - c7** இது வெள்ளை நைட்டை (Nc7 × Ne6)அடிக்கின்றது. இத்தருணத்தில் நைட்டுக்கு, நைட் என்று காய் பரிமாற்றம் செய்தாலும், கருப்பிற்கு அனுகூலமாகும். 7-வது ரேங்க்கில் ராணிக்கு வழியை அடைத்து விட்டது. அரணுக்கு ராணியின் உதவி கிடைக்காது. ரூக் a8 அல்லது f8-ல் ஒன்றை d8-ல் வைத்து, வெள்ளையின் e7 பானை ஒழித்துக் கட்டினால்தான் கருப்பின் நிலை உயரும் என்று செஸ் நிபுணர்கள் கருதுகின்றனர். அதனால், d7-க்கு வரும் ரூக், Qb7 இவைகளினால் f7, g7 கட்டங்களுக்கு தகுந்த பாதுகாப்பு கிடைக்கும். Na6 - b4 இன்னும் உறுதியாக (Strong) இருக்கு மென்றும், அதனால் Qc3 - f4-க்கு செல்லும், அதன் காரணமாக கேமின் போக்கு மாறிவிடும் என்றும் கூறுகின்றனர். பொது நோக்கில் கருப்பிற்கு நல்ல வாய்ப்பு உள்ளது. கருப்பு ராணி, வெள்ளை ராஜாவின் முன் உள்ள கட்டமான g2 வரை தங்கு தடையின்றி (Free) வர இயலும். செக்மேட்டிற்கு ஒரு சப்போர்ட் தான் தேவை. Na6-ஐ வெள்ளை பக்கம் திசைதிருப்பிவிட்டிருக்கலாம். கருப்பினுடைய பிஷப் Bf6 நகர்ந்தால் Rf8 தடையின்றி f2-ஐத் தாக்குகின்றது. Bf6-ஐ d4-ல் வைக்க (Post செய்ய)வும் இயலும். வெள்ளை தோல்வியே காணும் நிலை. ஆனால், கருப்பு என்ன செய்கின்றாரோ ?

*24.* **Ne6 × Rf8** தவறான கணிப்பு, அதீத தன்னம்பிக்கை (Wrong calculation and overconfidence)யினால், ரூக்கைக் கொடுத்துவிட்டார். இழக்கவில்லை. Qb7 ; Bf6 உதவியுடன் f2-ஐ அடித்து (Mate) மேட்டாக்கி விடலாம் என்பது, இவர் திட்டம், கணிப்பு, அதீத நம்பிக்கை எல்லாமே. நிறைவேறுமா ?

*24.* **... Ra8 × Nf8** எதிர்பார்த்தது தானே.

*25.* **Rd1 - d6** Bf6-ஐ பயமுறுத்துகின்றது.

கருப்பின் ராணி செயலற்றதாகவே உள்ளது. g2-ஐக் குறிவைத்து அடிப்பதால் மேட் (Mate) செய்யலாம் என்று எண்ணுகிறார். ஆனால், சப்போர்ட் காய்க்கான நடவடிக்கை எடுக்கவில்லை. அவரது ராஜாவைச் சுற்றி உருவாகும் (தந்திரமான) ஆபத்தான நிலையை, பொருட்படுத்தவில்லை. செஸ் நிபுணர்கள் தரும் மாற்றுயோசனை 25. Qc4 × c5 ... Qb7 × g2 + 26. Kg1 × g2 . . . b6 × Qc5 27. Rb1 - b7. இதனால் கருப்பிற்கு லாபம் (Advantage).

*25.* **... Bf6 - e7** வெள்ளைக்கு மிக, மிக அதிக சௌகரியத்தை ஏற்படுத்திக் கொடுத்துவிட்டார். இவருக்கு இது மிக, மிக மோசமான நகர்த்தல். வெள்ளை 26. Qc4 - c3 + . . . Rf8 - f6 (Pin) 27. Rd6 × Rf6 ... Be7 × Rf7 28. Qc3 × Bf6 + என்று கருப்பு இரண்டு பீஸ் (Piece)களை இழந்துவிடுவார். 25 ... Bf6 - d8-க்குக் கொண்டு வந்திருந்தால் d6 பிளாக் (Block) ஆகிவிடும். பின் Rf8 - f7 என்று வந்து d6-ஐ அடிக்கலாம். இதை அடிக்கவரும் f8 ரூக் ஒவ்வொரு நகர்த்தலிலும், ராஜாவிற்கு பாதுகாப்பு, ஆப்பு (Pin) போட்டாவது தரும். Be7 ; Rd6 - ஐ பயமுறுத்துகிறது. வெள்ளை ஏமாறமாட்டார்.

*26.* **d7 - d8** (Q) வெள்ளையின் ரூக் தப்பித்துவிட்டது. கருப்பு Be7 × Rd6 என்றால் Qd8 × Rf8 + என்று இரண்டு ராணிகள் செயலில் இறங்கிவிடும். செக்மேட்டேதான் என்று கூறவும் வேண்டுமா !

*26.* **... Be7 × Qd8** 26 ... Rf8 × d8 ; 27. Rd6 × Rd8 ... Be7 × Rd8, 28. Qc4 - Qf7 ... Qb7 - d5; 29. Qf7 × Qd5 ... Nc7 × Qd5; 30. Rb1 - d1.- இது போன்ற மாற்றுத்தொகுப்பு நகர்த்துதல் ஒன்றும் (Another track) இருப்பதாக செஸ் வல்லுநர்கள் கூறுகின்றனர். நீங்களும் விளையாடிப் பார்த்து கற்றுக்கொள்ளுங்கள்.

*27.* **Qc4 - c3 +** மேலே கூறியது போல் Rf8 - f6 என்றால், வெள்ளை Rd6 × Rf6, கருப்பு Bd8 × Rf6, வெள்ளை Qc3 × Bf6 என்று கருப்பு இரண்டு காய்களை இழந்து விடுவார். ராஜாவை நகர்த்துவதன் மூலம்தான் செக்கை காப்பாற்றிக்கொள்ள வேண்டும்.

*27.* **... Kh8 - g8**

**28. Rd6 - d7** கருப்பின் நிலை பரிதாபத்திற்குரியதாகிவிட்டது. Nc6 மட்டும் இல்லாதிருந்து, ராணிக்கு 7-வது ரேங்க்கில் h7 வரை நகர கட்டங்கள் இருந்தால் கருப்பே ஜெயித்திருப்பார். இவர் ராணியை இவரே முடக்கிவிட்டார். முதலில் d6 வெள்ளை பானால் வழி மறைக்கப்பட்டிருந்தது. அதை அகற்ற வழியிருந்தும், அகற்ற முற்படவில்லை. பின் தனது நைட்டை தவறாக (Mistake) a6-ல் நகர்த்தி c7-ல் வைத்து வழியை அவரே அடைத்துக்கொண்டார்.

**28. . . . Bd8-f6** Rf8-f7-ல் நகர்த்தியிருக்க வேண்டும். இப்பொழுது செய்திருப்பது மற்றொரு ஹிமாலயத் தவறு (Himalayan Blunder). வெள்ளைக்கு அனுகூலமானது. அடுத்த வெள்ளையின் நகர்த்தலில் காண்பீர்கள்.

**29. Qc3 - c4 +** இப்பொழுதேனும் கருப்பு தனது Qb7-ஐ உடன் நகர்த்தி, b7 - c6 என்று c6-ல் வைத்து, அடுத்த நகர்த்தலில் d7-ஐ அடிக்க வேண்டும். அதற்கு வேறு ஆதரவு (Support) வந்தாலும், ஆட்டம் திசைமாறிவிடும். செக்மேட் ஆவதிலிருந்து டிரா அல்லது வெற்றி பெற இயலும்.

**29. . . . Kg8 - h8** இவர் Kg8 - g7 என்றுதான் நகர்த்த வேண்டும். நம் யோசனையின் குறிப்பில் உள்ளபடி இவர் யோசிக்கவில்லை. இரண்டு மூன்று நகர்த்தல் கூட யோசிக்கவில்லை. அடுத்த நகர்த்தலில் வெள்ளை ராணி Qc4 - f4, பின்பு Qf4 - h6 என்று வந்தால், என்ன செய்வார் ? ராஜா g7-ல் இருந்தால் g6-க்கு வெள்ளை ராணி வரவே வராது. ஏற்படப்போகும் இந்த அபாயத்தைத்தான் நகர்த்தல் 28-ல் குறிப்பிட்டோம்.

**30. Qc4 - f4** எதிர்பார்த்த நகர்த்தல். மிகத் திறமையான நகர்த்தல் (An excellent move).

**30. . . . Qb7 - a6** ஏன் இதை நகர்த்தினார் ? (Questionable move). வெள்ளையின் திட்டம் (Strategy) நிறைவேறி விட்டது.

**31. Qf4 - h6** கருப்பு தோல்வியை ஒப்புக்கொண்டார் (Black Resigned).

எப்படி கருப்பு தோல்வியை ஒப்புக்கொண்டார் ?

(a) 31... Rf8 - g8 32. Qh5 × h6 செக்மேட் Rd7 சப்போர்ட்டுக்கு உள்ளது.

(b) 31 . . . Rf8 - f7 32. Rd7 × Rf7 . . . Bf6 - g7; 33. Qh6 × Bg7 செக்மேட். Rf7 சப்போர்ட்டாக இருக்கும்.

(c) 31... Bf6 - g7 32 Qh6 × Bg7 செக்மேட்

(d) 31 . . . வேறு ஏதாவது காயென்றாலும் 32-ல் வெள்ளை Qh6 × h5 செக்மேட்.. படம் 3 உடன் ஒப்பிட்டுப் பார்க்கவும்.

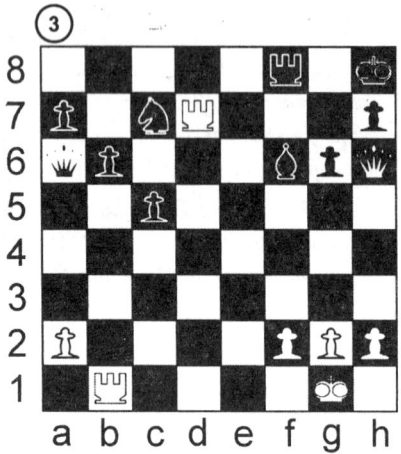

③

கருப்பு தோல்வியை ஒப்புக்கொண்டபின், அதாவது வெள்ளை 31வது நகர்த்தலை செய்த பின்பு போர்டின் நிலை (குரூயன்ஃபெல்டு கேம் 1)

போர்டில் கருப்பிற்கு 25 பாயிண்ட்டுகள் உள்ளன. வெள்ளைக்கு 23 பாயிண்ட்டுகள் இருந்தும் வெற்றி பெற்றதற்குக் காரணம் கருப்பு 20-வது நகர்த்தலில், வெள்ளை கொடுத்த பிஷப்பை (பலி - Sacrifice) ஏற்றுக் கொண்டார். Nb6-ஐ a6-க்குத் தள்ளிவிட்டார். அதனால், அது அடித்தலில் பயன்படாமல் போய்விட்டது. தற்காப்பில் (Defence) அதன் பங்கு குறைவுதான். அதையும் செய்யவில்லை. மாறாக c7-ல் வைத்து தனக்கே இடையூறு விளைவித்துக் கொண்டுவிட்டார். ராணியின் உதவி அவரது அரணுக்குக் கிடைக்காமல் போய்விட்டது. அதற்கு Nc7, வெள்ளையின் d7 காரணம். அவைகளை அப்புறப்படுத்தவில்லை. எதிரியை வளைக்கும் பணியில் (Qb7 - g2) பாதி வெற்றி கண்டாலும் அதற்கு ஆதரவு (Support) தரவில்லை. 30 ... பிஷப்பை g7-ல் வைத்திருந்தால் வெள்ளை ராணி h6-க்கு வந்திருக்காது. நகர்த்தல் இப்படித் தொடர்ந்திருக்கும் 30 ... Bf6 - g7 ; 31. Qf4 × c7 ... Q ×c7; 32. R × c7 ... Bg7 - Bd4 ; 33. Rb1 - f1 என்று தொடர்ந்து, முடிவு கருப்பிற்கு தோல்வியாக இருக்காது என்று நிபுணர்கள் கூறுகின்றனர்.

மேலும் இவர் (கருப்பு), மேட்டிங் காம்பினேஷன் (Mating Combination) அதாவது வெள்ளை வளைக்கும் வேலையில் இறங்கியதும், இவரும் இறங்கியிருக்க வேண்டும் அல்லது அவரைத் தடுத்து தாக்கியிருக்க வேண்டும். அதையும் செய்யவில்லை.

இந்த கேமின் இறுதியாட்டம், சிறப்பான இறுதியாட்டம் என்று செஸ் வல்லுநர்கள், சாம்பியன்கள் கூறுகின்றனர். நீங்களும் நினைவில் நிறுத்தி இதுபோன்று ஆடலாம்.

**3. சிந்தனைப் பயிற்சி.**

(a) அடுத்தடுத்து வரும் அனைத்துக் காய்களின் நகர்த்துதல் பற்றிய சிந்தனைப் பயிற்சி (Consequence thinking of whole coins).

முதற்கட்டப் பயிற்சியை "யோசிப்பதெப்படி" என்ற 2-ம் பாடத்தில் உள்ள பாரா 4. (a)-ன் படி செய்து கொள்ளவும்.

இரண்டாம் நிலைக்குத் (பயிற்சிக்கு) தேவையான நகர்த்துதல்கள் கீழே தரப்பட்டுள்ளது. (Required moves for consequence thinking of whole coins)

1-வது நகர்த்தலில் நான் d2 - d4, அவர் Ng8 - f6, 2-ல் நான் c2 - c4, அவர் g7 - g6, 3-ல் நான் Nb1 - c3, அவர் d7 - d5, 4-ல் நான் c4 × d5, அவர் Nf6 × d5, 5-ல் நான் e2 - e4, அவர் Nd5 × c3, 6-ல் நான் b2 × c3, அவர் Bf8 - g7, 7-ல் நான் Ng1 - f3, அவர் b7 - b6, 8-ல் நான் Bf1 - b5 +, அவர் c7 - c6, 9-ல் நான் Bb5 - c4, அவர் 0 - 0, 10-ல் நான் 0 - 0, அவர் Bc8 - a6, 11-ல் நான் Bc4 × a6, அவர் Nb8 × a6, 12-ல் நான் Qd1 - a4, அவர் Qd8 - c8, 13-ல் நான் Bc1 - g5, அவர் Qc8 - b7, 14-ல் நான் Rf1 - e1, அவர் e7 - e6, 15-ல் நான் Ra1 - b1, அவர் c6 - c5, 16-ல் நான் d4 - d5, அவர் Bg7 × c3, 17-ல் நான் Re1 - d1, அவர் e6 × d5, 18-ல் நான் e4 × d5, அவர் Bc3 - g7, 19-ல் நான் d5 - d6, அவர் f7 - f6, 20-ல் நான் d6 - d7, அவர் f6 × g5, 21-ல் நான் Qa4 - c4, அவர் Kg8 - h8, 22-ல் நான் Nf3 × g5, அவர் Bg7 - f6, 23-ல் நான் Ng5 - e6 அவர் Na6 - c7, 24-ல் நான் Ne6 × f8 அவர் Ra8 × f8, 25-ல் நான் Rd1 - d6, அவர் Bf6 - e7, 26-ல் நான் d7 - d8 (Q), அவர் Be7 × Qd8, 27-ல் நான் Qc4 - c3 +, அவர் Kh8 - g8, 28-ல் நான் Rd6 - d7, அவர் Bd8 - f6, 29-ல் நான் Qc3 - c4 +, அவர் Kg8 - h8, 30-ல் நான் Qc4 - f4, அவர் Qb7 - ac, 31-ல் நான் Qf4 - h6, அவர் தோல்வியை ஒப்புக்கொண்டு விட்டார். (Black Resigned)

(b) அடுத்தடுத்து வரும் நகர்த்துதலில் தனித்தனி காய்களைப் பற்றிய சிந்தனை. (Consequence thinking of single pieces / pawns)

இதன் முதல்நிலைப் பயிற்சியை, "யோசிப்பதெப்படி" என்ற 2-ம் பாடத்தில் பாரா 4 (c)யில் உள்ளபடி செய்துகொள்ளவும்.

இரண்டாம் நிலைப் பயிற்சிக்குத் தேவையான நகர்த்துதல்கள் கீழே கொடுக்கப்பட்டுள்ளன. (Required moves for consequence thinking of single pieces).

**வெள்ளை பான்கள்**

a2 - இறுதி வரை a2-ஐ விட்டு நகரவே இல்லை.

b2 - 6-வது மூவில் c3, 16-ல் அடிபட்டுவிடுகிறது.

c2 - 2-வது மூவில் c4, 4-ல் d5, 4 லேயே அடிபட்டுவிடுகிறது.

d2 - 1-ல் d4, 16-ல் d5, 17-ல் அடிபட்டுவிடுகிறது.

e2 - 5-ல் c4, 18-ல் d5, 19-ல் d6, 20-ல் d7, 26-ல் d8 (Q) அதிலேயே அந்நகர்த்துதலிலேயே அடிபட்டுவிடுகிறது.

f2 - இறுதிவரை அங்கேயே இருக்கிறது. அடிபடவில்லை.

g2 - இறுதிவரை அங்கேயே இருக்கிறது. அடிபடவில்லை.

h2 - இறுதிவரை அங்கேயே இருக்கிறது. அடிபடவில்லை.

**வெள்ளை ரூக்குகள்**

a1 - 15-ல் b1. அடிபடவில்லை

h1 - 10-ல் கேஸ்ட்லிங்கிற்காக f1, 14-ல் e1, 17-ல் d1, 24-ல் d6, 28-ல் d7.

**வெள்ளை நைட்டுகள்**

b1 - 3-ல் c3, 4-ல் அடிபட்டுவிடுகிறது.

g1 - 7-ல் f3, 22-ல் g5, 23-ல் e6, 24-ல் f8. அங்கேயே அடிபட்டுவிடுகிறது.

**வெள்ளை பிஷப்புகள்**

c1 - 8-ல் c4, 13-ல் g5, 20-ல் அடிபட்டுவிடுகிறது.

f1 - 8-ல் b5, 9-ல் c4, 11-ல் a6 அடிபட்டுவிடுகிறது.

**வெள்ளை ராணி**

d1 - 12-ல் a4, 21-ல் c4, 27-ல் c3+, 30-ல் f4, 31-ல் h6. அடிபடவில்லை.

**வெள்ளை ராஜா**

e1 - 10-ல் g1 கேஸ்ட்லிங்கிற்காக.

**கருப்பு பான்கள்**

a7 - இறுதிவரை அங்கேயே இருக்கிறது. அடிபடவில்லை.

b7 - 7-ல் b6. அங்கேயே இருக்கிறது. அடிபடவில்லை.

c7 - 8-ல் c6, 15-ல் c5. அதிலேயே அடிபடவில்லை.

d7 - 3-ல் d5, 4-ல் அடிபட்டு விடுகிறது.

e7 - 14-ல் e6, 17-ல் d5, 18-ல் அடிபட்டுவிடுகிறது.

f7 - 19-ல் f6, 20-ல் × d5 அடிபடவில்லை.

g7 - 2-ல் g6. அடிபடவில்லை.

h7 - அங்கேயே இறுதிவரை இருக்கிறது. அடிபடவில்லை.

**கருப்பு ரூக்குகள்**

a8 - 24-ல் f8. அடிபடவில்லை

h8 - 9-ல் கேஸ்ட்லிங்கிற்காக f8. 24-ல் அடிபட்டுவிடுகிறது.

**கருப்பு நைட்டுகள்**

b8 - 11-ல் a6, 23-ல் c7. அடிபடவில்லை.

g8 - 1-ல் f6, 4-ல் × d5, 5-ல் × c3, 6-ல் அடிபட்டுவிடுகிறது.

### சுராவின் செஸ் திறப்புகள் (ஓப்பனிங்ஸ்)

**கருப்பு பிஷப்புகள்**
c8 - 10-ல் a6, 11-ல் அடிபட்டுவிடுகிறது.
f8 - 6-ல் g7, 16-ல் c3, 18-ல் g7, 22-ல் f6, 24-ல் e7, 26-ல் d8, 28-ல் f6.

**கருப்பு ராணி**
d8 - 12-ல் c8, 13-ல் b7, 30-ல் a6. அடிபடவில்லை.

**கருப்பு ராஜா**
e8 - 9-ல் கேஸ்ட்லிங்கிற்காக g8, 21-ல் h8, 27-ல் g8, 29-ல் h8. தோல்வியை ஒப்புக்கொண்டுவிட்டார்.

## வினாக்களுக்கு விடையளிக்கவும்.

1. தொடர்ச்சியாக, மாறி மாறி காய்களை அடிக்கும்படி நேரிட்டால் அதிகம் சிந்திக்க வேண்டும். ஏன் ?    2
2. வெள்ளையின் 7-வது நகர்த்தல் எப்படி இருக்கவேண்டுமென்று செஸ் நிபுணர்கள் கருதுகின்றனர் ?    3
3. சுமார் 100 வருடங்களுக்கு முன்பு மைக்கேல் ட்ச்கோரின் (Mikhail Tchgorin) என்ற செஸ் வல்லுநர், செஸ் விளையாட்டு வீரர்களுக்குக் கூறிய அறிவுரை என்ன ?    6
4. 11... Nb8 × a6 நைட்டிற்கு நல்ல நிலை (Good Position) இல்லை. எப்படி ?    5
5. 25-வது நகர்த்தலில் ஏற்படும் மாற்று நகர்த்தலை விவரி. அதனால் கருப்பிற்கு ஏற்படும் லாபம் (Advantage) என்ன ?    5
6. 25-வது நகர்த்தலில் கருப்பு, வெள்ளைக்கு அதிக சௌகரியத்தை ஏற்படுத்தி விட்டார். எப்படி ?    5
7. கருப்பு தோற்றுப் போனதற்கான காரணங்களைக் கூறு.    6
8. கருப்பு டிரா அல்லது வெற்றியை ஈட்ட என்ன செய்திருக்க வேண்டும் ?    5
9. வெள்ளையின் 28, 29, 30, 31-வது நகர்த்தல்கள் சிறப்பானது. படத்துடன் விளக்கு.    6

## பாடம் - 5

# குருயன்ஃபெல்டு டிஃபன்ஸ் - 2
# (Gruenfeld Defence - 2)

குறிப்பு : விளையாடத்துவங்கும் முன்பு இரண்டு போர்டுகளில் காய்களை அடுக்கி வைத்துக்கொள்ளுங்கள். மாற்று நகர்த்துதல்களை, இரண்டாவது போர்டில் செய்து பார்க்க இயலும்.

1. **d2 - d4** ராணியின் முன்பு உள்ள பானை நகர்த்திவிட்டார். இரண்டு காய்களுக்கு வழி திறந்துவிட்டது. பிஷப் c1, தனது வலது பக்கக் குறுக்குக் கட்டங்களில் h6 வரை செல்லும். Bc1 கருப்பு குறுக்குக் கட்டங்களில் ஓடுவது என்பதையறிவோம். ராணி (Qd1) d2, d3-ல் செல்ல இயலும். ராஜா (Ke1) d2-ல் செல்லும். இச்சமயம், ராஜாவின் நகர்த்தல் தன்மைபற்றி மேலும் சிந்திக்கக் கூடாது. அதை எப்படி பாதுகாப்பாக வைக்கலாம் என்பதைப்பற்றித் தான் சிந்திக்க வேண்டும். கேஸ்ட்லிங், எவ்வளவு விரைவாக செய்ய இயலும் என்பதைப்பற்றித் தான் சிந்திக்க வேண்டும். d4 பான் c5, e5 ஆகிய கட்டங்களைக் கண்காணிக்கின்றது.

1. **... Ng8 - f6** இதனால் g8 கட்டம் காலியாகி விட்டது. f8 கட்டம் காலியானால் கேஸ்ட்லிங் செய்துகொள்ள இயலும். Nf6 என்பது கருப்புக் கட்டத்தில், நைட் உள்ளது. இது, வெள்ளை நிறக் கட்டங்களாகிய e4, d5, d4, h5 ஆகிய கட்டங்களைக் கண்காணிக்கின்றது. திரும்பிச் (Retreat) செல்லும் நிலை ஏற்பட்டால் g8-ஐத் தவிர வேறு கட்டம் கிடையாது, e4, d5 முக்கிய நடு கட்டங்களாகும். d7-ல் அதனுடைய காயே உள்ளது.

2. **c2 - c4** குருயன்ஃபெல்டு டிஃபன்ஸில், வெள்ளையின் 2-வது நகர்த்தல் பெரும்பாலும் இதுவாகத்தான் இருக்கும். இது b5, d5 ஆகிய இரு கட்டங்களைக் கண்காணிக்கின்றது. ஆனால் இதற்கு, இச்சமயம் ஆதரவு காய் (Support) இல்லை. போர்டின் நிலையை கணிக்கும் பட்சத்தில் வெள்ளை ராணி, தனது இடது குறுக்குக் (Left diagonal) கட்டங்களை a4 வரை கண்காணிக்கின்றது. Bc1 வலதுபக்க (Right diagonals) குறுக்குக் கட்டங்களை h6 வரை கண்காணிக்கிறது. c4, d4 பான்கள் b5, c5, d5, e5 கட்டங்களைக் கண்காணிக்கின்றன. c4-க்கு ஆதரவு (Support) காய் இல்லை.

2. **... g7 - g6** இதனால் g7 கட்டம் முன்னேற்றமடைந்து (Develop)விட்டது. இதில் Bc8-ஐக் கொண்டுவந்து வைத்துவிட்டால், கேஸ்ட்லிங் செய்துகொள்ள இயலும். இப்பொழுது Nf6, d5-ல் வர இயலாது. g7னால் கிடைத்த ஆதரவு (Nf6-க்கு) விலகிவிட்டது. இச்சமயம் Nf6-க்கு e7 தான் ஆதரவு.

3. **Nb1 - c3** இதில் e2 - e3 என்று நகர்த்தியிருக்கலாம். விரைவில் கோட்டை கட்டு (Castling)வதற்கு ஏதுவாகியிருக்கும். இதனால் d5 கட்டம், 1 பான், வெள்ளையின் ஒரு நைட், கருப்பின் ஒரு நைட்டால் கண்காணிக்கப்படுகின்றது.

இந்த நைட் a4, e4 கட்டங்களையும் கண்காணிக்கின்றது. e4 வெள்ளையின் எல்லையில் இருக்கும் கட்டம். அதை Nf6 (கருப்பு) கண்காணிக்கின்றது. d5 கருப்பின் எல்லையிலிருக்கும் கட்டம். அதை வெள்ளையின் நைட் Nc3 கண்காணிக்கின்றது.

3. **... d7 - d5** இந்நகர்த்துதலில் Bf8 - g7 லாபமான நகர்த்தல். கேஸ்ட்லிங் செய்திருக்கலாம். இதில் d7-ஐ லாபநோக்கத்தோடு பலி (Sacrifice) கொடுக்கவில்லை. இந்த பானுக்கு ராணி (Qd8)யின் பாதுகாப்பும், நைட் (Nf6)இன் பாதுகாப்பும் உள்ளது. இதில் வெள்ளை 4. c4 × d5 ... Nf6 × d5 என்றால் சமமாகிவிடும் (Equalise). தொடர்ந்து Nc3 × Nd5 என்றால் Qd8 × Nd5 என்று இருவரது நைட்டும், பானும் அடிபட்டு சமமாகிவிடும். ஆனால், கருப்பு d5 × c4 என்று அடித்தால், அடித்த கருப்பு பானை அடிப்பதற்கு, வெள்ளைக்கு (உடனடியாக) காய் கிடையாது. எனவே முதலில் வெள்ளை அடிப்பது தான் சிறந்தது ஆகும். இந்த கருப்பு d5 பான், எதிரியின் (வெள்ளை) e4 கட்டத்தைக் கண்காணிக்கின்றது. d4 பான் முன்னேறுவதைத் தடுக்கின்றது.

4. **Bc1 - f4 ?** இதை ஏன் நகர்த்தினார் என்பது கேள்விக்குரியதாக உள்ளது. இதை, ஓர் புதிய நகர்த்தல் தொகுப்பு, இது சாதாரண குரூயன்ஃபெல்டில் இருந்து, சற்று மாறி 15-வது நகர்த்துதல்களிலிருந்து பலனளிக்கலாம் (வெள்ளைக்கு) என்று, அலெக்சி சூயெடின் (Alexi Suetin), பெட்ரோசியன் (Petrocian) என்னும் செஸ் வல்லுநர்களால் கண்டுபிடிக்கப்பட்டு, ஆராயப்பட்டு, மூடி (Seal) வைக்கப்பட்ட, நகர்த்தல் தொகுப்பின் ஆரம்பம் என்றும், அதை இவர் பரிசோதித்துப் பார்க்க விரும்பி. இந்த மாற்று நகர்த்தலைச் செய்திருக்கலாம் என்று குறிப்பு காணப்படுகிறது.

4. **... Bf8 - g7** சரியான நகர்த்தலை செய்துள்ளார். இதனால் f8, g8 இரண்டு கட்டங்களும் காலியாகிவிட்டன. கேஸ்ட்லிங் செய்துகொள்ள இயலும். Nf6 நடவடிக்கையில் இறங்கினாலும் f6, e5 குறுக்குக் கட்டங்களுக்கு (diagonal) கண்காணிப்பு இதனால் உண்டு. d5 × c4-ஐ விட இது சிறந்த நகர்த்தல்.

5. **e2 - e3** ராணிக்கு (Qd1) தனது இடது, வலது (Left and Right) குறுக்குக் கட்டங்கள் (Diagonals) திறக்கப்பட்டு விட்டன. Bf1-க்கு இடது குறுக்குக் கட்டங்கள் (Left diagonals) திறப்பு ஆகிவிட்டது. பான் c4-க்கு இதனால் ஆதரவு (Support) கிடைத்து விட்டது. இது Bf4-க்கு ஆதாவாக (Support) உள்ளது.

5. **... c7 - c5** இந்நகர்த்தலில் இவர் கோட்டை (Castling) கட்டியிருக்கலாம். இந்த c5, b4 கட்டத்தைக் கண்காணிக்கின்றது. c4, c5, d4, d5 கட்டங்களில் அழுத்தம் (tempe) கூடியுள்ளது. c4 × d5 என்று வெள்ளை அடித்தால், 6. c4 × d5 ... Nf6 × d5 (சமம்) 7. Nc3 × Nd5 ... Qd5 × Nd5 சமம் என்று ஒரு வழி (Track) உண்டு. வெள்ளை (c4 × d5 என்று) அடியை தொடங்காவிடில் கருப்பு d5 × c4 என்று அடிப்பார். ஆனால் அடித்த அந்த கருப்பு பானை c4-ல் அடிக்க வெள்ளைக்கு காய் கிடையாது. அடுத்து வெள்ளை

d4 × c5 என்று அடித்தால், c5-க்கு செல்லும் பானை (வெள்ளை) அடிக்க கருப்பிடம் உடன் காய் கிடையாது. 6 ... c5 × d4 என்றால் சமமாக அடிக்கும் (e3 × d4)

**6.** **d4 × c5** குரூயன்ஃபெல்டு டிஃபன்ஸில் இந்த 6-வது நகர்த்தலுக்குள் இருவரும் கேஸ்ட்லிங் செய்திருக்கலாம். வெள்ளை Bc1 - f4, e2 - e3, கருப்பு c7 - c5 போன்ற பின்பு செய்யவேண்டிய நகர்த்துதல்களை இப்பொழுதே செய்து, மூவ்களை, விரயம் (Waste) செய்து விட்டனர். செஸ் கோட்பாட்டின்படி ஒரே ஃபைலில் (File) இரண்டு பான்கள் இருப்பது விரும்பத்தகுந்தது அல்ல. (வெள்ளை பான்கள் c4 மேல் c5)

**6.** **. . . Qd8 - a5** ராணி c5 பானை அடிக்கலாம். அதற்கு ஆதரவு இல்லை. Nc3-ஐ நகர்த்த இயலாது. எடுத்தால் ஓப்பன் செக் (Open Check). d5 × c4 என்றாலும் c4-க்கு ஆதரவு இல்லை. Qa5 × c5 என்றால், ராணி தனது பான் d5-க்கு ஆதரவாகிவிடும். d5 × c4 என்றால் வெள்ளை Bf1 × c4 என்று அடிக்கும் வாய்ப்பை இழந்துவிடும். Qa5 - b4 என்று வந்து b2-வை அடித்து உள்ளிறங்கும் வாய்ப்பும் உண்டு. வெள்ளை நன்கு யோசித்து விளையாடல் வேண்டும்.

**7.** **Ra1 - c1** இந்த நகர்த்துதலினால் மேற்கூறப்பட்ட அனைத்து பிரச்சினைகளும் தீர்ந்துவிடவில்லை. Nc3-க்கு b2-ன் ஆதரவு முன்பே உள்ளது. Ra1 - c1 இரண்டாம் பட்ச ஆதரவுதான். இப்பொழுது நைட்டை நகர்த்தவே முடியாத நிலை. ஏனெனில் அது a2 பானுக்கும் ஆதரவாக உள்ளது (ரூக் c1-க்கு நகர்ந்து விட்டமையால்) Qa5 × a2 ஆகாமலிருக்கும். இவர் Qd1 - d4 என்று நகர்த்தியிருக்க வேண்டும். ‘அலெக்ஸ் சூயெட்டின்’, ‘பெட்ரோசன்’ - இவர்களின் முழு நகர்த்தல் விபரம் தெரியாது. Bc1 - f4 செய்தமையால், Bf4 பயனற்றதாகிவிட்டது. கோட்டை (Castling) கட்டிக்கொள்ளவும் முயற்சிக்க வில்லை. e2 - e3-யினால் பிஷப் கீழே d2 -க்கு திரும்பிவந்து ராஜாவிற்கு பாதுகாப்பு தரவும் இயலவில்லை. பொதுவாக போர்டின் நிலை (Board Position) வெள்ளைக்கு, கருப்பைவிட பின்தங்கி (Disadvantage) உள்ளது.

**7.** **. . . d5 × c4** இந்தக் கருப்பு c4 பானை Bf1-ஆல் அடித்தெடுக்கலாம். வெள்ளை c5 பான் ஆதரவின்றி நிற்கின்றது ‘d’ ஃபைல் ஃப்ரீயாகிவிட்டது. தற்சமயம் Qd1-ன் ஆதிக்கம் ‘d’ ஃபைலில் உள்ளது.

சில நகர்த்தலில் இவர்கள் குறிப்பிட்ட திறப்புகள் விளையாடவில்லை. நடுகள, இறுதியில் விளையாட (Middle and end game) வேண்டிய நகர்த்தலைப் புகுத்திவிட்டனர்.

**8.** **Bf1 × c4** செய்ய வேண்டியதைத்தான் செய்திருக்கின்றார். இதனால் கேஸ்ட்லிங் செய்வதற்கு ஒரு கட்டம் காலியாகிவிட்டது. g1-ம் காலியாக வேண்டும். g1-ஐ முன்பே காலி செய்திருக்க வேண்டும். Qd1 - b2 என்று Bc4-க்கு ஆதரவளித்து f7 பானைத் தாக்கி கருப்பு ராஜாவிற்கு செக் கூட சொல்லித் திரும்பிவிடலாம். 1 பான் லாபமாகக் (Gain) கிடைக்கும். a2-விற்கு ஆதரவாகவும் ஆகிவிட்டது.

**8.** **... 0 - 0** ராஜா பக்கக் கோட்டை (King side Castling) கட்டிக்கொண்டார். இதனால் இவருக்கு 2-ம் நிலை அரண் (II grade Fortification) அமைந்து விட்டது. c5-ஐ பின் அடித்துக் கொள்ளலாம் என்று விட்டுவிட்டார் போலும். Bc4-க்கும், பான் c5-க்கும் வெள்ளை பாதுகாப்பிற்கு (ஆதரவிற்கு) ஏற்பாடு செய்யவில்லை.

**9.** **Ng1 - f3** இச்சமயம் மிகவும் தேவையான நகர்த்தல் தான். Qd1 - d4 என்று நகர்த்தி c5-ஐக் காப்பாற்றியிருக்கலாம். 9. Qd1 - d4 ... Nf6 - g4, 10. Bf4 - e5 ... Ng4 × Be5, 11. Nf6 × Ne5 என்றொரு வெள்ளைக்கு சாதகமான நகர்த்தல் தொகுப்பும் உள்ளது. அவ்வழியில் சென்றிருப்பின் c5-ஐ இழக்க நேரிடாது. ஆனால் இந்நகர்த்தலில் கோட்டை (Castling) கட்டிக்கொள்ள இயலும். அதுவும் அவசியமானதே.

**9.** **... Qa5 × c5** அடித்தே விட்டார். இப்பொழுது Bc4-க்கு ஆபத்து (Qc5 × Bc4).

**10.** **Bc4 - b3** பிஷப்பைக் காப்பாற்றிக்கொண்டார். பிஷப்பை Bc4 - b3 என்று நகர்த்தாமல், Qd1 - b3 என்று வைப்பதுதான் சிறந்தது (Best consideration) என்று செஸ் என்சைக்ளோபீடியாவில் காணப்படுகிறது. அது மிகச் சரியானதாகவே தோன்றுகிறது. அவ்வொரு நகர்த்தல் (Qd1 - b3) செய்திருப்பின், அடுத்த நகர்த்தலில் f7 பானை அடித்து செக் சொல்லி, கருப்பின் அரணை அசைத்திருக்கலாம். Qb3 சப்போர்ட்டாக இருந்திருக்கும்.

போர்டின் நிலையை கணிக்கும்பொழுது அடுத்த நகர்த்தலில் எவருக்கும் ஆபத்தில்லை. இருவரும் தலா இரண்டு பான்களை இழந்துள்ளனர்.

**10.** **... Nb8 - c6** இதனால் Nc6 ; a5, b4, d4, e5 கட்டங்கள் கண்காணிக்கப் படுகின்றன. f6 நைட்டினால் d5, e4, g4, h5 கட்டங்கள் கண்காணிக்கப் படுகின்றன. வெள்ளையின் c3 நைட் a4, b5, d5, e4 கட்டங்களைக் கண்காணிக்கின்றது. வெள்ளை f3 நைட் h4, g5, e5, d4 கட்டங்களைக் கண்காணிக்கின்றது. சாதாரணமாக குரூயன்ஃபெல்டு டிஃபன்ஸில் (Gruenfeld Defence) 10-வது நகர்த்தல் வரை நான்கு நைட்டுகளும் அடிபட்டு இருக்கும். மேலும் அதிகப்படியாக 10-வது நகர்த்தலுக்குள்ளேயே இருவரும் கேஸ்ட்லிங் செய்திருப்பார்கள். இது சற்று அசாதாரண குரூயன்ஃபெல்டாக இருப்பதால் குதிரையின் (Night) நிலையை கணித்துக்கொண்டே இருக்கவேண்டும்.

**11.** **0 - 0** இருவரும் ராஜா பக்கக் கோட்டை (King's side Castling) கட்டிக் கொண்டார்.

இத்துடன் திறப்புகள் முடிந்துவிட்டது. வெள்ளை தனது 11-வது நகர்த்தலைச் செய்த பின்பு போர்டின் நிலையை (Position of the Board) **படம் 4** உடன் ஒப்பிட்டு சரிபார்த்துக் கொள்ளவும்.

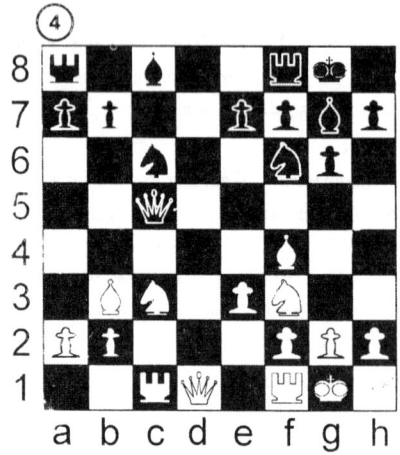

④

வெள்ளை 11வது நகர்த்தலைச் செய்தபின்பு போர்டின் நிலை
(குருயன்ஃபெல்டு டிஃபன்ஸ் கேம் - 2)

11. . . . **Qc5 - a5** இந்நகர்த்தல் எவ்வித ஆதரவும் தருவதாகவோ, அடிப்பதாகவோ, தன்னைப் பாதுகாத்துக்கொள்வதாகவோ (Supportive, Defensive, Offensive) அமையவில்லை.

12. **h2 - h3** எதிரி h ஃபைலில் காய்களை நகர்த்தும் முன்பு, இதை இவர் செய்திருக்கக் கூடாது. இதனால் அரண் (Fortification) பலகீனப்பட்டுவிடும். இதனால், h2, g3 கட்டங்களைப் பாதுகாக்க வேண்டும். h2 பான் முன்னேறிவிட்டதால் g3 கட்டத்திற்குப் பாதுகாப்பு இல்லை. இது ராஜாவின் அருகில், வெள்ளையின் எல்லையில் இருக்கும் கட்டம். g3, h2 இரண்டு கட்டங்களையும், குறுக்கில் (Diagonal h2, g3, f4, e5, d6) வந்து தாக்குவார். குருயன்ஃபெல்டு டிஃபன்சில் (Gruenfeld Defence) ஃபைல்கள் a, b, c, d யிலேயே இறுதியாட்டத்தின் இறுதிவரை போராட்டம் நடக்க வேண்டும்.

12. . . . **Bc8 - f5** இதனால் 8-வது ரேங்க் ஃபரீயாகிவிட்டது. h3-ஐத் தாக்காது என்று சொல்வதற்கில்லை. சிலர் g5-ல், ராணி அல்லது ரூக்கை நிறுத்திக் கொண்டு, பிஷப்பால் h3-ஐத் தாக்குவர். அச்சமயம் g2 - ஆல் h3-ஐ அடிக்க இயலாது - ஓப்பன் செக். பின் g2-ஐயும் தாக்கி, செக்மேட் செய்துவிடுவர். h2 - h3 வெள்ளையின் தவறான நகர்த்தல் ஆகும். நல்ல பாதுகாப்பிற்கு அவரே பங்கம் விளைவித்து விட்டார். g2, h2, h3 கட்டங்களில் இப்போது அவர் அதிக கவனம் செலுத்த வேண்டும்.

13. **Qd1 - e2** இதனால் 'd' ஃபைலில் யாருடைய ஆதிக்கமும் இல்லை. கருப்பின் Nc6 - b4-க்கு வரலாம். வேறு கருப்புக் காய்கள் உள்ளிறங்க இயலாது. Bf5 - b1 வரை சும்மா வந்து போகலாம். வெள்ளையின் அரண், ராணியின் இணைப்பால் (Qe2) சற்று பலம் பெற்றுவிட்டதாகத் தோன்றுகிறது.

**13. . . . Nf6 - e4** வெள்ளை 14 Nc3 × Ne4 . . . Bf5 × Ne4 என்று சமமாகிவிடும். இரண்டு பேருக்கும் நைட் போய்விடும். மேலே கருப்பு, மற்றொரு நகர்த்தலில் Be4 × Nf3 என்றால் g2 × f3 ஆகிவிடும். ஆனால் வெள்ளைக்கு பாதிப்பு ஏற்படும். அதற்காக Qe2-ஐ நகர்த்தக்கூடாது.

வெள்ளை g3, g4, g5 கட்டங்களைக் கண் காணிப்பதை விட்டுவிடக்கூடாது. f3 நைட் அடிபட்டால், அதற்கு ஆதரவாக g2-ஐ உபயோகிப்பது ஆபத்தானது. எனவே, f3 கட்டத்திற்கு வேறு சப்போர்ட் நிறுத்த வேண்டும்.

**14. Nc3 - d5** அடுத்த ஆட்டத்தில் c7 கட்டத்தில் வைத்து a8 ரூக்கை பயமுறுத்தலாம், b6-ல் வைத்தால் அடிபட்டுவிடும். e6-ல் வைத்து ராஜாவிற்கு செக் சொன்னால், கருப்பு Nc6 அடித்துவிடும். கருப்பு Ne4 - c3 என்றால், அந்த c3-ஐ அடிக்கும்.

**14. . . . e7 - e5** இதனால் வெள்ளையின் பிஷப் (Bf4) அடிபடுகிறது. வேறொரு மாற்றமும் இல்லை.

**15. Rc1 × Nc6** இந்த நகர்த்தலில், வெள்ளை, அடிபடவிருக்கும் தனது f4-ல் இருக்கும் பிஷப்பைத் தான் (கருப்பு e5 × Bf4) காப்பாற்றியிருக்க வேண்டும் என்று செஸ் விளையாட்டை அறிந்த எவரும் கூறுவர். Bf4 - h2 என்று தான் நகர்த்தியிருக்க வேண்டும் என்றும், இது நூறு ஆண்டுகளுக்கு மேலாக நகர்த்தப்பட்டு வரும் நகர்த்தல் ஆகும் என்றும் குரூயன்ஃபெல்டு டிஃபன்ஸிற்காக, தங்களை அர்ப்பணித்த, உலக சாம்பியன் 'மிக்காயில் போட்வின்னிக்' என்பவரும், 'எஸ்ட்ரின்' என்பவரும் (Gruenfeld Specialist World Champion Michail Botvinnik and Devotee of Gruenfeld Defence Mr. Estrin) கூறுகின்றனர். ஆனால், வெள்ளை இப்பொழுது செய்திருக்கும் மூவ் அதாவது 15 - Rc1 × Nc6-ல் கருப்பு வெள்ளையின் ரூக் கிடைக்கின்றதே என்று அடித்து (கருப்பு பான் b7 × Rc6) எடுத்துவிட்டால் மேற்கொண்டு நகர்த்தல்கள் 15. Rc1 × Nc6 . . . b7 × Rc6, 16 Ne7 + . . . Kg8 - h8, 17. Nd5 - e7 + . . . Kg8 - h8, 17. Nf3 × e5 . . . Bf4 × e5, 18 N × e6 . . . Qd2 என்று மொத்த நகர்த்தலைவிட, 15 நகர்த்தல்கள் கூடுதலாகி, வெள்ளைக்கு வெற்றியைத் தருமாம். சரி, இந்த நகர்த்தல் தொகுப்பு, வெள்ளைக்கு எங்கு, கிடைத்தது ? 1971-ல் அமெரிக்காவின் 'பாபி ஃபிஷரும்' (Bobby Fischer Vs Tigran Petrocian) ரஷ்யாவின் 'டிக்ரான் பெட்ரோசிய'னும் உலக சாம்பியன் போட்டிக்காக விளையாட வேண்டும். அதற்காக 'டிக்ரான் பெட்ரோசிய'னும், 'அலெக்ஸி சூயெடின்' (Alexi Suetin) என்பவரும், எதிரியால் கண்டுபிடிக்க இயலாத, நகர்த்தல் தொகுப்பு ஒன்றைக் கண்டுபிடித்து, கவரில் போட்டு, சீல் (Sealed) செய்து வைத்துக் கொண்டனராம். ஆனால், உலக மேட்சில் இதை விளையாடவில்லை. பின்பு அந்தக் கவரை, அரசு கலைக்களஞ்சியத்தில், யாராவது பிறகு என்ட்ரி (பதிவு) செய்துகொள்வார்கள் என்று வைத்துவிட்டு சென்றுவிட்டனராம்.

பின் 1986-ல் புருசெல்ஸில் (Brussels) நடந்த போட்டியில் (**உலக சாம்பியன்கள்** கார்போவ் - காஸ்பரோவ்) கார்போவ் அந்த கவரை உடைத்து, என்ட்ரி (Entry) செய்யாது, தான் மட்டும், ரகசியமாக விளையாடலாம் என்று விளையாடி இருக்கின்றார். இதில் 15-ல் கருப்பு, பானை இழந்து ரூக்கை ஏற்றுக்கொள்ள வேண்டும். ஆனால், காஸ்பரோவ் மிகவும் உஷாரானவர். தான் விளையாடப் போகும் நகர்த்தல் தொகுப்பில் தெளிவடையாதவரை, காய்களை நகர்த்த மாட்டார். எனவே 15-ல் (கருப்பு - காஸ்பரோவ்) அவர், கேவலம் ஒரு பான் போகிறது, பெரிய பவராகிய ரூக் அதற்கு பதிலாகக் கிடைக்கின்றதே என்று ஏற்றுக்கொள்ளவில்லை (Declined). அவர் முறைப்படியே விளையாடினார். இது 'திறக்கப்படாத நகர்த்தல் தொகுப்பு' (Unsealed moves) என்று செஸ் உலகில் பெயர் பெற்றுவிட்டது. பின் இந்நகர்த்தல் தொகுப்பு பதிவு (Entry) செய்யப்பட்டு, ஆராயப்பட்டதாக குறிப்புகள் காணப்படுகின்றன. அதன் பிறகும் இந்நகர்த்துதல் தொகுப்பை இதுவரை யாரும் உபயோகப்படுத்தவில்லையாம்.

15. ... e5 × f4  Rc6-ஐ நகர்த்தல் தொகுப்பின் போக்கு தெரியாததால் ஏற்றுக் கொள்ளவில்லை (Declined).

வெள்ளை தனது அலட்சியப் போக்கினால் பிஷப் ஒன்றை இழந்துவிட்டார். Rc6-ம், பான் e3-ம் பயமுறுத்தப்படுகிறது. ஒன்றைத்தான் காப்பாற்றுவார். Rc6-ஐத் தான் காப்பாற்றுவார் அதுதானே பெரிய பவர்.

16. Rc6 - c7  இப்பொழுது இதனால் b7-ஐத் தாக்குவார். Nf3 - g5 என்று வைத்து Rc7-னால் f7-ஐத் தாக்கலாம். போர்டின் நிலையை கணிப்போமேயாகில், இவருக்கு ஒரு பிஷப் நஷ்டம்.

16. ... Bf5 - e6  கருப்பு f4 × e3 பானை அடித்திருக்கலாம். ஏன் அடிக்கவில்லை ? அடுத்துவரும் நகர்த்தல்களில் Nd5 - e7 +, Nf3 - d5 அல்லது g5, Bb3 × f7 என்று ஆபத்துக்கள் உருவாவதால், நகர்த்தலை விரயம் செய்ய விரும்பவில்லை. மேலும் e3 வெள்ளை பான் தற்சமயம், வெள்ளைக்கே, இடைஞ்சல் (Block) செய்வதால், இவர் தனது பானால் அதை நிவர்த்திக்க (Clear) விரும்பவில்லை. அப்படியே அடித்தாலும் தனது பான் தப்பிக்கப் போவதில்லை என்று (Tactical) விட்டுவிட்டார். மேற்கூறிய விளக்கத்தினால், வெள்ளை, கருப்பின் அரணைத் தாக்கும் அபாயம் உள்ளது.

17-வது நகர்த்தலில் வெள்ளை, இரண்டு விதமான நகர்த்தல் தொகுப்பிற்கு வழிவகுக்கலாம்.

(i) 17. Rc7 × b7 ... Be6 × Nd5, 18. Rb7 - b5 ... Ne4, 19. b2 × Nc3 ... Bd5 × Nf3, 20. g2 × Bf3 ... Qa5 × c3 என்று போகும். இந்த நகர்த்தலைத் தான் எவரும் சாதாரணமாக விளையாடுவர். இந்நகர்த்தல் வழியில் (In this track) வெள்ளைக்கு முன்னேற்றம் (Advantage) குறைவு.

(ii) 17. Nd5 - Ne7 + ... Kg8 - h8, 18. Rc7 × b7 ... Ne4 - Nd6 இந்நகர்த்தல் வழியும், வெள்ளைக்கு சாதகமானதன்று.

மேற்கண்ட இருவழிகளையும், வெள்ளை நன்கு உணர்ந்தவராதலால்,

17. **Qe2 - e1**

கீழ்க்கண்ட நகர்த்தல் தொகுப்பு, ஒரு உலகளவிலான போட்டியில், வெள்ளைக்கு வெற்றியை ஈட்டித் தந்ததாக ஒரு குறிப்பு காணப்படுகின்றது. இதுவும் சாதாரணமாக செய்யப்படும் நகர்த்தல்தான் என்று கூறுகின்றனர். அது 17. Rc7 - b7 ... Qa5 - Qe1, 18. Rf1 × Qe1 ... Bg7 × b2, 19. Nd5 - Ne7 + ... Kg8 - h8, 20. Bb3 × Be6 ... f7 × Be6, 21. e3 × f4 ... Rf8 × f4 என்று தொடரும்.

17-வது நகர்த்தல்களில் கூறப்பட்டுள்ள மாற்று நகர்த்தல்கள் அனைத்தும் சாதாரணமானவைகளே. ஆனால் கருப்பிற்கு சாதகமானவைகள். எனவே இந்த கேமில் வெள்ளையினால், 17-வது நகர்த்தலுக்குப்பின் செய்யப்படும் நகர்த்தல்கள் நிச்சயம் நல்லவைகளாகவே இருக்கும். அதைக் கற்றுப் பயனடையலாம்.

17. ... **Qa5 - b5** இதனால் Rf1-ஐயோ, Bb3-ஐயோ, Nd5-ஐயோ தாக்க இயலாது. ஆனால் தனது பான் b7-க்கு ஆதரவு (Support) தருகின்றது.

18. **Nd5 - e7 +** இதில் Nd7-ஐ அடிக்க இயலாது. ராஜாவை நகர்த்தித்தான் ஆகவேண்டும்.

18. ... **Kg8 - h8**

19. **Bb3 × Be6** இது ஒரு சிறப்பான நகர்த்தல். கருப்பின் ஒரு சிக்கல் தரக்கூடிய தந்திரமான திட்டத் (Strategy)திலிருந்து தப்பிவிட்டார். அது என்ன திட்டம் என்கின்றீர்களா ? வெள்ளை பிஷப் Bb3-க்கு, a2 பானின் சப்போர்ட் உள்ளது. எனவே கருப்பு ராணி (Qb5) அதை (Bb3) அடிக்காது. 19-ல் வெள்ளை சாதாரணமாகச் செய்யவேண்டிய நகர்த்தலான e3 × f4-ஐச் செய்திருந்தால் 19. e3 × f4 ... Ne3 - g3, 20. f2 × Ng3 ... Qb6 + என்று ஆட்டம் சென்றிருக்கும். பின், கருப்பின் Bg7-ம் சப்போர்ட்டுக்கு வந்துவிடும். இதிலிருந்து Bb6 × Be6 செய்து தப்பிவிட்டார்.

19. ... **f7 × Be6** காய் கொடுத்து, காயெடுக்கப்பட்டுவிட்டது.

20. **Qe1 - b1** இதற்குப்பின் கருப்பு 20 ... Ne4 - Ng3 என்று நகர்த்தி, மேலே கண்டுள்ளபடி (19 வெள்ளை நகர்த்தலில் கூறப்பட்டுள்ளபடி) திட்டம் செயல் படுத்தப்படலாம். வெள்ளை மீண்டும் அதில் கவனம் செலுத்தி விளையாட வேண்டும். Qb1 × Ne4 என்று அடிக்கலாம்.

போர்டில் காய்களின் இணைப்பை (Co-ordination is best) நன்றாக செய்துள்ளார் என்று வெள்ளையை செஸ் நிபுணர்கள் பாராட்டுவதுடன், கருப்பின், தந்திரமான நகர்த்தல்களை (Cunning traps) கவனிக்க வேண்டுமென எச்சரிக்கையும் செய்கின்றனர்.

20. ... **Ne4 - g5** கருப்பு தனது நைட் e4-ல் அடிபடுவதிலிருந்து காப்பாற்றிக் கொண்டார். Nf3 × Ng5 என்றால் Qb5 × g5.

*21.* **Nf3 - h4** இந்த நகர்த்தல் ஒரு திட்டத்தின் (Strategy) கீழ் செய்யப்பட்டுள்ளது. எதிர் வரும் நகர்த்தல்களில் h4-ல் இருக்கும் நைட்டால், கருப்பு பான் g6-ஐ அடிப்பார், கருப்பு h7 பானால் Ng6-ஐ அடிப்பார், பின் Ne7 × g6 +. இதனால் ஃபோர்க் (Fork) ஆகிறது. கருப்பு f8 ரூக்கை அடித்து, Qb1-ஐ h7-க்குக் கொண்டுவந்து மேட்டிங் காம்பினேஷனை (Mating Combination) அதாவது ராஜாவை மடக்கும் வேலையைத் தொடங்குவார். Rf8-ஐ அடிக்காமலும் ராஜாவை மடக்கும் வேலையைத் துவங்குவார்.

அவ்வேலைகளுக்கு ஏற்றவாறு 'c' 'd' ஃபைல்கள் ஃப்ரீயாக (Free) உள்ளன. அதன் வழியாக ராணி, ரூக்குகளைக் கொண்டுவர இயலும்.

*21.* **... Ng5 × h3 +** இதுபோல் நிகழும் என்று 12-வது நகர்த்தலிலேயே கூறப்பட்டது. இதை ஓர் மூர்க்கத்தனமான நகர்த்தல் (Violent move) என்று செஸ் நிபுணர்கள் கூறுவதுடன், 12-ல் எச்சரித்ததையும் நினைவு கூர்கின்றனர். கருப்பு புயலை (Storm) உருவாக்கப் பார்க்கிறார் என்று விமர்சிக்கின்றனர் (Commenting). இதே நகர்த்தல் 21 ... f4 × e3, 22. Nh4 × g6 + ... h7 × Ng6, 23. Ne7 × g6 + ... Kh8 - g8, 24. Ng6 - e7 + என்று 19-ல் கூறியதுபோல், சாதாரண (Normal and Routine moves) நகர்த்தலின் நிலையில் சென்றிருக்குமானால், திரும்பத் திரும்ப (Perpetual check) ஏற்பட்டு, கேம் டிராவாகியிருக்கும் என்று கூறுகின்றனர். மேலும் இப்பொழுது மட்டும் கருப்பு என்ன செய்துவிட இயலும், யாரும் ஜெயிக்க இயலாது என்றே செஸ் வல்லுநர்கள் விமர்சனம் (Comments) செய்கின்றனர்.

*22.* **Kg1 - h2** g2 × Nh3 என்று நைட்டிற்கு ஆசைப்பட்டு அடித்திருந்தால், 22. g2 × Nh3 ... Qb5 - g5 +, 23. Nh4 - g2 என்று ஆப்பு (Pin) போட்டுக் கொண்டால் ... f4 - f3. நைட்டை இழக்கவேண்டிய கட்டாய நிலை. 24 - Kg1 - h1 (h2-ல் ராஜாவை வைத்தாலும் Bg7 - e5-க்கு வந்து செக் சொல்லும். அழுத்தம் அதிகரித்து, செக்மேட்டாகிவிடும்). 24 ... f2 × Ng2 +, 25. Kh1 - h2 ... Bg7 - e5 +, 26. Kh2 - g1 ... g2 × f1 + (Q), 27. Kg1 × f2 ... Qg5 - f5, 28. Qb1 - e1 ... Be5 - d4, 29. Rc4 × Qf4 ... Bf2 × Qe2, 30. Kf1 × Be1 ... Rf8 × Rf4 என்று, கருப்பே, இரண்டு ரூக்குகளுடன், லாபத்துடன் (Advantage) சென்று வெற்றியடைவார். இது பெரும்பான்மையானவர்கள் விளையாடும் சாதாரண நகர்த்தல் (g2 × Nh3 என்று நைட்டை லாபமாகப் பெற்று ஆடும் ஆட்டம்). இதில், வெள்ளை, நைட்டை அடிக்காமல் ராஜாவை நகர்த்திக்கொண்டார்.

வெள்ளை தனது 22-வது நகர்த்தலை செய்த பின்பு போர்டின் நிலையை படம் 5 உடன் ஒப்பிட்டு (Board's Position) சரிபார்த்துக் கொள்ளவும்.

சுராவின் செஸ் திறப்புகள் (ஓப்பனிங்ஸ்)

5

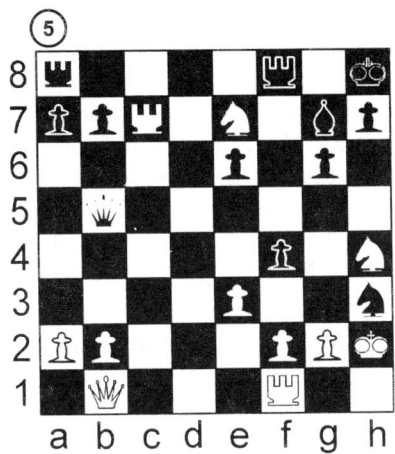

வெள்ளை தனது 22வது நகர்த்தலை செய்தபின்பு போர்டின் நிலை. (குரூயன்ஃபெல்டு டிஃபென்ஸ் கேம் - 2).

**22. . . . Qb5 - h5** இவ்விடத்தில் மற்றொரு மாற்று நகர்த்தலும் உண்டு. அது 22 . . . Nh3 × f2, 23. Rf1 × Nf2 . . . f4 × e3, 24. Rf2 × Rf8 + (இந்த Rf2 × Rf8-ஐ செய்யாது வெள்ளை வேறு எதையாவது நகர்த்தினால்). கருப்பு 24-ல் Bg7 - e5 + என்று Rc7-க்கும் சேர்த்து இரட்டைக் குறி (Skewers) போட்டுவிடும். 24. Rf2 × Rf8 . . . Ra8 × Rf8 என்று தொடர்ந்தால், அது சாதாரண, விருப்பமுள்ள (Interesting) நகர்த்தல் தொகுப்பாக இருக்கும் என்று வல்லுநர்கள் கூறுகின்றனர்.

**23. Ne7 × g6 +** வெள்ளை ராஜாவால் Kh2 × Nh3 என்றோ, அல்லது g2 × Nh3 என்றோ கருப்பு நைட்டை அடித்திருக்கலாம். இது தான் சாதாரண நகர்த்தல் ஆகும். ஆனால், அது வெள்ளைக்கு சாதகமாகாது. எப்படியெனில் 23. Kh2 × Nh3 . . . g6 - g5 வெள்ளை Nh4-ஐ நகர்த்தினால் ஓப்பன் செக் என்று உடன் நைட்டுக்கு நைட் போய்விடும். 23. g2 × Nh3 என்று போனாலும் அதே நிலைதான் . . . g6 - g5. வெள்ளை சமாளித்திருக்கலாம். என்றாலும் Ne6 × g6 + என நகர்த்தினால் 23. Ne7 × g6 + . . . h7 × Ng6, 24. Qb1 × g6 என்று ராணி g6-ல் அமர்ந்துவிடும். கருப்பு ராஜாவைத் தப்பவைக்க ஒரே வழிதான் உள்ளது. அது h5-இல் இருக்கும் கருப்பு ராணியை h7-க்குக் கொண்டுவருவது தான். பரவாயில்லையே என்று எண்ணத் தோன்றுகிறது.

**23. . . . h7 × Ng6**

**24. Qb1 × g6** வெள்ளை 24. Nh4 × g6 + . . . Kg8 - h8, 25. Ng6 - Ne7 + என்றும் நகர்த்தியிருக்கலாம். ஆனால், பலன் இது தான். மேட் (Mate) செய்ய இயலாது.

**24. . . . Qh5 - e5!** இது மிகச் சாதுரியமான நகர்த்தல் என்று பார்வையாளர்களும், நிபுணர்களும் கூறுகின்றனர் (Spectators and experts). அனைவரும் கருப்பு சிக்கலில் இருப்பதாக உணர்ந்தோம். அவர் தனது சிக்கலை ஒரு நகர்த்தலில் தீர்த்துக்கொண்டு, எதிரியை சிக்கலில் மாட்டி வைத்துவிட்டார். e5-ல் இருந்து தனது ராணியால், ஆபத்திலிருக்கும் g7-ஐக் கண்காணிப்பதோடு, பான் f4-ஐ f3-க்கு நகர்த்தினால், வெள்ளை ராணிக்கு செக் என்னும் நிலைமையை உருவாக்கிவிட்டார். 25-ல் Rc7 × Bg7 என்றால் கருப்பு 25 . . . f4 × e3 +, 26. f2 - f4 . . . Qe5 × Rg7, 27. Qg6 - h5 + . . . Kh8 - g8, 28. g2 × Nh3 . . . Qg7 - b2 +, 29. Kh2 - h1 வெள்ளையும் திறமையாக, சிக்கலிலிருந்து வெளியேறிவிடலாம்.

**25. Rc7 - f7** இது கருப்பிற்கு ஒரு சிக்கலான (Intricate) நகர்த்தல் ஆகும். கருப்பு என்ன செய்யும்? 25 . . . Nh3 - g5. இது நல்ல நகர்த்தல் அல்ல. ஏனென்றால் 26. e3 × f4 எனில், ராணியை நகர்த்தும்படி வரும். 25 . . . f4 × e3 +, 26. Kh2 × Nh3 . . . e3 - e2 மிகவும் சிக்கலை ஏற்படுத்தும். உதாரணமாக, 27. Rf1 - e1 . . . Rf8 × f7, 28. Qg6 × Rf7 . . . Qe5 × b2, 29. Qf7 - h5 + . . . Kh8 - g8, 30. Re1 × Re2.

**25. . . . Rf8 × Rf7**

**26. Qg6 × f7** இந்த காய்பரிமாற்றத்தினால், வெள்ளையினால் கருப்பிற்கு ஏற்படவிருந்த அபாயம் நீங்கிவிட்டது. சப்போர்ட் இல்லாமல் தனி ராணியாக ஒன்றும் செய்துவிட இயலாது.

**26. . . . Nh3 - g5** இடையில் ஏற்பட்ட சிக்கல்களாலும், இதை நகர்த்தினால் ஏற்படப்போகும் சிக்கல்களை அறிந்தமையாலும் வெள்ளை இதை அடிக்காமலேயே விட்டுவிட்டார்.

**27. Nh4 - g6+** மீண்டும் கருப்பிற்கு அபாயம் உருவாகிவிட்டது. கருப்பு ராஜாவிற்கு h7 ஒரு கட்டம்தான் நகர்த்துவதற்கு உள்ளது. 27. Qf7 × b7 . . . Qe5 - d5-ம் நல்ல நகர்த்தலே.

**27. . . . Kh8 - h7**

**28. Ng6 × e5** கருப்பு ராணி (e5) அடிபட்டுவிட்ட து.

**28. . . . Ng5 × Qf7** வெள்ளை ராணியும் அடிபட்டுவிடுகின்றது.

**29. Ne5 × Nf7**

**29. . . . Kh7 - g6**

**30. Nf7 - d6**

**30. . . . f4 × e3**

**31. Nd6 - c4** இந்த நகர்த்தலில் f2 பானால், நெருங்கிவரும் e3 கருப்பு பானை அடிக்கவில்லை. ஏனெனில் நைட்டை d6-ல் இருந்து நகர்த்தாவிடில் 31 . . . Bg7 - e5 என்று வைத்துவிடுவார். இதனால் இரட்டைக்குறி (Skewers)விழும். Kh2-ஐத் தான் காப்பாற்ற இயலும். Nd6 போய்விடும்.

**31. ... e3 × f2** இதில் கருப்பு **31**... b7 - b**5**, **32.** Nc**4** × e**3**... Bg**7** × b**2**, **33.** Rf**1** - Rb**1**... Bb**2** - e**5** +, **34.** g**2** - g**3** ... a**5** - a**6** என்ற நகர்த்தல் தொகுப்பைப் பெற்றிருக்குமேயானால் வெற்றி பெற்றிருக்கும். அதையடைய **31**... e**3** × f**2**-க்கு பதிலாக b**7** - b**5**-ஐ நகர்த்தியிருக்க வேண்டும்.

**31**-வது நகர்த்தலை கருப்பு செய்த பின்பு போர்டின் நிலையை **படம் 6** உடன் ஒப்பிட்டு சரிபார்த்துக்கொள்ளவும்.

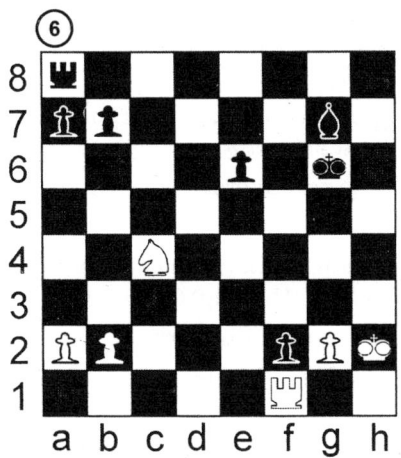

**31**வது நகர்த்தலை கருப்பு செய்தபின்பு போர்டின் நிலை.
(குரூயன்ஃபெல்டு டிஃபன்ஸ் கேம் - 2).

இப்பொழுது வெள்ளையின் நகர்த்தல். f**2**-ல் இருக்கும் கருப்பு பானை அடித்துவிட வேண்டும். இல்லையேல் ராணியாகிவிடும்.

**32. Rf1 × f2**

**32. ... b7 - b5** Nc**4**-ஐ பயமுறுத்துகிறது (Threatening). இந்த பான் b**3**-ல் வந்தால் a**2** அதை அடிக்கும். அதற்கு ஆதரவு ஏதும் வைத்தால், வெள்ளையும், நைட்டையாவது ரூக்கையாவது ஆதரவாக வைக்க வேண்டும். பான் தானே என்று அலட்சியமாக இருந்தால் ராணியாக மாறிவிடும்.

**33. Nc4 - e3** Bg**7** × b**2** என்றால் Rf**2**, அந்த பிஷப்பை b**2**-வில் வைத்து அடித்து விடும்.

**33. ... a7 - a5** இறுதியாட்டத்தில் பான்களை கணிப்பது மிக அவசியம். வெள்ளை b**2** பானை b**3**-க்கு நகர்த்தலாம்.

**34. Kh2 - g3** கருப்பு ராஜாவை f ஃபைலை விட்டு தாண்டாமல் g, h ஃபைல்களிலேயே அழுத்தி வைக்கவேண்டும். அதேபோல் கருப்பும், வெள்ளை ராஜாவை, போர்டின் ஓரக்கட்டங்களில் வைக்கவேண்டும். a, b ஃபைல்களில் இருவருக்கும் இரண்டிரண்டு பான்கள் உள்ளன. இரண்டிரண்டு பவர்களும்

உள்ளன. எனவே, எவருக்கும் ராணியாக்குவது இயலாது - திறமையாக விளையாடினால்.

**34. . . . a5 - a4** இதை இனி இவர் a3-க்குக் கொண்டுவரக்கூடாது, பிளாக் ஆகிவிடும் அல்லது அடிபட்டுவிடும். a3 கட்டத்திற்கு வெள்ளை ஒரு சப்போர்ட் வைத்தால், a3-ல் வெள்ளை பான் b2 × a3 சென்றால் பிழைக்கும். இல்லையேல் Ra8-ஆல் அடிபட்டுவிடும்.

**35. Rf2 - c2** இவர் இதை இங்கு ஏன் கொண்டுவந்தார் ? c5 கட்டத்தில் வைத்து e5-ஐ அடிப்பதற்காக இருக்கலாம். Rc6 என்று வந்துவிட்டால் பான் e6 நகர இயலாது. நகர்ந்தால் ஓப்பன் செக்.

**35. . . . Ra8 - f8** இங்கு இவர் ஏன் வந்தார் ? f7, f6 கட்டங்களைத் தவிர வேறு கட்டங்களில் இறங்கவே இயலாது. இணைந்து நிற்கும். அவ்வளவே.

**36. Kg3 - g4** Ne3-ஐ நகர்த்தாவிடில் அதை அடிப்பார்.

**36. . . . Bg7 - d4**

**37. kc2 - e2** இறுதியாட்டத்தில் இவ்வாறு சப்போர்ட் கொடுப்பது சரியன்று. ஒரு காய் முடக்கப்பட்டது (Held-up) போன்றதாகும்.

**37. . . . Bd4 × Ne3** நைட்டை அடித்துவிட்டார்.

**38. Re2 × Be3** இறுதியாட்டத்தில் வேறு யோசனை செய்வாராகில், பிஷப்பை அடிக்கும் சந்தர்ப்பத்தை இழந்துவிடுவார். உடன் அடித்துவிட வேண்டும்.

போர்டின் நிலையை கணிக்கும் பட்சத்தில் இருவருக்கும் காய்கள் சமமாகவே உள்ளன. பொசிஷனும் ஏறத்தாழ ஒன்றாகவே உள்ளது. a, b ஃபைல்களில் இருக்கும் பான்களை மோதவிட்டால், தலா ஒரு பானை இழப்பர். இரு பான்கள் பிளாக் (Pawns are Blocked) ஆகிவிடும். இருவரும் தங்களது ராஜாவையும் ரூக்கையும் கொண்டுவந்தால் அடைபட்ட (Blocked) பான்கள் இரண்டும் அடிபட்டுவிடும்.

இருவருக்கும், ஒரு பான், ஒரு ரூக் இருக்குமேயானால் (A Rook and a Pawn would leave no winning chances) எவரும் இறுதியாட்டத்தில் வெற்றி பெற இயலாது - இது செஸ் கோட்பாடு. ஆனால் கருப்பு 37 . . . Bd4 - e5, 38. g2 - g3 . . . Ne3 - g2 என்று நகர்த்தியிருந்தால் வெற்றி வாய்ப்பு கிடைத்திருக்கலாம். அப்படி நீங்கள் விளையாடிப் பார்க்கவும்.

**38. . . . Rf8 - f2** பான் g2 அல்லது b2-வில் ஒன்றை அடித்துவிடுவார்.

**39. b2 - b3** கருப்பு a4 × b3 என்றால், வெள்ளை a2 × b3 என்று அடித்து மேலே கூறியதுபோல் பான்கள் அடைபட்டு (Blocked)விடும்.

**39. . . . Rf2 × g2 +**

**40. Kg4 - f3** இப்பொழுது வெள்ளை ராஜா கருப்பு ரூக்கையும், வெள்ளை ரூக் கருப்பு பானையும் (Kf3 × . . . Rg2, Re3 × . . . e6) அடிக்க இயலும். கருப்பு ரூக் a2 பானை அடிக்கும்.

40. ... Rg2 × a2
41. b3 × a4    ஆட்டம் 'டிரா'வில் முடிந்தது. (Game Drawn)

வெள்ளை தனது 41-வது நகர்த்தலை செய்தபின்பு போர்டின் நிலையை படம் 7 உடன் ஒப்பிட்டு சரிபார்த்துக்கொள்ளவும்.

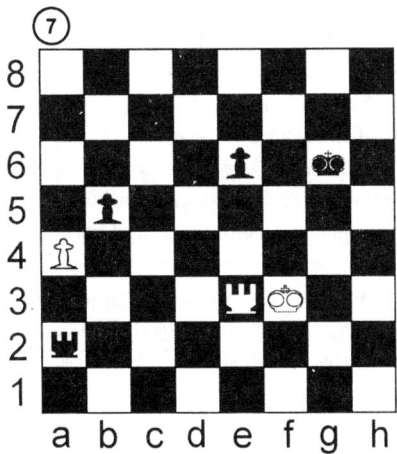

41வது நகர்த்தல் வெள்ளை நகர்த்திய பின்பு கேம் சமநிலை ஒத்துக்கொள்ளப்பட்டது (Game Drawn). *(குரூயன்ஃபெல்டு டிஃபன்ஸ் கேம் - 2)*

41. ... b5 × a4
42. Re3 × e6 +
42. ... Kg6 - f5
43. Re6 - e2
43. ... Ra2 - a3 +
44. Re2 - e3
44. ... Ra3 - a1
45. Kf3 - e2
45. ... a4 - a3
46. Ke2 - d2
46. ... a3 - a2
47. Kd2 - c2
47. ... Kf5 - f4
48. Re3 - a3
48. ... Ra1 - g1

**49.** **Kc2 - b2**

**49.** **. . . Rg1 - g2 +**

**50.** **Kb2 - a1**

**50.** **. . . Rg2 - g1 +**

**51.** **Ka1 × a2**

**51.** **. . . Rg1 - g2 +** இந்த நிலையில் வெள்ளை, கருப்பு ராஜாவை 4-வது ரேங்க்கிலிருந்து கீழே இறங்க விடமாட்டார். கருப்பு ரூக் அதன் ராஜாவின் சப்போர்ட்டுடன் f3-யிலோ அல்லது d3-யிலோ, அல்லது g3-யிலோ, வந்து (a3) ரூக்கை பயமுறுத்தினால் a3 வெள்ளை ரூக், கருப்பு ரூக்கை அடித்து, தானும் அடிபட்டுவிடும். (Equalised). தனி ராஜாக்கள் ஒன்றும் செய்ய இயலாது. விதிப்படி டிரா (Draw) வாகிவிடும். ஒரு ஃபைலிலோ அல்லது ஒரு ரேங்க்கிலோ, ராஜாவும் ரூக்கும் இருக்கும்பொழுது, மற்றொரு ரூக் ராஜாவிற்கு செக் சொல்லி ரூக்கை அடித்தால், ராஜா அதனை அடிக்கும். ஒரு ராஜாவின் அருகில் மற்றொரு ராஜா வந்துவிட்டால், ரூக்கை அருகில் வைக்காமல், தூரத்தில் எடுத்துச் சென்றுவிடுவர் (விட வேண்டும்). நிச்சயம் ராஜா-ரூக்-ராஜா என்று வைக்கவே கூடாது. பின் டிராதான். மேட் (Mate) ஆகவே ஆகாது.

- இந்த கவர்ச்சிகரமான, மிகத் திறமையான பல நகர்த்தல்களை உள்ளடக்கிய, உயர்தர (Classical) விளையாட்டு (Game) 1886-ஆம் வருடம் **வில்லியம் ஸ்டெயினிட்ஜ்** (William Steinitz) என்னும் உலக சாம்பியனால், உலக சாம்பியன் போட்டியில் விளையாடப்பட்டது. இதற்காக அவருக்கு, சாம்பியனுக்கான பரிசுடன், கூடுதலாக, 'அறிவுத்திறனு'க்கான (Brilliancy prize) பரிசும் கிடைத்தது. இந்தப் பரிசைக் கொடுத்தவர்கள் 'பிரிட்டிஷ் ஆயுள் காப்பீட்டு நிறுவனம்' (British Insurance Company) ஆகும். நூறு ஆண்டுகளுக்குப் பின்பு உலக சாம்பியன்கள் கார்போவும், காரி காஸ்பரோவும், அதே விளையாட்டை மிகக்குறைந்த மாற்றங்களுடன், திறமையாக விளையாடியதைக் கண்ட அதே பிரிட்டிஷ் ஆயுள் காப்பீட்டு நிறுவனம், இவர்கள் இருவருக்கும், **சிறப்பு அறிவுத் திறன்** (Special Brilliancy Prize) பரிசு வழங்கி கௌரவித்தது. இவ்விளையாட்டின் சிறப்பினை கிராண்ட் மாஸ்டர்கள் 'ஜொனாதன் நன்' (GM Jonathan Nun), 'அந்தோணி மில்ஸ்' (GM Antony Mills) ஆகியோர் புகழ்ந்துள்ளனர்.
- நீங்களும் இந்த கேமையும், இதில் கூறப்பட்டுள்ள மாற்று நகர்த்துதல்களையும் நன்கு கற்கவும்.
- அடுத்ததாக வருவது சிந்தனைப் பயிற்சி.

  (a) அடுத்தடுத்து வரும் நகர்த்தலில் அனைத்து காய்களைப் பற்றிய சிந்தனைப் பயிற்சி. (Consequence thinking of whole coins). இதில் செய்ய வேண்டிய முதல் கட்டப் பயிற்சியை 'யோசிப்பதெப்படி' என்ற 2-ம் பாடம் பாரா 4 (a)-ல் உள்ளபடி செய்தல் வேண்டும். இரண்டாம் கட்டப் பயிற்சிக்கு தேவையான

நகர்த்துதல்கள் கீழே கொடுக்கப்பட்டுள்ளன. (Required moves for consequence thinking of whole coins).

முதலில் நான் d2 - d4-ல் நகர்த்தினேன். அவர் Ng8 - f6, 2-ல் நான் c2 - c4, அவர் g7 - g6, 3-ல் நான் Nb1 - c3, அவர் d7- d5, 4-ல் நான் Bc1 - f1, அவர் Bf8 - g7, 5-ல் நான் e2 - e3, அவர் c 7- c5, 6-ல் நான் d4 × c5, அவர் Qd8 - a5, 7-ல் நான் Ra1 - c1, அவர் d5 × c4, 8-ல் நான் Bf1 × c4, அவர் 0 - 0, 9-ல் நான் Ng1 - f3, அவர் Qa5 × c5, 10-ல் நான் Bc4 - b3, அவர் Nb8 - c6, 11-ல் நான் 0 - 0, அவர் Qc5 - a5, 12-ல் நான் h2 - h3, அவர் Bc8 - f5, 13-ல் நான் Qd1 - e2, அவர் Nf6 - e4, 14-ல் நான் Nc3 - d5, அவர் e7 - e5, 15-ல் நான் Rc1 × c6, அவர் e5 × f4, 16-ல் நான் Rc6 - c7, அவர் Bf5 - e6, 17-ல் நான் Qe2 - e1, அவர் Qa5 - b5, 18-ல் நான் Nd5 - e7 +, அவர் Kg8 - h8, 19-ல் நான் Bb3 × e6, அவர் f7 × e6, 20-ல் நான் Qe1 - b1, அவர் Ne4 - g5, 21-ல் நான் Nf3 - h4, அவர் Ng5 × h3+ 1 ? 22-ல் நான் Kg1 - h2, அவர் Qb5 - h5, 23-ல் நான் Ne7 × g6 +, அவர் h7 × g6, 24-ல் நான் Qb1 × g6, அவர் Qh5 - e5, 25-ல் நான் Rc7 - f7, அவர் Rf8 × f7, 26-ல் நான் Qg6 × f7, அவர் Nh3 - g5, 27-ல் நான் Nh4 - g6+, அவர் Kh8 - h7, 28-ல் நான் Ng6 × e5, அவர் Ng5 × f7, 29-ல் நான் Ne5 f7, அவர் Kh7 - g6, 30-ல் நான் Nf7 - d6, அவர் f4 × e3, 31-ல் நான் Nd6 - c4, அவர் e3 f2, 32-ல் நான் Rf1 f2, அவர் b7 - b5, 33-ல் நான் Nc4 - e3, அவர் a7 - a5, 34-ல் நான் Kh2 - g3, அவர் a5 - a4, 35-ல் நான் Rf2 - c2, அவர் Ra8 - f8, 36-ல் நான் Kg3 - g4, அவர் Bg7 - d4, 37-ல் நான் Rc2 -e2, அவர் Bd4 × e3, 38-ல் நான் Re2 × e3, அவர் Rf8 - f2, 39-ல் நான் b2 - b3, அவர் Rf2 × g2 +, 40-ல் நான் Kg4 - f3, அவர் Rg2 × a2, 41-ல் நான் b3×a4, 41-ல் கருப்பு நகர்த்தவில்லை. கேம் சமநிலையடைந்தது (Drawn).

இப்பயிற்சியினால், உங்கள் மூளை உஷ்ணமடைந்து (Warm-up), சிந்தனை செய்ய ஆரம்பித்துவிடும். உறங்கிக்கிடந்த உங்கள் மூளை தூண்டிவிடப்பட்டு, நன்கு பண்படுத்தப்பட்டு, உரமிட்ட மண்ணில் ஓங்கிவளரும் மரம்போல உங்கள் மூளையில் செஸ் (Chess) என்ற மரம் தழைத்து ஓங்கி வளரும்.

(b) அடுத்தடுத்து வரும் நகர்த்தலில், தனித்தனி காயைப்பற்றிய சிந்தனை (Required moves for consequence thinking of single pieces)க்கு தேவையான நகர்த்தல்கள்.

**வெள்ளை பான்கள்**

**a2** - 40-வது நகர்த்தலில் Rg2 × a2

**b2** - 39-வது நகர்த்தலில் b3 - 40-ல் a4 அடிபடவில்லை.

**c2** - 2-ல் c4, 7-ல் அடிபட்டுவிடும்.

**d2** - 1-ல் d4, 6-ல் c5, 9-ல் அடிபட்டுவிடுகிறது.

**e2** - 5-ல் e3, 30-ல் அடிபட்டுவிடுகிறது.

**f2** - 31-ல், f2-லேயே அடிபட்டுவிடுகிறது.

**g2** - 39-ல் அதிலேயே அடிபட்டுவிடுகிறது.

**h2** - 12-ல் h3, 21-ல் நைட்டால் அடிபட்டுவிடுகிறது.

**வெள்ளை ரூக்குகள்**

**a1** - 7-ல் c1 (கேஸ்ட்லிங்கிற்காக) 15-ல் c6, 16-ல் c7, 25-ல் f7 அடிபட்டு விடுகிறது.

**h1** - 11-ல் f1 (கேஸ்ட்லிங்கிற்காக) 32-ல் f2, 35-ல் c2, 37-ல் e2, 38-ல் e3 அடிபடவில்லை.

**வெள்ளை நைட்டுகள்**

**b1** - 3-ல் c3, 14-ல் d5, 18-ல் e7 +, 29-ல் f7, 30-ல் d6, 31-ல் c4, 33-ல் e3, 37-ல் அடிபட்டு விடுகிறது.

**g1** - 9-ல் f3, 21-ல் h4, 23-ல் g6 அதிலேயே அடிபட்டுவிடுகிறது.

**வெள்ளை பிஷப்புகள்**

**c1** - 4-ல் f4, 15-ல் e7 அடிபட்டுவிடுகிறது.

**f1** - 8-ல் c4, 10-ல் b3, 19-ல் e6 அதிலேயே அடிபட்டுவிடுகிறது.

**வெள்ளை ராணி**

**d1** - 13-ல் e2, 17-ல் e1, 20-ல் b1, 24-ல் g6, 26-ல் f7 அதிலேயே அடிபட்டு விடுகிறது.

**வெள்ளை ராஜா**

**e1** - 11-ல் g1 (கேஸ்ட்லிங்கிற்காக), 22-ல் h2, 34-ல் g3, 36-ல் g4, 40-ல் f3 டிரா (Draw)

**கருப்பு பான்கள்**

**a7** - 33-ல் a5, 34-ல் a4, 41-ல் அடிபட்டுவிடுகிறது.

**b7** - 32-ல் b5 அடிபடவில்லை.

**c7** - 5-ல் c5, 6-ல் அடிபட்டுவிடுகிறது.

**d7** - 3-ல் d5, 7-ல் c4, 8-ல் அடிபட்டுவிடுகிறது.

**e7** - 14-ல் e7, 15-ல் f4, 30-ல் e3, 31-ல் f2 அடிபட்டுவிடுகிறது.

**f7** - 19-ல் e6 அடிபடவில்லை.

**g7** - 2-ல் g6, 23-ல் அடிபட்டுவிடுகிறது.

**h7** - 23-ல் g6, 24-ல் அடிபட்டுவிடுகிறது.

**கருப்பு ரூக்குகள்**

**a8** - 35-ல் f8, 38-ல் f2, 40-ல் a2, அடிபடவில்லை.

**h8** - 8-ல் f8, 25-ல் f7, 26-ல் அடிபட்டுவிடுகிறது.

**கருப்பு நைட்கள்**

**b8** - 9-ல் c6, 16-ல் அடிபட்டுவிடுகிறது.

சுராவின் செஸ் திறப்புகள் (ஓப்பனிங்ஸ்)

**g8** - 1-ல் f6, 13-ல் e4, 20-ல் g5, 21-ல் h3, 26-ல் g5, 28-ல் f7, 29-ல் அடிபட்டுவிடுகிறது.

**கருப்பு பிஷப்புகள்**

**c8** - 12-ல் f5, 16-ல் e6, 19-ல் அடிபட்டுவிடுகிறது.

**f8** - 4-ல் g7, 36-ல் d4, 37-ல் e3, 38-ல் அடிபட்டுவிடுகிறது.

**கருப்பு ராணி**

**d8** - 6-ல் a5, 9-ல் c5, 11-ல் a5, 17-ல் b5, 22-ல் h5, 24-ல் e5, 28-ல் அடிபட்டு விடுகிறது.

**கருப்பு ராஜா**

**e8** - 8-ல் g8 (கேஸ்ட்லிங்கிற்காக), 18-ல் h8, 27-ல் h7, 29-ல் g6. கேம் டிரா (Draw)

# வினாக்களுக்கு விடையளிக்கவும்

1. 10-வது நகர்த்தலில், வெள்ளை நகர்த்திய Bc4 - b3-க்கு பதிலாக Qe1 - b3-யே சிறந்தது (Best consideration) என்று செஸ் கோட்பாட்டில் காணப்படுகிறது. இது சரிதானா ? எப்படி ? 5
2. 15-வது நகர்த்தலில், வெள்ளை பாரம்பரிய நகர்த்தலை (Orthodox), அதாவது Be6 - h2-ஐ விட்டுவிட்டு c1 ரூக்கை c7-க்கு ஏன் நகர்த்தினார் ? அதனைப் பற்றி சிறுகுறிப்பு எழுது. 6
3. கருப்பின் 16-வது நகர்த்தல் Bf5 - e6, ஓர் சிறந்த நகர்த்தலாகும். எப்படி ? 5
4. 17-வது நகர்த்தலில் வெள்ளை பக்கம் விளையாடுபவர்கள் செய்யும் சாதாரணமான நகர்த்தல்கள் Rc7 × b7 அல்லது Nd5 - Ne7 + ஆகும். இதை வெள்ளை ஏன் செய்யவில்லை ? Qe2 - e1 செய்ததற்கான காரணம் என்ன ? 6
5. ஒரு சமயம் ... 17 முதல் 22 வரையுள்ள ஒரு நகர்த்தல்களின் தொகுப்பு (A set of moves), வெள்ளைக்கு லாபகரமானதாக (Advantageous) இருந்துள்ளது. (அது இங்கு விளையாடப்படவில்லை). அது என்ன ? 3
6. 19-வது நகர்த்தலுக்குப் பின், வெள்ளைக்கு ஏற்படவிருந்த சிக்கல் (Trap) என்ன ? அதிலிருந்து அவர் எப்படித் தப்பித்தார் ? 5
7. 25-ல் வெள்ளை நகர்த்திய Rc7 - f7 தவிர, மற்றொரு தொகுப்பு நகர்த்தல் சிறந்தது என்று செஸ் வல்லுநர்கள் கருதுகின்றனர். அத்தொகுப்பைக் குறிப்பிடு. 3
8. 31-வது நகர்த்தலில் கருப்பு வெற்றிபெற வாய்ப்பு இருந்திருக்கிறது. எவ்வாறு என்பதனை விளக்கு. 5
9. 'மூடி வைக்கப்பட்ட நகர்த்தல்' (Sealed move) என்பதனைப்பற்றி குறிப்பு எழுது. 15. Rc1 - c6-ஐ, கருப்பு ரூக் (Rook) கிடைத்தும் ஏன் ஏற்றுக் (Declined) கொள்ளவில்லை ? 5

## பாடம் - 6

# குருயன்ஃபெல்டு டிஃபன்ஸ் - 3
# (Gruenfeld Defence - 3)

**குறிப்பு :** விளையாடத்துவங்கும் முன் இரண்டு போர்டுகளில் காய்களை அடுக்கி வைத்துக்கொள்ளவும். அடித்தல், மாற்று நகர்த்தல்கள், இன்னும் பிற சந்தேகங்களை இரண்டாவது போர்டில் செய்து பார்த்துக் கொள்ளலாம்.

**1. d2 - d4** குருயன்ஃபெல்டின் முதல் நகர்த்தல். கருப்பு குறுக்குக் கட்டங்களில் செல்லக்கூடிய பிஷப் (Bc1)பிற்கு, வலது பக்கம், h6 வரை குறுக்கில் செல்ல வழி கிடைத்துவிட்டது. ராணி d2, d3 கட்டங்களில் செல்லும். ராஜா d2-ல் வரும். முறையாக திறப்பு செய்து விளையாடுவதால், கேமின் ஆரம்பத்தில் ராஜாவிற்கு ஓர் ஆபத்தும் இருக்காது. கேஸ்ட்லிங் செய்தாலே ராஜா பாதுகாப்பான இடத்திற்குச் சென்றுவிடும். d4-க்கு நகர்த்தப்பட்ட பான் c5, e5 கட்டங்களைக் கண்காணிக்கின்றது. அது நிற்கும் d4 கட்டம், முக்கிய நடுக்கட்டங்களுள் ஒன்றாகும்.

**1. ... Ng8 - f6** இந்த நகர்த்தலினால் g8 கட்டம் காலியாகிவிட்டது. Bf8 கட்டம் காலியானால் கேஸ்ட்லிங் செய்துகொள்ள இயலும். நகர்த்தப்பட்ட நைட் (Nf6), கருப்பில் நிற்பதால் வெள்ளை கட்டங்களாகிய e4, d5, g4, h5 ஆகிய கட்டங்களைக் கண்காணிக்கின்றது. இதில் e4-ம், g4-ம் அதன் எதிரியின் எல்லைக்குள் உள்ளது. கட்டம் d5 முக்கியமான நடுக்கட்டங்களில் ஒன்றாகும். ஆபத்து எனில் திரும்பிச் செல்ல, புறப்பட்ட கட்டமாகிய g8-ல் செல்லலாம்.

**2. c2 - c4** குருயன்ஃபெல்டு டிஃபன்ஸின் (அவசியம்) இரண்டாவது நகர்த்தல். இது b5, d5 ஆகிய எதிரியின் இரண்டு கட்டங்களைக் கண்காணிக்கின்றது. கருப்பு நைட் (Nf6)-ன் ஆதிக்கம் d5-ல் இருந்தாலும், அது அங்கு வர இயலாது. வந்தால் அடிபடும். இந்நகர்த்தலினால், மேலும் கட்டங்கள் டெவலப் (Develop) ஆகவில்லை. நகரும் தன்மை (Mobility) முன்போலவே உள்ளது.

**2. ... g7 - g6** சரியான நகர்த்தல். இதனால் g7 கட்டம் காலி (Developed) யாகிவிட்டது. அதில் f8-ல் நிற்கும் பிஷப் வந்து நிற்கலாம். அதனால் f8 கட்டம் காலி (Develop) ஆகும். கோட்டை (Castling) கட்டிக்கொள்ளலாம். நகர்த்தப்பட்ட g6 பான் f5, h5 கட்டங்களைக் கண்காணிக்கின்றது.

**3. Nb1 - c3** இந்நகர்த்தலால், முக்கிய நடுக்கட்டமாகிய d5, Nc3-ஆலும் கண்காணிக்கப்படுகின்றது. Nf6-ம் (கருப்பு நைட்), பான் c4-ம் ஏற்கெனவே இக்கட்டத்தைக் கண்காணிக்கின்றன. இந்த d5 கட்டம் போர்புரியும் இடமாக மாறலாம்.

**3. ... d7 - d5** எல்லா குருயன்ஃபெல்டிலும் இதுபோன்று நகர்த்துவதைக் கண்டிருப்பீர்கள். நுணுக்கமாக பார்ப்போமேயாகில், குருயன்ஃபெல்டின் நகர்த்தலை இருவரும் மாற்றாமல் செய்துவிட்டனர். இந்த d5 பான், எதிரியின்

e4 கட்டத்தைக் கண்காணிக்கின்றது. இந்நகர்த்தலால், வெள்ளை குறுக்குக் கட்டங்களில் மட்டுமே நகரக்கூடிய c8 கருப்பு பிஷப்பிற்கு, இடது குறுக்குக் கட்டத்தில் h3 வரை செல்ல இயலும். h3-ஐத் தவிர, மற்ற எல்லா (d7, e6, f5, g4, h3) கட்டங்களிலும், அடுத்துவரும் நகர்த்தலில் வைக்க இயலும். ஆதரவு காய்களும் உண்டு. g4-ல் நின்றால் Nf6-ன் ஆதரவு உண்டு. கருப்பு ராணி d2, d3யிலும், ராஜா d2-யிலும் செல்ல இயலும். Nb8-ம் d2-ல் வர இயலும். நடு, முக்கியக் கட்டங்களில் c4-ம் d5-ம் மோதுகின்றன. யாராவது அடிக்க வேண்டும். யோசிக்காமல் அடித்துவிடக்கூடாது. இதனால் சிலசமயம் முதலில் அடியைத் துவங்குபவர், நஷ்டத்தில் தள்ளப்படுவார். சிலசமயம், தொடர் அடியை (நீயடி, நான் அடி, பின் நீ, நான் என்று தொடரும்) அச்சமயமும் யாராவது ஒருவர் லாபத்துடன் சென்றுவிடுவார். அவரை செஸ் மொழியில் **'des'** (Desperado) என்று குறிப்பிடுகின்றனர். இவ்வாறு அடியைத் துவங்கும் முன், இரண்டாவது போர்டில் நடைமுறையில் (Practical) செய்து பார்த்துக்கொண்டு அடிக்கவேண்டும். லாபம் இல்லையென்றால் அடியைத் தொடங்கக்கூடாது. இதில் வெள்ளை c4 × d5 என்றால் Nf6 × d5 அல்லது Qd8 × d5 என்று சமம் (Equal) ஆகிவிடும். Qd8 × d5 என்று அடிக்கமாட்டார். ஏனெனில் Nc3 × Qd5 என்று கருப்பு ராணியை இழப்பார். தொடர்ந்து கருப்பு Nf6 × d5, வெள்ளை Nc3 × Nd5 என்றால் Qd8 × Nd5 என்று சமமாகப் போய்விடும். இது வெள்ளை அடியைத் துவங்குவதால் ஏற்படும் நிலையாகும். ஆனால் கருப்பு d5 × c4 என்று முதலில் அடித்தால், முதலில் அடித்த அந்தக் கருப்பு பானை அடிக்க இயலாது. எனவே, முதலில் வெள்ளை அடிப்பதுதான் சிறந்தது. அத்துடன் Nf6 × d5 என்று கருப்பு அடித்தாலும், வெள்ளை அத்துடன் மேலும் வெட்டாமல் இருந்துவிடவேண்டும். Nc3 × Nd5 என்று அடித்தால் கருப்பு Qd8 × d5 என்று அடிப்பார். பின் கருப்பு ராணி d5-ல் நின்றுகொண்டு a2-ஐக் கண்காணிக்கும். அதைவிட g2-ஐக் கண்காணிக்கும். கேஸ்ட்லிங் செய்யும் முன்பு இவ்வாறு நடுகள விளையாட்டு ஆரம்பமாவது நல்லதல்ல. g2 பானை இறுதிவரை அவ்விடத்தில் வைப்பது தான் நல்லது.

**4.** **c4 × d5** இப்பொழுது இந்த d5 பானை அவர் தனது Qd8-ஆல் அடிக்க மாட்டார். அடிக்கவும் கூடாது. Nf6-ல் அடித்தால் அவ்வளவு ஆபத்து உருவாகாது.

**4.** **. . . Nf6 × d5**

**5.** **e2 - e4** இதனால் Nd5-க்கு பயமுறுத்தல் (Threatening). இந்நகர்த்தலினால் கருப்பிற்கு ஒரு நகர்த்தல் நஷ்டம். Nd5-ஐக் காப்பாற்றச் செய்யும், நகர்த்தலில் Bf8 - g7-ஐ நகர்த்தியிருந்தால் லாபம் (Advantage). நகர்த்தப்பட்ட e4 பான் f5, d5 (நைட் உள்ளது) கட்டங்களைக் கண்காணிக்கின்றது. பிஷப் f1-க்கு இடது பக்க குறுக்குக் கட்டங்கள் (Left diagonal) திறந்துவிட்டது. b5-ல் வைத்து கருப்பு ராஜாவிற்கு செக் சொல்லலாம். c4-ல் வைத்து கருப்பு நைட்டிற்கு பயம் ஏற்படுத்தலாம். அடுத்த நகர்த்தலில் கருப்பு தனது Nd5-ஐ நகர்த்துவார். **5 . . .** Nd5 × Nc3,

6. b2 × Nc3 ஆகிவிடும். 5... Nd5 - e3, 6. Bc1 × Nc3 என்று அடிபட்டுவிடும். ... Nd5 - b4 என்றால் சற்று கவனமாக இருத்தல் வேண்டும். Nd5 பின்னால் சென்றுவிட்டால் வெள்ளைக்கு ஆபத்தில்லை.

5. ... Nd5 × c3 இங்கு வெள்ளைதான் ஆட்டத்தை e2 - e4 மூலம் திருப்பி விட்டார். வெள்ளை கேஸ்ட்லிங்கிற்கான நகர்த்தலை இன்னும் துவங்கவில்லை. எனவே, இது நேர்மையற்ற, பின்னால் செய்யவேண்டிய நகர்த்தல்.

6. b2 × Nc3 மேலே கூறியதுபோல், நைட் பின்செல்லவில்லை. போர்டின் நிலையை கவனிக்கும்பொழுது, இருவருக்கும், ஒரு பானும், ஒரு நைட்டும் போய்விட்டது. இப்பொழுது நகர்த்தப்பட்ட பான் b4 கட்டத்தைக் கண்காணிக்கின்றது. இருவர் பக்கமும் அனைத்து காய்களுக்கும் சப்போர்ட் (Support) உள்ளது - வெள்ளை e4-ஐத் தவிர. எந்தத் திறமையான நகர்த்தல், எவர் செய்தாலும், உடன் பெரும் சிக்கலையேற்படுத்திவிட முடியாது. எனவே, கேஸ்ட்லிங்கில் கவனம் செலுத்தலாம்.

6. ... Bf8 - g7 இந்நகர்த்தலால் f8 கட்டம் காலியாகிவிட்டது (Developed) கருப்பு, கோட்டை (Castling) கட்டிக்கொள்ளலாம். Bg7, d4-ஐ அடிக்கும். ஆனால் d4-க்கு c3 சப்போர்ட் உள்ளது. e5, f6 கட்டங்களைக் கண்காணிக்கின்றது.

7. Ng1 - f3 இதனால் g1 கட்டம் காலியாகி (Developed) நகர்த்தப்பட்ட Nf3, e5, g5 கட்டங்களைக் கண்காணிக்கின்றது. இவை எதிரியின் எல்லையில் இருக்கும் கட்டங்கள். இவை தவிர h4, d4 கட்டங்களையும் கண்காணிக்கின்றன. e5-க்கு கருப்பின், Bg7-ன் கண்காணிப்பும் உண்டு. வெள்ளையின் e4 இன்னும் ஆதரவின்றிதான் உள்ளது.

7. ... c7 - c5 நகர்த்தப்பட்ட c5 பான் b4 கட்டத்தைக் கண்காணிக்கின்றது. இது எதிரியின் (வெள்ளையின்) கட்டம். இதனால் கருப்பு ராணி (Qd8) a5 வரை செல்லும். அடுத்த ஆட்டத்தில் இதை அடித்தால் 8. d4 × c5 என்றால் 'd' ஃபைல் ஃப்ரீ (Free) ஆகிவிடும். இரண்டு ராணிகளும் வெளிப்பட்டுவிடும் (Exposed). அடுத்து c5-க்கு சென்ற பானிற்கு உடன் ஆபத்து ஒன்றுமில்லை. ஆனால் Bg7 × C3-ஐ அடித்து செக் சொல்லும். பின் a1 ரூக்கைக் காப்பாற்ற வேண்டிவரும். ஏற்கெனவே e4 சப்போர்ட்டின்றி உள்ளது. கருப்பு அடியைத் துவங்கினால் c5 × d4, Nf3 × d4, Qd8 × d4 என்றால் பான் c3 உள்ளது. எனவே, வெள்ளை d4 × c5 என்று அடிப்பது சிறந்தது அல்ல.

8. Bc1 - e3 இவர் இந்நகர்த்தலில் Bf1 - d3 தான் செய்திருக்க வேண்டும். பான் e4-க்கு இன்னமும் பாதுகாப்பு கிடைக்கவில்லை. இந்நகர்த்தலினால் இவர், Be3-ஐ h6-ல் வைத்து Bg7-க்கு அடிபடக் கொடுக்கலாம். Bg7 × Bh6. பின் இவர் Qd2 × ... Bh7, Nf3 × g5 என்று சப்போர்ட் வைத்து f7 பானை அடிக்கலாம் என்பது திட்டம் (Strategy)

8. .... Qd8 - a5 இது வெளிப்படையான நல்ல நகர்த்தல்தான். வெள்ளை கவனிக்காவிடில் அடுத்த மூவில் c3-ஐ அடித்து செக் சொல்லலாம். தொடர்ந்து

c5 × d4 என்றால் தன் பான், தனக்கு (ராணி c3-க்கு) வந்த பின்பு பலவகையில் ஆதரவு தரும்.

வெள்ளை உருவாகும் ஆபத்தை உணர்ந்து செயல்பட வேண்டும். கருப்பு Bc8 - g4-க்கு வந்து அழுத்தம் (Pressure) கொடுக்க இயலும். கருப்பிற்கு இந்நகர்த்தலை விட (Qd8 - a5) Bc8 - g4 சிறிது லாபகரமானது (A little advantage) என்று நிபுணர்கள் கருதுகின்றனர். அதனால் Bg ‘-ஐ விரட்ட h2-ஐ நகர்த்துவார். அது வெள்ளையின் அரணைப் (Fortific tion) பாதிக்கும். Nf3-ஐயும், Qd1-ஐயும் காப்பாற்றும் வேலையில், சில நகர்த்தல்கள் விரயம் செய்வார் என்று கணக்கிடுகின்றனர்.

**9.** **Qd1 - d2** Qd1 - d2 நகர்த்தலால், வெள்ளைக்கு ஓரளவு பிரச்சினை (Problem) தீர்ந்தது. இப்பொழுது Bc8 - g4 என்றாலும் ஆபத்தில்லை. இவர் உடனடியாக கேஸ்ட்லிங் செய்துகொள்ள வேண்டும். கருப்பின் Qd8 - a5 ஒரு பலனற்ற நகர்த்தல் அவருக்கு. அதில் அவர் கேஸ்ட்லிங் செய்திருக்கலாம் என்று வல்லுநர்கள் கருதுகின்றனர்.

**9.** **. . . Nb8 - c6** கேஸ்ட்லிங் செய்யாது, வேறு ஏதோ ஒரு திட்டத்தில் இறங்குகின்றார். நன்கு யோசிக்க வேண்டும். நகர்த்தப்பட்ட Nc6, e5-ல் செல்லும். அதில் d4, Nf3-ன் கண்காணிப்பு உள்ளது. எனவே, Bg7-ன் கண்காணிப்பு இருந்தும் பயப்படத் தேவையில்லை. Nc6 × d4 என்றால் Nf3 × d4 அல்லது c3 × d4, b4-க்கு வரும். வந்து ராணியின் முன்பு (Nc3 - b4) அமரும். இப்பொழுது a2 பானிற்கு இரட்டை தாக்குதல். வெள்ளை இதை கவனிக்க வேண்டும். இந்த நகர்த்தல் (Nb8 - c3) இருவருக்கும் நல்ல நகர்த்தலை இழக்கச் (Missing) செய்துவிட்டது என கருத்து தெரிவிக்கின்றனர். இதனால் இருவரும் (Castling) கேஸ்ட்லிங் செய்துகொள்ள இயலவில்லை. காரணம் கருப்புதான்.

**10.** **Ra1 - c1** சிறந்த நகர்த்தல் என்று கூறுவதற்கில்லை. இவர் . . . c5 × d4 வெள்ளை c3 × d4 என்று ஆனால் ‘c’ ஃபைலில் (File) ஆதிக்கம் செய்யும் உத்தேசத்துடன் c1-க்கு சென்றிருக்கின்றார். அதைவிட a2 பானை கவனிக்க ராணி ஈடுபடுத்தப்பட்டுள்ளது. (Queen is bounded to save a2) அதாவது ராணியின் நகரும் தன்மை குறைந்து விடுகின்றது என்பதை கவனிக்க வேண்டும்.

**10.** **. . . c5 × d4** வெள்ளை c3 × d4 என்றால், ‘c’ ஃபைலில், c1, c2, c3, c4, c5 கட்டங்கள் வெள்ளை ரூக்கின் கீழ் வரும். d2 ராணியால் a5 ராணி பயமுறுத்தப் (Threatening) படும். d4 பானுக்கு Be3, Nf3-ன் பாதுகாப்புடன், Qd2-ன் பாதுகாப்பு உண்டு. d4-க்கு கருப்பின் Nc6, Bg7-ன் கண்காணிப்பும் உண்டு.

பொதுவாக குரூயன்ஃபெல்டு (Gruenfeld defence) டிஃபன்ஸில் 10-வது நகர்த்தலுக்குள் திறப்புகள் முடிந்து கோட்டை (Castling) கட்டிக்கொண்டிருப்பர். நுணுக்கமாக (Technically) கூறுவோமாகில், குரூயன்ஃபெல்டு டிஃபன்ஸ் 3-வது நகர்த்தலிலேயே முடிந்துவிட்டது. ஆனால், இவர்கள் நகர்த்தலில்,

இருவருக்கும் கேஸ்ட்லிங் செய்ய வாய்ப்பிருந்தும், கேஸ்ட்லிங் செய்யாது, இடையிடையே, நடுகள விளையாட்டை விளையாடியமையாலும், எதிரியை கேஸ்ட்லிங் செய்யவிடாது, தடுப்பதற்காக, ஒரு சில நகர்த்தலை விரயம் செய்துவிட்டமையாலும், இதுவரை கேஸ்ட்லிங் (Castling) செய்து கொள்ளவில்லை.

எனவே, மேற்கூறிய காரணங்களால் கருப்பு தனது 10-வது மூவை செய்தவுடன், திறப்புகள் முடிந்துவிட்டது. கருப்பு தனது 10-வது மூவை செய்தபின் போர்டின் நிலை (Board's position)-யை **படம் 8** உடன் ஒப்பிட்டு சரிபார்த்துக் கொள்ளவும்.

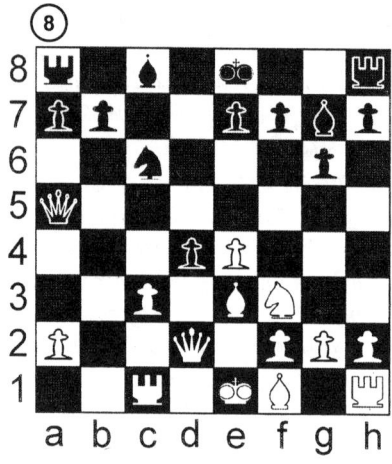

8

10வது நகர்த்தலை கருப்பு செய்த பின் போர்டின் நிலை (குரூயன்ஃபெல்டு டிஃபன்ஸ் கேம் - 3).

**11. c3 × d4** d4 பாயிண்ட்டிற்கு இரட்டைத் தாக்குதல் இரண்டு பேருக்கும் உள்ளது. Bf1 இன்னும் நகர்த்தப்படவில்லை. நகர்த்தினால் கேஸ்ட்லிங் செய்து கொள்ளலாம். ராணி × ராணி என்று சமம் (Equalise) செய்துகொள்ளலாம். இன்னும் இருவரும் திட்டமிட்டு செயல்படவில்லை.

**11. ... Qa5 × Qd2 +** இது எதிர்பாராத ஒன்று. ஆயினும், நாம் கணக்கிடத் தவறவில்லை. இப்பொழுது ராஜாவால் ராணியை அடிக்கக்கூடாது. Nf3 × Qd2 என்றுதான் அடிக்கவேண்டும். இல்லையேல் விதிப்படி கேஸ்ட்லிங் செய்துகொள்ள இயலாது. (Castling cannot be done once the king has moved and moved back to its original square)

**12. Ke1 × Qd2** இனி இவர் கோட்டை (Castling) கட்டிக்கொள்ள இயலாது. வெள்ளை சரியான நகர்த்தல்களை செய்யவில்லை. அவசரப்படுகின்றார். காரணம் கருப்பு தான்.

**12. ... 0 - 0** ராஜா பக்க கோட்டை (King's side Castling) கட்டிக்கொண்டார்.

**13. d4 - d5** Nc6-ஐ பயமுறுத்துகின்றது (Threatening). இதனால் நைட் (c6) வெள்ளையின் b4-ல் இறங்கலாம். d4-ல் இறங்கினால் Be3-ம், Nf3-ம் அடிக்கும்.

இந்த கேமில் கருப்பு முதலில் சரியாக விளையாடினார். பின் வெள்ளையை கேஸ்ட்லிங் செய்யவிடாது செய்தார். பின் நடுகள விளையாட்டை விளையாடினார். பின்பு குரூயன்ஃபெல்டு விளையாடுகிறார். இதனால் வெள்ளைக்கு சரியான நகர்த்தல்கள் செய்ய இயலாது போய்விட்டது. எனினும் வெள்ளை ஒரு ரூக்கைத் தவிர, மற்ற காய்கள் நல்ல நகரும் தன்மையைப் பெற்றுள்ளன.

**13. . . . Rf8 - d8** இதனால் கருப்பு, தனது நைட்டைக் காப்பாற்றிக் கொள்ளவில்லையென்றாலும், அதை அடிக்க இயலாதபடி செய்துவிட்டார். d5-ஆல் Nc6-ஐ அடித்தால், Kd2-க்கு செக் விழும்.

**14. Kd2 - e1** 10 நகர்த்தல்களுக்குள் கேஸ்ட்லிங் செய்திருந்தால், இந்த நகர்த்தல் விரையமாகி இருக்காது.

ராணியில்லா விளையாட்டு, நகர்த்தலை (Increase moves) கூடுதலாக்கும் - செஸ் தியரி.

**14. ... Nc6 - a5** இது சிறந்த நகர்த்தல் அல்ல. 14 ... Nc6 - e5, 15. Nf3 × Ne5 ... Bg7 × Ne5, 16. f2 - f4 ... Be5 - Bg7, 17. Ke2 - f2 என்று செல்ல கருப்பு துவங்கியிருக்க வேண்டும். இது (Nc6 - a5) சரியான நகர்த்தல் அல்ல என்று செஸ் வல்லுநர்கள் கூறுகின்றனர். அதன்படி செய்திருந்தால் இருவருக்கும் சக்தி (Force development) கூடியிருக்கும் என்றும் கூறுகின்றனர். இதில் இருவரும் (Novelty) எதிரி கண்டுபிடிக்க இயலாத விளையாட்டை விளையாட வேண்டும் என்று, அதிகமாகக் குழப்புவதாகக் கூறுகின்றனர். இதுபோன்ற கேம்களையும் அறிந்திருத்தல் அவசியம். Na5, c4-ல் இறங்கலாம். Na5 - b3 என்றால் a2 × Nb3. Na5 - c4 × Be3 என்று அடித்தாலும் அடிப்பார். அதனால் பிஷப்பை இழந்து குதிரையைப் பெறவேண்டிவரும் - வெள்ளைக்கு.

**15. Be3 - g5** பிஷப் g5 லிருந்து Rd8-ஐ கவனிக்கின்றது. (பயமுறுத்துகிறது) Bg5-க்கு Nf3 ஆதரவளிக்கின்றது.

வேறு காய்களை அடிப்பதற்கான நிலை இருவருக்கும் இல்லை. இருவரும் திட்டத்துடன் செயல்படுவதாகவும் தெரியவில்லை. Positional advantage - அதாவது காய்கள் இருக்கும் நிலையில் முன்னேற்றம், இருவருக்கும் சமமாகவே உள்ளது. ஆனால், ராஜாவின் பாதுகாப்பு வெள்ளைக்கு சற்று குறைவு. பான் e3-க்கு ஆதரவு இல்லை.

**15. ... Bg7 - f6** அடுத்த நகர்த்தலில் யாராவது அடித்தால், மற்றவரும் அடித்து சமமாகிவிடும் (Equalised). இருவருக்கும் ஆதரவு (Support) உள்ளது. 15 ... Bc8 - d7 கருப்பிற்கு சக்தியளிக்கும் (Strengthen) நகர்த்தல் ஆகும் என்று கருதுகின்றனர். Ra8, Rd8 ஒன்றுக்கொன்று ஆதரவாகிவிடும்.

**16.** **Bg5 - d2** அடிப்பதையோ, அடிபடுவதையோ விரும்பவில்லை. Na5-ஐத் தாக்குகின்றது.

**16.** **... b7 - b6** Na5-க்கு ஆதரவு (Support). இந்நகர்த்தலினால் Bc8 ; b7, a6 குறுக்கில் செல்லும்.

**17.** **Rc1 - c7** இதனால், கருப்பு Bf6-ஐ, g7-க்கு அல்லது வேறு கட்டத்திற்கு நகர்த்த இயலாது. நகர்த்தினால் e7-ஐ அடித்துவிடுவார். இல்லையென்றால் e7-க்கு Kg8 அல்லது Rd8-ன் பாதுகாப்பு தரவேண்டும் அல்லது e7 - e6 என்று வைத்து விடவேண்டும். இவர் ராஜாவை வளைக்கும் திட்டத்தில் இறங்கிவிட்டார். இப்பொழுது e7 ஒரு தடுப்பாக உள்ளது. அது நகர்ந்தால் f7-ஐ ஆதரவுடன் தாக்கும் திட்டம். இவ்வாறு தாக்கும் திட்டத்தை செஸ் விளையாட்டில் MC (Mating Combination) என்று குறிப்பிடுகின்றனர். ராணியே இல்லாமல் விளையாடும் விளையாட்டு. கற்பது நலம்.

**17.** **... Bc8 - g4** இந்நகர்த்தலால் எவ்விதப்பயனும் இல்லை. Nf3-ஐ அடித்தால் அதற்கு g2 ஆதரவு உண்டு. திசை திரும்ப விரும்பினாலும் h5-ல் நிற்கும். அங்கும் ஒரு பயனும் இல்லை. இவர் d7-ல் நின்றிருந்தால் Rc7-க்கும் e7-க்கும் இடையில் ஒரு மறைப்பாக (Target) இருந்திருக்கும். எனினும் a8 - d8 ரூக்குகளுக்குள் ஒரு ஒருங்கிணைப்பை (Co-ordination) உருவாக்கிவிட்டது.

**18.** **Bf1 - a6** இதனால் ராஜா f1-ல், ஆபத்து ஏற்பட்டால் நகர்ந்துகொள்ள இயலும். அடுத்த நகர்த்தலில் b7-ல் வைத்து Ra8-ஐ பயமுறுத்தலாம் (Threatening).

**18.** **... e7 - e6** அவ்வளவு நல்ல நகர்த்தல் அல்ல. முன்பு கூறியதுபோல் f7 தாக்கப்படலாம் (Rc7 × f7). Nf3 - g5 ஆதரவாக (Support) வரும். e6 × d5 பின்பு e4 × d5 என்று வெள்ளை ராஜா நிற்கும் ஃபைலை காலி (Free)ஆக்க விரும்புகிறார். d4 × e5 என்றாலும் 'd' ஃபைல் ஃப்ரீ ஆவதையும் விரும்புகிறார். இந்த ஃபைல்களினால் வெள்ளை ராஜாவை எளிதில் தாக்க இயலும் - ரூக்குகளால்.

**19.** **Nf3 - g5** வெள்ளை, ராணியின்றி சக்தியான (Force) விளையாட்டு விளையாட ஆரம்பித்துவிட்டார். ராணியின்றி சக்தி கூடுகின்றது. இந்நகர்த்தல் கருப்பிற்கு குழப்பத்தை ஏற்படுத்தலாம். கருப்பு தனது அடுத்த நகர்த்தலில் g5-ல் இருக்கும் வெள்ளை நைட்டிற்கு ஆசைப்படாமல் 19 ... e6 × d5 என்று துவங்கினால் 20. Ng5 × f7 ... Rd8 - d7, 21. Nf7 - h6 + ... Kg8 - g7, 22. Rc7 - c8 என்று சத்தான (Strong) நகர்த்துதல்களாகச் செல்லும். பின் 22 ... Ra8 × Rc8, 23. Ba6 × c8 ... Rd7 - c7, 24. Bc8 - g4 ... Bf6 - c3, 25. Bg4 - e6 ... Bc3 × Bd2 +, 26. Ke1 × d2 ... Na5 × c4 +, 27. Kd2 - Ke2 ... Kg7 × Nh6, 28. Be6 × d5 என்று நகர்த்தல்கள், நல்ல கட்டங்களில் முன்னேற்றத்துடன் (With both material and positional advantage) செல்லும் என்று செஸ் நிபுணர்கள் கணிக்கின்றனர். இது செஸ் கோட்பாடுகளில் காணப்படுவதாகவும் கூறுகின்றனர். ஆனால் கருப்பு 19-ல் இதைச் செய்யவில்லை.

**19. ...Bf6 - e5** வெள்ளையின் ரூக் Rc7-ஐ பயமுறுத்துகிறது (Threatening). அதே சமயம் h2-ஐயும் கண்காணிக்கின்றது. Rh1 நகர்ந்தால் உடன் அதை அடித்துவிடும். Rh1-ஐ அவசரப்பட்டு நகர்த்திவிடக் கூடாது. கருப்பு தனது f7 தாக்கப்படுவதையறிந்தும் அதை ஏன் காப்பாற்றவில்லை ? இதற்கு இவரே வழி வகுத்துக் கொடுத்துவிட்டார். 17-வது நகர்த்தலில் கருப்பு Bc8 - g4 என்றும்... 18-ல் e7- e6 என்றும் நகர்த்தி இந்நிலையை ஏற்படுத்திக்கொண்டார். அதாவது வெள்ளையின் Rc7 × f7-க்கு வழிவகுத்துக் கொடுத்துவிட்டார். 17, 18-ல் இது தெளிவாக (எவருக்கும்) தெரியும்படியாகவே இருந்தது.

**20. Rc7 × f7** கருப்பு ராஜாவால் இதை அடிக்க முடியாது Ng5 சப்போர்ட் உள்ளது. இப்பொழுது கருப்பு ராஜா, நகராவிடில் Ng5 × h7 என்று பானை எடுப்பார். ராணியில்லாமலேயே இருவரும் விளையாடுவது சாமர்த்தியம் என்று கூறலாம்.

**20. ...e6 × d5** இந்நகர்த்தலில் இவர் ராஜாவை Kg8 - Kh8 என்றோ, h7 - h6 என்றோதான் நகர்த்தியிருக்கவேண்டும். 20. ... h7 - h6, 21. Ng5 - f3 ... Bg4 × Nf3, 22. Rf7 × Bf3 ... e6 × d5, 23. e4 × d5 ... Rd8 × d5, 24. B× h6 என்றும் ஒரு நல்ல வழி (Analysed move) உண்டு என்று சாம்பியன் ஒருவர் கூறுகின்றார்.

கருப்பு தனது 20-வது நகர்த்தலை செய்தபின்பு போர்டின் நிலையை **படம் 9** உடன் ஒப்பிட்டு சரிபார்த்துக்கொள்ளவும்.

9

20வது நகர்த்தலை கருப்பு செய்தபின் போர்டின் நிலை
(குரூயன்ஃபெல்டு டிஃபன்ஸ் கேம் 3)

**21. f2 - f4** பிஷப் Be5, பயமுறுத்தப்படுகிறது. (Threatening) e4 × d5 என்று அடித்தும் இருக்கலாம். அவர் d5 × e4 என்று அடித்தால் உடன் Ng5 × d4 என்று அடித்துவிட வேண்டும். இல்லையேல் மேலேயேறி ராணியாகப்

போகிறேன் என்று பயமுறுத்தும். அச்சமயம் அதையடிக்க சில மூவ்கள் தேவைப்படலாம். அது விரயம் (Waste) தானே.

*21.* **. . . Be5 - g7** இந்நகர்த்தலிலும் செஸ் வல்லுநர் ஒருவரின் அபிப்ராயம் (Suggestion) மிகவும் நுட்பமானது. அவரது கணிப்பு அற்புதமானது. (The accuracy and depth of the chess expert are truly amazing) என்று கூறுப்படுகின்றது. அது:- *21* . . . Bd5 - d4, *22*.Rf7 × h7 . . . Na5 - c4, *23*. e4 - e5 . . . Rd8 - e8, *24*. h2 - h3! . . . Bd4 × e5, *25*. f4 × Be5 . . . Re8 × d5 +, *26*. Ke1 - Kf2 . . . Ra8 - f8 +, *27*. Kf2 - g3 . . . Nc4 × d2, *28*. h3 × Bg3 . . . Re5 × Ng5 (கண்டிப்பாக) *28*. K × g4 . . . R × g5 + செய்யக் கூடாது) *29*. Rh7 - h8 + . . . Kg8 - f7, *30*. Rh1 - h7 + . . . Kf7 - e8, *31*. Bb6 - b5 + என்று தொடர்பவை.

இப்புத்தகத்தில் வரும் மாற்று நகர்த்தல்களை இரண்டாவது போர்டில் பயிற்சி செய்வதுடன் அதனையும் இணைத்து, முழு கேமையும் (புதிய இணைப்புடன்) விளையாடிப் பழகவும்.

*22.* **f4 - f5** இதைவிட h2 - h4 சிறந்தது (Stronger) என்று செஸ் நிபுணர் கூறுகிறார். இந்த நகர்த்தலைச் செய்ததன் நோக்கம் *22* . . . g6 × f5, *23*. h2 -h3 . . . Bg4 - h5, *24*. Rf7 × Bg7 + . . . Kg8 × Rg7, *25*. Ng5 - e6 + . . . Kg7 - f6, *26*. Ne6 × d8 . . . Ra8 × Nd8, *27*. e4 × f5 . . . Na4 - c4 என்று தொடர் போராட்டம் தான் நடக்கும் என்பதை கணிக்கிறார்.

*22.* **. . . d5 × e4 ?** வெள்ளையின் சில முந்தைய நகர்த்தல்களால், கருப்பிற்கு அதிக நேரம் யோசிக்கவேண்டிய நிலைமையினாலும், நேரம் போதாமையினாலும், கருப்பு இத்தவறை (Blunder) செய்துவிட்டாரோ என்று பார்வையாளர்கள் (Spectators) விமர்சனம் செய்தனராம் இந்நகர்த்தலைப் பற்றி.

*23.* **Bd2 × Na5** நைட்டிற்காக பிஷப்பை இழந்துவிட்டார்.

*23.* **. . . b6 × Ba5** *23* . . . e4 - e3-ஆக இருந்திருப்பின் *24*. Rf7 × Bg7 + . . . Kg8 × Rg7, *25*. Ba5 - c3 + . . . Kg7 - h6, *26*. Ng5 - f7 + . . . Kh6 - h5, *27*. Nf7 × Rd8 . . . Ra8 × Nd8, *28*. Ba6 - e2 என்று ஒரு தொகுப்பும் உள்ளது. ஆனால் இது வெள்ளைக்கு சாதகமான நகர்த்தல் தொகுப்பு. இதனையும் செய்து பார்க்கவும்.

போர்டின் நிலையை கணிப்போமேயாகில் கருப்பிற்கு 1 பிஷப்பும் 1 பானும் கூடுதலாக உள்ளது. வெள்ளைக்கு 1 நைட் கூடுதலாக உள்ளது.

*24.* **Ba6 - c4** நல்ல நகர்த்தல். Rf7 × a7 என்றால் ஒப்பன் செக் ஆகும். a7 பான் லாபம். Kg8 - Kh8 சென்றால் Ng5 - f7 + என்று கருப்பிற்கு வெள்ளை அழுத்தம் கொடுத்துக்கொண்டே இருக்கலாம்.

*24.* **. . . Bg7 - c3 +**

25. **Ke1 - f2** கருப்பு மேலும் Rd8 - d2 + வைத்து இவருக்கு அழுத்தம் (Pressure) கொடுக்க இயலும். e4 கருப்பு பான் d3, f3 கட்டங்களைக் கண்காணிக்கின்றது. d2, e2-வை முறையே g4, c3 கருப்பு பிஷப்புகள் கண்காணிக்கின்றன. எனினும் வெள்ளை ராஜா தப்பிக்க ஐந்து கட்டங்கள் உள்ளன. வெள்ளைக்கு போர்டின் நிலை (Positional advantage) சாதகமாக உள்ளது. இரண்டு ரூக்குகளும் இறங்கி வந்தாலும், வளைப்பது சிரமம். ஏனெனில் Rd8-ஐ d3-ல் நிறுத்த முடியாது. அதில் நிறுத்தும் நிலை ஏற்பட்டால் தான் வெள்ளை ராஜாவை வளைக்க இயலும்.

25. ... **e4 - e3 +** வெள்ளை இதை அடிக்கலாம் (Kf2 × e3). ஆனால் Bc3 - d2 + என்று சொல்லி Ng5-ஐ எடுத்துவிடுவார் கருப்பு.

26. **Kf2 - g3** வெள்ளை கோட்டை (Castling) கட்டாமையால், இவ்வாறு அலைகிறார். பலமுறை செக் சொல்லப்படுகின்றார் (அலைக்கழிக்கப் படுகின்றார்).

26. ... **Bc3 - e5+** இது ஒரு பயனற்ற செக். இதனால், ஒரு காய் பரிமாற்றம் தான் நிகழும். 27. Kg3 × Bg4 ... Rd8 - d4 + என்று வைத்து அவரது Bc4-ஐ எடுத்துவிடுவார். இந்த நேரத்தில், பிஷப்புகளை இருவரும் இழந்திருக்க வேண்டியதில்லை. இதற்குக் காரணம் கருப்புதான்.

27. **Kg3 × Bg4**

27. ... **Rd8 - d4+**

28. **Kg4 - h3**

28. ... **Rd4 × Bc4** நான்கு நகர்த்தலில் ஒரு காய் பரிமாற்றம் (Exchange) முடிந்தது.

29. **f5 - f6** f5 × g6 என்று அடிக்கவில்லை. இந்த நகர்த்தலால் e7, g7 கட்டங்களைக் கண்காணிக்கின்றது. இத்தருணத்தில் இது மிகவும் உபயோகமானது. இது ராஜாவை வளைக்க உதவும் நகர்த்தல்.

29. ... **Be5 × f6** அந்த முக்கிய பானை Be5 அடித்துவிட்டது.

30. **Rf7 × Bf6** கருப்பு ஒரு பிஷப்பை கூடுதலாக இழந்துவிட்டது. அஜாக்கிரதையல்ல, தவிர்க்க இயலாததால். இல்லையேல் அந்த பான் செக் மேட்டிற்கு பெரிதும் உதவியிருக்கும்.

30. ... **Ra8 - e8** கருப்பு e3 பான் ராணியாவதற்கு ஆதரவாக (Support) இதை நகர்த்தியுள்ளார்.

கருப்பு தனது 30-வது நகர்த்தலை செய்தபின்பு போர்டின் நிலையை (Position of the Board) **படம் 10** உடன் ஒப்பிட்டு சரிபார்த்துக்கொள்ளவும்.

சுராவின் செஸ் திறப்புகள் (ஓப்பனிங்ஸ்)

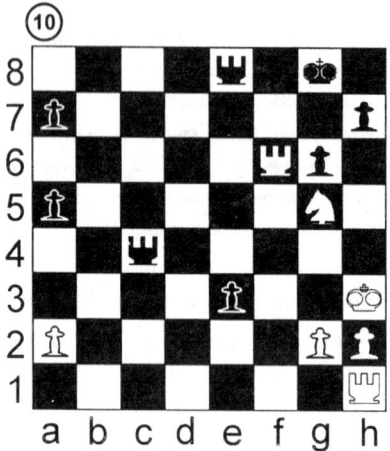

10

30-வது நகர்த்தலை கருப்பு நகர்த்திய பின் போர்டின் நிலை
(குருயன்ஃபெல்டு டிஃபன்ஸ் கேம் - 3)

**31. Rh1 - e1** கருப்பின் e3 பானை தடுத்து நிறுத்த இந்நகர்த்தல் உதவும். அதை அடித்தால், ரூக்கை இழக்க நேரிடும். இன்னும் ஒரு சப்போர்ட் இருந்தால்தான் அடிக்க இயலும். Rf7-ஐ ஒரே நகர்த்தலில் f3-ல் வைக்கலாம். அல்லது Kh3-ஐ இரண்டு நகர்த்தலில் வைக்கலாம். Ng5-ஐ மூன்று நகர்த்தலில் வைக்கலாம். இம் மூன்றில் ராஜாவை வைப்பதுதான் சிறந்தது. ரூக்கை f3-ல் வைத்தாலும் பான் e2-க்குப் போய்விடலாம்.

**31. . . . e3 - e2** Rf6 - f2 என்று கொண்டுவந்து இதை உடனே அடித்து விடவேண்டும்.

**32. Kh3 - g3** பானை (e2) அடிக்கக் கொண்டு வருகின்றார். Kg3 - Kf2 என்று வைத்து Re1 × e2 என்று அடிக்கலாம். Re8 × Re2 என்றால் Kf2 × e2.

**32. . . . Rc4 - a4** வெள்ளையின் a2 பானை அடிக்க நகர்த்தியுள்ளார்.

**33. Kg3 - f2** முன்பு கூறியது போலவே பானின் அருகில் வந்துவிட்டார்.

**33. . . . Ra4 × a2**

**34. Ng5 - e6** Re8 × Ne6 என்றால் Rf6 × Re6 என்றாகிவிடும். Re1 × e2 என்று அடித்திருந்தால், கருப்பு Ra2 × Re2, அந்தக் கருப்பு Re2-ஐ, அடிக்க முடியாத நிலையிருந்தது எதனால் ? Re8-ஆல். அந்த சாதகமான நிலை Ng5 - e6 என்று நகர்த்தியமையால் கருப்பிற்கு இப்பொழுது இல்லை.

**34. . . . a5 - a4** ராணியாக்கும் முயற்சி.

**35. Re1 - b1** இது ஆபத்தான நகர்த்தல். த்ரில்லிங் (Thrilling)கானதும் கூட.

**35. . . . a4 - a3** ராணியாக்கும் முயற்சியில் அடுத்த படி.

**36. Rb1 - b7** ராஜாவை (Kf2) நம்பி, ரூக்கை மேலே கொண்டு செல்கிறார். b7-லிருந்து g7-க்கு நகர்த்தி செக் சொல்லுவார். ஆதரவு Ne6. கருப்பு Re8 × Ne6 என்றால் Rf6 × Re6 என்று அடிப்பார். அந்த Re6 ; e2-ஐயும் கண்காணிக்கும். இப்பொழுது கருப்பு ராஜா 7-வது ரேங்க்கைத் தாண்ட இயலாது. பின் Re6 - Re8 செக், செக்மேட் ஆகிவிடும்.

**36. . . . e2 - e1 (Q) +** கருப்பு இந்த நகர்த்தலை செய்யாமல் Ra2-ஐ b2 (Ra2 - b2)-ல் வைத்திருந்தால், கருப்புதான் வெற்றியடைந்திருப்பார் அல்லது வெள்ளை டிரா (Draw) கேட்டிருப்பார் என்று செஸ் நிபுணர்கள் கூறுகின்றார்கள். எப்படியெனில் 36 . . . Ra2 - b2, 37. Rb7 -b7 + . . . Kg8 - h8, 38. Rg7 - e7 . . . Rb2 - b8 (38 . . . Re8 - e8, 39. Rc7 - ம் செய்யலாம்). 39. R × a7 . . . Rb8 - a8, 40. R × a8 . . . Re8 × a8, 41. Nd4 . . . a3 - a2, 42. Nd4 -Nb3 . . . Ra8 - b8, 43. h × a2 என்பதாகும்.

**37. Kf2 × e1 (Q)** ராணியானதை அடித்து விட்டார்.

**37. . . . Ra2 × g2** வெள்ளைக்கு இன்னும் ஒரே ஒரு பான்தான் உள்ளது.

**38. Rb7 - g7 +**

**38. . . . Kg8 - h8** கருப்பு ராஜாவிற்கு இப்பொழுது நகருவதற்கு கட்டங்கள் இல்லை. என்றாலும் அசையாநிலை (Stalemate-ம்) இல்லை. ஏன் ? வேறு காய்கள் நிறைய உள்ளன.

**39. Rg7 - f7** இதனால் கருப்பு ராஜாவிற்கு நகருவதற்கு g8 ஒரு கட்டம்தான் உள்ளது.

**39. . . . h7 - h5** இதனால் இரண்டு கட்டங்கள் h7, h6 டெவலப் ஆனாலும் கருப்பு ராஜா 7-வது ரேங்க்கைத் தாண்ட இயலாத நிலை. g2-ல் நிற்கும் கருப்பு ரூக்கும் உதவிக்கு வர இயலவில்லை. அதன் பானே g6-ல் தடுத்து நிற்கின்றது.

**40. Ke1 - f1** வெள்ளைக்கு Ne6-ஐ நகர்த்தவேண்டிய அவசியம் ஏற்பட்டுள்ளதாக தெரிகிறது. Ne6-ஐ நகர்த்தினால் . . . Rd8 + ஆகும். மேலும் Rd8-ம் இறங்கினால் ரூக் என்டிங் ஆனாலும் ஆகலாம். எனவே, முன்கூட்டியே உஷாராக இடம் பெயர்ந்துவிட்டார். அத்துடன் Rg2 ஐயும் பயமுறுத்துகிறார்.

**40. . . . Rg2 × h2** வெள்ளைக்கு இருந்த ஒரு பானும் போய்விட்டது. இந்நிலையிலும் கருப்பு தனது ராஜாவிற்கு உதவ இயலாது. கருப்பும் சளைத்தவர் அல்லர். இப்பொழுதும் இரண்டே மூவில் செக்மேட் செய்யும் நிலையில் கருப்பு உள்ளார். செஸ் நிபுணர்கள் கருப்பைப் பாராட்டுவதுடன், அவருக்கு இருக்கும் வழியையும் கூறுகின்றனர். அது 40. . . . a3 - a2, 41. Rf7 × a7 (41. . . . Rh2 - Rb2, 42. Ne6 -Ng5 தற்சமயம் செய்யவே கூடாது. வெள்ளை சிறந்த நகர்த்தல் அடிப்படையில் செய்யவே மாட்டார்). ஆனால், 41 . . . Rb2 × h2, 42. R × g6 . . . a2 - a1 (Q), 43. R × a1 . . . Rh2 - Rh1 +, 44. Rg1 . . . R × g1 + தொடர்ந்து செல்ல வேண்டும். பெஸ்ட் ஆஃப் மூவ்ஸ் அடிப்படையில் (Based on best of moves).

**41. Rf6 × g6** செக்மேட்டாக வெள்ளைக்கு ஒரே நகர்த்தல்தான். அது Rf7 - h7 + கருப்பிற்கு இரண்டே நகர்த்தல். அது - Re8 - c8, c8 - c1 செக். செக்மேட்.

**41. . . . Re8 ×Ne6** கருப்பு தோல்வியை ஒப்புக்கொள்ள தயாராகி விட்டார்.

**42. Rg6 × Re6**

**42. . . . Kh8 - g8**

**43. Rf7 × a7**

**43. . . . கருப்பு தோல்வியை ஒப்புக்கொண்டார்.** (Black Resigns)

இந்த கேமை ஒரு 'கவர்ச்சிகரமான (Fascinating game) விளையாட்டு' என்று செஸ் வல்லுநர்களும், செஸ் பிரியர்களும், இதர சாம்பியன்களும் கூறுகின்றனர். இந்த கேமின் சிறப்பு, இருவரும் ராணியை ஆரம்ப நிலையிலேயே இழந்து விளையாடுவதுதான். வாசகர்கள் இந்த கேமைக் கற்பதால் பயன் உண்டு.

வெள்ளை தனது 43-வது நகர்த்தலைச் செய்தபின்பு கருப்பு தனது 43-வது நகர்த்தலைச் செய்யவில்லை. தோல்வியை ஒப்புக்கொண்டார். போர்டின் இறுதி நிலையை **படம் 11**-உடன் ஒப்பிட்டு சரிபார்த்துக்கொள்ளவும்.

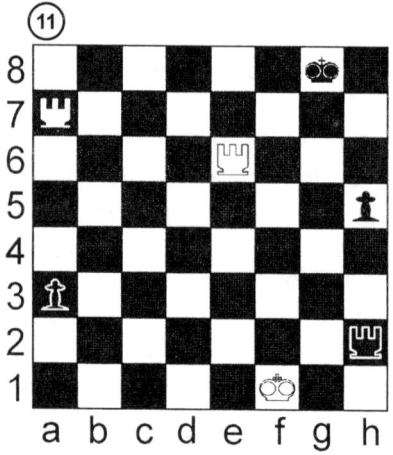

11

**43**வது நகர்த்தலை வெள்ளை செய்தபின் கருப்பு தனது தோல்வியை ஒப்புக்கொண்டபின் உள்ள போர்டின் நிலை. (Black Resigns). (குரூயன்ஃபெல்டு டிஃபன்ஸ் கேம் - 3).

அடுத்ததாக, அடுத்தடுத்து வரும் நகர்த்துதல்களில் அனைத்து காய்களை பற்றிய சிந்தனைப் (Consequence thinking of whole coins) பயிற்சி, மற்றும் அடுத்தடுத்துவரும் நகர்த்துதல்களில் தனித்தனி காய்களைப் பற்றிய (Consequence thinking of single pieces) சிந்தனைப் பயிற்சி ஆகியவற்றைக் காண்போம்.

(a) முதலில் அடுத்தடுத்து வரும் நகர்த்தலில் அனைத்து காய்களைப் பற்றிய சிந்தனை (Consequence thinking of whole coins) பயிற்சி. இதன் முதல் கட்டப் பயிற்சி 'யோசிப்பதெப்படி' என்ற 2-ம் பாடத்தில், பாரா 4 (a)- ல் கொடுக்கப்பட்டுள்ளது. அதன்படி பயிற்சியை செய்து கொள்ளவும். அதனை தொடர்ந்து செய்யவேண்டிய இரண்டாம் கட்டப் பயிற்சிக்கான நகர்த்தல்கள் கீழே தரப்பட்டுள்ளது.

1-வது நகர்த்தலில் நான் d2 - d4, அவர் Ng8 - f6, 2-ல் நான் c2 - c4, அவர் g7 - g6, 3-ல் நான் Nb1 - c3, அவர் d7 - d5, 4-ல் நான் c4 × d5, அவர் Nf6 × d5, 5-ல் நான் e2 - e4, அவர் Nd5 × c3, 6-ல் நான் b2 × c3, அவர் Bf8 - g7, 7-ல் நான் Ng1 - f3, அவர் c7 - c5, 8-ல் நான் Bc1 - e3, அவர் Qd8 - a5, 9-ல் நான் Qd1 - d2, அவர் Nb8 - c6, 10-ல் நான் Ra1 - c1, அவர் c5 × d4, 11-ல் நான் c3 × d4, அவர் Qa5 × d2 +, 12-ல் நான் Ke1 - d2, அவர் 0 - 0, 13-ல் நான் d4 - d5, அவர் Rf8 - d8, 14-ல் நான் Kd2 - e1, அவர் Ne6 - a5, 15-ல் நான் Be3 - g5, அவர் Bg7 - f6, 16-ல் நான் Bg5 - d2, அவர் b7 - b6, 17-ல் நான் Rc1 - c7 அவர் Bc8 - g4, 18-ல் நான் Bf1 - a6, அவர் e7 - e6, 19-ல் நான் Nf3 - g5, அவர் Bf6 - e5, 20-ல் நான் Rc7 × f7, அவர் e6 × d5, 21-ல் நான் f2 - f4!, அவர் Be5 - g7, 22-ல் நான் f4 - f5, அவர் d5 × e4 ?, 23-ல் நான் Bd2 × a5, அவர் b6 × a5, 24-ல் நான் Ba6 - c4, அவர் Bg7 - c3+, 25-ல் நான் Ke1 - f2, அவர் e4 - e3 +, 26-ல் நான் Kf2 - g2, அவர் Bc3 - e5 +, 27-ல் நான் Kg3 × g4, அவர் Rd8 - d4 +, 28-ல் நான் Kg4 - h3, அவர் Rd4 × c4, 29-ல் நான் f5 - f6, அவர் Be5 × f6, 30-ல் நான் Rf7 × f6, அவர் Ra8 - e8, 31-ல் நான் Rh1 - e1, அவர் e3 - e2, 32-ல் நான் Kh3 - g3, அவர் Rc4 - a4, 33-ல் நான் Kg3 - f2, அவர் Ra4 × a2, 34-ல் நான் Ng5 - e6, அவர் a5 - a4, 35-ல் நான் Re1 - b1 ?, அவர் a4 - a3, 36-ல் நான் Rb1 - b7, அவர் e2 - e1 (Q)+, 37-ல் நான் Kf2 × e1, அவர் Ra2 × g2, 38-ல் நான் Rb7 - g7, அவர் Kg8 - h8, 39-ல் நான் Rg7 -f7, அவர் h7 -h5, 40-ல் நான் Ke1 - f1, அவர் Rg2 × h2 ?, 41-ல் நான் Rf6 × g6, அவர் Re8 × e6, 42-ல் நான் Rg6 × e6, அவர் Kh8 - g8, 43-ல் நான் Rf7 × a7, அவர் தோல்வியை ஒப்புக்கொண்டார் (Resigned)

(b) அடுத்ததாக, அடுத்தடுத்து வரும், நகர்த்தல்களில், தனித்தனி காய்களைப் பற்றிய சிந்தனைப் பயிற்சி (Consequence thinking of single pieces). இப்பயிற்சிக்குத் தேவையான - செய்யவேண்டிய, முதற் கட்டப் பயிற்சி 'யோசிப்பதெப்படி' என்ற 2-ம் பாடத்தில் பாரா 4 (c)-ல் தரப்பட்டுள்ளது. அதனைத் தொடர்ந்து செய்யவேண்டிய இரண்டாம் கட்டப் பயிற்சிக்கான நகர்த்தல்கள் விபரம் கீழே தரப்பட்டுள்ளது.

**வெள்ளை பான்கள்**

**a2** - 33-வது நகர்த்தலில் அடிபட்டு விடுகிறது Ra4 × a2

**b2** - 6-ல் c3, 11-ல் d4, 13-ல் d5, 20-ல் அடிபட்டு விடுகிறது.

| | | |
|---|---|---|
| c2 | - | 2-ல் c4, 4-ல் ×d5 அங்கேயே அடிபட்டு விடுகிறது. |
| d2 | - | 1-ல் d4, 10-ல் அடிபட்டு விடுகிறது. |
| e2 | - | 5-ல் e4, 22-ல் அடிபட்டு விடுகிறது. |
| f2 | - | 21-ல் f4, 22-ல் f5, 29-ல் f6, அதிலேயே அடிபட்டு விடுகிறது. |
| g2 | - | 37-ல் அதிலேயே அடிபட்டு விடுகிறது. |
| h2 | - | 40-ல் அதிலேயே அடிபட்டு விடுகிறது. |

**வெள்ளை ரூக்குகள்**

| | | |
|---|---|---|
| a1 | - | 10-ல் c1, 17-ல் c7, 20-ல் f7, 30-ல் f6, 41-ல் g6, 42-ல் e6 அடிபடவில்லை. |
| h1 | - | 31-ல் e1, 35-ல் b1, 36-ல் b7, 37-ல் g7, 38-ல் f7, 43-ல் a7. அடிபடவில்லை. |

**வெள்ளை நைட்டுகள்**

| | | |
|---|---|---|
| b1 | - | 3-ல் c3, 5-ல் அடிபட்டு விடுகிறது. |
| g1 | - | 7-ல் f3, 19-ல் g5, 34-ல் e6, 41-ல் அடிபட்டு விடுகிறது. |

**வெள்ளை பிஷப்புகள்**

| | | |
|---|---|---|
| c1 | - | 8-ல் e3, 15-ல் g5, 16-ல் d2, 23-ல் a5. அதிலேயே அடிபட்டு விடுகிறது. |
| f1 | - | 18-ல் a6, 24-ல் c4, 28-ல் அடிபட்டு விடுகிறது. |

**வெள்ளை ராணி**

| | | |
|---|---|---|
| d7 | - | 9-ல் d2. அதே நகர்த்தலில் அங்கேயே அடிபட்டு விடுகின்றது. |

**வெள்ளை ராஜா**

| | | |
|---|---|---|
| e1 | - | 12-ல் ×d3, 14-ல் e1, 25-ல் f2, 26-ல் g3, 27-ல் g4, 28-ல் h3, 37-ல் e1, 40-ல் f1. கேஸ்ட்லிங் செய்யாமையால் ராஜாவிற்கு இத்தனை நகர்த்தல்கள். பொதுவாக ராஜாவிற்கு 1 முதல் 4 நகர்த்தல்கள்வரை தான் இருக்கும். |

**கருப்பு பான்கள்**

| | | |
|---|---|---|
| a7 | - | அதிலேயே, 43-வது நகர்த்தலில் அடிபட்டு விடுகிறது. |
| b7 | - | 16-ல் b6, 23-ல் ×a5, 34-ல் a4, 35-ல் a3. அடிபடவில்லை. |
| c7 | - | 7-ல் c5, 10-ல் ×d4, 11-ல் அடிபட்டு விடுகின்றது. |
| d7 | - | 3-ல் d5, 4-ல் அடிபட்டு விடுகின்றது. |
| e7 | - | 18-ல் e6, 20-ல் ×d5, 22-ல் ×e4, 25-ல் e3, 31-ல் e2, 36-ல் e1 (Q) அடிபட்டு விடுகிறது. |
| f7 | - | 20-ல் அங்கேயே அடிபட்டு விடுகிறது. |
| g7 | - | 2-ல் g6, 41-ல் அடிபட்டு விடுகிறது. |
| h7 | - | 39-ல் h5. அடிபடவில்லை. |

**கருப்பு ரூக்குகள்**

**a8** - 30-ல் e8, 41-ல் e6. அதிலேயே அடிபட்டு விடுகிறது.

**h8** - 12-ல் கேஸ்ட்லிங்கிற்காக f8, 27-ல் d4, 28-ல் c4, 32-ல் a4, 33-ல் ×a2, 37-ல் ×g2, 40-ல் ×h2. அடிபடவில்லை.

**கருப்பு நைட்டுகள்**

**b8** - 9-ல் c6, 14-ல் a5, 22-ல் அடிபட்டு விடுகிறது.

**g8** - 1-ல் f6, 4-ல் ×d5, 5-ல் ×c3, 6-ல் அடிபட்டு விடுகிறது.

**கருப்பு பிஷப்புகள்**

**c8** - 17-ல் g4, 27-ல் அடிபட்டு விடுகிறது.

**f8** - 6-ல் g7, 15-ல் f6, 19-ல் e5, 21-ல் g7, 24-ல் c3, 26-ல் e5+, 29-ல் f6. அங்கேயே அடிபட்டு விடுகிறது.

**கருப்பு ராணி**

**d8** - 8-ல் a5, 11-ல் d2 + அதிலேயே அடிபட்டு விடுகிறது (ராணி × ராணி)

**கருப்பு ராஜா**

**e8** - 12-ல் g8 (கேஸ்ட்லிங்). 38-ல் h8, 42-ல் g8.

# வினாக்களுக்கு விடையளிக்கவும்

1. இதில் இவர்கள் 10-வது நகர்த்தலுக்குள், திறப்புகளை முடித்து, கோட்டை (Castling) கட்டிக்கொண்டார்களா ? செய்யவில்லையென்றால், அதற்குக் காரணம் என்ன ? 5
2. கருப்பின் 14-வது நகர்த்தல் எதுவாக இருக்கலாம் என்று செஸ் வல்லுநர்கள் அபிப்பிராயம் (Suggest) சொல்கின்றனர் ? 4
3. 15-ல் கருப்பிற்கு சக்தி தரும் நகர்த்தல் (Force) எது ? 3
4. 19-ல் கருப்பின் நகர்த்தல் 19 . . . e6 × d5 என்று இருப்பின், கேம் எப்படிச் செல்லும் என்று செஸ் வல்லுநர்கள் கணித்தனர் ? 6
5. 21-வது கருப்பு நகர்த்தலுக்குப்பின், 31-வது வெள்ளை நகர்த்தல் வரை, மாற்று நகர்த்தல் தொகுப்பு ஒன்றை செஸ் வல்லுநர்கள் கூறுகின்றனர். அது என்ன ? 5
6. கருப்பின் 23-வது நகர்த்தலில் செஸ் நிபுணர்கள் மாற்றிக் கூறும் நகர்த்தல்கள் யாவை ? 4
7. 35 - 37 நகர்த்தல்களுக்கு கூறப்பட்டுள்ள மாற்று நகர்த்தல்களை எழுது. 3
8. 36-வது நகர்த்தலில், எந்த நகர்த்தல் தொகுப்புகளைக் கடைப்பிடித்திருந்தால், தோல்விக்குப் பதிலாக, வெற்றி அல்லது டிரா (Draw) ஏற்பட்டிருக்கும் ? 5

## பாடம் - 7

# குருயான்ஃபெல்டு டிஃபன்ஸ் - 4
# (Gruenfeld Defence - 4)

இதுவரை மூன்று கேம்கள் ஆராய்ச்சி செய்து விளையாடிப் பார்த்து விட்டோம். நான்காவது விளையாட்டாக கீழே உள்ள கேம் (Game) தரப்பட்டுள்ளது. இதனையும் விளையாடிப் பார்த்து, சிந்தனைப் பயிற்சி செய்யும் பட்சத்தில், குருயன்ஃபெல்டு டிஃபன்ஸ் விஷயத்தில் இன்னும் நீங்கள் பலம் பெறுவீர்கள் என்பதில் ஐயமில்லை. இதோ விளையாட்டு.

1 **d2 d4** d2 பான், அதாவது ராணியின் முன் உள்ள பான் நகர்த்தப்படுகிறது. திறப்புகள் விதிப்படி சரியே. திட்டம் ஏதும் தற்சமயம் இல்லை. மூன்று காய்களுக்கு வழி திறக்கப்பட்டுவிட்டன. c1 பிஷப் போர்டில் கடைசிவரை (c1, d2, e3, f4, g5, h6) செல்லும். ராணி d2, d3-யில் செல்லும். ராஜா d2-ல் நகரும். d4- பான், e5, c5 கட்டங்களைக் கண்காணிக்கின்றது.

1\. **. . . Ng8 - f6** இதில், திறப்பு சம்பந்தமான பாயிண்ட் ஏதும் இல்லை. ஆனால், ஒரு சிறு திட்டம் உண்டு. அது வெள்ளைக்கு முன்பு கேஸ்ட்லிங் (Castling) செய்துகொள்ள g8 கட்டத்தை காலி செய்கின்றார்.

2\. **Ng1 - f3** இவரும் கேஸ்ட்லிங் செய்வதில் ஆர்வம் காட்டுகிறார். g1 கட்டத்தை காலி செய்து விட்டார். c2 - c4 குருயன்ஃபெல்டின்படி செய்திருக்க வேண்டும். என்றாலும் 1 ஆட்டம் முன்பின் நகர்த்தலாம்.

2\. **. . . g7 - g6** இதனால் பிஷப் (f8) இரண்டு கட்டங்கள் (g7, g6) குறுக்காக கருப்புக் கட்டத்தில் செல்ல இயலும். அத்துடன் f8 கட்டம் Bf8 - g7 செய்தால் காலியாகும் (Developed). அதனால் கேஸ்ட்லிங் செய்துகொள்ள இயலும்.

இப்பொழுது போர்டின் நிலையைப் பார்ப்போம் (Board position). கருப்புக் குதிரை (f6) நான்கு கட்டங்களைக் கண்காணிக்கின்றது (h5, g4, e4, d5) அதில் e4-ம், g4-ம், அதன் எதிரியின் (வெள்ளை) கட்டங்களாகும். கருப்பு பான் (g6) இரண்டு கட்டங்களைக் கண்காணிக்கின்றது (f5, h5). அதேபோல் வெள்ளைக் குதிரை (f3) h4, g5, e5, d4 ஆகிய நான்கு கட்டங்களைக் கண்காணிக்கின்றன. அதில் e5-ம், g5-ம் எதிரியின் கட்டங்களாகும். வெள்ளையின் பான் (d4) c5, e5 ஆகிய கட்டங்களைக் கண்காணிக்கின்றது.

3\. **c2 - c4** இப்பொழுது ராணிக்கு போர்டின் இறுதிக் கட்டமான a4 வரை குறுக்கில் (d1, c2, b3, a4) செல்ல இயலும். பான் (c4) b5, d5 ஆகிய இரு கட்டங்களைக் கண்காணிக்கிறது. இப்பொழுது கருப்புக் குதிரை (f6) d5-க்கு வர இயலாது.

3\. **. . . Bf8 - g7** கருப்பு தற்சமயம் கோட்டை (Castling) கட்டிக்கொள்ள இயலும். f8-ம், g8-ம் காலியாகிவிட்டன. Bg7, h6-ஐயும் கண்காணிக்கின்றது.

**குறிப்பு :** குரூயன்ஃபெல்டு டிஃபன்ஸில் (Gruenfeld Defence) முதல் மூன்று நகர்த்துதல்களும் இதுவாகத்தான் இருக்கவேண்டும் ஆனால், முன்பின் அதாவது முதல் 2-ஆவதாகவும், 2-ஆவது முதலாவதாகவும் மாறி இருக்கலாம் என்பது செஸ் கோட்பாட்டின் குறிப்பு. அப்படி வேறு நகர்த்தல், உதாரணமாக, c2 - c4-க்கு பதிலாக e2 - e4 செய்துவிட்டால் அது குரூயன்ஃபெல்டாக இல்லாது வேறு திறப்பு (Opening) ஆகிவிடும். அல்லது பழமை விளையாட்டாகக் (Orthodox) கருத இடம் கொடுத்துவிடும்.

4. **g2 - g3** இவரும் கேஸ்ட்லிங் செய்யவே இதை நகர்த்தியுள்ளார். குரூயன்ஃபெல்டு (Gruenfeld opening) டிஃபன்ஸ் திறப்புகளில் வெள்ளை காய் வைத்து விளையாடுபவர்கள் பெரும்பாலும் g2 - g3-ஐ நகர்த்தி, Bf1-க்கு வழி அமைக்காது, g2, அதிலேயே இருக்கத்தான் விரும்புவர். அதற்கு பதிலாக பான் e2-ஐ e3-க்கு நகர்த்தி, பிஷப் f1-ஐ e2 அல்லது d3-க்கு நகர்த்தி, கேஸ்ட்லிங் செய்து கொள்வர்.

கருப்பு, இந்த நகர்த்தலில் கோட்டை கட்டிக்கொள்வதை விட வெள்ளை பான் d4-இலிருந்து d5-க்கு வருவதைத் தடுத்து நிறுத்தவேண்டியதின் அவசியத்தை உணர்ந்து விட்டார். அல்லது வெள்ளை பான் d5-லிருந்து c6 e6 கட்டங்களைக் கண்காணிக்கும். வெள்ளை ராணி d1-லிருந்தும், வெள்ளை குதிரை b1-லிருந்து c3-க்கு வந்தும் d5-க்கு சப்போர்ட் தரும். இதனால் எதிரியின் (வெள்ளை) பான், d5 நமது எல்லைக்குள் கால் வைத்து, தாக்கவும் ஆரம்பிக்கும் அபாயமும் உள்ளது. எனவே அதை ஒழிக்க (தடுக்க),

4. **... d7 - d5** வெள்ளையின் c4 பான் d5 கருப்பு பானை (c4 × d5) அடித்தால், f6-ல் நிற்கும் கருப்புக் குதிரையால் அதை அடித்துவிடும். சரிசமமாக (Equal) ஆகிவிடும். அத்துடன் வெள்ளையின் முன்னேற்றம் (Advantage) தடுக்கப்பட்டுவிட்டது - இந்த பான் விஷயத்தில்.

5. **Bf1 - g2** கோட்டை கட்டிக்கொள்வதற்காக (Castling) f1 கட்டத்தை காலி செய்ய பிஷப்பை g2-க்கு நகர்த்திவிட்டார். அடுத்த நகர்த்தலில் கருப்பு பான் வெள்ளை பானை (d5 × c4) அடித்தால் உடன் அதை அடித்தெடுக்க சப்போர்ட் காய் இல்லை.

5. **... 0 - 0** ராஜா பக்கக் கோட்டை (King's side castling) கட்டிக்கொண்டார். இரண்டாம் நிலை அரண் அமைந்துவிட்டது.

6. **0 - 0** இவரும் ராஜா பக்கக் கோட்டை (King's side castling) கட்டிக் கொண்டார். இவருக்கும் இரண்டாம் நிலை அரண் அமைந்துவிட்டது.

இத்துடன் இருவருக்கும் திறப்புகள் (Openings) முடிந்துவிட்டது. இன்னும் நுணுக்கமாக (Technically Speaking) கூறினால் மூன்றாம் நகர்த்தலிலேயே குரூயன்ஃபெல்டு (Gruenfeld defence opening) திறப்புகள் முடிந்துவிட்டது. இருவரும் தற்காப்பு அரண் (Fortification) கட்டிக்கொண்டனர். போர்டின் நிலையை (Board position) **படம் 12-ல்** காணவும்.

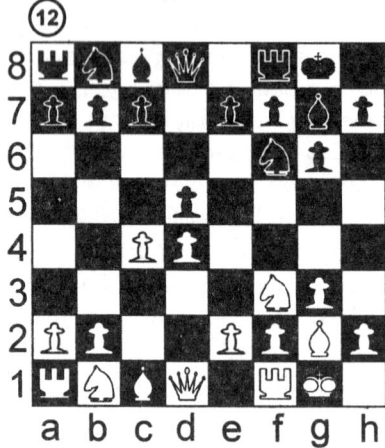

(12)

வெள்ளை தனது ஆறாவது நகர்த்தலை செய்தபின்பு போர்டின் நிலை. இருவரும் கேஸ்ட்லிங் (Castling) செய்து கொண்டுவிட்டனர் (குரூயன்ஃபெல்டு டிஃபன்ஸ் கேம் - 4).

6. **. . . d5 × c4** வெள்ளை c4 கட்டத்தில் வந்திறங்கியுள்ள கருப்பு பானை அடிக்க, b1-லிருக்கும் குதிரையை இப்பொழுதுதான் a3-க்குக் கொண்டு செல்கிறார். பெரும்பாலும் குரூயன்ஃபெல்டு டிஃபென்ஸில் வெள்ளை காய்களை வைத்து விளையாடுபவர்கள், ஆரம்பத்தில் f1-ல் நின்ற பிஷப்பை e2, d3 குறுக்குக் (Diagonal) கட்டங்களில்தான் நகர்த்துவர் என்பது குறிப்பிடத்தக்கது. ஆனால் இவர் அப்படிச் செய்யவில்லை. அதனால் . . . c3 -ஐ அடிக்க இயலவில்லை.

7. **Nb1 - a3** - சரியான நகர்த்தல் இல்லை.

7. **. . . c4 - c3** இவர் இதை நகர்த்தியதின் நோக்கம் ராணியாக்கி விடுவது இல்லை. அது அடிபட்டுவிடும் என்பது நன்கு தெரியும். ஒரு பான் லாபம் (Gain) எடுத்து விட்டார். ஆனால் 'b' பைல் (b File) திறந்து விடும். அதுவே பெரிய லாபம் (Advantage). திறப்புகள் குறிப்பின்படி குதிரையை ஆரம்பத்தில் போர்டின் ஓரக்கட்டங்களில் வைக்கக்கூடாது. அதனால் முன்னேற்றம் (Advantage) ஏதும் இருக்காது எனப் படித்தோம். அதை இங்கு நடைமுறையில் (Practical) ஆகப் பார்த்துவிட்டோம்.

8. **b2 × c3** 'b' பைல் (File) திறந்து விட்டது. யார் முதலில் கட்டுப்பாட்டுக்குள் வைத்திருக்கின்றார்களோ, அவர்களுக்கு அது இறுதியாட்டத்தில் (End - game) ராஜாவை வளைப்பதில் பயன்படும்.

கருப்பு, எதையும் தாக்கும் நோக்கத்தில் இல்லை. ராஜாவை வளைப்பதில், தனது பவர்கள் தங்கு தடையின்றி (Free) செல்ல வழியமைப்பதிலேயே உள்ளார். அதற்காக ஓரிரு பான் / பவர்களை இழக்கவும் தயங்கமாட்டார் எனத் தோன்றுகிறது.

**8. . . . c7 - c5** வெள்ளை தனது d4 பானால் அடித்தால் d ஃபைல் திறந்து விடும். இது நல்ல முன்னேற்றம்தான். ஆனால், வெள்ளை இவ்வாறு அடிப்பது சரியானதன்று. ஏனெனில் ஒரே பைலில் இரண்டு பான்கள் (c3, c5) வந்து விடும். இது செஸ் தியரியின்படி நல்லதல்ல என்று கூறுவதுடன் இதற்கான பெரிய விளக்கமும் தருகின்றனர். சுருக்கமாக, இது இரண்டு தனிமை (Isolated) பானுக்குச் சமம். பின்னதின் முன்னேற்றத்திற்குத் தடங்கல். இரண்டையும் கவனிக்க இரண்டு பவர்கள்கூடத் தேவைப்படலாம். இறுதி கட்டத்தையடைந்து ராணியாக பதவி உயர்வு (Q வாக promotion), பெறுவது இந்நிலையில் மிகக் கடினம் என்றும், ஆனால், இறுதியாட்டத்தில் இவ்வாறு ஏற்படுமாயின் லாபமாகத் திருப்ப இயலும் என்றும் (Generally it is an unpleasant position but not at end game) கூறுகிறது. எனவே d4 × c5 நல்லதல்ல - c3 இருப்பதால்.

**9. e2 - e3** வெள்ளை d4 × c5 என்று, மேலே கூறிய நிலையை உணர்ந்திருந்தமையால் அடிக்கவில்லை. இந்நிலையில் இந்நகர்த்தலால் ஒரு பயனுமில்லை. பொதுவாக, குரூயன்ஃபெல்டு டிஃபன்ஸில் வெள்ளை, முதல் நிலை கோட்டை (f2, g2, h2) தான் அமைப்பர். ஆனால், இவர் அமைத்திருப்பது இரண்டாம் நிலை அரண் (அதாவது ராஜாவின் முன் பிஷப் நிற்பது) அமைத்துள்ளார். e2 - e3 நகர்த்தலில் e2, d3, c4, b5, a6 குறுக்குக் கட்டங்கள் (Diagonals) ஓப்பன் ஆகியும் அதில் நகர வெள்ளை பிஷப் இல்லையென்றே கூறலாம். கருப்பின் ராணியும் (Qd8), பிஷப்பும் (Bc8) c8 முதல் h3 வரை குறுக்காக இறங்கி ராஜாவிற்கு அழுத்தம் (Pressure) கொடுக்க ஏதுவாக நிற்கின்றன என்பதனை கவனத்தில் கொள்ளவேண்டும்.

**9. . . . Nb8 - c6** இதை தாக்குதலுக்காக முன்னேற்றுகிறார். வெள்ளையின் அரணை (Fortification - ஐ) தாக்குவதற்கு கருப்பு ராணியும், (Qd8)கருப்பு பிஷப்பும் (Bc8)-ம், போதுமானதாக இருப்பதில்லை. இந்நிலையில் இவர் எதிரியின் இரண்டு குதிரைகள் (Knight) இவர் பக்கம் இறங்குமாதலால் அவைகளைப்பற்றி நன்கு சிந்திக்க வேண்டும். a3-ல் நிற்கும் வெள்ளைக் குதிரை b5, அங்கிருந்து a7, c7-க்கு வந்துவிடும், அல்லது a3, c4 அங்கிருந்து b6, d6-க்கு வந்து ஆபத்தை விளைவிக்கலாம். அதேபோல் f3-ல் நிற்கும் வெள்ளைக் குதிரை h4-க்கு வந்து g6-ஐத் தாக்கலாம், அல்லது Nf3 - g5 அங்கிருந்து f7-க்கு வரலாம், அல்லது Nf3-யிலிருந்து e5 அங்கிருந்து d7-க்கு 'போர்க்' (Fork) போடவும் வாய்ப்பேற்படலாம், அல்லது e5-லிருந்து f7-ல் இறங்கலாம். குதிரைகளைப்பற்றி ஒவ்வொரு நகர்த்துதலிலிருந்தும் இவ்வளவாவது யோசிக்க வேண்டும். இல்லையேல் ஏமாந்துவிடுவோம்.

இப்பொழுது வெள்ளை, இரண்டு கருப்புக் குதிரைகளின் (Knight) போக்கையும் கணிப்பது அவசியம். c6-ல் நிற்கும் கருப்பு நைட் a5-க்கு வந்து பின் b3-க்கு வந்து 'போர்க்' (Fork) போட்டுவிடும். (தற்சமயம் அதிக கவனம்

செலுத்தப்பட வேண்டும்) அல்லது Nc6 - b4. அங்கிருந்து d3-ல் தங்கு தடையின்றி (Free-ஆக) வந்திறங்கும்.

**10. Qd1 - e2**

**10. . . . Bc8 - Bf5** முன்பு கூறியதுபோல் ராணியின் சப்போர்ட்டுடன் h3-க்கு வந்து தன்னை பலிகொடுக்க (Sacrifice) முற்படலாம். அதனால் ராணி (Qd8) உள்ளிறங்க வழிவகுக்கும்.

**11. Bc1 - Bb2** இரண்டு ரூக்கு (Rooks)களும் தங்குதடையின்றி 1-வது ரேங்க் (Rank)-ல் நகர இயலும். இதனால், அடிபடும் அல்லது அடிக்கும் பான்களால், எந்த ஃபைலில் (File) வழி ஏற்பட்டாலும், அதற்கு நேராக வந்து செல்ல இயலும்.

போர்டின் மொத்த நிலை, நகர்த்தலின் தன்மையை கணிக்கும் பட்சத்தில் இருவருக்கும் காய்களை அடித்து எடுப்பதில் விருப்பம் இல்லை என்பதும், ராஜாவை வளைக்கவே திறப்புகள் முடிந்ததிலிருந்து முயற்சிக்கின்றனர் என்றும் அறிகின்றோம். மிக நல்ல விளையாட்டே (Matured play) விளையாடுகின்றனர். கருப்பின் தீவிரம் அதிகம். அவருக்கு ரூக்ஸ், ராணி நகர அவசரமாக வழி தேவை. அதற்கே முயலுகிறார். எனவே,

**11. . . . e7 - e5**

**12. Na3 - c4** இந்நகர்த்தலால் உடனடி லாபம் ஏதும் இல்லை. முக்கிய திட்டமான ராஜாவை வளைக்கும் நகர்த்தலில் ஒரு பங்கும் இல்லை. அடுத்த நகர்த்தலில் ஏதாவது 'போர்க்' (Fork) போட வழி கிடைக்குமா என்ற முயற்சியே.

கருப்பு பானை e7-லிருந்து e5-க்கு நகர்த்தியதே அதை வெள்ளை d4-ஆல் அடிப்பார் என்றும், அதனால் 'd' ஃபைல் திறக்கப்பட்டுவிடும் என்றும் எதிர்பார்த்தார். இவர் d4 வெள்ளை பானை e5 பானால் அடித்தாலும் வழி ஏற்படப்போவதில்லை. எப்படியெனில் வெள்ளை தனது c3 அல்லது e3 ஆல் அடிப்பார். எனவே,

**12. . . . e5 - e4** வெள்ளை, கருப்பின் இந்நகர்த்தலால், f3-ல் இருக்கும் குதிரையை நகர்த்தியே ஆக வேண்டும். அதை பின்வாங்கச் (Retreat) செய்வதைவிட முன்னேற்ற (Advance) விரும்புகிறார். இதனால் f7, d7 கட்டங்களை கண்காணிக்க இயலும். d4 சப்போர்ட் உள்ளது. கருப்பு Nc6 பரிமாற்றம் (Exchange) செய்தாலும், ஆச்சரியப்படுவதற்கு இல்லை.

**13. Nf3 - e5**

**13. . . . Nc6 × e5** இவர் இவ்வாறு ஏன் பரிமாற்றம் (Exchange) செய்து கொள்கின்றார் என்றால், குதிரையின் உதவி இல்லாமலேயே, ரூக் ராணியுடன் எதிரியின் ராஜாவை வளைக்க திட்டம் தீட்டியுள்ளார். எனவே, இவைகளை சந்தர்ப்பம் கிடைக்கும்பொழுது எக்சேஞ்ச் மூலம் அகற்றி விடுகின்றார். போர்டின் மதிப்பை (Weightage Reducing) குறைக்கின்றார்.

**14. Nc4 × Ne5** குதிரைக்கு குதிரை அடித்து தானே ஆகவேண்டும். வேறு அபாயம் ஏதும் உண்டா ? இல்லை. இதனால் குதிரை e5-லிருந்து f7, d7, c6 ஆகிய கட்டங்களைக் கண்காணிக்கும். ஆனால் சப்போர்ட் இல்லாமையால் எதிலும் இறங்க இயலாது. e2-லிருக்கும் ராணியை b5-க்குக் கொண்டு சென்றால், b7 பானை எடுக்கவும், e5 குதிரையை c6-ல் வைத்து கருப்பு ராணியை பயமுறுத்தவும் இயலும்.

கருப்பின் யோசனை c5 பானால் d4ஐ அடித்தாலும் அவர் e3-பானால் அடிப்பார். ஒரு ஃபைலும் திறக்க வழியில்லை. a, b, c, d ஃபைல்களில் உள்ள காய்களை அடிப்பதில் இறங்கினாலும் முக்கியப் பகுதியான e, f, g, h ஃபைல்களில் பெரிதாக பாதிப்பு ஏதும் இருக்காது. a, b, c, d ஃபைல்களில் ஒன்று அல்லது இரண்டு ஃபைல்கள் திறக்கும். அதனால் ரூக்குகள் (Rooks) போய்வர இயலும். அரண்களைத் தாக்க இது போதாது என பெரும் போக்காக சிந்தித்து, a, b, c, d-ஃபைல்களின் பக்கத்தை விட்டுவிட்டு, அரணை உடைக்கும் ஆரம்பமாக,

**14. . . . h7 - h5** முதலில் பிஷப் அதன் சப்போர்ட்டாக ராணி இருப்பதால் ஒரு அரணை உடைக்க இயலாது. இதே முதலில் ராணி, தொடர்ந்து பிஷப் வருமேயானால் முயற்சி பலனளிக்கும். அதாவது கருப்பிற்கு Bf5 தொடர்ந்து Qd8 - d7-க்கு வந்து, ஆதரவளிப்பது பலன் தராது. h5 பான் நன்கு உதவும். பிஷப்பை g4-ல் வைத்து e2 வெள்ளை ராணியைக் கூட பயமுறுத்தலாம்.

**15. h2 - h3** மிகச்சரியான எதிர் நடவடிக்கை. பிஷப் g4-ல் இறங்குவதை தடுத்துவிட்டார். இருவரும் சரிசமமாகவே (Equal weightage) உள்ளனர். போரிடுகின்றனர்.

**15. . . . Nf6 - Nd7**

**16. Ne5 × Nd7**

**16. . . . Qd8 × Nd7**

மேற்கண்ட முறை நகர்த்தல் / அடித்தல் நடவடிக்கைகளில் எந்த திட்டமும் இல்லை. கருப்பு ராணிக்கு (Qd8) d7-ல் வந்து Bf5 -க்கு சப்போர்ட் (Support) தர வெள்ளை சிந்திக்காமலேயே உதவி உள்ளார். அவ்வளவே.

கருப்பு 16-வது நகர்த்துதல் (Move) செய்தபின்பு போர்டின் நிலையை (Board - Position) **படம் 13** உடன் ஒப்பிட்டு சரிபார்த்துக்கொள்ளவும்.

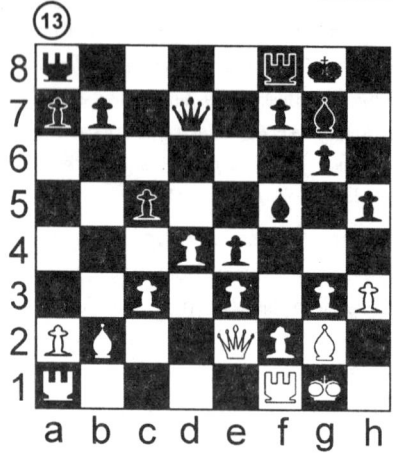

13

கருப்பின் 16-வது நகர்த்துதலுக்குப் பின்பு போர்டின் நிலை.
(குரூயன்ஃபெல்டு டிஃபன்ஸ் கேம் - 4).

வெள்ளை 17-வது நகர்த்தலில் கருப்பின் கோட்டையைத் தாக்குவதற்கு எவ்வித வாய்ப்பும் இல்லை. எனவே, சிறந்த நகர்த்தல் ஒன்று செய்யவேண்டும். யோசனையின் குறிப்பின்படி ஒவ்வொன்றாக யோசிக்க வேண்டும். ராணியை c4-ல் வைத்து + 7-ஐத் தாக்கினால் ? இரண்டு சப்போர்ட்டுகள் அதாவது Rf8, Qd7, தவிர Kg8-ம் உள்ளது. b5-ல் வைத்தால், ஆபத்து. வெள்ளையின் ராணி போய்விடும். அடுத்த ஆட்டமாக கருப்பு c5 × d4 என்று பானுக்கு பான் அடித்தால் c அல்லது e வெள்ளை பானால் அடித்து ஃபைலை அடைப்பதை (Block) விட, வேறு ஒரு பவரால் அடிப்பதே சிறந்தது, என எண்ணி (Ra1 - Rd1). c5 × d4, பின் c3 × d4 என்றால் c ஃபைல் (File) ஃப்ரீ (Free) ஆகிவிடும்.

17. **Rf1 - Rd1** இதனால் கருப்பு பிஷப் h3 பானைத் (Bf5 × h3) தாக்கினால் bg2-லிருக்கும் பிஷப் அதைத் தாக்கிவிடும். (bg2 × bh3). பின் அதை ராணி (Qd7) தாக்கினால், இரண்டு பேருடைய பிஷப் போவதுடன் வெள்ளைக்கு ஒரு பான் அதிகமாகப் போய்விடும், கருப்பு ராணி உள்ளிறங்கும். எனினும் மேற்கொண்டு ஏதும் செய்ய இயலாது. தவிர e2 ராணி தடை ஏதும் இன்றி (Free) உள்ளது. பார்க்கலாம் என்றிருக்கின்றார்.

17. **. . . c5 × d4** இதைச் செய்யாவிடில் வெள்ளை தனது d4 பானால் c5-ஐ அடித்து ஒரு பான் லாபம் (Gain) அடைவார். மேலும் ராணியை (ad7) அவரது d1 ரூக் (Rd1) பயமுறுத்தும் (Threaten) நிலை.

e3 பானால் d4 கருப்பு பானை அடிப்பதால் பலன் ஏதும் இல்லை. ஆனால், c3-ஆல் அடிப்பதனால் c ஃபைல் ஃப்ரீ (Free) ஆகிவிடும். ஃபைல்கள் தடையின்றி (Free) ஆக இருக்குமேயானால் ரூக்குகளுக்கு வழி கிடைக்கும். இது இறுதி ஆட்டங்களில் அவசியம் என்பதனை அறிவீர்கள்.

**18. c3 × d4**

**18. ... Bf5 × h3** 17-வது நகர்த்தலிலேயே இவர் இதைச் செய்வார் என்று கணக்கிட்டு, பார்க்கலாம் என்று விட்டிருந்தோம். கருப்பு அதையே செய்து விட்டார்.

வெள்ளை தனது 19-வது நகர்த்தலைச் செய்யும் முன்பு நன்கு யோசிக்க வேண்டும். நாம் எல்லோரும் விரும்புவது (Suggest) Bg2 × h3 என்பதாகும். எக்சேஞ்ச் ஏனெனில், கருப்பு e4 பான், Qd7, Bh3-ஆல் செக்மேட் ஏற்படலாம். இந்த ஒரு நகர்த்தலைச் செய்துவிட்டால் பல நகர்த்தல் (A set of moves will be benefited to black) கருப்புக்கு சாதகமாகவே அமையும். எப்படியெனில் 19. Bg2 ×Bh3, 19 ... Qd7 × Bh3. இந்நிலையில் வெள்ளைக்கு ஒரு பான் நஷ்டம். கருப்பு பான் e4-ல் வந்துவிட்டதால் வெள்ளை Q வினால் உள்சென்று கருப்பு ராணியின் செயலை அவ்வளவாகக் கட்டுப்படுத்த இயலாது. வெள்ளையின் Rd1, Rf1 இருக்கும் நிலையில் ராஜாவிற்கு உடனடி உதவியளிக்க இயலாது. f2 பானை f3-ல் வைத்தால் Qh3 × g3 + (Check) ஆகிவிடும். வெள்ளை ராஜாவை (Kg1) h1-க்கு நகர்த்திக்கொண்டால் கருப்பு e4 × f3 கீழ் இறங்கும். பின்பு வெள்ளை Qe2 × f3, பின் கருப்பு Qg3 - h4 +. Kh1 - g2 என அழுத்தம் (Pressure) கொடுத்துக்கொண்டே இருக்கும். ஆனால், வெள்ளையால் இந்த அழுத்தத்தைக் கொடுக்க இயலாது. காரணம் வெள்ளையின் அரண் (Fortification) உடைந்து விட்டது. எப்படியென்றால், அதன் அரணின் அங்கமாகிய Bg2-வால் கருப்பு Bh3-ஐ அடித்தமையால் ஏற்பட்டது தான், பின் ஏற்பட்டதில்லை என்று எண்ண வேண்டிவரும்.

கருப்பின் அரண் உடையவில்லை. எனவே நாம் (நினைத்த) சிபாரிசு (Suggest) செய்த நகர்த்தல் சரியன்று. எனவே,

**19. Bg2 × e4** கருப்பு சந்தர்ப்பத்தைப் பயன்படுத்தி வெள்ளை ராஜாவை மடக்கும் வேலையில் இறங்குகிறார். g3 கட்டத்தைக் காலி செய்வதற்கு

**19. ... h5 - h4** கருப்பு இந்நகர்த்தலில் ரூக்கை (Bh3 × Rf1) அடிக்கலாம். ஆனால், அவர் அதைச் செய்யமாட்டார். ராணியை g4 (Qd7 - g4 )-க்கு நகர்த்தி அழுத்தம் (Pressure) கொடுப்பார். பிஷப்பை g2 (Be4 - g2)-ல் வைத்தாலும் அடிக்கமாட்டார் என்பதை முன்பே அறிந்தோம். பதிலாக பிஷப்பை g4-ல் (Bh3 - g4) வைத்து ராணியை (Qe2) பயமுறுத்துவார் (Threaten). எனவே,

**20. Be4 - Bf3** இதனால், இந்த அரணில் டென்ஷன் (Tension) சற்று தணிந்து விட்டது. ஆனால் அபாயம் அகலவில்லை.

கருப்பு, அழுத்தத்தை (Pressure) அதிகரித்து செக்மேட் (Check-mate) செய்யவே முனைந்திருக்கின்றார்.

**20. ... h4 × g3** இப்பொழுது வெள்ளை ராஜா நகர்வதற்கு கட்டமே இல்லை. கருப்பு தனது சிப்பாயை (h4) சந்தர்ப்பமறிந்து நன்கு பயன்படுத்திக் கொண்டார்.

**21. f2 × g3** ராணி, பிஷப் இரண்டு மட்டும் வெள்ளையின் அரணைத் தாக்குவதற்கு போதுமானது அல்ல என்பது தெளிவாகத் தெரிகின்றமையால், கருப்பு வேறு பவரைக் கொண்டுவரும் முயற்சியில் இறங்குகின்றார்.

இச்சமயம் கருப்பிற்கு குதிரை இருப்பின் உதவியிருக்கும் என்று உணர்கின்றோம். நைட்டுகளை இவர்கள் ஆரம்ப நிலையிலேயே பரிமாற்றம் (Exchange) செய்து விட்டமையால், கேமின் மொத்த நகர்த்தலில் 6 - 10 மூவ்கள் வரை குறைந்துவிடும், என்று செஸ் தியரியில் காணப்படுகின்றது. அதை இச்சமயம் நாம் உணர்கின்றோம். இப்பொழுதே ரூக்கின் உதவி தேவைப் படுகின்றது.

**21. . . . Rf8 - e8** e ஃபைல் (File) வழியாக கீழே இறங்கலாம் என்றே ரூக் e8-ன் கணக்கு.

கருப்பு பிஷப் (Bh3) ரூக்கை (Rf1) ஐ பயமுறுத்துகின்றது (Threaten). கருப்பு ராணி (Qd7) e6, f5-களில் வரும். f5-ல் வைக்க மாட்டார். அப்படி வைத்தால், பிஷப்பை (Bf3ஐ) நகர்த்தி கருப்பு Qவை பயமுறுத்தலாம். கருப்பு ராணியை e6-ல் வைத்தால் e3 கட்டத்தை இரண்டு பெரிய பவர் (Qe6, Re8) தாக்கும். அச்சமயம் கருப்பு, ராணிக்கு ராணி என்று எண்ணிவிட்டால் ஒரு பான் லாபம் (Gain) அடைவார். எனவே,

**22. e3 - e4**

**22. . . . Ra8 - c8** c ஃபைல் தான் ஆதிக்கம் செலுத்த ஃப்ரீ (Free)ஆக உள்ளது என்று ரூக்கை c8-ல் வைத்துள்ளார். வெள்ளை ரூக்கை (Rf1) எடுத்து தன் பிஷப்பை (Bh3) இழக்க விருப்பமில்லை.

வெள்ளை இவ்வாறு சிந்திக்கின்றார். அரணில் இருக்க வேண்டிய மூன்று பான்களில், ஒன்றுதான் உள்ளது. அதுவும் தனிமையாக (Isolated) உள்ளது. துணை பான்கள் கிடையாது. மூன்று பெரிய பவர்களான ராணியும், இரண்டு கோட்டைகளும் (Rd1, Rf1, Qe2) தாக்குதல் தொடுக்கும் நிலையில் இல்லை. ஒன்றுக்கொன்று பாதுகாப்பாகவே உள்ளன. இவைகளை சீரமைக்க ஒரே வழி ராஜாவை (Kg1) h2-க்கு மாற்றுவதே. அதனால் g2 பானுக்கு சப்போர்ட். அடுத்து பிஷப் (Bf3) ராஜாவிற்கு முன்பு (Kh2) இருப்பதற்கு சமம். அடுத்து g2 பான் தாக்கப்பட்டாலோ பயமுறுத்தப்பட்டாலோ ரூக்கை (Rf1) g2-ல் வைத்து பதில் தாக்குதல் (Counter-attack) செய்யலாம். d1 ரூக்கும் ஃப்ரி (Free) ஆக நகர இயலும். எனவே இந்த ஒரு நகர்த்துதல் லாபகரமான சிறந்த யோசனையாகும். எனவே,

**23. Kg1 - Kh2** கருப்பு இந்நகர்த்தலில் f1-ரூக்கை அடித்திருக்கலாம். ஆனால், அவர் ஜெயித்து விடுவோம் என்ற அதிக நம்பிக்கை (Over-confidence) கொண்டு அடிக்காது விடுகின்றார் என்பது செஸ் நிபுணர் (experts)களின் குறிப்பு (Comments)

**23. . . . Bh3 - f5**

**24. Qe2 - g2** மிக நல்ல நகர்த்தல் (Excellent move). அரணை அசைக்க இயலாது. கருப்பின் எல்லா காய்களையும் கணிப்போம். f5 பிஷப், h3-க்கு

வந்தால் அடிபடாது g4-ல் வந்தால் பரிமாற்றம் (Exchange) தான் ஏற்படும். e6-க்கு வந்து a2-ஐ எடுக்கலாம். அதற்குள் a2-ஐ வெள்ளை காப்பாற்றி விடுவார். e4-ஐத் தாக்கினால் Bf3 அதைத் தாக்கிவிடும். Bg7, d4-ஐத் தாக்கினால் Rd1 அல்லது Bb3 அதைத் தாக்கிவிடும்.

**24. ... Bf5 - g4** இதனால் இரண்டு பிஷப்புகளும் அடிபட்டுப்போனாலும், கருப்பு ராணியைக் கீழே கொண்டு வர இயலும், செக் சொல்ல இயலும். அவ்வளவு தான். கருப்பு பிஷப் g7-ஐ சப்போர்ட்டுக்குக் கொண்டுவருவது தற்சமயம் சாத்தியமல்ல. அப்படிக் கொண்டுவந்தாலும் வெள்ளை ராஜா g1-க்கு வந்து அரணின் நிலையை (Position of Fortification) மாற்றிவிடுவார்.

**25. Rd1 - Rd2**

**25. . . . g6 - g5** இறுதியாட்டம் நெருங்குவதால் தனது அரணில் பானை g3-லிருந்து g5-க்கு நகர்த்திவிட்டார். மீண்டும் வெள்ளைக்கு அழுத்தம் கொடுக்க எண்ணுகிறார்.

**26. Ra1 - f1** h ஃபைல் ஃப்ரீ (Free) ஆக உள்ளது. கருப்பு தனது ராஜாவை f7 (Kf8 - f7)-ல் நகர்த்தி e8 ரூக்கை h8-க்கு நகர்த்தி செக் சொல்லலாம், அல்லது d7 ராணியை (Qd7 - e6) e6-க்கு நகர்த்தி பின் h6-ல் வைத்து செக் சொல்லலாம்.

f5 × e5 அல்லது Bg4 × Bf4. எனவே, + 1-ல் ரூக்கின் கூடுதல் (Additional) சப்போர்ட் கருப்பின் c8 ரூக் c6-க்கு வந்து பின் h6-ல் நகர்த்தி செக் சொல்லலாம்.

**26. ... Rc8 - Rc6** போர்டின் நிலையை **படம் 14**-உடன் ஒப்பிட்டு சரிபார்த்துக் கொள்ளவும்.

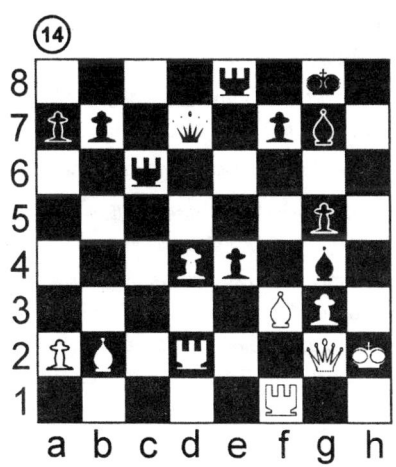

கருப்பு 26-வது நகர்த்தலைச் செய்தபின்பு போர்டின் நிலை - (குரூயன்ஃபெல்டு டிஃபன்ஸ் கேம் - 4).

**27. Bf3 × Bg4** அழுத்தத்தைக் (Pressure) குறைக்க காய்ப் பரிமாற்றம் (Exchange) செய்து கொண்டார்.

**27. . . . Qd7 × Bg4**

**28. e4 - e5** கருப்பு ரூக் c6-லிருந்து h6-க்கு வந்து செக் சொல்லலாம். கருப்பு ராணி g4-ல் இருந்து செக் சொல்லலாம். இரண்டாலுமே ராஜாவை h2-லிருந்து g1-க்குக் கொண்டுவந்து விடலாம். கருப்புக் காய்கள் வளைப்பது போல் தோன்றினாலும், வளைக்க இயலாது. எனவே, e4 - e5.

**28. . . . Rc6 - Rh6 +** முன்பு கூறியதுபோல் நகர்த்திவிட்டார்.

**29. Kh2 - Kg1**

**29. . . . f7 - f6** அழுத்தத்தை ஏற்படுத்த அல்ல. e5 × f4 என்றால் 'e' ஃபைல் காலியாகி கருப்பு ரூக் e8-க்கு வழி கிடைக்கும் என்ற எதிர்பார்ப்பில்.

**30. Qg2 - f3** கருப்பு பான் f6-லிருந்து e5-ஐ அடிக்குமேயானால், f3-லிருக்கும் வெள்ளை ராணியை f7-க்கு நகர்த்தி செக் சொல்லி கருப்பு ராஜாவிற்கு அதிக அழுத்தம் கொடுத்து, செக்மேட் செய்யும் முயற்சி.

வெள்ளையின் திட்டத்தை நன்கு கணித்த கருப்பு, ராணியால் எதிர்வரும் அபாயத்தைத் தடுக்க ராணிக்கு ராணி.

**30. . . . Qg3 × Qf3**

**31. Rf1 × Qf3**

**31. . . . f6 × e5** f ஃபைல் ஃப்ரீ (Free) ஆனாலும் f3-ல் நிற்கும் ரூக்கால் ஆபத்தொன்றும் இல்லை என கருப்பு உணர்ந்தே f6 × e5 என்று அடித்தார்.

**32. d4 × e5** தனது வெள்ளை பான் அடிபட்டாலும் 'e' ஃபைலும் ஓப்பன் ஆகிவிடும் என இதைச் செய்தார்.

கருப்பு தனது e8 ரூக்காலோ அல்லது g7 பிஷப்பாலோ e5-ஐ அடிக்கமாட்டார். ஏனெனில் h6 ரூக் பயனற்ற நிலையில் உள்ளது. எனவே,

**32. . . . Rh6 - g6** இதனால் g5 பானுக்கு சப்போர்ட் கிடைக்கின்றது.

தனது e5 பானுக்கு சப்போர்ட்டாகவும், சந்தர்ப்பம் கிடைத்தால் g5 கருப்பு பானை அடிக்கவும் ரூக்கை நகர்த்துகிறார்.

**33. Rf3 - f5** கருப்பு ராஜாவை வளைக்க அதனைச் சுற்றியுள்ள கட்டங்களை எண்ணி அவைகளை அடைக்க கணக்கிடுகின்றார். g1-ல் இருக்கும் வெள்ளை ராஜாவை அடைக்க 1, 2 ரேங்க்கை அடைக்க வேண்டும். f3, h3 கட்டங்களையும் அடைக்க வேண்டும். g5-ல் இருக்கும் பானை g4-க்கு நகர்த்திவிட்டால் f3, h3 கட்டங்கள் அடைக்கப்பட்டுவிடும். எனவே,

**33. . . . g5 - g4**

**34. Rd2 - Rd7** ரூக்கை கருப்பின் எல்லைக்குள் இறக்கிவிட்டது போலவும் ஆகிவிட்டது. அத்துடன் கருப்பு பான் b7-க்கு பயமுறுத்துதலும் ஆகிவிட்டது.

**34. . . . Re8 - Rc8** b2 பானை பாதுகாக்கவில்லை. வெள்ளை ராஜாவை நெருக்க உத்தேசம். அடுத்த நகர்த்தலில் 2-வது ரேங்க்கை Rc2 மூலம் மூடிவிட்டாலும் 1-வது ரேங்க்கில் உடன் செக் வைக்க Rg6 வர இயலாது. Bg7-ம் e5-ம் தடுப்பதால் உதவிக்கு வர இயலாது. இருவரின் விளையாட்டும் திறமையான நகர்த்தல்களைக் கொண்டதாக இருக்கின்றது.

**35. Bb2 - Bd4** இவர் a7 பானை அடிக்கும் நோக்கத்தில் இங்கு வரவில்லை. Rc8, c2-ல் வந்துவிட்டால் d4 பிஷப்பை f2-ல் போட்டு பின் செய்து கொள்ளலாம் என்பதே உத்தேசம்.

**35. . . . Rc8 - c2** மேலே கூறியது போலவே வந்துவிட்டார்.

**36. Rf5 - f2** Rc2-ஐ பயமுறுத்துகின்றார்.

**36. . . . Rc2 - c4** எந்த வழியிலும் நுழைய இயலவில்லை. பெரிய காயை அடிக்கவும் இயலவில்லை. Rf2 தாக்குதலிலிருந்து தப்பிக்கவே இந்த நகர்த்தல். கருப்பின் 36-வது நகர்த்தலுக்குப்பின் போர்டின் நிலையை **படம் 15**-உடன் ஒப்பிட்டுப் பார்த்துக்கொள்ளவும்.

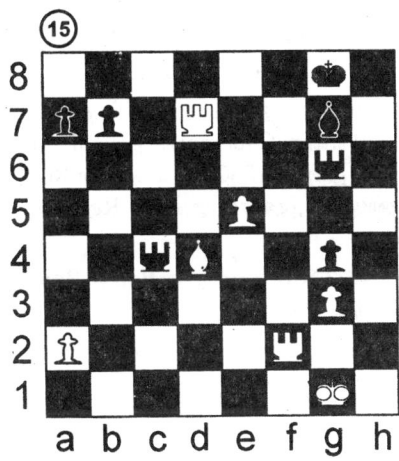

15

கருப்பு 36வது நகர்த்தலைச் செய்தபின்பு போர்டின் நிலை.
(குருயன்ஃபெல்டு டிஃபன்ஸ் 4வது கேம்)

**37. Rf2 - d2** கருப்பின் b7 பானை அடிக்க திட்டம் (Rd7 × b7). d7 ரூக்கை நகர்த்தினால் Bd4 ஆதரவின்றி (Support) போய்விடும். எனவே, அதற்கு ஆதரவாக இந்த Rf2 - d2.

**37. . . . Bg7 - h6** 38. e5 - e6 என்று வைத்தால் கட்டம் g7-ல், Rd7-ஐ வைத்து, வெள்ளை செக் சொல்லுவார். அச்சமயம் Bh6-ஆல் அடிக்கலாம். பிஷப் g7-லேயே இருப்பின் செஸ் தியரிப்படி கருப்பிற்கு நஷ்டம் ஒரு காயும் ஒரு மூவுமாகும். அந்த நோக்கில் இது நல்ல நகர்த்தல். மேலும் பிஷப்பை

g7-லிருந்து நகர்த்தாவிடில் Rd7 - d8 + என்று அழுத்தம் கொடுக்கவும் ஏதுவாகிறது. அவ்வழுத்தத்திற்கு Rd2 - h2 மேலும் அழுத்தம் தரும். செக் மேட்டாகும் அபாயமும் உள்ளது.

**38. Rd2 - e2** e5 பான் e6க்கு செல்லும்பொழுது Rg6 அதை அடித்தால் அதற்கு ஆதரவு. Re2 × Re6 என்று அடிப்பார். அந்த பான் (e5) e8-ஐ அடையும் வரை ஆதரவு தருவதோடு ராணியாகி செக் மேட்டாகும் வரை ஆதரவு தரும். e5 பான் எந்த நிலையிலும் அடிபட்டுவிட்டாலும் Re2 - Re8 + என்று கருப்பை வசமாக நெருக்கி மேட்டாக்க முடியும். Rd7 × b7 திட்டத்தை தற்பொழுது ஒத்தி வைத்துவிட்டார். Rd2 - b2 என்று வந்து பின் Rb2 × b7 என்று உள்ளே எளிதில் கருப்பின் 1, 2 ரேங்க்குகளில் இறங்கியும் அழுத்தம் கொடுக்கலாம்.

**38. ... Bh6 - g7** வெள்ளையின் மேற்கண்ட திட்ட மாற்றத்தால், e5 பானை e6-ல் நகர்த்தினால் Bg7 × Bd4 என்று அடிக்கலாம்.

இதனால் மேற்கூறிய Rd7 - g7 + என்ற திட்டத்தை வெள்ளை செயல் படுத்தமாட்டார். செயல்படுத்தினாலும் பயம் ஒன்றும் இல்லை.

**39. Bd4 × a7**

**39. ... Rg6 - e6** e5 பானை அடிக்கவும், Re2-ன் முன்னேறும் திட்டமும் குறைக்கப்பட்டுவிட்டது. தற்சமயம் தடுக்கப்பட்டுள்ளது.

**40. Rd7 × b7** இருவரும் திறமையாக திட்டத்தை மாற்றிவிடுகின்றனர். கருப்பின் Rc4 - c1 என்று செக் வைக்க இயலும். ஆனால் செக்மேட்டாக்க Re6 உதவ இயலாத நிலை. அதேபோல் வெள்ளை Rb7 - b8 என்று கருப்பிற்கு செக் வைக்க இயலும். ஆனால், அவரது Re2 செக்மேட்டாக்க உதவாத நிலையில் உள்ளது.

**40. ... Bg7 × e5** Re2 × Be5 என்றால் Re6 × Re5 ஆகிவிடும். Be5 × g3 பயமுறுத்தப்படுகிறது.

**41. Ba7 - f2** g3-க்கு ஆதரவாக (Support) வந்துவிட்டார்.

**41. ... Rc4 - c6** Be5-ஐ நகர்த்த வேண்டி வந்தால் Rc6, Re6-க்கு ஆதரவு தரும்.

**42. Re2 - e4**; g4-ல் பிளாக் ஆகி இருக்கும் கருப்பு பானை அடிக்கும் திட்டம். Be5-ஐ கருப்பு நகர்த்தி g3 பானை அடித்தால், அதை வெள்ளை Bf2 அடித்தால், கருப்பு ரூக் வெள்ளை ரூக்கை அடித்துவிடும் (Re6 × Re4). கவனம் தேவை.

**42. ... Kg8 - f8**

**43. Kg1 - f1** வெள்ளை தனது 43-வது நகர்த்தலை செய்தது. கருப்பு டிரா (Draw) கேட்டார். வெள்ளை ஒப்புக்கொண்டார். கேம் டிராவானது.

கேம் டிராவானதும் போர்டின் நிலையை **படம் 16** உடன் ஒப்பிட்டு சரிபார்த்துக் கொள்ளவும்.

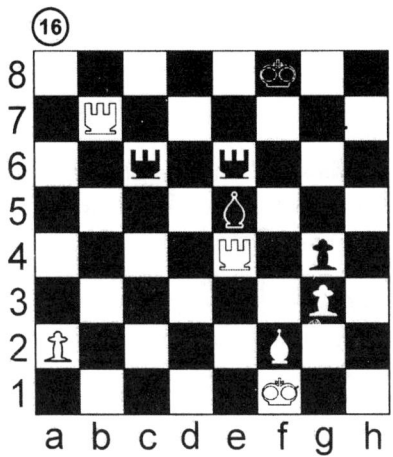

16

வெள்ளை 43-வது நகர்த்தலைச் செய்ததும் இறுதியில் இருவரும் டிரா (Draw) செய்ய ஒப்புக்கொண்ட பின்பு போர்டின் நிலை (குரூயன்ஃபெல்டு டிஃபன்ஸ் கேம் - 4).

டிராவின் நிச்சய நிலைக்கு (Certainty for Draw) தேவையான காய்களைவிட இருவருக்கும் காய்கள் அதிகமாக உள்ளன. (டிராவிற்குத் தேவையான காய்கள் விபரம் **'சுராவின் செஸ் விளையாட்டு'** என்ற புத்தகத்தில் கொடுக்கப் பட்டுள்ளன) இவர்கள் எப்படி டிரா செய்து கொண்டார்கள் என்று விளையாடிப் பார்ப்போம்.

**43.** **... Be5 × g3** தனது பான் மேலே நகருவதற்குத் தடையாக நின்ற பானை அடித்துவிட்டார். வெள்ளை தனது Bf2-ஆல் Bf3-ஐ அடிக்கமாட்டார். அடித்தால் அவரது ரூக் (Re4) போய்விடும் (Re5 × Re4).

**44.** **Re4 ×g4** பானுக்கு பதில் பான் என்று பானை (கருப்பு) அடித்துவிட்டார்.

**44.** **... Bg3 ×Bf2** காய் பரிமாற்றம் (Exchange)

**45.** **Kf1 × Bf2** பிஷப்பிற்கு பிஷப் என்று அடித்துவிட்டார்.

**45.** **... Rc6 - c2 +** வெள்ளையின் a2 பானை எடுத்துவிடுவார்.

**46.** **Kf2 - g3**

**46.** **... Rc2 × a2** இப்பொழுது இருவருக்கும் இரண்டிரண்டு ரூக்குகள் மட்டும் உள்ளது.

**47.** **Kg3 - h3**

**47.** **... Ra2 - a5**

**48.** **Rb7 - b2**

**48.** **... Ra5 - h5 +**

**49.** **Rg4 - h4** செக்கைக் காப்பாற்ற பின் போட்டுக்கொண்டார்.

**49.** **. . . Rh5 - g5**

**50.** **Rb2 - g2**

**50.** **. . . Rg5 - g7**

**51.** **Rh4 - g4** இந்த நிலையில், வெள்ளையின் ராஜா தாக்கப்படாமல் இருக்க, கீழ்க்கண்டவாறு காய்களை நகர்த்த வேண்டும்.

'h' ஃபைலில், கருப்பு ரூக் h8 பக்கமிருந்து தாக்கினால் அதாவது செக் சொன்னால் தனது Rg4-ஆல் ஆப்பு (Pin) போட்டுக்கொள்ளலாம். அவர், திருப்பித் தாக்கப்படுவதால் போய்விடுவார். அதேபோல் h1 பக்கமிருந்து செக் சொன்னால், Rg2 - g1 என்று ஆப்பு (Pin) போட்டுக் கொள்ளலாம். Rh1 கருப்பு ரூக் (செக் சொன்னவர்) போய்விடுவார். இவ்வாறு திரும்பத் திரும்ப (Repeating) செய்து கொண்டிருந்தால், 50 மூவ் ரூல்ஸ்படி டிரா (Draw). அதுவரை போகமாட்டார்கள். அவர்களே டிரா செய்து கொள்வார்கள். 3-வது ரேங்க்கில் 3a, 3b, 3c, 3d, 3e, 3f, 3g என்று எந்தக் கட்டத்திலிருந்தும் (கருப்பு) செக் வைத்தால் Rg2 அல்லது Rg4-ஆல் ஆப்பு (Pin) போட்டுக் கொள்ளலாம்.

சில சமயம், உதாரணமாக Ra3-ல் வைத்து செக் சொல்லிவிட்டால் நீங்கள் உங்கள் ரூக்கினால் (Rg2 அல்லது Rg4) ஆப்பு (Pin) போட்டுக் கொள்வீர்கள். அதற்கு முன்பு மிகவும் முக்கியமானது, அவரது மற்ற ரூக் எந்த திசையில் உள்ளது என்பதனை கவனிக்க வேண்டும். இதில் ராஜா 3-வது ரேங்க்கில் உள்ளது. அவரது மற்ற ரூக், 4, 5, 6, 7, 8-வது ரேங்க்கில் இருந்தால் Rg2-ஆல் பின் செய்துகொள்ளுதல் வேண்டும். இல்லையேல் அவர் மற்ற ரூக்கை 'h' ஃபைலில் இறக்கி செக் சொன்னால் ஆப்பு போட்டுக்கொள்ள உங்களிடம் ரூக் இருக்காது. அதுபோல், உங்கள் ராஜா 3-வது ரேங்க்கில் அவரது ஒரு ரூக்கால், செக் சொல்லப்பட்டு, அவரது மற்ற ரூக், 1, 2 ரேங்க்கில் இருப்பின் நீங்கள் g4 ரூக்கால் Rg4 - g3 என்று பின் போட்டுக்கொள்ள வேண்டும். சில சமயம் a8-ல் ஒரு ரூக்கை வைத்து விடுவார். மற்றொன்றை a4-ல் வைப்பார். அச்சமயம் நீங்கள் **உடன்** எவ்விதத் தயக்கமுமின்றி a4 ரூக்கை அடித்துவிட வேண்டும். இவ்வாறு செய்யாவிடில் நீங்கள் தோல்வியைத் தழுவுவீர்கள். எப்படி ? அவர் a8 ரூக்கை h8-ல் வைத்து செக் சொல்லுவார். அச்சமயம் நீங்கள் Rg4 - h4 என்று பின் செய்து கொள்ளுவீர்கள். ஆனால், அவர் Ra4 × h4 + என்று அடிப்பார். நீங்கள் ஒரு ரூக்கையும் அடிக்க இயலாது. உங்களுக்கு ரூக் நஷ்டமே. பிறகு தோல்விதான். இதேபோல் a2-ல் ஒரு ரூக்கை வைத்துவிட்டு h1-ல் ஒரு ரூக்கை வைத்தும் செக் சொல்வார். எனவே, a2, a4-ல் கருப்பு (எதிரி) ஒரு ரூக்கை நிறுத்தினால் **உடனே** அதை அடித்துவிட வேண்டும். இதிலாவது ஒரு ரூக்கை இழந்தாலும் ராஜாவைக் காப்பாற்றிக் (பின்பு தோல்வியைத் தழுவினாலும்) கொள்ளலாம்.

ஆனால், மேற்கூறியவைகளைவிட ஆபத்தானது ஒன்று உள்ளது. அதில் கருப்பு

ராஜா, வெள்ளை ராஜாவிற்கு எதிரில் f3-ல் உள்ளதாக வைத்துக் கொள்ளுங்கள். பின் உங்கள் ராஜா எங்கேயும் நகர இயலாது. இதற்கும் ஒரே வழி a2, b2, c2, d2, e2, f2 என்ற 2-வது ரேங்கில் ஏதாவது ஒரு கட்டத்திலோ, a4, b4, c4, d4, e4, f4 என்று நான்காவது ரேங்க்கின் ஏதாவதொரு கட்டத்திலோ, கருப்பு ரூக் (எதிரி) வந்துவிட்டால் **உடனே** தவறாது அடித்துவிட வேண்டும். பின் ஆளுக்கு 1 ராஜா 1 ரூக் மட்டும் மிஞ்சும்.

ரூக், ரூக்குகள் வைத்து விளையாடும் இறுதியாட்டத்தில் விளையாடுவது, ஒரு தெளிவற்றதாக இருக்கும். ஏனெனில் 'இதில் சாதாரண யோசனையைவிட, காய்கள் இருக்கும் இடத்தினால் ஏற்படும் லாபம் / நஷ்டம் (Positional advantage / disadvantage) முதலில் நகர்த்தினால் ஏற்படும் லாபம் நஷ்டம் (Turn advantage / disadvantage) (தமிழில் முறை மாற்றம் என்று கொள்ளலாம்) ஏற்படும்' என்று இறுதியாட்டத்தில் புகழ்பெற்ற செஸ் நிபுணர் (Wellknown end game expert Yuri Averbakh) யூரி அவர்பேக் என்பவர் கூறியுள்ளார். உலக சாம்பியன் அனடோலி கார்போவ் (இந்த கேமை விளையாடுபவர்களில் ஒருவர்) ஏறத்தாழ அவருக்கு இணையானவர் என கூறுகின்றனர். மற்றவர் காரி காஸ்பரோவ். இதுபோன்ற புகழ்பெற்றவர்கள் இந்த டிராவை (Draw) செய்துள்ளனர். சரியாகத்தான் இருக்கும். எனினும் மேலே விளையாடி பார்ப்போம்.

**51. . . . Kf8 - g8**

**52. Rg2 - g3** திட்டமிட்டு அமர்ந்த நிலை (Rg2 - Rg4, Kh3) யிலிருந்து மாறாமலிருக்க இந்த நகர்த்தல். மற்ற விளையாட்டுகளில் டைம் பாஸ். இதில் மூவ் பாஸ்.

**52. . . . Rg7 - h7 +**

**53. Rg4 - h4** பின் போட்டுக் கொண்டார்.

இப்பொழுது ஒருவர் ரூக்கை ஒருவர் அடித்தாலும் சமம் (Equal) தான் ஆகும்.

**53. . . . Rh7 - h8** இப்பொழுது யாராவது அடிக்க வேண்டும். இல்லையேல் ஆட்டம் மாறாது. மீண்டும் மீண்டும் அதையே (Repeating) விளையாடினால், அதிக பட்சமாக 50 மூவ் ரூல்ஸ்படி டிரா (Draw) வாகும்.

**54. Rh4 × Rh8**

**54. . . . Kg8 × Rh8**

**55. Kh3 - g2**

**55. . . . Re6 - a6**

**56. Kg2 - f3**

**56. . . . Ra6 - a3 +**

**57. Kf3 - g2**

**57. . . . Ra3 - a6**

**58.** **Kg2 - f3**

**58.** **. . . Kh8 - h7**

**59.** **Kf3 - f4**

**59.** **. . . Ra6 - a5**

**60.** **Rg3 - g1**

**60.** **. . . Ra5 - a4+**

**61.** **. . . Kf4 - f3**

இதில் Rg1, 'g' ஃபைல் முழுவதையும் தன் ஆதிக்கத்தில் வைத்துள்ளது. இதனால் கருப்பு ராஜா 'h' ஃபைலை விட்டு தாண்ட இயலாது. அதேபோல் Ra4, வெள்ளை ராஜாவை 3-வது ரேங்க்கிலிருந்து, மேலே, 6, 7, 8 ரேங்க்குகளில் தாண்டவிடாது. இருவரும் ரூக்கை இக்கடைசியிலிருந்து - அக்கடைசி வரை திரும்பத்திரும்ப நகர்த்திக்கொண்டே இருப்பர். அதேபோல் ராஜாவையும் ஃப்ரீ (Free) ஆக நகர்த்தலாம். ஆனால், மேட்டே ஆக்க முடியாது. எனவே டிரா (Draw). இந்நகர்த்தலில் யாரும் ஏமாறவே மாட்டார்கள்.

போர்டின் இறுதி நிலையை **படம் 17** உடன் ஒப்பிட்டுப் பார்த்துக் கொள்ளவும்.

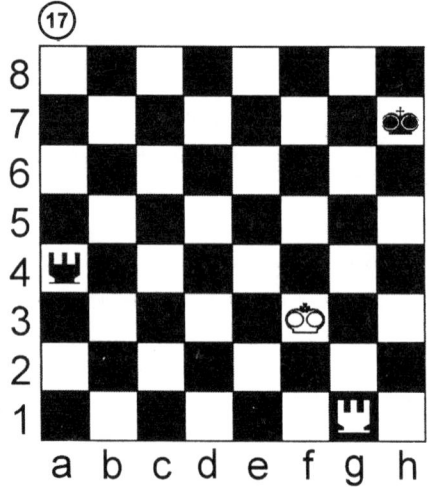

61 நகர்த்தல்களுக்குப் பின் போர்டின் இறுதி நிலை (குரூயன்ஃபெல்டு டிஃபன்ஸ் கேம் - 4).

அடுத்ததாக சிந்தனைப் பயிற்சி. இதில் முதலாவதாக வருவது அடுத்தடுத்து வரும் நகர்த்தல்களில் அனைத்துக் காய்களைப்பற்றிய சிந்தனைப் பயிற்சி (Consequence thinking of whole coins). இரண்டாவதாக வருவது அடுத்தடுத்து வரும் நகர்த்துதல்களில் தனித்தனி காய்களைப்பற்றிய சிந்தனைப் பயிற்சி (Consequence thinking of single pieces)

மேலே கூறிய இரண்டு பயிற்சிகளும் நான்கு கட்டங்களாக செய்யப்படுகின்றன. இவற்றிற்கு தேவையான பயிற்சி விபரம் 'யோசிப்பதெப்படி' என்ற 2-ம் பாடத்தில் பாரா 4 (a), (b), (c), (d)-ல் கொடுக்கப்பட்டுள்ளது. அதன்படி செய்யவும். இத்துடன், இந்த கேமிற்குள்ள, சிந்தனைப் பயிற்சிக்குத் தேவையான நகர்த்துதல்களும், மேற்கண்ட பாடத்தில் கொடுக்கப்பட்டுள்ளது.

## வினாக்களுக்கு விடையளிக்கவும்

1. கருப்பு d5 × c4-ஐ அடித்த உடன் அதை ஏன் வெள்ளையால் அடிக்க இயலவில்லை ? 4
2. நுணுக்கமாகக் கூறுவோமேயாகில் (Technically speaking) குருயன்ஃபெல்டு டிஃபன்ஸ் (Gruenfeld Defence) திறப்புகள் செய்ய எத்தனை நகர்த்தல்கள் தேவை ? 2
3. 7-வது நகர்த்தலில் Nb1 - a3, சரியான நகர்த்தல் இல்லை. எப்படி ? 3
4. ஒரே ஃபைலில் இரண்டு பான்கள் இருப்பது நல்லதா ? விளக்கம் கூறு. 3
5. வெள்ளை இரண்டாம் நிலை அரண் (Fortification) அமைத்துள்ளமையால் ஏற்பட்டுள்ள பின்னேற்றம் (Disadvantage) என்ன ? 3
6. 17-வது நகர்த்தலில், வெள்ளை கருப்பிற்கு அறியாமலேயே உதவியிருக்கின்றார். எப்படி ? 3
7. 19-வது நகர்த்தலில் வெள்ளை Bg2 × Bh3 என்றால் என்ன நிலை ஏற்படும் ? 6
8. இறுதியாட்டத்தைப்பற்றி, புகழ் பெற்ற 'யூரி அவர்பேக்' (End game expert Yuri Averbakh) கூறியுள்ளதென்ன ? 4

## பாடம் - 8
## குருயன்ஃபெல்டு டிஃபன்ஸ் - 5
## (Gruenfeld Defence - 5)

இதுவரை குருயன்ஃபெல்டு டிஃபன்சில் நான்கு கேம்கள் விளையாடி, ஆராய்ந்து பார்த்துவிட்டோம். ஒவ்வொரு திறப்புகளிலும், குறைந்தது 10 கேமாவது, விளையாடி, ஆராய்ந்து பார்த்தால்தான் அதில் முழுமை (Perfection) அடைய முடியும், நினைவில் நின்று அகலாது என்று உலக சாம்பியன்களும், செஸ்ஸில் உலகளவில் முன்னேறியவர்களும் கூறியுள்ளதை நினைவு கூர்ந்து, இந்த ஐந்தாவது கேமையும் விளையாடி, ஆராய்ந்து பார்ப்போம்.

1. **d2 - d4** குருயன்ஃபெல்டில் முதல் நகர்த்தல். இதனால் ராணி d2, d3-களில் செல்லும். பிஷப் (Bc1) d2, e3, f4, g5, h6 ஆகிய குறுக்குக் கட்டங்களில் செல்லும். Ke1 - d2-ல் நகரும். ஒரு நகர்த்தலில் மூன்று காய்களுக்கு வழி திறக்கப்பட்டுவிட்டது. d4 பான் c5, e5 கட்டங்களைக் கண்காணிக்கின்றது. இவை இரண்டும் முக்கிய நான்கு நடுக்கட்டங்களில் (Important center square) இரண்டு ஆகும்.

1. **... Ng8 - f6** இதனால் g8 கட்டம் காலியாகிவிட்டது (Developed). இக்கட்டம் ராஜா பக்க கோட்டை (King's side castling) கட்டிக்கொள்ள, தேவையான கட்டமாகும். நைட் d5, e4, g4, h5 ஆகிய கட்டங்களைக் கண்காணிக்கின்றது. இதில் g4-ம் e4-ம் எதிரியின் (வெள்ளையின்) கட்டங்கள். இப்பொழுது குதிரைக்கு (Night) மட்டும் ஒரு கட்டம் கூடுதலாக சிந்திப்போம். d5 முக்கியமான நடுக்கட்டங்கள் நான்கில் ஒன்றாகும். e4-லிருந்து f2, d2-க்குச் செல்லும். g4-லிருந்து h2, f2 கட்டங்களுக்குச் செல்லும். இந்த நான்கு கட்டங்களிலும் அடிபட்டு விடும். மேலும், d5-லிருந்து b4, c3-க்கு செல்லும். ஒரு பயனும் இல்லை.

2. **c2 - c4** இந்நகர்த்தல் குருயன்ஃபெல்டிற்கு ஓர் அடையாள நகர்த்தல். இது b5, d5 கட்டங்களைக் கண்காணிக்கின்றது. d5 கட்டத்தை கருப்பு நைட் f6-லிருந்து கண்காணிக்கின்றது. ராணியின் இடது குறுக்குக் கட்டங்கள் (c2, b3, a4) திறக்கப்பட்டு விட்டது. பான் c4-க்கு ஆதரவு (Support) இல்லை. c2 - c3 என்று நகர்த்தப்படாதது கவனிக்கத்தக்கது. அப்படி c3-ல் நகர்த்தியிருந்தால் Nb1 முன்னேறுவது (develop) தடைபடும். Na3 என்று வைப்பது செஸ் கோட்பாட்டின்படி உகந்தது (Unpleasant) அல்ல.

2. **... g7 - g6** இதனால் g7 கட்டம் காலியாகிவிட்டது (developed). அதில் Bf8-ஐ நிறுத்திவிட்டு, கேஸ்ட்லிங் செய்து கொள்ளலாம். அதனால் 2-ம் நிலை அரண் (Fortification) அமையும். பான் g6 ; h5, f5 ஆகிய கட்டங்களைக் கண்காணிக்கின்றது.

3. **Nb1 - c3** இதனால் b1 கட்டம் காலியாகிவிட்டது. இது முக்கிய நடுக் கட்டங்களில் ஒன்றாகிய d5 கட்டத்தைக் கண்காணிக்கின்றது. இப்பொழுது d5 கட்டத்தை கருப்பு நைட் (Nf6), வெள்ளை பான் (c4), வெள்ளை நைட் (Nc3) ஆகியவை கண்காணிக்கின்றன. மேலும் இந்த நைட் (Nc3) e4, a4, b5 கட்டங்களையும் கண்காணிக்கின்றது.

3. **... d7 - d5** இதனால் பிஷப்பிற்கு (Bc8) இடது குறுக்குக் கட்டங்கள் (Left diagonal) h3 வரை திறந்துவிட்டது. ராணிக்கு (Qd8) d7, d6 கட்டங்கள் திறப்பு ஆகிவிட்டன. பான் d5-க்கு ஆதரவு (Support) தருகின்றது. இப்பொழுது d5 பானை வெள்ளை பானோ (c4) நைட்டோ (Nc3) அடித்தால் சமமாக (Equal) போய்விடும். எப்படி ? 4. c4 × d5 ... Nf6 × d5, 5. Nc3 × Nd5 ... Qd8 × d5 என்று இருவருக்கும் 1 பான் 1 நைட் போய்விடும். d5-ல் வெள்ளை பான் இருந்து கருப்பு நைட் அடியைத் துவங்கினால் (செஸ் கோட்பாட்டின்படி) வெள்ளைக்கு 2 பான்கள் மட்டும் போகும். கருப்பிற்கு 1 குதிரை (நைட்), 1 ராணி போய்விடும். இதே கருப்பு d5 × c4 என்று அடித்தால், வெள்ளையிடம், அடித்த கருப்பு பானை, உடன் அடிக்க ஆதரவு காய்கள் (Support) இல்லை. d5 பான் e4 கட்டத்தையும் கண்காணிக்கின்றது.

4. **Ng1 - f3** வெள்ளை இந்நகர்த்தலில் c4 × d5 என்று அடித்திருக்கலாம். அதன் முடிவாக d5-ல் கருப்பு நைட் அல்லது ராணி அமரும். அது அழுத்தம் (Pressure) தான். அதைவிட d5 × c4 என்று அடித்தாலும், பார்த்துக் கொள்ளலாம் என்று (Ng1- f3)இந்த நகர்த்தலைச் செய்துவிட்டார். இதனால் g1 கட்டம் காலியாகி (Developed) விட்டது. இது கோட்டை (Castling) கட்டிக் கொள்ளத் தேவையானது. இந்த நைட் f3, d4, e5, g5, h4 கட்டங்களைக் கண்காணிக்கிறது. இதில் e5-ம், g5-ம் எதிரியின் கட்டங்கள். தேவையானால் d2 கட்டத்திற்கும் வரலாம்.

4. **... Bf8 - g7** இதனால் f8 கட்டம் டெவலப் ஆகிவிட்டது. கருப்பு இப்பொழுது கேஸ்ட்லிங் செய்து கொள்ளலாம். பிஷப் (Bf8)பின் உதவியுடன், 2-ம் நிலை அரண் (Fortification) அமைக்கலாம். Bg7 - h6-ஐக் கண்காணிக்கின்றது.

5. **Qd1 - b3** c4-க்கு ஆதரவு (Support) கிடைத்துவிட்டது. இதை (Qb3-ஐ) b5-ல் வைத்து ராஜாவிற்கு செக் சொல்லலாம். ஆனால், ஒரு பயனும் இல்லை. கருப்பு, தற்சமயம் Bc8-ஐ நகர்த்தக்கூடாது. நகர்த்தினால் Qb3 × b7 ஆகி Ra8-ஐ பயமுறுத்தும் (Threatening). தற்சமயம், ராணி (Qd1-ன்)யின் பாதுகாப்பைப் பெற்றிருந்த d4 பான், Nf3-ன் ஆதரவைப் (Support) பெறுகின்றது.

5. **... d5 × c4** சரியாகக் கணக்கிட்டு அடித்துவிட்டார். இல்லையேல், 6. c4 × d5 ... Nf6 × d5 7. Nc3 × Nd5 என்று ஒரு பான் ஒரு நைட்டை கருப்பு இழப்பார். வெள்ளை 1 பானை மட்டும் இழப்பார். மேலே போனால் 7 ... Qd8 × Nd5, 8. Qb3 × Qd5 என்று வெள்ளை நைட்டை இழந்து

ராணியைப் பெறுவார். இதுபோன்று அடித்தல், தொடர் அடித்தல்களை (நீயடி, நான் அடி, நீயடி, நான் அடி) துவங்கும் முன்பு நன்கு யோசித்து அடிக்க வேண்டும். படித்து ஆராயும்பொழுது இரண்டாவது போர்டில் செய்து பார்த்து தெளிவு பெற்று, பின் தொடர வேண்டும்.

6. **Qb3 × c4** இதைத்தான் செய்ய வேண்டும். செய்துவிட்டார். யாராவது ராணியை இத்தருணத்தில் இழக்க விரும்புவார்களா ? இப்பொழுது இருவரது காய்களும் ஒன்றுக்கொன்று ஆதரவுடன் (Support) உள்ளது. Qc4 - b5 + சொல்ல இயலும். விதிப்படி செக் சொல்லப்பட்டு, ராஜா அதிலிருந்து விடுபட்டால் (Out of check) ஒருவர் கேஸ்ட்லிங் செய்துகொள்ளக்கூடாது. நடைமுறையில், மற்றவர் எதிர்ப்பு (Objection) தெரிவிப்பது மிகக் குறைவாகவே காணப்படுகிறது. சிலர் தீவிரமாக எதிரியை கோட்டை (Castling) கட்டிக்கொள்ள விடுவதில்லை. அவர்கள் தொடர்ந்து எதிரியைக் குழப்புவதிலும், காய் பரிமாற்றத்திலும், (தேவையற்ற) நாவல்டி (Novelty)என்ற பெயரில், குறிக்கோள், நாம் ஜெயிக்கவேண்டுமே என்ற எண்ணம் இல்லாது மாற்றி, மாற்றி நகர்த்துவார்கள்.

6. **. . . 0 - 0** ராஜா பக்க (King's Side Castling) கோட்டை கட்டிக்கொண்டார். Bf8 - g7-ல் இருப்பதால், இது 2-ம் நிலை அரணாக (Fortification) மாறிவிட்டது. ராஜா பாதுகாப்பான இடத்தில் வைக்கப்பட்டுவிட்டார்.

7. **e2 - e4** Nc3 இதற்கு ஆதரவாக (Support) உள்ளது. இது (e4) d5, f5 கட்டங்களைக் கண்காணிக்கின்றது. இதனால் குரூயன்ஃபெல்டின் வரிகளில் ஒன்றை (10-நகர்த்தல்களுக்குள் செய்ய வேண்டியதை) செய்துவிட்டார்.

7. **. . . Nb8 - a6** இந்த நகர்த்தல் குரூயன்ஃபெல்டு டிபஃபன்ஸுக்கு புறம்பானது மட்டுமின்றி, செஸ் கோட்பாட்டிற்கும் புறம்பானது. நைட்டை ஓரக் (Edge) கட்டங்களில் வைக்கக்கூடாது. இதனால் நடுக்கட்டங்களில், வெள்ளையின் ஆதிக்கம் ஓங்கும் என்பது, செஸ் கோட்பாட்டில் உள்ள, அனைவரும் ஒப்புக் கொள்ளக்கூடிய உண்மை. ஆனால், குரூயன்ஃபெல்டின் இந்த ஏழு நகர்த்தல்களையும் சிறிது மாற்றத்துடன் அறிமுகப்படுத்தியவர்கள் 'கிராண்ட் மாஸ்டர் வ்யாசெஸ்லேவ் ரகோசின்' (ரஷ்யா), (Vyacheslave Ragozin of Russia)வும், 'கிராண்ட்மாஸ்டர் மிகுல் நாஜ்டார்ப்' (அர்ஜென்டினா) (Miguel Najdorf of Argentina)வும் ஆவார்கள். இரண்டாவதாகக் கூறப்பட்டவர், முழு கேமையும் விளையாடி ஆராய்ந்து உறுதி (Subsequently refined by Argentinian Grandmaster Miguel Najdorf) செய்தவர். இவர்கள் கூறுவது; கருப்பு, குரூயன்ஃபெல்டின் முக்கிய திட்டங்களை (Does not mean to give up the Gruenfeld's main strategical idea) சிறிதளவும் விட்டுக் கொடுக்கவில்லை. ஆனால் ஃபைல்கள் (files a to d) a, b, c, d பக்கமுள்ள கருப்பு பான்களின் நடவடிக்கை சுறுசுறுப்பாக்கப்பட்டுள்ளது, (activated Q - Side (Black's) Pawns and

pieces). இதை மாற்றிய இருவரும், இவ்விளையாட்டை விளையாடிய அனுபவம்மிக்க உலக சாம்பியன்கள், செஸ் வல்லுநர்களின் கருத்துக்களையும் சேகரித்து வெளியிட்டுள்ளனர். அவர்கள் கூறுவது. "பானின், மத்திய கட்டங்கள் விளையாட்டில் சிறிதளவும் பாதிப்பில்லை" (Pawn's centre is indeed very strong, affecting in no small degree all future development) என்பதாகும். மேற்கண்ட இரு கிராண்ட் மாஸ்டர்களும் (Gruenfeld) குருயன்ஃபெல்டில் சிறப்புத் தகுதி பெற்றவர்கள், (Devotees and Specialists for Gruenfeld) அதற்காக தங்களை அர்ப்பணித்தவர்கள். சரி, இந்த 7-வது ஒரிஜினல் நகர்த்தல்தான் என்ன ? 7 ... Bc8 - g4 என்பதாகும். இதைத்தான் மாற்றி 7 ... Nb8 - a6 என்று நகர்த்தி ஆராய்ந்துள்ளனர்.

**8. Bf1 - e2** f1 - கட்டம் காலியாகிவிட்டது. இவர் கேஸ்ட்லிங் செய்துகொள்ள இயலும்.

**8. ... c7 - c5** காய் பரிமாற்றத்திற்காக வலிய வந்து கொடுக்கின்றார். c5 × d4 என்றால் கருப்பு, பானை இழப்பார். d4 × c5 என்றால், ராணி (Qc4) யின் ஆதரவு இருப்பதால், கருப்பு Na6 × d5 என்று அடிக்கமாட்டார்.

**9. d4 - d5** 9 d4 × c5 என்று அடிப்பது தவறாகும். எப்படி ? 9 ... Bc8 - e6 என்று ராணியை பயமுறுத்துவார். 10. Qc4 - b5 ... Ra8 - c8, 11. Q × b7 ... Na6 × c5 என்று வெள்ளைக்கு பாதகமாக செல்லும். இதில் 11. Q × b7 என்பதை Bc1 - e3 என்றும் 11 ... Na6 × c5 என்பதை Nf6 - g4 என்று மாற்றியும் விளையாடலாம். 9. e4 - e5 ... Nf6 - g4, 10. h2 - h3 ... c5 × d4, 11. h3 × Ng4 ... d4 × Nc3, 12. b2 × c3 ... Qd1 - a5 +, 13. Be3 - e2 என்று தொடரலாம். இது இருவருக்கும் சம பலமளிக்கும் நகர்த்தல்கள் ஆகும். இவை செஸ் நிபுணர்களால் சுட்டிக்காட்டப்படும் செஸ் கோட்பாட்டில் உள்ள நகர்த்தல்கள். இம்மாற்று நகர்த்தல்களைக் கற்றுக்கொள்ளுங்கள். பயன் தரக்கூடியவைகள்.

**9. ... e7 - e6** வெள்ளை இந்த e5 பானை d5 × e6 என்று அடித்தால் 10. d5 × e6 ... Bc8 - e6 (ராணிக்கு பயமுறுத்தல்) என்று மேலே உள்ளவைகள் தொடரும். இதிலும் கருப்பு தனது பானை வலியவந்து கொடுப்பதால், நிதானமாக சிந்தித்து, மேலே நகர்த்த வேண்டும்.

**10. 0 - 0** இவரும் கோட்டை (Castling) கட்டிக்கொண்டார். முதல் நிலை அரண் (Fortification) அமைந்துவிட்டது.

வெள்ளை தனது 10-வது நகர்த்தலை செய்த பின்பு, திறப்புகள் முடிந்துவிட்டது. போர்டின் நிலையை **படம் 18** உடன் ஒப்பிட்டு சரிபார்த்துக்கொள்ளவும்.

சுராவின் செஸ் திறப்புகள் (ஓப்பனிங்ஸ்)

(18)

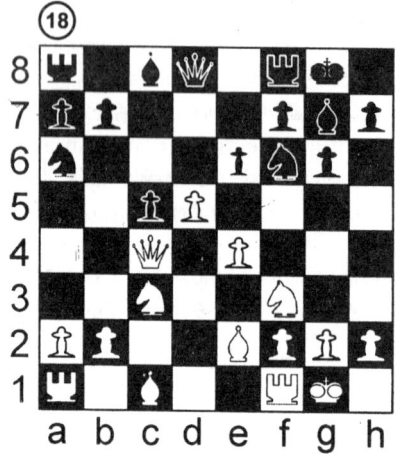

வெள்ளை 10-வது நகர்த்தலைச் செய்தபின்பு போர்டின் நிலை.
(குருயன்ஃபெல்டு டிஃபன்ஸ் 5வது கேம்)

**10.** **. . . e6 × d5** இரண்டிலொன்று (Skewers) போட்டுள்ளது. Qe4-ஐயும், e4-ஐயும் தாக்குகின்றது. கருப்பு வந்ததே 'd' ஃபைலை தங்குதடையின்றி (Free) ஆகச் செய்வதற்காகத்தான்.

**11.** **e4 × d5** இதனால் 'e' ஃபைல் ஃப்ரீ (Free) ஆகிவிட்டது. d5 பானை Nf6 × d5 என்று கருப்பு அடித்தால், Nc3 × Nd5 என்று அடிபட்டு விடும்.

**11.** **. . . Bc8 - f5** இது e4, d3, c2, b1 கட்டங்களைக் கண்காணிக்கும். Bf5 - e4 என்று e4-ல் பிஷப்பை வைத்து d5, Nf3-ஐ அடிக்கலாம். ஆனால், எதிலும் லாபம் இருக்காது.

**12.** **Bc1 - f4** இது குறுக்கில் b8 வரை கண்காணிக்கின்றது.

**12.** **. . . Rf8 - e8** இங்கே இவர் 12 . . . Qd8 - b6 என்று வைத்திருக்கலாம். அதனால், வெள்ளையின் b2-ஐ அடிக்கலாம். c5 பானிற்கு பாதுகாப்பு கிடைக்கின்றது. அதனால், Na6-ஐ சுறுசுறுப்பாக (Active ஆக) மாற்ற இயலும்.

**13.** **Ra1 - d1** குருயன்ஃபெல்டு நிபுணர்கள் (Specialists in Gruenfeld) 'இந்த திறப்புகளில் போராட்டம் a, b, c, d, e ஃபைல்களில் நடக்கும். f, g, h ஃபைல்கள் பாதுகாப்பிற்கு ஒதுக்கப்பட்டவை' என்று கூறுகின்றனர். இப்படித்தான் 100 ஆண்டுகளுக்கு முன்பு, இதை உண்டாக்கியவர்களின் எண்ணமும் என்று கணித்துள்ளனர். அதன்படி மிகச் சரியாக விளையாடப்பட்டு காய்கள் அமைந்துள்ளன. அதாவது நிறுத்தப்பட்டுள்ளது. இதுவரை எந்த திட்டமும் இருவராலும் போடப்படவில்லை. இனிவரும் நடுகள ஆட்டத்தில் அது நடைபெறும். 'அது தற்சமயம் வெள்ளை d5 பானில் தான் மையம் கொண்டுள்ளது (The chief strategical conflict of coming middle game is centered on d5)' என்று செஸ் வல்லுநர் 'மார்க்

தைமநோவ்' (GM Mark Taimanov) என்பவர் கூறுகின்றார். Nb8 - a6-ம் அங்கீகரிக்கப்பட்ட நகர்த்தல் தான்.

**13.** **... Nf6 - e4** இந்த நைட் வெள்ளையின் எல்லையில் இருப்பதால் இதை (Ne4) நன்கு கணிக்க வேண்டும். Ne4 × Nc3 என்றால் b2 × Nc3 சமம். Ne4 - d2 சென்றால் Rd1 × Nd2 அடிபட்டுவிடும். அதுபோல் f2, g4-லும் அடிபட்டு விடும். வெள்ளை காய் பரிமாற்றத்தை விரும்பினால் Nc3 × Ne4 என்று அடிக்கலாம்.

**14.** **Nc3 - b5** Nb5 - a7 என்றால் Ra8-ல் அடிபட்டுவிடும். அதேபோல் c7, d6-லும் அடிபட்டுவிடும். 14. Bf4 - e3 அல்லது 14. Be2 - d3 தான் சரியான நகர்த்தல் ஆகும். ஆனால், வெள்ளை, துணிச்சலாக இந்த நைட்டை நகர்த்தியுள்ளார். c7, d6-ல் தன் ஆதிக்கத்தை நிலை நாட்ட b2 பானைக்கூட பலி கொடுத்துவிட்டார். 15-ல் d5 - d6 மிக நல்ல நகர்த்தல் என்பது நிபுணர்கள் கருத்து.

**14.** **... Qd8 - f6** இவர் 14 ... Bg7 × b2 அடித்துவிட்டு மீண்டும் Bg7-க்கே திரும்பிவிடவேண்டும். அல்லது 14 ... g6 - g5, 15. Bf4 - c1 ... g5 - g4 - இது சற்று அபாயமானது (Interesting though risky). என்றாலும் விறு விறுப்பானது என்று நிபுணர்கள் கூறுகின்றனர். வெள்ளை இந்நகர்த்தலில் b2-ஐக் காப்பாற்ற வேண்டும்.

**15.** **Be2 - d3** இந்நகர்த்தலினால், ஆட்டம் ஒரு திருப்பு முனையை அடைகின்றது. கருப்பு அடுத்து என்ன செய்ய வேண்டும் ? 15 ... Bg4, 16. Bf4 - Be5 ... Re8 × Be5, 17. Nf3 × Re5 ... Bg4 × Rd1, 18. Bd3 × Ne4 ... Qf6 × Ne5, 19. Rf1 × Bd1 என்ற நகர்த்தல் தொகுப்பைப் பின்பற்றிச்செல்ல வேண்டும். அல்லது 15 ... Bf4 - d7, 16. Bf4 - e5 ... Qf6 - e6, 17. Qc4 × Ne4 ... Bd7 × Nb5 18. Bd3 × Bb5 ... Qb6 × b5, 19. d5 - d6 என்ற நகர்த்தல் தொகுப்பினைக் கடைப்பிடிக்க வேண்டும். இது கருப்பிற்கு நல்ல தற்காப்பைத் (Stout defence) தரவல்லது. குறைவான தாக்கும் தன்மையைக் கொண்டது. (Less offensive). மேற்கண்ட இரு நகர்த்தல் தொகுப்புகளும், செஸ் கோட்பாடுகளில் காணப்படுபவை. ஆராயப்பட்டவை.

**15.** **... Na6 - b4** வெள்ளை தரும் b2-ஐ, ஏதோ பயத்தினால் கருப்பு ஏற்றுக்கொள்ளவில்லை (Declined). இனி ஏற்றுக் கொள்வாரா ? இதற்கு c5 ஆதரவாக உள்ளது. இது a2, c2, d5, d3 ஆகிய கட்டங்களில் செல்லும். ஆனால் எல்லாவற்றிலும் பாதுகாப்பு உள்ளது. Nb4 × Bd3 என்று காய் பரிமாற்றம் வேண்டுமானால் செய்ய இயலும்.

கருப்பின் இரண்டு நைட்டுகளும் வெள்ளையின் எல்லையில் உள்ளன. கருப்பின் ராணியும் b2-ஐ அடிக்கலாம். அடித்து இறங்கிவிடும். b2-ஐத் தாக்கிவிட்டு, பின்பு a2-ஐயும் தாக்க இயலும்.

**16.** **Nb5 - c7** இரண்டிலொன்று, அதாவது 'ஃபோர்க்' (Fork) போட்டுவிட்டார். ஏதாவதொரு ரூக் கிடைக்கும். செஸ் நிபுணர்கள் கூறும் அங்கீகரிக்கப்பட்ட நகர்த்துதல்களே சிறந்தது என்பது நமக்குப் புலனாகிறது.

**16. . . . Nb4 × Bd3** கருப்பு இப்படி Bd3-ஐ அடித்தாலும் செஸ் கோட்பாட்டின்படி போடப்பட்ட ஃபோர்க்கில் மாற்றம் ஏற்படாது. இந்நகர்த்தலில் கருப்பு, வெள்ளை ராஜாவிற்கு செக் வைத்திருப்பாரேயானால், போடப்பட்ட ஃபோர்க் பலனற்றதாகி இருக்கும். இப்பொழுதும் Qc4 × Nd3 அல்லது Rd1 × Nd3 என்று கருப்பு நைட்டை அடித்துவிட்டு பின் Nc7 × a8 அல்லது e8-ஐ எடுக்கலாம். முதலில் ரூக்கில் ஒன்றை எடுத்தால், அவர் தனது Nd3- ஐக் காப்பாற்றிக்கொண்டால், வெள்ளையும் தன் நைட் மற்ற ரூக்கால் அடிபடுவதிலிருந்து காப்பாற்றிக் கொள்ள இயலும். உதாரணமாக, 17. Nc7 ×Re8, Qf6-க்கு பயமுறுத்தல், அவர் Ra8 × Ne8 பின் வெள்ளை Qe4 × Nd3 அல்லது Rd1 × Nd3, இதுபோன்ற இடங்களில் நன்கு யோசித்து செயல்படவேண்டும். 2-வது போர்டில் விளையாடிப் பார்ப்பது நல்லது.

**17. Nc7 × Re8** கருப்பு ராணி (Qf6) யை பயமுறுத்துகிறது (Threatening).

**17. . . . Ra8 × Ne8**

**18. Qc4 × Nd3** வெள்ளை தனக்கு ஏற்பட்ட ஆபத்துக்களை எப்படி ஒரு ரூக் வெற்றியுடன் சமாளித்தார் என்பது நினைவில் நிறுத்திக்கொள்ளத் தகுந்தது. b2-க்கு இன்னும் ஆபத்து நீங்கவில்லை. இப்பொழுது கருப்பு 18... Ne4 × f2 அல்லது Ne4 - g3, 19. Qd3 - b5 (இதனால் Re8 அல்லது b7 கிடைக்கும்) என்று நகர்த்தலாம். ஆனால் அவர்,

**18. ... Qf6 × b2** வெள்ளை எதிரியின் மனநிலையை நன்கு புரிந்துகொண்டு விளையாடுகின்றார். அவர் ஏதாவதொரு காயை பலி கொடுத்து ஃபைல்களைத் திறக்கச் (Free) செய்வார், பின் அதன் வழியாக போக்குவரத்து ஏற்படுத்தி ராஜாவை வளைத்துவிடுவார். ஆனால், சிறிய காயை, பெரிய பீசுக்காக பலி கொடுப்பது மிக, மிகக் குறைவே. இல்லை என்றே கூறலாம்.

பான் a2 ஆபத்தில் உள்ளது.

**19. Rd1 - e1** இதனால் Re1 × Nd4, Bf5 × Rd4, Qd3 × Be4 என்று கருப்பிற்கு இரண்டு காய்கள் அடிபட்டுவிட வாய்ப்பேற்படுகிறது. கருப்பு கவனமாக இருக்க வேண்டும். வெள்ளைக்கு a2 அடிபடலாம். இவர் b2-ஐ விட்டது அலட்சியப் போக்கே (Lethargy) 19. d5 - d6... Ne4 - c3, 20. d6 - d7 என்றொரு பாதையும் (Track) உண்டு. அதில் செல்லக்கூடாது என்பதனை தெரிந்து வைத்துக்கொள்ளுங்கள். (Led to Complications) என்று நிபுணர்கள் கூறுகின்றனர். தற்சமயம் இவருக்கு (வெள்ளைக்கு) பிரச்சினையே Ne4 தான். Ne4 × f2 அல்லது Ne4 - g3 (f2 ரூக்கை பயமுறுத்தல்) என்று வைத்தால் ரூக் போய்விடும். எப்படியெனில் Bf5 × Qd3 ஆகிவிடும். அதற்கு இவர் வழி செய்ய வேண்டும். அதுவும் உடனே d5 பான் ராணியாகுமா, ஆகாதா என்பதும் தெளிவில்லை. Rd1 - e1-க்கு பதிலாக Rf1-e1 என்று வைத்திருக்கலாமோ, என்றால் 19... Qb2 × f2 (அதை அடிக்க f1-ல் ஒன்றும் இருக்காது. ஆனால், ஆதரவாக Ne4 உள்ளது). 20. kg1 - h1... Qf2 × e1, 21. Ra1 × e1 ... Nf2 + என்பன போன்று அழுத்தம் கொடுத்து செக்மேட்டாகிவிடும் நிலை. இவை தான் தற்சமயம் வெள்ளையின் பிரச்சினை.

**19. ... Qb2 - b4** 19... Ne4 - f6, 20. Re1 - e8 + ... Nf6 × e8, 21. Qd3 - e3 என்றொரு திருப்தியற்ற, ஆபத்தில்லாத வழியொன்றும் உண்டு.

**20. Nf3 - d2** வெள்ளை சிக்கல்களை விடுவிக்கும் நகர்த்தல்களைச் செய்ய நடவடிக்கை எடுக்கத் துவங்கிவிட்டார். Ne4 (Pin) ஆப்புவைக் கருதி, 20... Bg7 - c3, 21. Re1 - e2 அல்லது 21. a2 - a3! ? ராணிக்கு பயமுறுத்தல் என்று துவங்கி,

**20. ... Qb4 - a4** (போர்டின் நிலை படம் - 19)

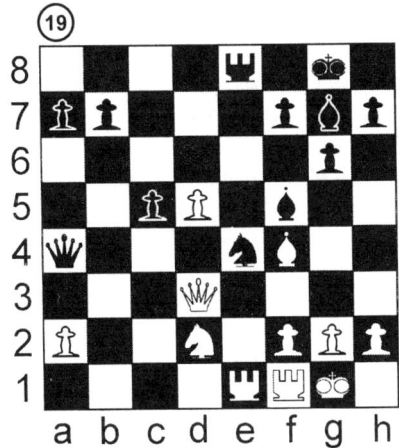

20வது நகர்தலை கருப்பு செய்தபின்பு போர்டின் நிலை.
(குரூயன்ஃபெல்டு டிஃபன்ஸ் கேம் - 5).

**21 Qd3 - c4!** இது ஒரு சிறந்த மாற்று நகர்த்தல். தனது ராணியை ஆதரவுடன் (Nd2) வைத்துக்கொண்டு கருப்பு ராணியை விரட்டுகிறார், இதில் கருப்பு ராணி சமமாகப் (Equal) போகட்டும் என்று வெள்ளை ராணியை அடிக்கலாம். இந்த ராணி பரிமாற்றத்தால் (Exchange) Bg7 - c3 என்ற, கெட்டதனமான (Malicious) நிலை தவிர்க்கப்பட்டுவிட்டது. மற்றொரு விதமாக (On the other hand) 21. Nd2 × Ne4 ... Re8 × Ne4, 22. Re1 × Re4 ... Bf5 × Re4 23. Qd3 - d2 ... c5 - c4 என்று விளையாடலாம். இது பழமையான, ராணியுடன் விளையாடும் விளையாட்டு. ராணிகளை இருவரும் இழந்து விளையாடினால், மொத்த நகர்த்தல்கள் (Total No. of moves) குறையுமே தவிர, ஆபத்தான நிலை உருவாகாது என்கின்றனர் நிபுணர்கள்.

**21. ... Qa4 × Qc4**

**22. Nd2 × Qc4**

**22. ... Bg7 - c3** குழப்புவதற்கு சில வழிகளை, கருப்பு கண்டுபிடித்துவிட்டார். ஆனால், இயற்கையான (சாதாரண, நேர்மையான) நகர்த்தலினாலேயே அவர் நம்பிக்கையற்றுப் போய்விடுவார். அவைகள் 22... b7 - b5, 23. Nc4 - d2...

Bg7 - c3, 24. Nb2 - e4 ... Re8 × Ne4, 25. Re1 × Re4 ... Bf5 × Be4, 26. d5 - d6 ... Be4 - c6, 27. Bf4 - e3. இதையே சிறிது மாற்றியும் செய்யலாம். அது, 22. b6 - b5, 23. Nc4 - d2 ... Ne4 - f6, 24. Re1 × Re8 + ... Nf6 e8, 25. Rf1 - e1 எனத் தொடரும். ஒரு சில மாற்றங்களுடன் மூன்றாவது நகர்த்தல் தொகுப்பும் உண்டு. அது 22 ... b7 - b5, 23. Ne4 - d2 ... Bg7 - c3, 24. Nd2 × Ne4 ... Bc3 × e1, 25. Ne4 - f6 + ... Kg8 - h8 ... Nf6 × e8 என்று தொடரும்.

நீங்களும் இம்மாற்று நகர்த்தல்களை நன்கு கற்றுக்கொள்ளவும். இம்மாற்று நகர்த்தல்கள்போல் இருவரும் விளையாட இயலுமா ? ஒருவர் 'நகர்த்தலை மாற்றி விட்டால் ?' என்ற கேள்வி எழலாம். என்றாலும் மாற்றாதவருக்கு, பழமை (Orthodox) விளையாட்டு போலல்லாது பாதுகாப்பான விளையாட்டாக அமையும். மாற்றியவருக்கு, பழமை விளையாட்டு, புதுமை (Modern play) இவைகள் கலந்து குழப்பமான நிலை உருவாகும். அதன் பலனை மற்றவர் லாபமாக்கிக் (Advantage) கொள்வார்.

**23. Nc4 - d2**

**23. ... Bc3 × d2**

**24. Bf4 × Bd2**

**24. ... Bf5 - d7**   25. Bd2 - h6 ... Bd7 - Bb5, 26. f2 - f3 ... Ne4 - f6, 27. Re1 - e6 ... Nf6 - d7, 28. Re6 × Re8 + அல்லது 27 ... Re8 × Re6, 28. d5 × Re6 என்றொரு வழி (Track) உள்ளது. இருவரும் சமமாகப் போராடிச் செல்லும் வழி. இவ்வழியில் செல்ல Bd2 மிகச்சிறந்த நிலை.

**25. Bd2 - f4**   இப்பொழுது f2 - f3 என்றால் ... Ne4 × Bd2, 26. Re1 × Re8 + ... Bd7 × Re8, 27. Rf1 - d1 என்று சென்று வெள்ளை 1 ரூக், 1 பிஷப்பை இழப்பார். கருப்பு ஒரு பிஷப்பை மட்டும் இழப்பார். ஆனால், கருப்பிற்கு 1 பிஷப் 1 நைட் இருக்கும். வெள்ளைக்கு 1 ரூக் மட்டும் இருக்கும். இது டிரா (Draw) விற்குத் தான் வழி வகுக்கும். இருவரும் வெற்றிக்கு வாய்ப்பிருப்பதாகக் கருதுவதால், கருப்பு Ne4 × Bd2, வெள்ளை, f2 - f3, இதுவரை செய்யவில்லை.

**25. ... Bd7 - b5**   Bd5 × Rf1 என்று அடித்தால் சற்று பலம் பெறுவார். அடுத்த நகர்த்தலில் ரூக் கிடைக்கும். பிஷப் போகும்.

**26. f2 – f3**   கருப்பு Ne4 × Bd2 என்று அடிப்பார் என்று எதிர்பார்க்கின்றார். அப்படி அடித்தால் Re1 × Re8 + கருப்பு Bb5 × Re8 வெள்ளை Rf1 - Rd1. வெள்ளைக்கு ரூக் இருக்கும், பிஷப்பின் உதவியுடன் கருப்பின் பான்களை அடித்துவிடலாம். தனது பான்களை எளிதில் ராணியாக்கலாம் என்று கணிக்கின்றார்.

**26. ... g6 - g5**   கருப்பு துணிச்சலான நகர்த்தல் ஒன்றினையும் செய்திருக்கலாம் அது, 26 ... Bb5 × Rf1, 27. Kg1 × f1 ... Ne4 - f6, 28. Re1 × Re8 + ... Nf6 × e8, 29. Bf1 - e5 ... f7 - f6, 30. d5 - d6 என்றால் d5 ராணியாவதைத் தடுக்க இயலாது.

**27. Bf4 × g5** கருப்பு 27... Ne4 × Bg5, 28. Re1 × Re8 + ... Bb5 × e8, 29. h2 - h4 என்று கருப்பு நைட் வளைக்கப்பட்டுவிடும் என்று கூறுகின்றனர் நிபுணர்கள். ஆனால், 'இப்பொழுதே கருப்பு நைட் (Ne4) f3-ஆல் அடிபடும் நிலையில்தானே உள்ளது' என்ற கேள்வி எழுகிறது. யானைக்கும் அடி சறுக்கும் என்பது போல், அது அடிபடுவதை கவனிக்கவில்லை என்றுதான் பார்வையாளர்கள் (Spectators) கூறுகின்றனர்.

வெள்ளை : அனடோலி கார்போவ்

கருப்பு : காரி காஸ்பரோவ். இருவரும் உலக சாம்பியன்கள்.

நான் எவ்வளவோ யோசித்துவிட்டேன். நைட்டை அடிக்காமல் (f3 × Ne4) இருக்க காரணம் ஏதும் இருப்பதாகத் தெரியவில்லை. நீங்களும் யோசித்துப் பார்க்கவும்.

**27. ... Bb5 × Rf1**

**28. Kg1 × Bf1**

**28. ... Ne4 - d6**

**29. Bg5 - e7** 29. Re1 × Re8 + ... Nd6 × Re8, 30. Bg5 - e7... f7 - f5, 31. Be7 × c5 (அல்லது d5 - d6 ... Kg8 - f7) 31 ... b7 - b6, 32. Bc5 - d4 ... Kg8 - f7 என்று நகர்த்தப்படுமேயானால், கருப்பின் எதிர்ப்பு அழுத்தமாக (Stiffer resistance than in actual game) சாதாரண விளையாட்டைவிடக் கடினமாக இருக்கும்.

**29. ... Nd6 - c8**

**30. Be7 × c5**

**30. ... Re8 - d8** பின்பு போர்டின் நிலையை **படம் 20** உடன் ஒப்பிட்டுப் பார்த்துக் கொள்ளவும்.

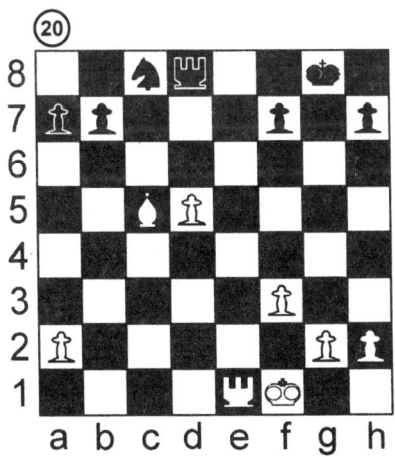

20

30வது நகர்த்தலை கருப்பு நகர்த்திய பின்பு போர்டின் நிலை. (குரூயன்ஃபெல்டு டிஃபன்ஸ் கேம் - 5).

31. Re1 - e5

31. ... f7 - f6

32. Re5 - f5   வெள்ளைக்கு ஒரு பான் கூடுதலாக உள்ளது. காய்கள் நல்ல நிலையில் உள்ளன. கருப்பின் நிலை வெளிப்பட வாய்ப்புள்ளது. (White has both material and positional advantage)

32. ... b7 - b6   Bc5-க்கு பயமுறுத்தல்.

33. Bc5 - d4

33. ... Nc8 - e7   Rf5-க்கு பயமுறுத்தல்.

34. Bd4 × f6

34. ... Rd8 × d5   ராணியாகும் என்று எதிர்பார்க்கப்பட்ட பான் அடிக்கப்பட்டு விட்டது.

35. Rf5 - g5 +

35. ... Rd5 × g5   இதனால் சில நகர்த்தல்கள் அதிகரிக்கும்.

36. Bf6 × g5

36. ... Ne7 - c6

37. Kf1 - e2

37. ... Kg8 - f7

38. Ke2 - d3

38. ... Kf7 - e6   38 ... Nc6 - b4 +,   39. Kd3 - c4 ... Nb4 × a2, 40. Kc4 - b3 என்று சென்றால் குதிரை போய்விடும்.

39. Kd3 - c4

39. ... Nc6 - e5 +

40. Kc4 - d4

40. ... Ne5 - c6 +   கருப்பு தனது 40-வது நகர்த்தலைச் செய்துவிட்டு (வெள்ளை ராஜாவிற்கு செக் வைத்துவிட்டு) தோல்வியை ஒப்புக்கொண்டு விட்டார்.

போர்டின் நிலையை படம் 21 உடன் ஒப்பிட்டுப்பார்த்துக் கொள்ளவும்.

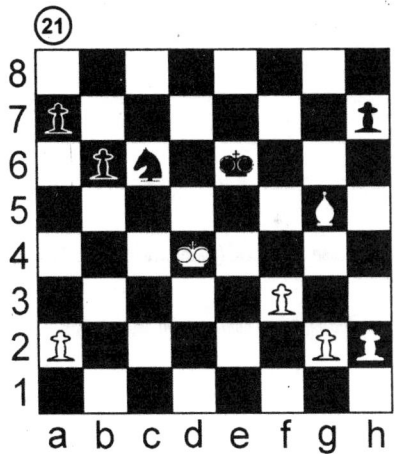

கருப்பு தனது 40-வது நகர்த்தலைச் செய்து, வெள்ளை ராஜாவிற்கு செக் வைத்துவிட்டு, தோல்வியை ஒப்புக் கொண்டுவிட்டார். (குரூயன்ஃபெல்டு டிஃபன்ஸ் கேம் - 5)

இறுதியாட்டத்தின் (End game) அடிப்படையில் சிந்தித்து மேலே விளையாடுவோம்.

முதல் நகர்த்தல் வெள்ளைக்கு செக்கைக் காப்பாற்றும் நகர்த்தலாகிவிடும். இருக்கும் காய்களை வைத்துக்கொண்டு ஒருவரையொருவர் வளைக்க முடியாது. வெள்ளைக்கு மூன்று பான்கள் இருந்தும், கருப்பு ராஜாவும் நைட்டும் வந்து தடுக்கும். ஒன்றையும் ராணியாக்க இயலாது. எனவே, வெள்ளை ராஜாவை இப்பக்கம் (a, b file side) அனுப்பினால் அவர் நைட்டையும் இங்கு அனுப்புவார். கருப்பு ராஜா வெள்ளை பக்கம் முன்னேறுவதைத் தடுப்பார். வெள்ளை ராஜா கருப்பு பான்களைத் தடுக்கும். யார் முதலில் ராணியாக்கு கின்றார்களோ அவர்தான் ஜெயிப்பார். போராட்டம் துவங்குகிறது.

41. Kd4 - c4
41. ... Ke6 - f5
42. Bg5 - c1
42. ... a7 - a6
43. g2 - g4 +
43. ... Kf5 - g6
44. h2 - h4
44. ... b6 - b5 +
45. Kc4 - c5
45. ... Nc6 - b8

| | |
|---|---|
| 46. | h4 - h5 + |
| 46. | . . . Kg6 - g7 |
| 47. | g4 - g5 |
| 47. | . . . Nb8 - d7 + |
| 48. | Kc5 - b4 |
| 48. | . . . Kg7 - f7 |
| 49. | f3 - f4 |
| 49. | . . . h7 - h6   பான்கள் தடைபட்டுவிட்டன. (Blocked) |
| 50. | Kb4 - a5 |
| 50. | . . . Nd7 - b8   இங்கிருந்து நைட் நகர இயலாது. |
| 51. | g5 × h6 |
| 51. | . . . Kf7 - g8 |
| 52. | Bc1 - b2 |
| 52. | . . . Kg8 - f7 |
| 53. | h6 - h7 |
| 53. | . . . Kf7 - f6 |
| 54. | h7 - h8 (Q) + |
| 54. | . . . Kf6 - f5   ஒரு பானை ராணியாக்கிவிட்டபடியால், வெள்ளைதான் ஜெயிப்பார். எனினும், மேலே விளையாடுவோம். |
| 55. | Qh8 × Nb8 |
| 55. | . . . Kf5 - g4 |
| 56. | Qb8 - e5 |
| 56. | . . . Kg4 - f3 |
| 57. | h5 - h6 |
| 57. | . . . Kf3 - g3 |
| 58. | h6 - h7 |
| 58. | . . . Kg3 - h4 |
| 59. | h7 - h8 (R) |
| 59. | . . . Kh4 - g3 |
| 60. | Qe5 - e3 + |
| 60. | . . . Kg3 - g4 |
| 61. | Rh8 - f8 |
| 61. | Kg4 - h4 |
| 62. | Qe3 - g1 |
| 62. | . . . Kh4 - h5 |
| 63. | Rf8 - h8 +   ராஜா வளைக்கப்பட்டுவிட்டது. (Checkmate) |

போர்டின் இறுதி நிலையை படம் 22 உடன் ஒப்பிட்டு சரிபார்த்துக்கொள்ளவும்.

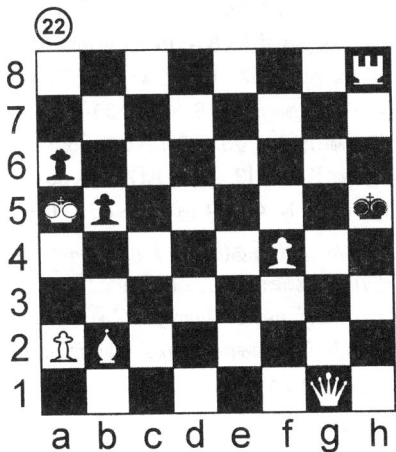

கருப்பு தோல்வியடைந்தபின் (கருப்பு ராஜா சுற்றி வளைக்கப்பட்ட பின்பு) போர்டின் இறுதி நிலை. (குரூயன்ஃபெல்டு டிஃபன்ஸ் கேம் - 5)

2. சிந்தனைப் பயிற்சி : இதில் இரண்டு வித சிந்தனைப் பயிற்சிகள் **உண்டு** என்பதை அறிவீர்கள். முதலாவதாக.

(a) அடுத்தடுத்து வரும், நகர்த்துதல்களில் அனைத்து காய்களைப் பற்றிய சிந்தனை (Consequence thinking of whole coins). இதற்குரிய முதற்கட்டப் பயிற்சியை, 'யோசிப்பதெப்படி' என்ற 2-ம் பாடத்தில், பாரா 4(a)-ல் உள்ளபடி செய்துவிட்டு, இரண்டாம் கட்டப் பயிற்சியை செய்யவும். இரண்டாம் கட்டப் பயிற்சிக்குத் தேவையான நகர்த்தல்கள் கீழே தரப்பட்டுள்ளன.

1-வது நகர்த்தலான d2 - d4-ஐ நான் செய்தேன், அவர் Ng8 - f6, 2-ல் நான் c2 - c4, அவர் g7 - g6. 3-ல் நான் Nb1 - c3, அவர் d7 - d5, 4-ல் நான் Ng1 - f3, அவர் Bf8 - g7, 5-ல் நான் Qd1 - b3, அவர் d5 × c4, 6-ல் நான் Qb3 × c4, அவர் 0 - 0, 7-ல் நான் e2 - e4, அவர் Nb8 - f6, 8-ல் நான் Bf1 - e2, அவர் c7 - c5, 9-ல் நான் d4 - d5, அவர் e7 - e6, 10-ல் நான் 0 - 0, அவர் e6 × d5, 11-ல் நான் e4 × d5, அவர் Bc8 - f5, 12-ல் நான் Bc1 - f4, அவர் Rf8 - e8, 13-ல் நான் Ra1 - d8, அவர் Nf6 - e4, 14-ல் நான் Nc3 - b5, அவர் Qd8 - f6, 15-ல் நான் Be2 - d3, அவர் Na6 - b4, 16-ல் நான் Nb5 - c7, அவர் Nb4 × d3, 17-ல் நான் Nc7 × e8 ... Ra8 × e8, 18-ல் நான் Qc4 × d3, அவர் Qf6 × b2, 19-ல் நான் Rd1 - c1, அவர் Qb2 - b4, 20-ல் நான் Nf3 - d3, அவர் Qb4 × a4, 21-ல் நான் Qd3 - c4, அவர் Qa4 × c4, 22-ல் நான் Nd2 - c4, அவர் Bg7 - c3, 23-ல் நான் NC4 – d2, அவர் Bc3 × d2, 24-ல் நான் Bf4 × d2, அவர் Bf5 - d7, 25-ல் நான் Bd2 - f4, அவர் Bd7 - b5,

26-ல் நான் f2 × f3,, அவர் g6 - g5, 27-ல் நான் Bf4 × g5, அவர் Bb5 × f1, 28-ல் நான் Kg1 × f1, அவர் Ne4 - d6, 29-ல் நான் Bg5 - e7, அவர் Nd6 - c8, 30-ல் நான் Be7 × c5, அவர் Re8 – d8, 31-ல் நான் Re1 - e5, அவர் f7 - f6, 32-ல் நான் Re5 - f5, அவர் b7 - b6, 33-ல் நான் Bc5 - d4, அவர் Nc8 - e7, 34-ல் நான் Bd4 × f6, அவர் Rd8 × d5, 35-ல் நான் Rf5 - g5 +, அவர் Rd5 × g5, 36-ல் நான் Bf6 × g5, அவர் Ne7 - c6, 37-ல் நான் Kf1- e2, அவர் Kg8 - f7, 38-ல் நான் Ke2 - d3, அவர் Kf7 - e6, 39-ல் நான் Kd3 -c4, அவர் Nc6 -e5 +, 40-ல் நான் Kc4 - d4, அவர் Ne5 - c6 +.

(b) இரண்டாவதாக, அடுத்தடுத்து வரும் நகர்த்தல்களில், தனித்தனி காய்களைப் பற்றிய சிந்தனை (Consequence thinking of single pieces). இதில் முதற்கட்டப் பயிற்சியை 'யோசிப்பதெப்படி' என்ற பாடத்தில் பாரா 4(c)-ல் உள்ளபடி செய்து கொள்ளவும். இரண்டாம் கட்டப் பயிற்சிக்குத் தேவையான நகர்த்துதல்கள் கீழே தரப்பட்டுள்ளது.

**வெள்ளை பான்கள்**

**a2** - இறுதிவரை அடிபடவில்லை.

**b2** - 18-வது நகர்த்தலில் b2 -லேயே அடிபட்டுவிடுகிறது.

**c2** - 2-ல் c4, 5-ல் அடிபட்டுவிடுகிறது.

**d2** - 1-ல் d4, 9-ல் d5, 10-ல் அடிபட்டுவிடுகிறது.

**e2** - 7-ல் e4, 11-ல் d5 அதிலேயே அடிபட்டுவிடுகிறது.

**f2** - 26-ல், f3 அடிபடவில்லை.

**g2** - அடிபடவில்லை.

**h2** - அடிபடவில்லை.

**வெள்ளை ரூக்குகள்**

**a1** - 13-ல் d1, 19-ல் e1, 31-ல் e5, 32-ல் f5, 35-ல் g5, 36-ல் அடிபட்டுவிடுகிறது.

**h1** - 10-ல் f1 (கேஸ்ட்லிங்கிற்காக) 28-ல் அடிபட்டுவிடுகிறது.

**வெள்ளை நைட்டுகள்**

**b1** - 3-ல் c3, 14-ல் b5, 16-ல் c7, 17-ல் e8 அதிலேயே அடிபட்டுவிடுகிறது.

**g1** - 4-ல் f3, 20-ல் d2, 21-ல் c4, 23-ல் d2 அதிலேயே அடிபட்டுவிடுகிறது.

**வெள்ளை பிஷப்புகள்**

**c1** - 12-ல் f4, 24-ல் d2, 25-ல் f4, 27-ல் g5, 29-ல் e7, 30-ல் c5, 33-ல் d4, 34-ல் f6, 36-ல் g5 அடிபடவில்லை.

**f1** - 8-ல் e2, 15-ல் d3, 16-ல் அடிபட்டுவிடுகிறது.

**வெள்ளை ராணி**

d1 - 5-ல் b3, 6-ல் c4, 18-ல் d3, 21-ல் c4, 22-ல் அடிபட்டுவிடுகிறது.

**வெள்ளை ராஜா**

e1 - 10-ல் g1 (கேஸ்ட்லிங்கிற்காக), 28-ல் f1, 38-ல் d3, 39-ல் c4, 40-ல் d4.

**கருப்பு பான்கள்**

a7 - அடிபடவில்லை.

b7 - 32-ல் b6 அடிபடவில்லை.

c7 - 8-ல் c5, 30-ல் அடிபட்டுவிடுகிறது.

d7 - 3-ல் d5, 5-ல் c4, 6-ல் அடிபட்டுவிடுகிறது.

e7 - 9-ல் e6, 10-ல் d5, 11-ல் அடிபட்டுவிடுகிறது.

f7 - 31-ல் f6, 34-ல் அடிபட்டுவிடுகிறது.

g7 - 2-ல் g6, 26-ல் g5, 27-ல் அடிபட்டுவிடுகிறது.

**கருப்பு ரூக்குகள்**

a8 - 17-ல் e8, 30-ல் d8, 34-ல் d5, 35-ல் g5, 36-ல் அடிபட்டுவிடுகிறது.

h8 - 6-ல் f8 (கேஸ்ட்லிங்கிற்காக), 12-ல் e8, 17-ல் அடிபட்டுவிடுகிறது.

**கருப்பு நைட்டுகள்**

b8 - 7-ல் a6, 15-ல் b4, 16-ல் d3, 18-ல் அடிபட்டுவிடுகிறது.

g8 - 1-ல் f6, 13-ல் e4, 28-ல் d6, 29-ல் c8, 33-ல் e7, 36-ல் c6, 39-ல் e5, 40-ல் c6 அடிபடவில்லை.

**கருப்பு பிஷப்புகள்**

c8 - 11-ல் f5, 24-ல் d7, 25-ல் b5, 27-ல் f1, 29-ல் அடிபட்டுவிடுகிறது.

f8 - 4-ல் g7, 22-ல் c3, 23-ல் d2, 24-ல் அடிபட்டுவிடுகிறது.

**கருப்பு ராணி**

d8 - 14-ல் f6, 18-ல் b2, 19-ல் b4, 20-ல் a4, 21-ல் c4, 22-ல் அடிபட்டு விடுகிறது.

**கருப்பு ராஜா**

e8 - 6-ல் g8 (கேஸ்ட்லிங்கிற்காக) 37-ல் f7, 38-ல் e6.

# வினாக்களுக்கு விடையளிக்கவும்

1. 4-வது நகர்த்தலில் வெள்ளை c4 × d5 என்று ஏன் அடிக்கவில்லை? 3
2. கருப்பு தனது 5-வது நகர்த்தலில் d5 × c4 என்று அடியைத் துவங்காமலிருந்திருந்தால் என்ன நடந்திருக்கும்? 3
3. Nb8 - a6 என்று (Nb8 - c6) மாற்றியது யார்? இதனால் கேமின் தன்மை எப்படி இருந்தது? 5
4. 9-வது நகர்த்தலில் 4 வெள்ளைக்கு சாதகமானது அல்ல என்று நிபுணர்கள் கூறும் இரண்டு நகர்த்தல் தொகுப்புகளை எழுது. 5
5. இந்த ஆட்டத்தைப் பற்றி 'GM மார்க் தைமனோவ்' (GM Mark Taimanov) கூறவது என்ன? 4
6. 19-வது நகர்த்தலில் சிக்கலான பாதை என்று நிபுணர்கள் கூறுவதை எழுது. அதே மூவில் கூறப்பட்டுள்ள, வெள்ளைக்குரிய பிரச்சினைகள் (Problems) என்ன? 6
7. கருப்பின் 24-வது நகர்த்தலுக்குப் பின் 'Bd2' சிறந்தது எனக் கூறப்படுவது ஏன்? 3
8. 25-வது நகர்த்தல்வரை வெள்ளை f2 - f3 மற்றும் கருப்பு Ne4 × Bd2 ஏன் செய்யவில்லை? 4
9. d5 பான் ராணியாக 26-வது நகர்த்தலில் கூறப்படும் வழி என்ன? 3
10. ஒரு தொடர் நகர்த்தலால், வெள்ளைக்கு கருப்பின் எதிர்ப்பு கடினமாக இருக்கும். அதை எழுது. 4

## பாடம் - 9

# குருயன்ஃபெல்டு டிஃபன்ஸ் - 6
# (Gruenfeld Defence - 6)

முன்பு ஐந்து கேம்கள் விளையாடியமையால் நல்ல பழக்கம் ஏற்பட்டு இருக்கும். எனினும், இதுவே குருயன்ஃபெல்டு டிஃபன்ஸில் கடைசி கேம். இதையும் விளையாடி, ஆராயும் பட்சத்தில், குருயன்ஃபெல்டில் முழுமை (Thorough) பெற்று விடுவோம். முன் கேம்களைப் போலவே முதல் நகர்த்தலில்,

1. **d2 - d4** வெள்ளை பிஷப்பிற்கு (Bc1) வலது பக்கக் குறுக்குக் கட்டங்களில் (right diagonal) போர்டின் இறுதி கட்டமான he - வரை செல்ல வழி கிடைத்துவிட்டது. ராணிக்கு (Qd1) d2, d3 ஆகிய கட்டங்களும், ராஜாவிற்கு d2 கட்டமும் நகர்வதற்கு திறப்பு ஆகிவிட்டது. பான் (d4) c5, e5 கட்டங்களைக் கண்காணிக்கின்றது.

1. **.... Ng8 - f6** d5, e4, g4, h5ஆகிய கட்டங்களைக் கண்காணிக்கின்றது. இதில் e4-ம் g4-ம் கருப்பிற்கு எதிரியான வெள்ளையின் பகுதியில் (White's Territory)-ல் உள்ளது. d5 முக்கிய'மான நடுக்கட்டம். திரும்பிச் செல்ல (Retreat) அது புறப்பட்ட கட்டமான g8-ஐத் தவிர வேறு கட்டங்கள் கிடையாது. ஆரம்ப நிலையாக இருப்பதால் அதன் அடுத்த மூவைப்பற்றி சிந்தித்தாலும் அபாயம் இல்லை. அடிபட்டுவிடும்.

2. **c2 - c4** இந்நகர்த்தலினால் ராணிக்கு (Qd1) இடது பக்க குறுக்குக் கட்டங்கள் திறக்கப்பட்டுவிட்டது. போர்டின் இடது பக்கக் கடைசி கட்டமான a4 வரை செல்லும். பான் c4-க்கு ஆதரவு (Support) கிடையாது. அது (பான் c4) b5, d5 கட்டங்களைக் கண்காணிக்கின்றது. d5 முக்கிய நடுக்கட்டமாகும். அக்கட்டத்தை கருப்புக் குதிரையும் (Nf6) தாக்குகிறது. c4 பானுக்கு சப்போர்ட் இல்லாத இந்நகர்த்தலினால், ஒரு லாபம் உண்டு. அது குதிரை (Nb1) முன்னேற (develop) இயலும். (c3 கட்டம் காலியாகவே உள்ளது).

2. **.....g7 - g6** இந்நகர்த்தலினால் கருப்பு (Bf8) தனது இடது குறுக்குக் கட்டத்தில் (diagonal) h6 வரை செல்ல இயலும். மேலும் g7-ல் நிறுத்தி, கேஸ்ட்லிங் செய்தால், ராஜாவிற்கு அரண் (Fortification) அமைந்து விடும். மேலும் g6 பான் f5, h5 கட்டங்களைக் கண்காணிக்கின்றது. இத்திறப்பு, நடுகள ஆட்டத்தில் (முறையாக விளையாடும் பட்சத்தில்) தேவையற்றதாகவும், இறுதியாட்டத்தில் முக்கிய தேவை உள்ளதாகவும் இருக்கும்.

3. **f2 - f3** இது குருயன்ஃபெல்டிற்கு உரிய நகர்த்தல் அல்ல. இவ்வாறு செய்வதால், இதை சரிகட்ட வேறு பல மாற்றங்கள் செய்யவேண்டிவரும். ராஜாவிற்கு கட்டித் தரப்படும் கோட்டை உறுதியானதாக (Strong) இருக்காது. குதிரை (Ng1) முன்னேறுவது, f3-ல் பான் இருப்பதால் தடங்கல் செய்யப்பட்டு விட்டது. இதை ஏன் இவர் செய்கின்றார் என்றால், நேர்மையான விளையாட்டிலிருந்து மாறுபட்டும், எதிரிக்குத் தெரியாத திறப்புகளும்

விளையாடினால், முன்னேற்றம் (Advantage) அடைந்து வெற்றி பெறலாம் என்பது செஸ் உலகில் உலவும் ஒரு எண்ணம் ஆகும். இந்த f3 பான் e4, g4 கட்டங்களைக் கண்காணிக்கின்றது.

3. **... d7- d5** நுணுக்கமாக நோக்கினால் (Technically) இத்துடன் குரூயன்ஃபெல்டு, ஒரு குறைபாட்டுடன் முடிந்து விட்டது. அந்தக் குறைபாடு f2 - f3 ஆகும். அதற்கு பதிலாக Ng1 - f3 அல்லது e2 - e3, Nb1 - C3 இருந்திருக்க வேண்டும். ஆனால், குரூயன்ஃபெல்டில் 0 - 0 (Castling) வரை திறப்புகள் முடிந்ததாக எழுதமாட்டார்கள். இது ஒரு நூற்றாண்டுக்கும் மேல் பலமுறை ஆராயப்பட்டு, இருக்கும் மாற்று நகர்த்தல்கள் அனைத்தும் வெளிவந்து விட்டமையால், அனைத்து விளையாடப்பட்ட கேம்களிலும் 0 - 0 வரை, மிகச் சிறந்த நகர்த்தல்களாக உள்ளன. எனவே, சுருக்கமாக 0 - 0 வரை நாம் சொந்த நகர்த்தல்கள் செய்யவேண்டிய தேவை இல்லை என்றே கருதப்படுகின்றது. இதில் உள்ள நகர்த்தல்களை, நினைவில் வைத்திருந்து அப்படியே உபயோகிக்கலாம்.

இந்நகர்த்தலினால் (d7-d5) வெள்ளையின் c4 பான் பயமுறுத்தப் படுகின்றது. அவராக வந்து d5-ஐ அடி அல்லது நான் c4 ஐ அடிப்பேன் என்கிறார். இங்கு நாம் யோசிக்க வேண்டும். c4 × d5 என்று நாம் ஏன் அடித்து ஒரு மூவை விரயம் (Waste) செய்ய வேண்டும், என்று வெள்ளை எண்ணினால், அவர் (கருப்பு) d5 × c4 என்று அடிப்பார். கருப்பு c4 பானை அடித்தால் வெள்ளையிடம் சப்போர்ட் (Support) காய் இல்லை. கருப்பு பான் வெள்ளையின் எல்லையில் வந்துவிடும். இடைஞ்சலும் செய்யும். எனவே, வெள்ளை கருப்பின் பானை அடிப்பதுதான் சிறந்தது. அடிக்கு முன் யோசிக்க வேண்டும். 4. c4 × d5, .... Qd8 × d5 என்றால் கருப்பு ராணி (Qd5) c4, b3, a2 வரையிலும் e4 -லும் இறங்கும். ஆனால், ஆபத்தில்லை. c4 -ல் மட்டும் ராணியை நிறுத்த இயலும். அதற்கு b2 - b3 என்றால் ராணி திரும்பிவிடும். d4-ஐ அடித்தால் வெள்ளை ராணி (Qd1) அதைத் தாக்கிவிடும். கருப்பு நைட்டால் (Nf6 × d5) அடித்தால் c3, e3-ல் இறங்கும். இரண்டிலும் பாதுகாப்பு உண்டு. b4, f4-ல் இறங்கினால் பாதுகாப்பு கிடையாது. எனினும் அடுத்த மூவ்களில் தடுக்க இயலும். எனவே,

4. **c4 × d5**

4. **... Nf6 × d5**

அடுத்து வெள்ளை எதை நகர்த்துவது . . . ? f3 அங்கு இல்லாதிருந்தால் Ng1-ஐ அங்கு வைத்து d4க்கு சப்போர்ட் கொடுக்கலாம். ஆரம்பத்தில் செய்த சிறு மாற்றம் இடைஞ்சலைத் தருகிறது. இந்தத் தவறால் கேஸ்ட்லிங் செய்வதிலும் தாமதம் ஏற்படும்.

5. **e2 - e4** போர்டின் நிலையை கவனிக்கும் பட்சத்தில் இருவருக்கும் காய்கள் ஒன்றுக்கொன்று பாதுகாப்பளித்து இருக்கின்றன. தாக்குதல் (Attack) திட்டம் (Strategy) ஏதும் ஆரம்பிக்கவில்லை. வெள்ளை மட்டும், கருப்பை குழப்பத்தில் (Confusion) தள்ள முயற்சிக்கின்றார். அதனால் பின்னடைந்துள்ளார்.

5. **. . . Nd5 - b6** நாம் இதுவரை ஆராய்ந்த குரூயன்ஃபெல்டுகளில், பெரும்பாலான கேம்களில் ஆரம்பத்திலேயே நைட்களை காய் கொடுத்து, காயெடுப்பதைக் (Exchange) கண்டோம். ஆனால், இதில் சற்று மாறுதலாக கருப்பு தனது நைட்டை b6-ல் வைத்து d5 நடுக்கட்டத்தைக் கண்காணிக்க வைத்துள்ளது. மேலும் அந்த Nb6-c4, a4 கட்டங்களைக் கண்காணிக்கின்றது. சாதாரணமாக வைக்கப்படும் Qd1 - a4 + தவிர்க்கப்படுகிறது. இது ஒரு நல்ல நகர்த்தலேயாகும்.

6. **Nb1 - c3** இவர் நகர்த்தல் சற்று முரண்பாடாகவே தோன்றுகிறது. இவர் Bf1 அல்லது Ng1-ஐத் தான் நகர்த்தியிருக்க வேண்டும். இவர் செய்திருக்கும் நகர்த்தலினால் (Nb1 - c3) a4, d5 ஆகிய எதிரி நைட் கண்காணிக்கும் கட்டங்களையும் கண்காணிக்கின்றது. அத்துடன் e4-ஐயும் கண்காணிக்கின்றது. (Counter-balance) இவ்விடத்தில் சமநிலை.

6. **. . . Bf8 - g7** மிகச் சரியான குரூயன்ஃபெல்டின் நகர்த்தல். இனி இவர் கேஸ்ட்லிங் செய்து கொள்ள இயலும். அதனால், ராஜாவிற்கு பாதுகாப்பான அரண் (Fortification) அமையும்.

7. **Bc1 - e3** இதனால் Ra1-ரூக் c1-வரை வர இயலும். d4-க்கு இரட்டை ஆதரவு (Support) கருப்பு Bg7, d4-ஐத் தாக்கி, அதை Qd1 × Bd4, பின்பு கருப்பு Qd8 × Qd4 என்னும் நிலைமை தவிர்க்கப்பட்டுவிட்டது.

7. **. . . 0 - 0** ராஜாபக்க கோட்டை (King's side Castling) கட்டிக்கொண்டார். ராஜா பாதுகாப்பாக இருப்பதால் போராட்டத்தில் (Struggle of defence and offence) அதிக கவனம் செலுத்த முடியும்.

கருப்பு தனது 7-வது நகர்த்தலை செய்தபின்பு திறப்புகள் முடிந்துவிட்டது. போர்டின் நிலையை படம் 23-உடன் ஒப்பிட்டு சரிபார்த்துக் கொள்ளவும்.

(23)

கருப்பு தனது 7வது நகர்த்தலைச் செய்தபின்பு போர்டின் நிலை (குரூயன்ஃபெல்டு டிஃபன்ஸ் கேம் - 6).

**8. Qd1 - d2** இந்நகர்த்தலால் b1, c1, d1 காலியாகிவிட்டது. 0 - 0 - 0 (ராணி பக்கக் கோட்டை - Queen's side castling) செய்துகொள்ள இயலும். ராணியின் நகரும் தன்மை (Mobility) குறைந்து விட்டது. ரேங்க்கில் c2, e2, f2-ல் தான் செல்ல இயலும். எதிரியைக் குழப்பத்தில் ஆழ்த்த வேண்டுமென்ற நோக்கில் செயல்படுகிறார்.

**8. ....e7 - e5** இதனால் கருப்பு ராணி (Qd8) h4-க்கு வந்து வெள்ளை ராஜாவிற்கு செக் வைக்க இயலும். தற்சமயம் அதனால் அதிக அழுத்தம் இருக்காது. g2-g3, Be3 - f2 என்று மறைத்துக் (Pin) கொள்ளலாம். கருப்பு e5 × d4ஐ அடிக்கலாம். அடுத்த நகர்த்தலில் 9. d4 × e5 ... Bg7 × e5 என்று சமமாகலாம். இரண்டு ராணியும், d பைலில் நேர்வழி பெறும் (Exposed) வெள்ளை அடிக்காமல் விட்டுவிட்டால் 9... e5 × d4 பானால் இரட்டைக்குறி - (Skewers) 10. Be3 × d4 .... Bg7 × Bd4, 11. Qd2 × Bd4 .... Qd8 × Qd4 என்று வெள்ளை ராணியை இழந்துவிடுவார். எனவே, அடியை d4× e5 உடன் நிறுத்திக்கொள்வதால் சமமாகும். இல்லையென்றால் வேறு நகர்த்தல் யோசிக்க வேண்டும்.

**9. d4-d5** நல்ல நகர்த்தல்.

**9. c7 - c6** செஸ் வல்லுநர்களின் கூற்றுப்படி ஒருவர் காயை தானாக முன்வந்து மாற்றுக் காய்க்காகவோ, பலியாகவோ, (Exchange or Sacrifice) கொடுத்தால், அவரிடம் ஜாக்கிரதையாக இருக்கவேண்டும். கருப்பு இத்துடன் மூன்று முறை தானாக (Volunteer) முன்வந்து பானை பலியாகக் கொடுக்கின்றார். d5 × c6 என்றால் d ஃபைல் திறந்துவிடும். c6 × d5 என்றால் c ஃபைல் திறந்துவிடும். யார் முதலில் அடித்தாலும், இருவருக்கும் பாதுகாப்பு உள்ளது. வெள்ளைக்கு கூடுதலாக நைட்டும் ராணியும் (Nc3, Qd2) d5-க்கு பாதுகாப்பு உள்ளது.

**10. h2 - h4** போர்டின் நிலையை பரிசோதிப்போம். கருப்பு Bg7, f6-க்கு வந்து, Qd8-ம், Bf6-ம் சேர்ந்து குறுக்கில் (diagonal) h4-ஐத் தாக்கலாம். Qd8, d5-ஐத் தாக்கமுடியாது - Nb6-ன் உதவியிருந்தாலும். ஏனெனில் d5-க்கு Nc3, Qd2, e4 ஆகிய ஆதரவு (Support) உள்ளது. Bc8 - d7-ஐத் தவிர h3 வரை எங்கும் நிற்க இயலாது. Nb8 - d7-க்கு மட்டும் செல்ல இயலும். வெள்ளை ரூக் (Ra1) b1, c1, d1-ல் செல்லும். எந்த ஃபைல் ஃப்ரீ ஆனாலும் அதில் வரும். முன்பு கூறியது போல் ராணி d3 - d4-லும், ரேங்க்கிலும் செல்லும். Be3-ம் எதையும் தாக்கும் நிலையில் இல்லை. இருவரையும் ஒப்பிட்டுப் பார்க்கும் பொழுது கருப்பிற்கு சற்று கூடுதல் முன்னேற்றம்.

**10. ... h7-h5** இரண்டு பான்களும் நகர இயலாத நிலையை அடைந்துவிட்டன. (Pawns are Blocked)

**11. Bf1 - e2** கேஸ்ட்லிங் செய்திருக்கலாம். கருப்பிற்கு, குழப்பமானதொரு நிலையை ஏற்படுத்தி, தான் வெற்றியடைய புதுமையாக விளையாடுகிறார்.

**11. ... c6 × d5** c ஃபைல் திறந்துவிட்டது. வெள்ளை Ra1-C1 என்று வைத்து Nc3 - b5 என்று வைத்தால் வெள்ளைக்கு லாபம். ரூக் C ஃபைலை ஆதிக்கம் செய்யும்.

**12. e4 × d5** இந்த d5 பானுக்கு இரண்டு பாதுகாப்புகள் உள்ளன. அதே போன்று அதை இரண்டு காய்களால் அடிக்க இயலும். கருப்பு அடித்தால் வெள்ளை 1 காய் (ராணி) லாபமடையும். d5-கருப்பு பானாக இருந்து வெள்ளை அடித்தால் கருப்பு லாபமடையும். இது செஸ் தியரி. அது இருவருக்கும் இரண்டு காய்கள் ஒரு கட்டத்தைத் தாக்குமானால் முதலில் யார் அதைத் தாக்குகின்றாரோ அவர் தோல்வியடைவார்.

**12. ... Nb8 - d7** இந்நகர்த்தலில் எவ்வித ஆபத்தும் இல்லை. f6, e5-லும் c5, b6-லும் தாவும். c5-தான், வெள்ளை கவனிக்க வேண்டிய கட்டம். அங்கு Be3-ன் கண்காணிப்பு உள்ளது. e5-ல் கருப்பு பான் உள்ளது.

**13. d5 - d6** இந்த d6 எதிரியான c7, e7-ஐக் கண்காணிக்கின்றது. ஆனால், இதை அடிக்க இயலாது. Qd2 கண்காணிக்கிறது. Be3 - c5-ல் வைத்து, கேமை பலமுள்ள (Strength) தாக மாற்றலாம்.

**13. ... Nd7 - f6** கருப்பு நைட் இரண்டும் நடவடிக்கையில் (Active) உள்ளது. அவைகளைக் கணக்கிடுதல் அவசியம். Nb6, a4, c4 ஆகிய வெள்ளையின் பகுதியில் இறங்கும். a4-ல் பாதுகாப்பு இல்லை. c4-ல் வந்தால், Be2-ஐத் தாக்கும். d5 அதன் பகுதி (territory). எனினும், அதை Nc3 கவனிக்கிறது. Nf6; e4, g4-ல் தாவும். அவைகளை f3 பான் கண்காணிக்கின்றது. d5-ஐ Nc3 கவனிக்கின்றது. h5-ல் அதன் பானே உள்ளது.

14-வது நகர்த்தலில், வெள்ளைக்கு ஒரு சிறு திட்டம் உள்ளது. இது அவருக்கு லாபமாக (advantage) செல்வதாகும் என்று செஸ் வல்லுநர்கள் கூறுகின்றனர். அது 14. Be3-h6 ... Bg7 × Bh6, 15. Qd2 × Bh6 என்று ஒரு காய் பரிமாற்றத்தால் (Exchange) ராணியை அவரது அரணுக்குள் செலுத்துவது. இதனால் கருப்பு ராஜாவிற்கு நகர கட்டமே இருக்காது. f1-ஐத் தான் நகர்த்துவார். அப்பொழுது g6-ஐ அடிக்கலாம். Rf8-ஐ நகர்த்தமாட்டார். f7-ஐத் தான் நகர்த்துவார். ஏன் ? ராஜாவைக் காப்பாற்ற f8-க்கு வந்தால் Qh8 + என்று ஆகும். மேலும் செஸ் தியரிப்படி, ராஜா போர்டின் ஓரக் (End Rank or File) கட்டங்களில் இருக்கும்பொழுது அடுத்த ரேங்க் அல்லது ஃபைலில் தப்பிச் செல்ல வழி வகுக்கப்படவேண்டும். அடுத்தடுத்து Be3 - c4, Nc3 - d5 என்று அழுத்தம் கொடுத்து + (செக்மேட்) செய்ய இயலும் என்கின்றனர். எவ்வகை + -யிலும் இது வெள்ளைக்கு லாபகரமான மற்றொரு வழி (Another track) என்று கூறுகின்றனர்.

**14. Be3 - g5** இதனால் கருப்பு நைட் (Nf6) கருப்பிற்கு பின் (Pin) ஆகிவிட்டது. அதை எடுத்தால் Qd1-ஐ Bg5அடிக்கும். குறுக்குக் கட்டத்தில் வெள்ளை ராணியும், பிஷப்பும் மட்டும் (Qd2 & Bg6) இருப்பதால் மேற்கூறிய திட்டத்தை இப்பொழுதும் செயல்படுத்தலாம்.

**14.** **Rf8 - e8** d6 அல்லது e5 அடிபட்டால் 'd' அல்லது 'e' ஃபைல் ஃப்ரீ (Free) ஆகும். அவற்றின் மீது உடனடி ஆதிக்கம் செலுத்த 'd' ஃபைலில் ராணியையும் 'e' ஃபைலில் ரூக்கையும் கருப்பு வைத்துவிட்டார். வெள்ளை இதுவரை கேஸ்ட்லிங் செய்யாதது அவரை பின்னடையச் (disadvantage) செய்யலாம்.

**15.** **Ra1 - d1** இச்சமயம் இது தேவையற்றது. Ng1 - h3, அல்லது f2 - f3 விளையாடியிருக்க வேண்டும்.

**15.** **Bc8 - e6** c8-ல் இருப்பதைவிட e6-ல் இருப்பது சிறந்தது எனக் கருதி இதில் வைத்துவிட்டார். Nc3 நகர்ந்தால் a2-ஐ எடுக்கலாம் என்பதே எண்ணம்.

**16.** **Ng1 - h3** Be2 - d3 என்று நகர்த்தி பின் Ng1 - e2 என்று நகர்த்தியிருக்கலாம். எனினும், உடனடியாக **0 - 0** செய்யலாம்.

**16.** **... Nb6 - c4** இதனால் இவருக்கு நைட் போய்விடும். ஆனால், பிஷப் கிடைக்கும். காய் பரிமாற்றமே (Exchange) ஆகியிருக்கும்.

**17.** **Be2 × Nc4**

**17.** **... Be6 × Bc4**

17-வது நகர்த்தலை கருப்பு செய்த பின்பு போர்டின் நிலையை **படம் 24** உடன் இணைத்து சரிபார்த்துக்கொள்ளவும்.

24

கருப்பு தனது 17வது நகர்த்தலைச் செய்த பின்பு போர்டின் நிலை. (குரூயன்ஃபெல்டு டிஃபன்ஸ் கேம் - 6)

**18.** **b2 - b3** Bc4-ஐ பயமுறுத்துதல் (threatening)

**18.** **. . . Bc4 - a6** இது ஒரு தப்பித்தல் நடவடிக்கை மட்டுமின்றி பயனுள்ள நடவடிக்கையுமாகும். 'd' பைல் ஃப்ரீயானால் Qd8 × Rd1 + என்று சொல்லி Rh1-ஐ எடுக்க ஏதுவாகிறது.

**19.** **Nc3 - d5** இது மோசமான நகர்த்தல். இந்த d5 கட்டத்திற்கு பாதுகாப்பு (Nf6) உள்ளது. செய்திருக்க வேண்டும். அதுவே சிறந்த நகர்த்தல் (Best move).

**19.** **... e5 - e4** கருப்பு தனது பானை, தானாக வந்து கொடுக்கின்றார். நோக்கம் e ஃபைல் திறக்கப்படவேண்டும் என்பதே. மேலும் f3 × e4 என்று அடிக்காவிட்டால் தனது e4 × f3 ஓப்பன் செக் ஆகும்.

**20.** **Nd5 × Nf6 +** Re8-ஐ எடுக்க இயலாது.

**20.** **... Bg7 × Nf6+** வெள்ளை தனது பிஷப்பால் 21. Bg5 × Bf6 என்றால் 21 .... Qd8×f6 என்று மீண்டும், சமமாக (Equal) பிஷப்பை இழந்தது ஆகும்.

**21.** **d6 - d7** இது கருப்பிற்கு மிகவும் சிக்கலான நகர்த்தல். எப்படியெனில் முதலாவதாக 21 .... Re8 - e7, 22. Bg5 × Bf6 வெள்ளையின் Bf6-ஐ எடுக்க இயலாது. 1 பிஷப் இழப்பு. இரண்டாவதாக 21 .... Re8 – e6. 22. Nh3 - f4 கருப்பு ரூக்கை பயமுறுத்தும். 22 .... Re6 - d6 என்றால் வெள்ளை ராணி (Qd2) அடித்துவிடும். 22 .... Re6 - c6 என்றால் 23. Bg5 × Bf6 கருப்பு ராணிக்கு (Qd8) பயமுறுத்தல், 23... Qd8 × Bf6 என்றால் 24. d7 - d8 (Q) +, 24.... Ra1 × (Q) d8 என்றால், 25. Qd2 × Rd8 + ... Qf6 × Qd8, 26. Rd1 × Qd8 + என்று இந்தப் போராட்டத்தில் வெள்ளையே லாபமடைந்தவராக இருப்பார். மூன்றாவதாக 21. ... Re8 - e5, 22. Bg5 × Bf6 ... Qd8 × Bf6, 23. d7 - d8 (Q) ... Ra1 × (Q) d8, 24. Qd2 × Rd8 + ... Qf6 × Qd8, 25. Rd1 × Qd8 + என்று வெள்ளை லாபகரமாகவே இருப்பார். e ஃபைலை விட்டு கருப்பு ரூக் d, c, b ஃபைல்களுக்கு e6, e5-ல் இருக்கும்பொழுது சென்றாலும் நிலைமை (Position) அதுவாகவேதான் இருக்கும்.

எவ்வித நகர்த்தல் தொகுப்புகளை (Moving tracks) உபயோகித்தாலும், கருப்பு ஒரு ரூக், பிஷப்புடனும், வெள்ளை, ஒரு நைட்டை இழந்து இரண்டு ரூக்குகளுடனும், இருக்கின்றார். இத்தனை வழிகளுக்கு மேலாக, சிறந்ததொரு வழியைக் கண்டுபிடித்து செயல்படுத்துகிறார். அதனால் கருப்பிற்கு ஒரு ரூக், இரண்டு பிஷப்புகள் தங்குகிறது. வாசகர்களே, இவ்விடத்தில் கருப்பின் இந்த வழியைத் தவிர, வேறு அநேக வழிகளில், ஏதாவதொன்றில் சென்றாலும் வெள்ளைக்கு லாபம். கருப்பிற்கு லாபம் இல்லை. ஏராளமான லாபமற்ற வழிகளில் (tracks), கருப்பு காய்களை வைத்து விளையாடுபவர் விளையாடுவது சாதாரணமன்று. அதுதான் ஒரு ரூக் அடிபடாமல், ஒரு பானிடம் இருந்து தப்புவது.

**21.** **... Qd8 - b6** கருப்பின் Re8 அடிபட்டு விடும். இதுவே சிறந்த நகர்த்தல் (Best move). இந்த ரூக்கை தப்புவிப்பது கடினம். அப்படி முயற்சித்தாலும், வெள்ளையே லாபமடைவார். கருப்பின் சமயோசித புத்தி பாராட்டுக்குரியது.

**22.** **d7 × Re8 = (Q) +**

**22.** **... Ra8 × (Q) e8**

**23. Qd2 - e3**

**23. ... Bf6 × Bg5** கருப்பு தான் இழந்த ரூக்கிற்கு பதிலாக ஒரு பிஷப் பெற்று விட்டார். வேறு வழியில் 21-வது நகர்த்தலில் சென்றிருப்பாரேயானால் பிஷப் கிடைத்திருக்காது. 24. h4 × Bg5 என்றால் Qb6 × Qe3 என்று வெள்ளை தன் ராணியை இழந்து விடுவார். Qe3 × Bg5 என்றால், வெள்ளை தோற்றுப் போய்விடுவார். எப்படி ? 24. Qe3 × Bg5 ... e4 × f3, 25. Ke1 - d2 .... Qb6 - d4 +, 26. Kd2 - c2 ... Re8 - e2 +, 27. Kc2 - b1 ... Qd4 - b2 என்று ‡ செக்மேட்டாகிவிடும். எனவே, வெள்ளை,

**24. Qe3 × Qb6** இதைவிட சிறந்த நகர்த்தல் இல்லவே இல்லை.

**24. ... Bg5 × h4 +** ஒரு பான் லாபமடைந்துவிட்டார்.

**25. Ke1 - d2**

**25. ... a7 × Qb6**

**26. f3 × e4**

**26. ... Re8 × e4**

இறுதி ஆட்டத்தில் ஒருவரை ஒருவர் முடிந்த அளவு காய்களைக் குறைத்து விட்டனர். கிடைத்ததை எடுத்துவிட்டனர்.

**27. Kd2 - c2**

**27. ... Re4 - g4** கருப்பு தனது 27-வது நகர்த்தலைச் செய்தபின்பு போர்டின் நிலையை படம் 25 உடன் ஒப்பிட்டு சரிபார்த்துக்கொள்ளவும்.

25

கருப்பு தனது 27வது நகர்த்தலைச் செய்தபின்பு போர்டின் நிலை. (குருயன்ஃபெல்டு டிஃபன்ஸ் கேம் - 6)

**28. Rd1 - d2** வெள்ளை தனது காய்களை மிக நெருக்கமாக வைக்க விரும்புகிறார். இதனால் ஒன்றுக்கொன்று பாதுகாப்பளிக்கும். அதிலிருந்து, எதிரியின் எல்லைக்குள் நுழையவோ அல்லது இங்கிருந்து தாக்கவோ ஏற்பாடு செய்கிறார். அத்துடன் தனது g2 - பானையும் காப்பாற்ற நினைக்கின்றார். Rd1 - d2-ஆல் d1 கட்டம் காலியாகிறது. அதில் தனது Rh1-ஐ (Rh1 -Rd1) வைக்கலாம்.

**28. . . . Bh4 - e7** பிஷப்பை h4-ல் வைத்து e1 (வெள்ளை ராஜாவின் கட்டம்)-க்கு அழுத்தம் கொடுத்தார். ஆனால், இப்பொழுது வெள்ளை ராஜா c2-க்கு நகர்ந்துவிட்டது. எனவே, வெள்ளை ராஜாவின் இலக்கை நோக்கி காய்களை நகர்த்துகிறார்.

**29. Rh1 - g1** தனது g2 - பானை Rg4 அடித்துவிடுமாகையால் அதற்கு ஆதரவு (Support) தருகிறார். அதற்கு Rd2-மட்டுமே போதும். இதை நேராக d1-க்கு நகர்த்தியிருக்கலாம் (Rh1 - d1).

**29. ... Kg8 - g7** 8-வது ரேங்க்கில் ராஜா இருந்தால், வெள்ளை Rd2 - d8 + என்று வைக்கும். பின்பும் ராஜாவை நகர்த்தவேண்டிய நிலைதான். அதை இப்பொழுதே செய்துவிட்டார்.

**30. Nh3 - f2** கருப்பின் (Rg4) ரூக்கை பயமுறுத்துகிறார். அதை அடிக்க முடியாது என்பதும் தெரியும். ஆனால், அவரது குறிக்கோள் தனது ராஜாவுடன் இணைத்துவிட வேண்டும் என்பதே. மேலும் ஓரக்கட்டத்தில் நைட் இருப்பதால் ஒரு கட்டத்தை (g5) தான் பயனுள்ளபடி கண்காணிக்கின்றது.

**30. .... Rg4 - f4** Rd2 இடம் மாறினால் நைட்டை (Nf2)ஐ எடுக்கலாம் என்று ரூக்கை f4-ல் வைக்கின்றார்.

**31. Nf2 - d3** மேலே கூறியதுபோல் தன் ராஜாவை ரூக்குடன் இணைத்து வைத்து விட்டார். தற்சமயம் Rf4-ஐ பயமுறுத்துகிறது (Threatening).

**31. ... Rf4 - e4** இவர் 4-வது ரேங்க்கை விட்டு நகரவில்லை. g4, f4, e4 என்று 4-வது ரேங்க்கிலேயே இருக்கின்றார். 4-வது ரேங்க் ஃப்ரீயாக (Free) ஆக உள்ளது. அதைத் தாண்டி வெள்ளை ராஜாவை 5-வது ரேங்க்கிற்குள் நுழைய விடக்கூடாது என்ற எண்ணத்தில் இதைச் செய்கிறார்.

**32. Rg1 - d1** நாம் மேலே கூறியது போல் தனது அனைத்து சக்தி (Power) களையும் ராஜாவுடன் இணைத்து வைத்துவிட்டார். g2-பான் தனிமையாக (Isolated) உள்ளது. ஆனால், அதற்கு Rd2-ன் ஆதரவு உள்ளது. இரண்டு ரூக்குகளும் (Rd1, Rd2) செயலில் இறங்க வேண்டும். Nd3 தடுத்துள்ளதை வெள்ளையுடன் கவனிக்க வேண்டும்.

**32. .... Ba6 - b5** வெள்ளையின் சிறு திட்டத்தை (Strategy) உணர்ந்தே கருப்பு இந்நகர்த்தலை செய்துள்ளார். வெள்ளையின் திட்டம் 33. Nd3 - e5 கருப்பு வேறு ஏதாவது நகர்த்தலாம். பின் 34-ல் Rd2 - d7 கருப்பு நகர்த்திய பின் 35-ல் Rd2 × d7 என்பதே. இப்பொழுது வெள்ளையின் திட்டப்படி Rd2 - d7 என்றால் Rb5 × Rd7 ஆகிவிடும்.

**33. a2 - a4** மேற்கூறிய திட்டத்தில்தான் வெள்ளை செயல்படுகின்றார் என்பது உறுதியாகிவிட்டது. Bb5-ஐ இடப்பெயர்ச்சி செய்ய இந்த a2 - a4.

**33. .... Bb5 - c6** வெள்ளையின் திட்டத்தை முடிந்தவரை தடுப்பதே நோக்கம்.

**34. Rd1 - e1** வெள்ளைக்கு 7-வது ரேங்க்கில் ஏதாவதொரு ரூக்கைக் கொண்டு சென்றால்தான் முன்னேற்றம் கிடைக்கும். b7-பானை அடிக்கலாம். கருப்பு ரூக் விலகக் கூடும்.

**34. Re4 × Re1** வெள்ளையின் திட்டத்தை (Strategy) நன்கு புரிந்துகொண்ட கருப்பு, வெள்ளை ரூக்கை அடித்து தனது ரூக்கையும் இழந்து விட்டார் (Exchange). இதிலிருந்து கருப்பு இரண்டு பிஷப்புகளை மட்டும் வைத்து ஜெயிக்கலாம் அல்லது டிரா (Draw) செய்து விடலாம் என்ற உறுதியுடன் உள்ளார் என்று புலப்படுகிறது.

**35. Nd3 × Re1**

**35. .... Be7 - b4** வெள்ளைக்கு அழுத்தம் தருகிறார். Rd2-க்கு பயமுறுத்தல்.

**36. Rd2 - e2** ரூக்கைக் கொடுக்க விரும்பவில்லை. விலக்கிக்கொண்டு விட்டார்.

**36. ... b4 × Ne1**

**37. Re2 × Be1**

**37. ... Bc6 × g2**

கருப்பு தனது 37-வது நகர்த்தலைச் செய்தபின்பு போர்டின் நிலையை (Board's Position) **படம் 26** உடன் ஒப்பிட்டு சரிபார்த்துக்கொள்ளவும்.

26

கருப்பு தனது 37வது நகர்த்தலைச் செய்தபின்பு போர்டின் நிலை. (குரூயன்ஃபெல்டு டிஃபன்ஸ் கேம் - 6)

போர்டின் நிலையை கணிக்கும்பொழுது, யாருமே வெற்றி பெறுவதற்கான வாய்ப்பு இருப்பதாகத் தெரியவில்லை. வெள்ளைக்கு ராஜாவும், ஒரு ரூக் மட்டும் இருந்து, கருப்பிற்கு தனிராஜா (Alone King) மட்டும் இருந்தால், வெள்ளை வெற்றி பெறலாம். கருப்பிற்கு ரூக்கோ, ராணியோ இல்லை. ஒரு பிஷப் மட்டும் பவராக உள்ளது. எப்படியும் டிரா (Draw) தான் என்று பார்வையாளர்களின் குறிப்பு (Comments). செஸ் வல்லுநர்கள், கருப்பிற்கு தனது பானில் ஒன்றை (f7, g6, h5) ராணியாக்கி ஜெயிக்க இயலும் என்று கூறுகின்றனர்.

**38. Kc2 - d2** என்ன செய்வதென்று தெரியாத நிலையில் ராஜாவை c2-லிருந்து d2-க்கு நகர்த்தி வைக்கிறார். இந்நிலையில் இவர் பானை விளையாட வேண்டும் அல்லது ராஜாவை நகர்த்திக்கொண்டு முன்னேற வேண்டும் அல்லது டிரா (Draw) செய்து கொள்ளலாமா என்று கேட்கவேண்டும், அல்லது பான்களுக்கு ஆதரவாக ராஜா சென்றுவிட வேண்டும்.

**38. ... h5 - h4** ராணியாக்கும் முயற்சி வெற்றிபெற இயலும். ஏனெனில், எதிர்த்து வரக்கூடிய பான்கள் இல்லை. மேலும், மூன்று பான்களும் ஒன்றுக்கொன்று ஆதரவாக உள்ளன. இது அனுகூலமானது.

**39. Kd2 - e3**

**39. ... Bg2 - d5** b2 பானுக்கு பயமுறுத்தல்.

**40. b3 - b4** காப்பாற்றிக்கொண்டார்.

**40. ... h4 - h3**

**41. Re1 - e2** ரூக்கை இணைத்து வைத்துவிட்டார். சரிதான். ஆனால், வெள்ளைக் கட்டங்களில் வைக்கும்பொழுது, கருப்பு ரூக்கை கவனிக்க வேண்டும். அது வெள்ளைக் கட்டத்தில் ஓடிக்கொண்டிருக்கின்றது.

**41. ... f7 - f5**

**42. Re2 - d2** கருப்பு Bd5-ஐ அடிப்பதற்காக நகர்த்துகிறார். வெள்ளை ராஜா தன்னைச் சுற்றி இருக்கும் எட்டு கட்டங்களில் ஆறு கட்டங்களில் நகர இயலும்.

**42. ... Bd5 - e4** இந்நகர்த்தலினால் வெள்ளை ராஜா தன்னைச் சுற்றியிருக்கும் எட்டு கட்டங்களில் நான்கு கட்டங்களில்தான் செல்ல இயலும்.

**43. Ke3 - f4** இப்பொழுதும் வெள்ளை ராஜா நான்கு கட்டங்களில்தான் செல்ல இயலும்.

**43. ... Be4 - g2** Rd2 × Bg2 என்றால் h3 × Rg2. எனவே, வெள்ளை

**44. Rd2 - d7 +**

**44. ... Kg7 - f6**

**45. Rd7 - h7** h3 - பானை ராணியாக விடாமல் தடுக்க நகர்கிறார்.

**45. ... g6 - g5 +**

**46. Kf4 - g3**

**46. ... f5 - f4 +** பானை வைத்து திறமையாக விளையாடுகிறார்.

**47. Kg3 - g4**

**47. ... Kf6 - e5**

**48. b4 - b5** தோல்வியை ஒப்புக்கொண்டுவிட்டார். வெள்ளையின் தோல்விக்கு முக்கிய காரணம் கேஸ்ட்லிங் (Castling) செய்யாததே. அதனால் f, g, h, பான்கள் அடிபட்டுவிட்டன. அதன் காரணமாக f7, g7, h7 - பான்கள் எதிர்ப்பின்றி ப்ளாக் (Block) ஆகாமல் ராணியாக்க ஏதுவாகிவிட்டன. வேறு காரணம் இல்லை.

போர்டின் இறுதி நிலையை **படம் 27** உடன் ஒப்பிட்டு சரிபார்த்துக் கொள்ளவும்.

ஏன் வெள்ளை **48.** b4 - b5-க்குப் பின் தோல்வியை ஒப்புக் கொண்டார் என்பதனை மீதி விளையாட்டை விளையாடி கண்டுபிடிக்கவும். மீதி நகர்த்துதல்கள் கீழே தரப்பட்டுள்ளன.

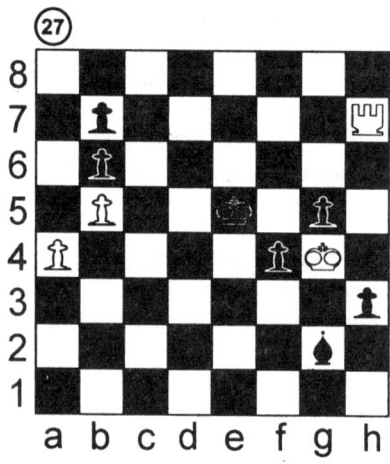

27

வெள்ளை தனது 48வது நகர்த்தலைச் செய்து விட்டு, தனது தோல்வியையும் ஒப்புக்கொண்டார். (குரூயன்ஃபெல்டு டிஃபன்ஸ் கேம் - 6)

**48. ... f4 - f3**

**49. Kg4 × g5**

**49. ... f3 - f2**

**50. Kg5 - g4**

**50. ... f2 - f1 (Q)**

**51. Rh7 × h3**

**51. Bg2 × h3**

**52. Kg4 × Bh3**

**52.** **... Qf1 - g1**
**53.** **Kh3 - h4**
**53.** **... Ke5 - f5**
**54.** **Kh4 - h5**
**54.** **... Qg1 - Lg5 + + } செக்மேட்**

இதன் இறுதி நிலையை **படம் 28** உடன் ஒப்பிட்டுப் பார்த்துக்கொள்ளவும்.

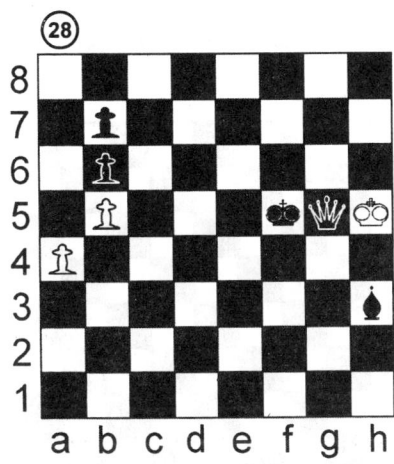

போர்டின் இறுதி நிலை. (குரூயன்ஃபெல்டு டிஃபன்ஸ் கேம்-6).
முதல் வழியில் (கருப்பின் 54-வது நகர்த்தலுக்குப்பின்)

**இரண்டாம் வழியில் (Another Track)**

**48.** **... f4 - f3**
**49.** **Rh7 × h3**
**49.** **Bg2 × Rh3 +**
**50.** **Kg4 × Bh3**
**50.** **... Ke5 - e4**
**51.** **Kh3 - h2**
**51.** **... Ke4 - e3**
**52.** **Kh2 - g1**
**52.** **... Ke3 - e2**
**53.** **Kg1 - h1**
**53.** **... f3 - f2**
**54.** **Kh1 - g2**

**54.** ... f2 - f1 (Q)+
**55.** Kg2 - g3
**55.** ... Qf1 - f4+
**56.** Kg3 - h3
**56.** ... Ke2 - f2
**57.** a4 - a5
**57.** ... Qf4 - g3 + + } **செக்மேட்**

இதன் இறுதி நிலையை **படம் 29** உடன் ஒப்பிட்டு சரிபார்த்துக்கொள்ளவும்.

29

இரண்டாம் வழியில் போர்டின் இறுதி நிலை. (குரூயன்ஃபெல்டு டிஃபன்ஸ் - 6). கருப்பின் 57வது நகர்த்தலுக்குப்பின் இரண்டாம் வழி.

### மூன்றாம் வழி (Third Track)

**48.** ... f4 - f3
**49.** Kg4 × g5
**49.** ... f3 - f2
**50.** Kg5 - g4
**50.** ... f2 - f1 (Q)
**51.** Rh7 - h5+
**51.** ... Ke5 - e4
**52.** Rh5 - h6
**52.** ... Qf1 - f4+

53. ... Kg4 - h5
53. ... Ke4 - f5
54. Rh6 - g6
54. ... Bg2 - f3+
55. Rg6 - g4
55. ... Bf3 × Rg4+
56. Kh5 - h4
56. ... Bg4 - f3
57. Kh4 × h3
57. ... Qf4 - g4 +
58. Kh3 - h2
58. ... Qg4 - g2 ++ } **செக்மேட் (Checkmate)**

இதன் இறுதி நிலையை **படம் 30** உடன் ஒப்பிட்டு பார்த்துக்கொள்ளவும்.

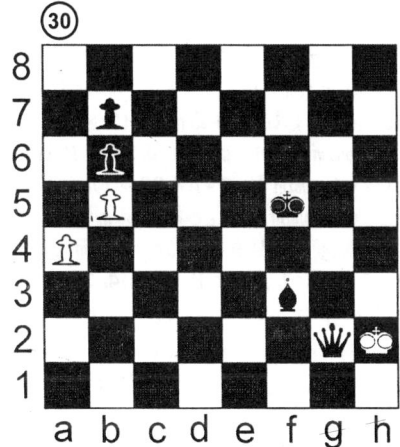

(30)

மூன்றாம் வழியில் போர்டின் இறுதி நிலை. (குரூயன்ஃபெல்டு டிஃபன்ஸ் கேம் - 6).

அடுத்ததாக சிந்தனைப் பயிற்சி. முதலில் அடுத்தடுத்து வரும் நகர்த்தல்களில் அனைத்து காய்களைப் பற்றிய சிந்தனை (Consequences thinking of whole coins). இரண்டாவதாக அடுத்தடுத்து வரும் நகர்த்தலில் ஒவ்வொரு காய்களைப் பற்றிய சிந்தனை (Consequence thinking of single pieces).

இச்சிந்தனையின் முதற்கட்டம் 'யோசிப்பதெப்படி' என்ற பாடத்தின் இறுதியில் தரப்பட்டுள்ளது. அது எல்லா பாடத்திற்கும் பொதுவானது.

இரண்டாம் கட்டப் பயிற்சிக்குத் தேவையான நகர்த்துதல்கள் கீழே கொடுக்கப்பட்டுள்ளன. முதற்கட்டப் பயிற்சியை சிந்தனைப் பயிற்சி செய்வதற்கு முன் தனித்தனியே இரண்டு பயிற்சிகளும் செய்தல் வேண்டும்.

(a) அடுத்தடுத்து வரும் நகர்த்துதல்களில் அனைத்து காய்களைப் பற்றிய சிந்தனைக்குத் தேவையான நகர்த்தல்கள் (Required moves for consequence thinking of whole coins).

1-வது நகர்த்தலில் நான் d2 - d4, அவர் Ng8 - f6, 2-ல் நான் c2 - c4, அவர் g7 - g6, 3-ல் நான் f2 - f3, அவர் d7 - d5, 4-ல் நான் c4 × d5, அவர் Nf6 × d5, 5-ல் நான் e2 - e4, அவர் Nd5 - b6, 6-ல் நான் Nb1 - c3, அவர் Bf8 - g7, 7-ல் நான் Bc1 - e3, அவர் 0 - 0, 8-ல் நான் Qd1 - d2, அவர் e7 - e5, 9-ல் நான் d4 - d5, அவர் c7 - c6, 10-ல் நான் h2 - h4, அவர் h7 - h5, 11-ல் நான் Bf1 - e2, அவர் c6 × d5, 12-ல் நான் e4 × d5., அவர் Nb8 - d7, 13-ல் நான் d5 - d6, அவர் Nd7 - f6, 14-ல் நான் Be3 - g5, அவர் Rf8 - e8, 15-ல் நான் Ra1 - d1, அவர் Bc8 - e6, 16-ல் நான் Ng1 - h3, அவர் Nb6 - c4, 17-ல் நான் Be2 × Nc4, அவர் Be6 × Bc4, 18-ல் நான் b2 - b3, அவர் Bc4 - a6, 19-ல் நான் Nc3 - d5, அவர் e5 - e4, 20-ல் நான் Nd5 × f6+, அவர் Bg7 × Nf6+, 21-ல் நான் d6 - d7, அவர் Qd8 - b6, 22-ல் நான் d7 × Re8=(Q)+, அவர் Ra8 × (Q) e8, 23-ல் நான் Qd2 - e3 அவர் Bf6 × Bg5, 24-ல் நான் Qe3 × Qb6, அவர் Bg5 × h4+, 25-ல் நான் Ke1 - d2, அவர் a7 × Qb6, 26-ல் நான் f3 × e4, அவர் Re8 - e4, 27-ல் நான் Kd2 - C2, அவர் Re4 - g4, 28-ல் நான் Rd1 - d2, அவர் Bh4 – e7, 29-ல் நான் Rh1 - g1, அவர் Kg8 - g7, 30-ல் நான் Nh3 - f2, அவர் Rg4 - f4, 31-ல் நான் Nf2 - d3, அவர் Rf4 - e4, 32-ல் நான் Rg1 - d1, அவர் Ba6 - b5, 33-ல் நான் a2 - a4, அவர் Bb5 - c6, 34-ல் நான் Rd1 - e1, அவர் Re4 × e1, 35-ல் நான் Nd3 × Re1, அவர் Be7 - b4, 36-ல் நான் Rd2 – e2, அவர் Bb4 × Ne1, 37-ல் நான் Re2 × Be1 அவர் Bc6 × g2.

கருப்பு தனது 37-வது நகர்த்தலைச் செய்தபின்பு போர்டின் நிலையை (Board's Position) படத்துடன் ஒப்பிட்டுப் பார்த்தேன்.

38-ல் நான் Kc2 - d2 அவர் h5 - h4, 39-ல் நான் Kd2 - e3 அவர் ... Bg2 - d5, 40-ல் நான் b3 - b4 அவர் h4 - h3, 41-ல் நான் Re1 - e2 அவர் f7 - f5, 42-ல் நான் Re2 - d2 அவர் Bd5 - e4, 43-ல் நான் Ke3 - f4, அவர் ... Be4 – g2, 44-ல் நான் Rd2 - d7+, அவர் Kg7 - f6, 45-ல் நான் Rd7 - h7 அவர் g6 - g5+, 46-ல் நான் Kf4 - g3, அவர் f5 - f4+, 47-ல் நான் Kg3 - g4, அவர் Kf6 - e5, 48-ல் நான் b4 - b5. தோல்வியை வெள்ளை ஒப்புக்கொண்டார் (Resigns).

அடுத்தடுத்து வரும் நகர்த்தல்களில் ஒவ்வொரு காயைப் பற்றி சிந்தனை செய்வதற்குத் தேவையான நகர்த்தல் (Required moves for consequence thinking of single pieces)

வெள்ளை பான்கள்

a2 - 33-வது நகர்த்தலில் a4 அடிபடவில்லை.
b2 - 18-ல் b3, 40-ல் b4, 48-ல் b5 அடிபடவில்லை.
c2 - 2-ல் c4, 4-ல் d5, 4-லேயே அடிபட்டுவிடுகிறது.
d2 - 1-ல் d4, 9-ல் d5, 11-ல் அடிபட்டுவிடுகிறது.
e2 - 5-ல் e4, 12-ல் d5, 13-ல் d6, 21-ல் d7, 22-ல் e8, 22-லேயே அடிபட்டு விடுகிறது.
f2 - 3-ல் f3, 26-ல் e4, அதே நகர்த்தலில் அடிபட்டுவிடுகிறது.
g2 - 43-ல் அதிலேயே அடிபட்டுவிடுகிறது.
h2 - 10-ல் h4, 24-ல் அடிபட்டுவிடுகிறது.

வெள்ளை ரூக்குகள்

a1 - 15-ல் d1, 28-ல் d2, 36-ல் e2, 37-ல் e1, 42-ல் e2, 42-ல் d2, 44-ல் d7 + 45-ல் h7.
h1 - 29-ல் g1, 32-ல் d1, 34-ல் e1, அதிலேயே அடிபட்டுவிடுகிறது.

வெள்ளை நைட்டுகள்

b1 - 6-ல் c3, 19-ல் d5, 24-ல் f6, அதிலேயே அப்பொழுதே அடிபட்டு விடுகிறது.
g1 - 16-ல் h3, 30-ல் f2, 31-ல் d3, 35-ல் e1, 36-ல் அதிலேயே அடிபட்டு விடுகிறது.

வெள்ளை பிஷப்புகள்

c1 - 7-ல் e3, 14-ல் g5, 24-ல் அதிலேயே அடிபட்டுவிடுகிறது.
f1 - - 11-ல் e2, 17-ல் × c4, 17-லேயே, அதிலேயே அடிபட்டுவிடுகிறது.

வெள்ளை ராணி

d1 - 8-ல் d2, 23-ல் e3, 24-ல் b6, 25-ல் அதிலேயே அடிபட்டுவிடுகிறது.

வெள்ளை ராஜா

e1 - 25-ல் d2, 26-ல் c2, 38-ல் d2, 39-ல் e3, 43-ல் f4, 46-ல் g3, 47-ல் g4.

கருப்பு பான்கள்

a7 - 25-ல் b6 அடிபடவில்லை.
b7 - அதிலேயே அடிபடாமல் உள்ளது.
c7 - 9-ல் c6, × d5 12-ல் அடிபட்டுவிடுகிறது.
d7 - 3-ல் d5, 4-ல் அடிபட்டுவிடுகிறது.
e7 - 8-ல் e5, 19-ல் e4, 26-ல் அடிபட்டுவிடுகிறது.
f7 - 41-ல் f5, 46-ல் f4+ அடிபடவில்லை.

g7 - 2-ல் g6, 45-ல் g5 + அடிபடவில்லை.

h7 - 10-ல் h5, 38-ல் h4, 40-ல் h3 அடிபடவில்லை.

கருப்பு ரூக்குகள்

a8 - 22-ல் e8, 26-ல் e4, 27-ல் g4, 30-ல் f4, 31-ல் e4, 34-ல் e1, 36-ல் அடிபட்டுவிடுகிறது.

h8 - 7-ல் f8c, 14-ல் e8, 22-ல் அடிபட்டுவிடுகிறது.

கருப்பு நைட்டுகள்

b8 - 12-ல் d7, 13-ல் f6, 20-ல் அடிபட்டுவிடுகிறது.

g8 - 1-ல் f6, 3-ல் × d5, 5-ல் b6, 16-ல் c4, 17-ல் அடிபட்டுவிடுகிறது.

கருப்பு பிஷப்புகள்

c8 - 15-ல் e6, 17-ல் × c4, 18-ல் a6, 32-ல் b5, 33-ல் c6, 39-ல் d5, 43-ல் g2, அடிபடவில்லை.

f8 - 6-ல் g7, 20-ல் f6, 23-ல் g5, 24-ல் h4, 28-ல் e7, 35-ல் b4, 36-ல் e1, அதிலேயே 37-வது நகர்த்தலில் அடிபட்டுவிடுகிறது.

கருப்பு ராணி

d8 - 21-ல் b6, 29-ல் b6, 24-ல் அடிபட்டுவிடுகிறது.

கருப்பு ராஜா

e8 - 7-ல் g8c, 29-ல் g7, 44-ல் f6, e8, 47-ல் e5.

## வினாக்களுக்கு விடையளிக்கவும்

1. வெள்ளை, குரூயன்ஃபெல்டு (Gruenfeld Defence) முரண்பாடாகச் செய்த நகர்த்தல் என்ன ? எதை நகர்த்தியிருக்க வேண்டும் ? 3

2. 14-வது நகர்த்தலில் வெள்ளை செய்திருக்கவேண்டிய மாற்று நகர்த்தலை விளக்கு. 5

3. 19-வது நகர்த்தலில் கருப்பு 19. ×e5 - e4 செய்ததன் நோக்கம் என்ன ? 3

4. 21-வது நகர்த்தலில் வெள்ளை d6 - d7 என்று நகர்த்தியது கருப்பிற்கு சிக்கலான நகர்த்தல். எப்படி ? 6

5. 24. Qe3 × Bg5 செய்திருந்தால் என்னவாகியிருக்கும் ? எப்படி ? 5

6. 32. .... Ba6 - b5 என்று நகர்த்தியது வெள்ளையின் ஒரு சிறு திட்டத்தை முறியடிக்கவே. அது என்ன திட்டம் ? 3

7. இந்த ஆட்டத்தின் இறுதி நிலையின் சிறப்பினை விளக்கு. 4

## பாடம் - 10

# ரிடி திறப்பு - 1
# (Reti Opening - 1)

1. இந்தத் திறப்பு 1927-ஆம் ஆண்டிற்கு முன்பு, பிரபல கிராண்ட் மாஸ்டரும் (Grand Master) செஸ் வல்லுனருமான (Chess expert) **ரிச்சர்ட் ரிடி** (Richard Reti) என்பவரால் உண்டாக்கப்பட்டு (developed), உலகளவில் ஆராயப்பட்டு ஏற்றுக்கொள்ளப்பட்டதாகும். இந்த திறப்புகளில் விளையாடப்பட்ட விளையாட்டுக்கள், 'செஸ் தியரி (கோட்பாடுகள்)' புத்தகத்தில் இடம் பெற்றவை. 'ரிச்சர்ட் ரிடி' செக்கோஸ்லாவாக்கியா (Czechoslovakia) நாட்டைச் சேர்ந்தவர். இவ்விளையாட்டும், அவ்வப்பொழுது உலகளவில் நடத்தப்படும் போட்டிகளில் விளையாடப்படுகிறது, ஆராயப்படுகின்றது. பயிற்சிக்காக இரண்டு கேம்கள் தரப்பட்டுள்ளன.

1. **Ng1 - f3** ஓப்பனிங் விதிப்படி ராஜா அல்லது ராணியின் முன் (d2, d4) உள்ள பானைத்தான் முதலில் திறக்க வேண்டும். ஆனால், இவர் நைட்டை நகர்த்தியுள்ளார். நைட் திறப்புகள் விதிகட்கு அப்பாற்பட்டது. இந்த Nf3; h4, g5, e5, d4 ஆகிய கட்டங்களைக் கண்காணிக்கின்றது. இதில் e5-ம், g5-ம் எதிரியின் எல்லையில் உள்ளன.

1. **...d7 - d5** இந்த பான் எதிரியின் (வெள்ளை) c4, e4 கட்டங்களை கண்காணிக்கின்றது. மற்ற திறப்புகளைப்போல, இதனை எதிர்கொள்ள, வெள்ளையின் பக்கம் ஏதும் காய்கள் நகர்த்தப்படவில்லை.

2. **... g2 - g3** செஸ் விளையாட்டில் பிற்போக்கான திறப்பின் நகர்த்தல். இது போர்டின் ஓரக்கட்டமான h4-ஐயும், f4-ஐயும் கண்காணிக்கின்றது. இத்திறப்பில் கருப்பு நடுக்கட்டத்தில் ஆதிக்கம் செலுத்த விரும்புகிறார். அதற்கு மாறாக வெள்ளை, வலது பக்க கட்டங்களில் விளையாடுகின்றார்.

2. **... c7 - c5** கருப்பின் d7-d5, c7-c5 நகர்த்தல்களால் b4, c4, d4, e4 கட்டங்கள் கண்காணிக்கப்படுகின்றன. இவை அனைத்தும் எதிரியின் எல்லைக்குள் இருக்கின்றன. மேலும், இதனால் கருப்பு ராணி தனது வலது குறுக்குக் கட்டங்களில் a5 வரையிலும், d7, d6 கட்டங்களிலும் செல்லும். c8-ல் நிற்கும் பிஷப், தனது இடது பக்க குறுக்கில் (Left diagonal) h3 வரை செல்லும்.

இதுவரை செய்த இரண்டு நகர்த்தலில் மற்ற கேம்களுடன் ஒப்பிட்டுப் பார்த்தால் பெரிய வித்தியாசங்கள் இருப்பதைக் காணலாம்.

3. **Bf1 - g2** f1, g2 கட்டங்களைக் காலி செய்துவிட்டார். கேஸ்ட்லிங் செய்து கொள்ளலாம்.

3. **... Nb8 - c6** இந்த நைட் வெள்ளையின் கட்டங்களாகிய, b4, d4 மற்றும் a5, e5 ஆகிய கட்டங்களைக் கண்காணிக்கின்றது.

| | | |
|---|---|---|
| 4. | 0 - 0 | இவர் ராஜா பக்க (Castling) கோட்டை கட்டிக்கொண்டார். நான்கே நகர்த்தலில் கோட்டை கட்டிக் (Castling) கொண்டது மட்டுமின்றி, அரணும் அமைத்துக் கொண்டார் (Fortification). |
| 4. | ... e7 - e5 | இந்த பான் வெள்ளையின் f4 கட்டத்தையும் கண்காணிக்கின்றது. சற்று வினோதமாகத் தென்படுகிறது. c5, d5, e5 கட்டங்களில் வரிசையாக நின்றுகொண்டு எதிரியைக் கண்காணிக்கின்றன. ஆனால், வெள்ளை (எதிரி) எந்த நடவடிக்கையும் எடுக்கவில்லை. வெள்ளை தனக்கு அரண் அமைத்துக் கொண்டார். அவ்வளவுதான். கருப்பின் இந்த முன்னேற்றத்தை (Advantage) எப்படி சமாளிக்கப் போகிறார், என்ற கேள்வி எழுகின்றதல்லவா. அனைத்து காய்களும் ஆதரவுடன் உள்ளன. |
| 5. | c2- c4 | யோசித்துதான் நகர்த்தியுள்ளார். c2 - c3 என்று நகர்த்தியிருப்பாரே யானால் Nb1 முன்னேற (developஆக) தடையேற்பட்டிருக்கும். இதை பெரும்பாலானோர் கவனத்தில் கொள்வதில்லை. இதனால் வெள்ளை ராணியின் இடது குறுக்கு (Left diagonal) கட்டங்கள் a4 வரை திறக்கப்பட்டு விட்டன (developed). கருப்பு (d5 × c4) என்று அடித்தால் அதனை உடன் எடுக்க, வெள்ளைக்கு காய் இல்லை. அதனால், c4-ல் தனது பான் நிற்பதால் அதற்கு, மேலும் ஆதரவை கருப்பு தருவார். அதனால் வெள்ளையின் முன்னேற்றம் (advantage) பாதிக்கும். எனவே, c4 × d5 என்று அடிப்பதே சிறந்தது. |
| 5. | ... d5 - d4 | கருப்பு d5 × c4 என்று அடிக்காமல் வெள்ளைக்கு அழுத்தம் (Pressure) கொடுக்க d5 - d4 என்று நகர்த்திவிட்டார். இதில் இவர் g7 - g6 என்று செய்திருந்தால் அது சிறந்த நகர்த்தல் ஆகும். எனினும், மொத்த கணிப்பில் கருப்பின் முன்னேற்றம் அதிகம். இந்த d4 கருப்பு பான் e3, c3-ஐக் கண்காணிக்கின்றன. |
| 6. | d2 - d3 | d3-ல் இறங்கிய கருப்பு பானைத் தடுத்து நிறுத்துகிறார். இதனால் Bc1-க்கு வலது பக்கக் குறுக்குக் கட்டங்கள் (Right Diagonal) h6 வரை திறக்கப்பட்டுவிட்டது (opened). d3 பான் c4-க்கு ஆதரவு (Support) தருகின்றது. e4 ஐக் கண்காணிக்கின்றது. |
| 6. | ... Ng8 - f6 | இது வெள்ளையின் e4, g4 கட்டங்களைக் கண்காணிக்கின்றது. h5, d5 கட்டங்களையும் கண்காணிக்கின்றது. d5-ல் வந்திறங்க முடியாது. அதில் c4-ன் கண்காணிப்பு உள்ளது. g8 கட்டம் முன்னேறிவிட்டது. Bf8 கட்டம் காலியானால் ராஜா பக்கக் கோட்டை (Castling) கட்டிக்கொள்ள இயலும். |
| 7. | e2 - e3 | ராணியின் வலது பக்கக் குறுக்குக் கட்டம் (Right Diagonal) h5 வரை திறந்துவிட்டது. ஆனால், இடையில் Nf3 உள்ளது. இதனால், திறப்பு முடியாவிட்டாலும் நடுகள (Middle game) ஆட்டம் போல் காட்சி தருகின்றது. கருப்பின் d4-க்கு இரண்டு பான்கள், ஒரு நைட்டாக மூன்று ஆதரவுகள் உள்ளமையால் வெள்ளை e3 × d4 என்றால் அது அடிபட்டுவிடும். அதுதான் சிறந்த நகர்த்தலாகும். d4 × e3 என்றால், f2 × e3 என்று அடிப்பது சிறந்தது |

126

அல்ல. ஏனெனில் f2 இடம் மாறுவதால் அரண் பலகீனப்பட்டு விடும் Bc1 × e3 என்று அடிக்கலாம்.

**7. ... Bf8 - e7** இதனால் கருப்பு கோட்டை (Castling) கட்டிக்கொள்ள இயலும். வேறு முன்னேற்றம் இல்லை.

**8. Rf1 - e1** e3-க்கு மற்றொரு சப்போர்ட். e3 × d4 ... e5 × d4 அல்லது ... e5 × d4, e3 × d4 என்று, எது நடந்தாலும் 'e' ஃபைல் காலியாகும். அதில் Re1 ஆதிக்கம் செலுத்தும்.

**8. ... Nf6 - d7** இதனால் Be7, h4 வரை செல்லும். அதற்கு Qd8-ன் ஆதரவு உண்டு. Bc8-ன் இடது குறுக்குக்கட்ட வழி தற்காலிகமாக Nd7-ஆல் மூடப்பட்டுவிட்டது. Nd7; c5, d5-க்கு ஆதரவு தருகின்றது. b6, f6-ஐக் கண்காணிக்கின்றது.

**9. Nb1 - a3** இது ஒரு கெட்ட நகர்த்தல் (Bad move). சாதாரணமாக செஸ் கோட்பாட்டின்படி (Chess theory) நைட்டை ஓரக்கட்டங்களில், தவிர்க்க இயலாத நிலையில்தான் வைக்கவேண்டும். அதாவது c4 அல்லது b5-க்கு, சப்போர்ட் தரவேண்டிய நிலையிருப்பின் அல்லது காயை அடித்தெடுக்க வேண்டியிருப்பின். அப்படியொரு நிலை தற்சமயம் இல்லை. இதை இப்பொழுது டெவலப் செய்திருக்கவேண்டியதில்லை. செய்திருந்தாலும் d2-ல் வைத்திருக்கலாம். அதைவிட e3 × d4 செய்திருக்கலாம்.

**9. ... 0 - 0** இவரும் ராஜா பக்கக் (Castling) கோட்டை கட்டிக்கொண்டார். அரணும் (முதல்நிலை) அமைந்து விட்டது.

இருவரும் கோட்டை (Castling) கட்டிக்கொண்டனர். இத்துடன் **ரிடி திறப்புகள்** (Reti Openings) முடிந்துவிட்டது.

போர்டின் நிலையை **படம் 31** உடன் ஒப்பிட்டு சரிபார்த்துக்கொள்ளவும்.

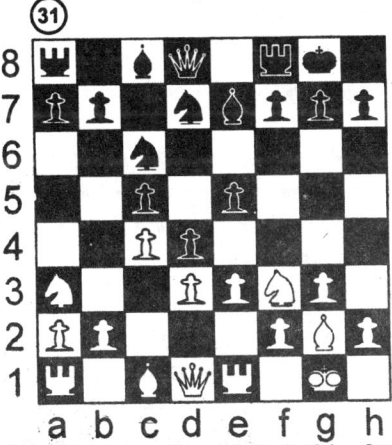

(31)

கருப்பு தனது 9-வது நகர்த்தலைச் செய்தபின்பு போர்டின் நிலை. 'ரிடி திறப்புகள்' (Reti Openings) கேம் - 1

**10. Na3 - c2** இதனால் b2, d2 கட்டங்களைக் கண்காணிக்கும். இரண்டிலும், கருப்பின் பலத்த பாதுகாப்பு உண்டு. இதனால் 2 மூவ்கள் விரயம் (Waste) தான். 1. Nb1 - a3, 2. Na3-c2. இதனால் ராணி (Qd1)யின் வழி அடைபட்டு விட்டது.

**10. ... a7 - a5** காய் இல்லாமையால் இதை வெள்ளை அடிக்காது. ஆனால், ஆதரவு (Nc6) உள்ளது.

10 நகர்த்தல்கள் ஆகியும் இதுவரை ஒரு பானோ, பீஸோ அடிபடவில்லை என்பது குறிப்பிடத்தக்கது. போர்டின் நிலையை கவனிக்கும் பட்சத்தில், கருப்பு (Qd8 - a5) வரை சாதாரணமாக (வைப்பார்கள்) வரும். ஆனால், a5-ல் அவரது பானே உள்ளது. 8-வது ரேங்க்கில் வேறு பீஸ்கள் நகரும் (Mobility) தன்மையைப் பெற்றிருக்கவே இல்லை. (No mobility except a1 rook to two squares) Ra1 மட்டும் a7, a6, b8-ல் செல்லும். Nb6; a5, b4, d4,e5 களில் செல்லும். அதில் b4ஐத் தவிர மற்ற கட்டங்களில் அதன் பானே உள்ளன. c4 கட்டத்தை Nc2-ம் கண்காணிக்கின்றது. Nd7; b6, c5, e5, f6 ஆகிய கட்டங்களைக் கண்காணிக்கிறது. ஆனால், b6, f6-ஐத் தவிர மற்ற இரு கட்டங்களில் அதன் பான்கள் உள்ளன. இந்த b6-ம் f6-ம் அதனுடைய கட்டங்கள்.

வெள்ளையின் எந்த பீஸூம் (Piece) 1-வது ரேங்க்கில் நகரும் தன்மை (Mobility) பெற்றிருக்கவில்லை. Qd1-ம், Bg2-ம் 1 கட்டம் மட்டும் வலது குறுக்கில் (Right Diagonal) செல்லும். அதனால் பெரிய, சிறிய விளைவு ஏதும் ஏற்படப்போவதில்லை. Nc2; a3, b4, d4, e5 ஆகிய கட்டங்களைத் தாக்கும். d4-ஐ அடித்தால் அதில் உள்ள பானுக்கு ஆதரவு உள்ளது. Nf3, d4-ஐத் தாக்கினால் அடிபட்டுவிடும், e5-ஐத் தாக்கினால் கருப்பின் Nd6, Ne7 இரண்டும் அடித்துவிடும். Ng5-க்கு சென்றால் Be7 அடித்துவிடும். h4-க்கு சென்றாலும் Be7 அடிக்கும்.

பொதுவாக இருவருக்கும் நகரும் தன்மை (Mobility) குறைவாகவே உள்ளது. யாராவது வளைத்து விடுவார்களோ என்ற அபாயம் இருவருக்கும் இல்லை.

**11. Ra1 - b1** குரூயன்ஃபெல்டில், ஆரம்ப நிலையில் இருவரும் பெரும்பாலும் தங்கள் இரு குதிரைகளையும் இழுந்து விடுவர். இதில் மாறாக 11-வது நகர்த்தல் வரை எந்த நைட்டும் அடிபடவில்லை. இந்த Ra1-b1, காய்களை அடிக்க, அடிபட, விரும்பவில்லை என்பதைத்தான் காட்டுகிறது.

a1 பானுக்கு ஆதரவில்லை.

**11. ... f7 - f5** இந்த பானை இவர் நகர்த்தியிருக்கவே கூடாது. அவரது அரணை (Fortification) அவரே உடைக்கின்றார். மேலும், தற்சமயம் இதனால் எவ்வித முன்னேற்றமும் (advantage) இல்லை. ஆனால், இதற்கு Be7-ன் ஆதரவு (Support) உண்டு. ராஜாவிற்கு பாதுகாப்பு குறைந்துவிட்டது.

**12. e3 × d4** முதன்முதலாக அடித்துவிட்டார்.

**12. ... c5 × d4** 13. Nf3 × d4 .... e5 × Nd4 14. Nc2 × Nd4 என்றால் வெள்ளைக்கு இரண்டு நைட்டுகளும் போய்விடும். எனவே, வெள்ளை அடிக்கக் கூடாது. 13. Nf3 × e5 ... Ne7 × Ne5, 14. Re1 × Ne5 ... Nd6 × Re5 என்றாலும் ஒரு ரூக் வெள்ளைக்கு நஷ்டமாகும். அதற்கு பதில் பான்தான் கிடைக்கும். 13. Bc1 × g5-க்கு ... Be7 × Bg5, 14. Nf3 × Bg5. 13. Nf3 × g5 .... Be7 × g5. 14. Bc1 × Bg5 என்று அடித்தால் இறுதியில் Qd8 × Bg5, அல்லது Qd8 × Ng5 என்று வெள்ளைக்கு இரண்டு பவர்கள் (Be1-ம் Nf3-ம்) போய்விடும். கிடைப்பது ஒரு பிஷப்பும், பானும்.

**13. a2 - a3** இதற்கு இப்பொழுது b2, Nc2 ஆதரவு தருகின்றன.

**13. . . . a5 - a4** பான்கள் தடைபட்டு நிற்கின்றன. (Pawns are Blocked) இவை சில சந்தர்ப்பங்களில் இறுதியாட்டம் வரை கூட இப்படியே இருக்கும்.

**14. Bc1 - d2** Bd2 தனது இடது குறுக்குக் கட்டத்தில் a5 வரை செல்லும். Qd8 - a5-க்கு வர இயலாது.

**14. ... Be7 - f6** இந்த பிஷப் g7, h8-க்கு செல்லலாம். வேறு திசையில் முன்னேற இயலாது.

**15. Bd2 - b4** Bb4 × Rf8 என்று அடிக்கலாம். பிஷப் போனாலும் அதைவிட பெரிய பவர் ரூக் கிடைக்கும்.

**15. ... Rf8 - e8** கருப்பு தனது ரூக்கைக் காப்பாற்றிக்கொண்டார். கருப்பு Nc6 × Bb4 என்றால், a3 × Nb4 என்றாகிவிடும்.

**16. Nf3 - d2** இந்த Nd2-ம் எதையும் அடிப்பதாகத் தெரியவில்லை. இது c4, e4, f1 கட்டங்களை மட்டும் கண்காணிக்கின்றது.

**16. ... Kg8 - h8** இவர் தனது பாதுகாப்பை தானே கெடுத்துக்கொண்டார். g7 பானை நகர்த்தி இருக்கக்கூடாது. இப்பொழுது கூட Bf6-ஐ g7-ல் வைத்து, ராஜாவிற்கு பாதுகாப்பு தரலாம். சிலர், எதிரியின் நிலையை மாற்றுவதற்காக, தவறான ஆட்டம் ஆடுவார்கள் (Novelty). அப்படியும் தெரியவில்லை. தற்சமயம் அவரை வெள்ளை நெருக்கவில்லை. நெருக்கவும் முடியாது. வெள்ளை Qd1 - h5 என்றாலும் ஆபத்தில்லை. ஏனெனில், சப்போர்ட் இல்லை. Bb4 - f8 பக்கம் நெருங்க முடியாது. வெள்ளையோ அவரை விட ஜாக்கிரதையாக டிஃபன்ஸ் (Defence) மட்டும் விளையாடுகின்றார்.

**17. c4 - c5** இதை Nd7 அடித்தால் Bb4-ஆல் அடித்துவிடுவார். அப்படி அடிக்கப்பட்டால் 'b' ஃபைலில் வழி உண்டாகும். ரூக்குகள் நேராகப் போக வழி கிடைக்கும்.

**17. ... e5 - e4** இதை ஏன் கருப்பு எவ்வித சப்போர்ட்டுமின்றி முன்தள்ளினார் என்று தெரியவில்லை. இதையடிக்க மூன்று காய்கள் ஒன்றுக்கொன்று ஆதரவாக உள்ளன. அவை, Nd2, d3 மற்றும் Re1 ஆகும்.

**18. d3 × e4** இதைத்தான்செய்ய வேண்டும். கருப்பு இதை பலிபோன்று (Sacrifice) தான் கொடுத்தார். பலன் ஏதும் பெற்றாரா ? இல்லை.

இரண்டு கருப்பு பான்கள் (a4, d4) வெள்ளையின் எல்லைக்குள் உள்ளன.

**ரிடி திறப்பு** (Reti Opening) இருவரும் மிகச்சரியாக விளையாடுவதாக செஸ் வல்லுநர்கள் கூறுகின்றனர். கருப்பு ஓரிரு தவறுகள் செய்துவிட்டாலும் 'ரிடி திறப்'பின் வரிகள் மாறாது விளையாடுகின்றார் (The line of Reti Opening not changed).

**18.** **... Nd7 - e5**; Neg - g5 அடிபடாது. அங்கிருந்து h2, f2, e3 கட்டங்களைக் கண்காணிக்கும். Ne5 - f3 எனில் Bg2-ஆல் அடிபட்டுவிடும். Ne5 - d3 என்றால் அடிபடாது. Re1-ஐ பயமுறுத்தும். Ne5 - c4 என்றால், அத்துடன் அதில் நிற்கவேண்டும். மேலே ஏற முடியாது. அடிபட்டுவிடும். c4-க்கு பாதுகாப்பு இல்லை. அங்கு இறங்கலாம். d3-லும் இறங்கலாம்.

**19.** **f2-f4** Ne5-ஐ பயமுறுத்துகிறது. ராஜாவிற்குப் பாதுகாப்பு குறைந்துவிட்டது. Qd1, Re1-ன் சப்போர்ட் உள்ளமையால் ஆபத்துகளை சமாளித்துவிடும். கருப்பு தனது Ne5-ஐக் காப்பாற்றிக்கொள்ள வேண்டும்.

**19.** **... Ne5 - d3** வெள்ளை தனது Re1-ஐக் காப்பாற்றிக்கொள்ள வேண்டும். Nd3-ஐத் துரத்த வேண்டும், அல்லது அடித்துவிட வேண்டும்.

இதுவரை வெள்ளை ஒரு பானையும், கருப்பு இரண்டு பான்களையும் இழந்துள்ளன.

கருப்பு தனது 19-வது நகர்த்தலைச் செய்த பின்பு போர்டின் நிலையை **படம் 32** (Board's Position) உடன் ஒப்பிட்டுப் பார்த்துக்கொள்ளவும்.

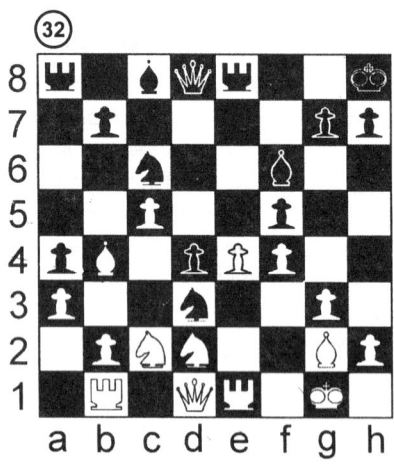

கருப்பு தனது 19-வது நகர்த்தலைச் செய்தபின்பு போர்டின் நிலை. (ரிடி திறப்புகள் (Reti Openings) கேம் - 1)

**20.** **e4 - e5** தனது ரூக்கைக் (Re1) காப்பாற்றவில்லை. முறைமாற்றம், போர்டின் நிலை, திட்டம் (Turn, Board's Position, Strategy) இவைகளினால்,

எதிர்வரும் நகர்த்தலில் ஏதாவது நஷ்டத்தைக் கண்டாரா என்றால் அதுவும் இல்லை. எனினும் அடிக்கவிட்டார்.

**20. . . . Nd3 × Re1** வெள்ளை ரூக்கை இழந்துவிட்டார். தெரிந்தே இழந்து விட்டார்.

**21. Nc2 × Ne1** ரூக்கை இழந்து நைட்டைப் பெற்றுக்கொண்டார்.

**21. ... Bf6 - e7** e5-ஆல் அடிபடுவதிலிருந்து தன்னைக் காப்பாற்றிக் கொண்டார்.

**22. Nd2 - c4** இவர் அடுத்த நகர்த்தலில் b6-ல் வைத்து, Ra8, Bc8-க்கு 'ஃபோர்க்' (Fork) போடலாம். d6-ல் வைத்து b7 பானுக்கும் Bc8க்கும், இரண்டில் ஒன்று 'ஃபோர்க்' (Fork) போடலாம். எனவே, கருப்பு, வெள்ளையின் நைட்டின் போக்கை நன்கு கணித்து செயல்பட வேண்டும். அடுத்த நகர்த்தலில் கருப்பு Ra8 - a6 என்று நகர்த்தினால், வெள்ளையின் நைட் b6-க்கு வந்தால் அடிக்கலாம்.

**22. ... Bc8 - e6** இது ஒரு சிக்கலான நகர்த்தல். Qd8-d7 என்று நகர்த்தியிருந்தால் Bc8-ன் சப்போர்ட்டுடன் ராணியை h3 வரை இறக்கலாம். விளையாட்டு, சக்தியுடன் (Strength) இருந்திருக்கலாம்.

**23. Nc4 - d6** Re8 -ஐ பயமுறுத்துகின்றது. b7-ஐயும் பயமுறுத்துகிறது. போன (22....) நகர்த்தலில் Bc8 - e6 என்று கருப்பு நகர்த்தியிராவிடில், கூடுதலாக, b7-க்கும் பாதுகாப்பாக இருந்திருக்கலாம்.

**23. ... Be7 × Nd6** இந்த நைட் (Nd6) அடுத்தடுத்து எங்கு செல்லும் என்பதை கணக்கிடுவது சற்று சிரமம். திடீரென்று 'ஃபோர்க்' போட்டுவிடும். அச்சிரமத்திலிருந்து விலகுவதே சிறந்தது என்று எனாணி அடித்துவிட்டார்.

**24. c5 × Bd6** நைட்டை இழந்தார். பிஷப்பை எடுத்துவிட்டார்.

போர்டின் நிலையை கணிக்கும் பட்சத்தில் Qd1 × d4 என்று அடிக்க இயலாது. ஏனெனில், d4-க்கு Nc6 பாதுகாப்பளிக்கின்றது. Qd1 × a4 அடித்தால் Ra8 × Qa4 என்று ராணி போய்விடும். Nc6 × e5 என்றும் கருப்பு அடிக்க இயலாது. ஒன்றுக்கொன்று அடிக்க இயலாதவாறு காய்கள் உள்ளன.

**24. ... Nc6 × Bb4**

**25. a3 × Nb4** இருவருக்கும் ஒரு பிஷப்பும், ஒரு நைட்டும் போய்விட்டது. ஒரு ஃபைலில் இரண்டு பான்கள் வந்துவிட்டது.

**25. ... Qd8 - b6** இவர் d4 பானை, d3-க்கு நகர்த்தினால் திறப்பு செக் (open check) ஆகும். பான் d3-ல் அடிபட்டு (Ne1 × d3) விடும் என்றாலும், உடன் ராணியை 2-வது ரேங்க்கில் வைத்துவிடுவது நல்லது. அதனால், 'பின்' போட்டுக் கொள்ளலாம். Kg1 - f1-ல் வைத்தால், Be6 - c4+ என்று வைத்துவிடுவார். வெள்ளைக்கு அழுத்தம் அதிகரிக்கும்.

**26. Ne1 - d3** நல்ல நகர்த்தல். d4 - d3-க்கு முன்னேறுவதைத் தடுத்ததுடன், b4-க்கு ஆதரவு (Support) கிடைத்துவிடுகிறது.

**26.** **... a4 - a3** இது ராணியாவதற்கு முன் அடித்து விடுதல் நல்லது.

**27.** **b2 × a3** ஒரு பான் கிடைத்துவிட்டது. ஆனால், பதிலுக்கு ஒரு பான் (a3) போய்விடும்.

**27.** **. . . Ra8 × a3** ... Ra3 × Nd3 எனில் Qd1 × Rd3 என்றாகும். Qb6 × b4 என்றால் Rb1 × Qb4 என்றாகும். அல்லது Qb6 × b4 என்றால் Nd3 × Qb4 என்றும் ஆகலாம்.

**28.** **Nd3 - c5** இந்த Nc5 காய், Be6, b7 களை அடிக்கலாம். ஆனால், அடித்த நைட்டும் போய்விடும். நல்ல நகர்த்தல் இல்லை. d4 - d3 என்று நகர்த்தினால் அதை அடிக்க இயலாது. நைட்டை எடுத்தாலே திறப்பு செக் (Open check). Qd1 × d3 என்றால் Ra3 × Qd3 என்று ராணி போய்விடும். முன்பு கூறியது போல் இவர் ராணியை 2-வது ரேங்க்கில் கொண்டுவராததே இந்த சிக்கலுக்குக் காரணம்.

**28.** **... d4 - d3**

**29.** **Kg1 - h1** ஒப்பன் செக்கிலிருந்து தப்பித்துக்கொண்டார்.

**29.** **... Be6 - a2** Rb1-ஐ பயமுறுத்துகின்றார். ரூக் 'b' ஃபைலை விட்டு (b2) சென்றால் Qb6 × b4 என்று அடிப்பார். அதைத் திருப்பி அடிக்க இயலாது.

கருப்பு தனது 29-வது நகர்த்தலைச் செய்தபின்பு போர்டின் நிலையை (Board's Position) **படம் 33** உடன் ஒப்பிட்டுப் பார்த்துக்கொள்ளவும்.

33

கருப்பு தனது 29-வது நகர்த்தலைச் செய்தபின்பு போர்டின் நிலை. (ரிடி திறப்புகள் (Reti Openings) கேம் - 1)

**30.** **Rb1 - c1** தவறான நகர்த்தல். b4 ஆதரவற்றதாகிவிட்டது.

**30.** **... Qb6 × b4**

போர்டின் நிலையை கணிப்போம். Qb4 × Nc5 என்றால் Rc1 × Qc5 என்று கருப்பிற்கு ராணி போய்விடும். Ra3, Ba2 வெள்ளையின் எல்லைக்குள் நின்றாலும், தற்சமயம் ஒன்றும் செய்ய இயலாது. வெள்ளை Nc5 × d3 என்று அடிக்கவேண்டும். பின் Ra3 × Nd3, தொடர்ந்து Qd1 × d3 என்றாகும். d3ஐ ஒழிப்பது அவசியம்.

31. **Nc5 × d3**

31. **... Qb4 - b5**   Ra3 × Nd3 என்று அடிப்பதற்கு சப்போர்ட்டாக Qb4 - b5. வெள்ளைக்கு இதில் பிரச்சினை இல்லை. Nd3-ஐ நகர்த்திக் கொள்வார். அப்படி நகர்த்தும்பொழுது Qb5, f1 வரை சென்றாலும் ஆபத்தில்லை. இத்தனை கருப்புகள் வெள்ளையின் பக்கம் இறங்கியதற்குக் காரணம், வெள்ளையின் 30-வது நகர்த்தலேயாகும். அதனாலேயே இவ்வழுத்த நிலை ஏற்பட்டது.

32. **Nd3 - c5**   b7-ஐ பயமுறுத்துகின்றார். வெள்ளை இந்நகர்த்தலில் Rc1 - c7 ... Ra3 - a7, 33. Qd1 - d4 ... Qb5 - a4, 34. e5 - e6 + ... Kh8 - g8 35. Bg2 - d5 என்று நகர்த்தல் தொகுப்பைப் பின்பற்றி, வெள்ளையால் கருப்பை மேட் செய்ய இயலும் என்று நிபுணர்கள் கூறுகின்றனர்.

32. **... b7 - b6**   பயமுறுத்திய நைட்டை இப்பொழுது இவர் பயமுறுத்துகின்றார்.

33. **d6 - d7**   Re8-ஐ பயமுறுத்துகின்றார். b6 × Nc5 என்றால் d7 × Re8.

33. **... Re8 - d8**

34. **e5 - e6**   Nc5-ஐக் காப்பாற்றவில்லை. ஏன் ? b6 × Nc5, 35. e6 - e7 ... Qb7 (அல்லது b8), 36. e7 - e8 (Q) + ... Rd8 × Q, 37. d7 × Re8 என்று வெள்ளைக்கு சாதகமாக முடியும்.

34. **... b6 × Nc5**   இவர் இதற்கு ஆசைப்பட்டிருக்கக்கூடாது. 34. ... Ba2 - b3 Qd1 - e1 35. Qb5 - a6 ... Re1 - e3 36. Ra3 - a1 .... Re3 - c1 37. Bb3 - c4 என்று வெள்ளை பக்கம் தாக்குதல் செய்திருந்தால்தான் கருப்பு, ஜெயிக்க அல்லது டிரா (Draw) வாக்க இயன்றிருக்கும் என்று நிபுணர்கள் கூறுகின்றனர்.

35. **e6 - e7**   கருப்பு, உடன் Qb5 × d7, 36. Qd1 × Qd7 ... Rd8 × Qd7 என்று டிரா (Draw) விற்கு வழி வகுத்திருக்கலாம். அல்லது 35. . . . Rd8 - g8, 36. e7 - e8 (Q) ... Rg8 × Qe8, 37. d7 × Re8 ... Qb5 × Qe8 என்று சென்றிருந்தால், கருப்பிற்கு மேற்கொண்டு போராட வழி கிடைத்திருக்கும்.

35. **... Qb5 - b8**

36. **e7 × Rd8 (Q)**

36. **... Qb8 × Qd8**

37. **Rc1 × c5**

கருப்பு தனது 37-வது நகர்த்தலைச் செய்யாது, தோல்வியை ஒப்புக் கொண்டுவிட்டார். போர்டின் நிலையை (Board's Position) **படம் 34** உடன் ஒப்பிட்டு சரிபார்த்துக்கொள்ளவும்.

34

கருப்பு தோல்வியை ஒப்புக்கொண்டபின் போர்டின் நிலை. (ரிடி திறப்புகள் (Reti Openings) கேம் - 1) (கருப்பு 37வது நகர்த்தலைச் செய்யவில்லை).

நாம் மேற்கொண்டு விளையாடி கருப்பை மேட்டாக்குவோம். இப்பொழுது கருப்பு Qd8-க்கு ஓர் ஆதரவு (Support) தேவை. எவ்விதத்திலும் அதற்கு கிடைக்காது. 37. ... Ra3 - a8 என்றால் Bg2 × Ra8 ஆகிவிடும். கருப்பு பிஷப் Ba2 - d5, e5 என்று எதில் நிறுத்தினாலும், செக்மேட் ஆவதைத் தடுக்க இயலாது. எப்படியெனில் 37 ... Ba2 - e5, 38. Rc5 - c8 ... Qd8 × Rc8, 39. d7 × Qc8 (Q) + ... Be5 × c8 (Q), 40. Qd1 - d8 + (செக் மேட்டாகிவிடும்).

**37. ... Ra3 - a7**

**38. Rc5 - c8**

**38. ... Qd8 × Rc8**

**39. d7 × Qc8 (Q) +**

**39. ... Ba2 - g8** பின் போட்டுக்கொண்டார்.

**40. Qd1 - d8**

**40. ... g7 - g5**

**41. Qd8 × g8 ‡ செக்மேட்.**

நாம் இதுவரை, இப்புத்தகத்தில் விளையாடிய ஆட்டங்களில், எதிலும் இரண்டு பான்களை ராணியாக்கும் தகுதியைப் பெறவில்லை. இதில் வெள்ளை வைத்து விளையாடியவர், இறுதிவரை இரண்டு பான்களைக் கொண்டுவந்தது ஒரு சிறப்பான அம்சமே. இது ஒரு சராசரியான, நல்ல கேம் (An Average Game) என்று செஸ் நிபுணர்கள் கூறுகின்றனர்.

போர்டின் இறுதி நிலையை **படம் 35** உடன் ஒப்பிட்டு சரிபார்த்துக் கொள்ளவும்.

35

போர்டின் இறுதி நிலை. (ரிடி திறப்புகள் Reti Openings கேம் - 1) (கருப்பு 41வது நகர்த்தலைச் செய்யவில்லை.)

குறிப்பு : பான் பதவி உயர்வு, அதாவது, கடைசி ரேங்கை (வெள்ளை 8th Rank, கருப்பு 1st Rank) அடைந்தால் 'ராணி'யாகும். ஒவ்வொரு பானும் ராணியாகலாம். அதாவது, பானுக்குப் பதில் ராணி எடுத்துக்கொள்ளலாம். இது தெளிவான விதி. இதன்படி 'Richard Reti' என்னும் செஸ் நிபுணர் விளையாடியுள்ளார். இந்த கேமை (Opening) உருவாக்கியவரும் ரிச்சர்டு ரிடி என்பதால், இதற்கு இவர் பெயரையே சூட்டியுள்ளனர்.

2. அடுத்ததாக வருவது சிந்தனைப் பயிற்சி. முதலில்,

(a) அடுத்தடுத்து வரும் நகர்த்தலில், அனைத்து காய்களைப் பற்றிய சிந்தனைப் பயிற்சி (Consequence thinking of whole coins) இதற்குத் தேவையான முதற்கட்டப் பயிற்சியை 'யோசிப்பதெப்படி' என்ற 2-ம் பாடத்தில் பாரா 4-(a) ல் கொடுத்துள்ளபடி செய்து கொள்ளுங்கள். இரண்டாம் கட்டப் பயிற்சிக்குத் தேவையான நகர்த்துதல்கள் கீழே கொடுக்கப்பட்டுள்ளன.

1-ல் நான் Ng1 - f3, அவர் d7 - d5, 2-ல் நான் g2 - g3, அவர் c7 - c5, 3-ல் நான் Bf1 - g2, அவர் Nb8 - c6, 4-ல் நான் 0 - 0, அவர் e7 - e5, 5-ல் நான் c2 - c4, அவர் d5 - d4, 6-ல் நான் d2 - d3, அவர் Ng8 - f6, 7-ல் நான்

e2 - e3, அவர் Bf8 - e7, 8-ல் நான் Rf1 - e1, அவர் Nf6 - d7, 9-ல் நான் Nb1 - a3, அவர் 0 - 0, 10-ல் நான் Na3 - c2, அவர் a7 - a5, 11-ல் நான் Ra1 - b1, அவர் f7 - f5, 12-ல் நான் e3 × d4, அவர் c5 × d4, 13-ல் நான் a2 - a3, அவர் a5 - a4, 14-ல் நான் Bc1 - d2, அவர் Be7 - f6, 15-ல் நான் Bd2 - b4, அவர் Rf8 - e8, 16-ல் நான் Nf3 - d2, அவர் Kg8 - h8, 17-ல் நான் c4 - c5, அவர் e5 - e4, 18-ல் நான் d3 × e4, அவர் Nd7 × e5, 19-ல் நான் f2 × f4, அவர் Ne5 × d3, 20-ல் நான் e4 - e5, அவர் Nd3 × Re1, 21-ல் நான் Nc2 × Ne1, அவர் Bf6 – e7, 22-ல் நான் Nd2 - c4, அவர் Bc8 - e6, 23-ல் நான் Nc4 - d6, அவர் Be7 × Nd6, 24-ல் நான் c5 × Bd6, அவர் Nc6 × Bb4, 25-ல் நான் a3 × Nb4, அவர் Qd8 - b6, 26-ல் நான் Ne1 - d3, அவர் a4 - a3, 27-ல் நான் b2 × a3, அவர் Ra8 × a3, 28-ல் நான் Nd3 - c5, அவர் d4 - d3, 29-ல் நான் Kg1 - h1, அவர் Be6 - a2, 30-ல் நான் Rb1 - c1, அவர் Qb6 × b4, 31-ல் நான் Nc5 × d3, அவர் Qb4 - b5, 32-ல் நான் Nd3 - c5, அவர் b7 - b6, 33-ல் நான் d6 - d7, அவர் Re8 - d8, 34-ல் நான் e5 - e6, அவர் b6 × Nc5, 35-ல் நான் e6 - e7, அவர் Qb5 - b8, 36-ல் நான் e7 × Rd8 (Q), அவர் Qb8 × Qd8, 37-ல் நான் Rc1 × c5. கருப்பு தோல்வியை ஒப்புக்கொண்டார். மேலே விளையாடிப் பார்த்தோம்.

37-ல், அவர் Ra3 - a7, 38-ல் நான் Rc5 - c8, அவர் Qd8 × Rc8, 39-ல் நான் d7 × Qc8 (Q) +, அவர் Ba2 - g8, 40-ல் நான் Qd1 - d8, அவர் g7 - g5, 41-ல் நான் Qd8 × Bg8 ‡ (செக்மேட்).

(b) *சிந்தனைப் பயிற்சியில் அடுத்ததாக வருவது, அடுத்தடுத்து வரும் நகர்த்தலில், தனித்தனி காய்களைப் பற்றிய சிந்தனை* (Consequence thinking of individual pieces). இதற்குத் தேவையான, முதல் கட்டப் பயிற்சியை 'யோசிப்பதெப்படி' என்ற 2-ம் பாடம், பாரா 4 (c)-ல் உள்ளபடி செய்து கொள்ளவும். இரண்டாம் கட்டப் பயிற்சிக்குத் தேவையான நகர்த்தல்கள் கீழே கொடுக்கப்பட்டுள்ளன.

வெள்ளை பான்கள்

a2 - 13-வது நகர்த்தலில் a3, 24-ல் b4, 25-ல் அடிபட்டுவிடுகிறது.

b2 - 27-ல் a3, 28-ல் அடிபட்டுவிடுகிறது.

c2 - 5-ல் c4, 17-ல் c5, 24-ல் d6, 33-ல் d7.

d2 - 6-ல் d3, 18-ல் e4, 20-ல் e5, 34-ல் e6, 35-ல் e7, 36-ல் d8, 36-லேயே அடிபட்டுவிடுகிறது.

e2 - 7-ல் e3, 12-ல் d4, அதிலேயே, அந்த நகர்த்தலிலேயே அடிபட்டு விடுகிறது.

f2 - 19-ல் f4, அதிலேயே அடிபடவில்லை.

g2 - 2-ல் g3, அதிலேயே அடிபடவில்லை.

h2 - இறுதிவரை அதிலேயே அடிபடவில்லை.

### வெள்ளை ரூக்குகள்

a1  -  11-ல் b1, 30-ல் c1, 37-ல் c5 அடிபடவில்லை.

h1  -  4-ல் கேஸ்ட்லிங்கிற்காக (For Castling) f1, 8-ல் e1, 20-ல் அடிபட்டுவிடுகிறது.

### வெள்ளை நைட்டுகள்

b1  -  9-ல் a3, 10-ல் c2, 21-ல் e1, 26-ல் d3, 28-ல் c5, 31-ல் d3, 32-ல் c5, 34-ல் அடிபட்டுவிடுகிறது.

g1  -  1-ல் f3, 16-ல் d2, 22-ல் c4, 23-ல் d6, 24-ல் அடிபட்டுவிடுகிறது.

### வெள்ளை பிஷப்புகள்

c1  -  14-ல் d2, 15-ல் b4, 24-ல் அடிபட்டுவிடுகிறது.

f1  -  3-ல் g2 அடிபடவில்லை.

### வெள்ளை ராணி

d1  -  இறுதிவரை அதிலேயே அடிபடவில்லை.

### வெள்ளை ராஜா

e1  -  4-ல் கோட்டை (Castling) கட்டுவதற்காக g1, 29-ல் h1, அடிபடவில்லை.

### கருப்பு பான்கள்

a7  -  10-ல் a5, 13-ல் a4, 26-ல் a3, 27-ல் அடிபட்டுவிடுகிறது.

b7  -  32-ல் b6, 34-ல் c5, 37-ல் அடிபட்டுவிடுகிறது.

c7  -  2-ல் c5, 12-ல் d4, அடிபட்டுவிடுகிறது.

d7  -  1-ல் d5, 5-ல் d4, 28-ல் d3, 31-ல் அடிபட்டுவிடுகிறது.

e7  -  4-ல் e5, 17-ல் e4, 18-ல் அடிபட்டுவிடுகிறது.

f7  -  11-ல் f5, இறுதிவரை அதிலேயே அடிபடவில்லை.

g7  -  இறுதிவரை அதிலேயே அடிபடவில்லை.

h7  -  இறுதிவரை அடிபடவில்லை.

### கருப்பு ரூக்குகள்

a8  -  28-ல் a3, இறுதிவரை அதிலேயே அடிபடவில்லை.

h8  -  9-ல் கேஸ்ட்லிங்கிற்காக f8, 15-ல் e8, 33-ல் d8, 36-ல் அடிபட்டு விடுகிறது.

### கருப்பு நைட்டுகள்

b8  -  3-ல் c6, 24-ல் b4, அந்நகர்த்தலிலேயே அடிபட்டுவிடுகிறது.

g8  -  6-ல் f6, 8-ல் d7, 18-ல் e5, 19-ல் d3, 20-ல் e1, 21-ல் அடிபட்டுவிடுகிறது.

**கருப்பு பிஷப்புகள்**

**c8** - 22-ல் e6, 29-ல் a2, அடிபடவில்லை.

**f8** - 7-ல் e7, 14-ல் f6, 21-ல் e7, 23-ல் d6, அந்நகர்த்தலிலேயே அடிபட்டு விடுகிறது.

**கருப்பு ராணி**

**d1** - 25-ல் b6, 30-ல் b4, 31-ல் b5, 35-ல் b8, அடிபடவில்லை.

**கருப்பு ராஜா**

**e1** - 9-ல் கேஸ்ட்லிங்கிற்காக g8, 16-ல் h8. கருப்பு தோல்வியை ஒப்புக் கொண்டார்.

## வினாக்களுக்கு விடையளிக்கவும்

1. குரூயன்ஃபெல்டு டிஃபன்ஸ் போன்ற மற்ற திறப்புகளுக்கும், ரிடி திறப்புக்குமுள்ள (Reti opening) வேறுபாடு என்ன ? 3
2. கருப்பின் ஏழாவது நகர்த்தலில் 7... d4 × e3 என்றால், வெள்ளை f2-ஆல் ஏன் அடிக்கக்கூடாது ? 2
3. இந்த ஆட்டத்தைப் பற்றி 11-வது நகர்த்தலில், நமக்கு என்ன எண்ணம் தோன்றுகின்றது ? 3
4. வெள்ளையின் 18-வது நகர்த்தலுக்குப் பின்பு, செஸ் வல்லுநர்கள் கூறுவதென்ன ? 3
5. 20-வது நகர்த்தலில் வெள்ளை தனது ரூக்கை ஏன் காப்பாற்றிக் கொள்ளவில்லை ? 2
6. 22-ல் கருப்பிற்கு நல்ல நகர்த்தல் எது ? எப்படி ? 3
7. வெள்ளையின் 26-வது நகர்த்தல் எப்படி சிறந்ததாகும் ? 2
8. வெள்ளையின் 30-வது நகர்த்தல் ஒரு தவறான நகர்த்தல். எப்படி ? 4
9. 32-வது நகர்த்தலில் நிபுணர்கள் கூறும் மாற்று நகர்த்தல் என்ன ? 3
10. 35-வது நகர்த்தலில் கருப்பு என்ன செய்திருந்தால் டிரா (Draw) அல்லது மேற்கொண்டு விளையாடும் சந்தர்ப்பத்தைப் பெற்றிருப்பார் ? 4
11. இதுவரை ஆராய்ந்த ஆட்டங்களில் நிகழாத ஒன்று ஆட்ட இறுதிவரை கணக்கிட்டால், இந்த ஆட்டத்தில் நிகழ்ந்துள்ளது. அது என்ன ? 2

## பாடம் - 11

# ரிடி திறப்பு - 2
# (Reti Opening - 2)

'ரிடி திறப்'பில் (Reti Opening) ஒரு கேம் விளையாடி ஆராய்ந்துவிட்டோம். இன்னொரு கேமும் ஆராய்ந்து விளையாடுவோம். செஸ் போட்டிகளில் எதிரிக்குத் தெரியாத திறப்பு விளையாடுவது ஒரு தந்திரமாகும். அவ்வாறு விளையாடுவதால், பலன் அளிப்பதும் உண்டு, சிலசமயம் பயனற்றுப்போவதும் உண்டு. இருந்தாலும் உலக சாம்பியன்கள், எதிரிக்குத் தெரியாத திறப்பை விளையாடுவதிலும், அதிலும் நகர்த்தல்களை மாற்றி நகர்த்துவதிலும் ஆர்வம் காட்டுகின்றனர். அதில் சில திறப்புகள் எதிரிக்கு தெரிய சந்தர்ப்பம் (No or less chance) இல்லை அல்லது குறைவு என்று கருதுகின்றனர். அப்படி கருதப்படும் திறப்புகளில், இந்த 'ரிடி திறப்'பும் (Reti Opening) ஒன்று. அப்படி கருதப்படுவதால் இந்த திறப்பு அவ்வப்பொழுது பெரிய, உலகளவிலான மேட்ச்/டோர்னமெண்ட்டுகளில் விளையாடப்படுகின்றது. 'ரிடி திறப்'பில் 2-வது கேம் கீழே கொடுக்கப்பட்டுள்ளது.

1. **c2 - c4** வெள்ளை ராணிக்கு (Qd1) இடது குறுக்குக் கட்டங்கள் (Left diagonal) a4 வரை திறந்து விட்டது. c2 - c3 என்று வைத்திருந்தால், Nb1-ஐ, வெளியேற்றுவதில் தடை ஏற்பட்டிருக்கும். ஏனெனில் c3-ல் பான் வந்துவிடும். இதே c2-c4 இதே 'ரிடி திறப்பு'கள் கேம்-1-ல் 5-வது நகர்த்தலாக வருகின்றது. c4 பான் b5, d5 ஆகிய கட்டங்களைக் கண்காணிக்கின்றது.

1. **... e7 - e6** கடந்த 'ரிடி திறப்பு'களில் (கேம்-1) இந்த நகர்த்தல் 4-வது நகர்த்தலாக வருகின்றது. இதனால் பிஷப் (Bf8) தனது வலது குறுக்குக் கட்டத்தில் (Right diagonal-ல்) a3 வரை செல்லும். ராணி (Qd1)-ன் இடது குறுக்கு (Left diagonal) கட்டங்கள் திறந்துவிட்டன. ராணி இடது குறுக்கில் h4 வரை செல்லும். கடந்த திறப்புகளில் e6க்குப் பதிலாக e5-க்கு நகர்த்தியிருந்தார் என்பது கவனிக்கத்தக்கது.

2. **Ng1-f3** இந்நகர்த்தல் கேம் 1-ல் முதலாவது நகர்த்தலாக இருந்தது. இது e5, g5, d4, h4 ஆகிய கட்டங்களைக் கண்காணிக்கின்றது. அதில் e5-ம், g5-ம் எதிரியின் கட்டங்கள்.

2. **... Ng8-f6** இந்த நைட் (f6) d5, h5, e4, g4 ஆகிய கட்டங்களைக் கண்காணிக்கின்றது. இதில் e4-ம், g4-ம் எதிரியின் கட்டம். கடந்த கேமில் இது 6வது நகர்த்தல்.

**3. g2 - g3** இதனால், இரண்டாம் நிலை அரண் (Fortification)அமைக்க Bf1-ஐ g2-ல் வைக்கலாம். அத்துடன் Bf1, h3 வரை செல்லும். இதை நகர்த்தி வேறு கட்டத்தில் வைத்தால் கேஸ்ட்லிங் செய்துகொள்ளலாம். g3 பான் h4, f4 கட்டங்களைக் கண்காணிக்கின்றது. கடந்த 'ரிடி திறப்'பில் இது 2-வது நகர்த்தலாக வந்தது.

**3. ... d7 - d5** இதனால் பிஷப்பிற்கு (Bc8) d7, இடது குறுக்குக் கட்டம் (Left diagonal) வரை திறப்பு ஆகியுள்ளது. c4 கட்டத்தைக் கண்காணிக்கின்றது d5× c4 என்று அடித்தால், உடன் அடிக்க வெள்ளையிடம் காய் இல்லை. வெள்ளை c4 × d5 என்று அடித்தால் Qd8 × d5 என்று அடிக்கலாம் Nf6 × d5 என்றும் அடிக்கலாம். இந்த நகர்த்தல், கடந்த கேமில் 1-வது நகர்த்தலாக வந்தது.

**4. b2 - b3** c4 -க்கு ஆதரவு தந்துள்ளார். கடந்த கேமில் இதை 10 நகர்த்தலுக்குள் செய்யவில்லை. வெள்ளை, தான் போகும் போக்கை, கருப்பு (எதிரி) யூகிக்காதிருக்க, மாற்றத்தில் புதுமை (Novelty) என்று கருதி குழப்புகிறார். 'நாவல்டி' என்பதற்கு வித்தியாசமாக விளையாடுவது என்றும் கொள்ளலாம்.

**4. ... Bf8 - e7** இந்த நகர்த்தல் கேம்-1ல் 7-வது நகர்த்தலாக வருகின்றது. குரூயன்ஃபெல்டில் இது Bf8 - g7 என்று இருக்கும். இந்நகர்த்துதலால் f8-ம், g8-ம் காலி (developed) ஆகிவிட்டது. இதனால் கேஸ்ட்லிங் செய்து கொள்ளலாம். நகரும் தன்மையில் மாற்றம் ஏற்படவில்லை. இப்பொழுதும் குறுக்கில் a3 வரை செல்லலாம்.

**5. Bf1 - g2** இவருக்கும் f1, g1 கட்டங்கள் காலியாகிவிட்டமையால், கேஸ்ட்லிங் செய்து கொள்ளலாம். இது 'ரிடி திறப்'பில் (கேம்-1) 3-வது நகர்த்தலாக வருகின்றது.

**5. ... 0 - 0** ராஜா பக்க (King's side castling) கோட்டை கட்டிக்கொண்டார். கேம்-1-ல் 9-வது நகர்த்தலில்தான் கேஸ்ட்லிங் செய்துகொள்கின்றார்.

**6. 0 - 0** இருவரும் கேஸ்ட்லிங் செய்துகொண்டனர். இவர் கடந்த கேமில் 4-வது நகர்த்தலிலேயே ராஜா பக்க (King's side castling) கோட்டை கட்டிக் கொண்டார்.

இத்துடன் 'ரிடி திறப்பு' (Reti Opening) முடிந்துவிட்டது. 'ரிடி திறப்புகளில்' நகர்த்தல்கள் முன்பின் இருந்தாலும், 1-வது நகர்த்தலில் கருப்பு e5-க்கு பதில் e6 நகர்த்தியதைத் தவிர, இருவரும் முழுமையாகச் செய்து விட்டனர்.

போர்டின் நிலையை **படம் 36** உடன் ஒப்பிட்டு சரிபார்த்துக்கொள்ளவும்.

# சுராவின் செஸ் திறப்புகள் (ஓப்பனிங்ஸ்)

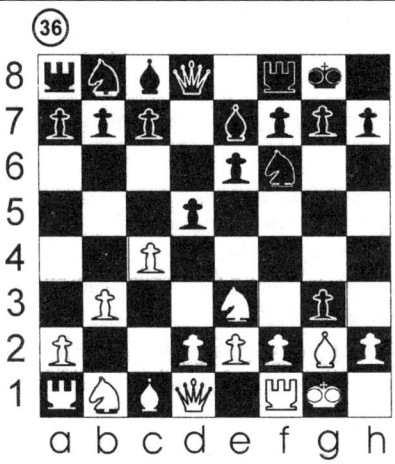

வெள்ளை தனது 6-வது நகர்த்தலைச் செய்தபின்பு போர்டின் நிலை. (ரிடி திறப்புகள் (Reti Openings) கேம் - 2)

6. ... **b7 - b6** இந்த பான் a5, c5 கட்டங்களைக் கண்காணிக்கின்றது. a8 ரூக் ஃ பைலிலோ, ரேங்க்கிலோ நகர இடமில்லை. Bg2-ஆல், ரூக், குறுக்கில் தாக்கப்படலாம். d5 பானும் Nf3-ம் நீக்கப்படுவது, வெள்ளையின் கையில் உள்ளது. இதுபோன்று தாக்கப்படுவது அசாதாரணமன்று, கருப்பு, கவனமாக இருக்கவேண்டும். இந்நகர்த்தல், கேம்-1ல் 32-வது நகர்த்தலாக வருகின்றது.

7. **Bc1 - b2** இது Nf6-ஐத் தாக்குகிறது. a1 ரூக் தாக்கப்படுவதைத் தடுத்து பாதுகாக்கின்றது. இதைவிட Nb1 - c3 சிறந்த நகர்த்தல். மேலே கூறியது போலவே, a1 ரூக்கிற்கும் இடம் செய்து தரவேண்டும்.

7. ... **Bc8 - b7** இருவரின் நகர்த்தலும் ஏறத்தாழ ஒன்றுபோலுள்ளது (Symmetrical). இவர் a1-க்கு பாதுகாப்பு கொடுத்தாலும், a8 ரூக்கிற்கு, நகர ஏற்பாடு செய்யவேண்டும். Nb8 - c6 தான் சிறந்த வழி.

கடந்த கேமில் வெள்ளை 14-வது நகர்த்தலில் Bc1 - d2 என்று வலது குறுக்கில் சென்றுவிட்டார். கருப்பு 22-ல் Bc8 - e6 என்று இடது குறுக்கில் நகர்த்தினார். இதனால் இவர்கள் 'ரிடி திறப்'பிலிருந்து மாறிவிட்டார்கள் என்று கூறமுடியாது. இது நடுகள விளையாட்டு ஆகும்.

8. **e2 - e3** இது d4, f4 கட்டங்களைக் கண்காணிக்கின்றது. இதில் Nb1 - c3 என்று நகர்த்தியிருக்கலாம். கடந்த கேமில் இது 7-வது நகர்த்தல்.

8. ... **Nb8 - d7** Ra8 ரேங்க்கில் (b8, c8) நகரலாம். Qd8, 'd' ஃபைலில் முன்னேறுவதைத் தடுத்துவிட்டது. கேம் 3-ல் Nb8 - c6 ஆக இருந்தது.

9. **Nb1-c3** இது c5, d5 ஆகிய எதிரியின் கட்டங்களைக் கண்காணிக்கின்றது. a4, e4 கட்டங்களையும் கண்காணிக்கின்றது. கேம்-1-ல் a3-ல் நகர்த்தப்பட்டது. இதனால் a1 ரூக்கிற்கு நகர (b1, c1ல்) கட்டங்கள் கிடைத்துள்ளது.

**9. ... Nf6 - e4** இதனால் Be7க்கு h4 வரை இடது குறுக்கில் செல்ல வழி ஏற்பட்டுள்ளது. Ne4, g3, f2, d2, Nc5-களில் எதைத் தாக்கினாலும், உடன் அடிபட்டு விடும்.

ஒன்பது நகர்த்தல்கள் முடிந்துவிட்டன. இதுவரை யாரும் எந்தக் காயையும் அடிக்கவில்லை.

இந்த திறப்பு முறையில் இது எப்படி இருக்க வேண்டுமோ, 9-வது நகர்த்தல் வரை அப்படி இல்லை. சில மாறுதல்களைச் செய்துள்ளனர். அவ்வாறு செய்யப்பட்ட மாற்றம் சிறிது சிக்கலான (Critical) வழியில் செல்லும். இதை ஏற்படுத்தியது வெள்ளைதான். ஆனால், இந்த சிக்கல் வழி உலக சாம்பியன் 'மிக்காயில் போட்வின்னிக்' (Mikhail Botvinnik) கினால், ஒருமுறை விளையாடப்பட்டது. அதில் அவர் வெற்றியும் பெற்றார். மாற்றங்களை அந்தந்த நகர்த்தலில் கேம்-1 உடன் இணைத்துக் காட்டியுள்ளோம். இதன் ஒரிஜினல் நகர்த்தலான 9... c7 - c5-ம் டோர்னமெண்ட்டுகளில், வெற்றிகரமாக விளையாடப்பட்டுள்ளது. இது (9... c7 - c5) மிக பிரபலமான (most popular) நகர்த்தல் ஆகும். இது ஒரு நல்ல திட்டத்தில் நுழைத்துவிடும். இப்பொழுது 9... Nf6 - e4, 10. c4 × d5 ... Ne4 × Nc3, 11. Bb2 × Nc3 ... e6 × d5, என்ற செஸ் தியரிகளில் காணப்படும் தொகுப்பின் வழியில் சென்றால் கருப்பிற்கு சாதகமாக அமைவதுடன், கேமை இலகுவாகவும் கொண்டு செல்லும். சில நகர்த்தல்களைக் குறைத்து கேமை முடிக்கலாம் என்றும் கணக்கிட்டுள்ளனர்.

மற்றும் 9... Nf6 - e4, 10. Qd1 - c2 ... c7 - c5, 11. c4 × d5 ... Ne4 × Nc3, 12. Bb2 × Nc3 ... Bb7 × d5, 13. Rfl - d1 ... Qd8 - c7, 14. d2 - d3 .... Ra8 - c8 என்று விளையாடினாலும், 9... Nf6 - e4, 10. Qd1 - c2 ... (c7 - c5) அல்லது Ne4 × Nc3, 11. Bb2 × c3 ... d5 × c4, 12. b3 × c4 ... Nd7 - c5 என்று விளையாடினாலும், இருவருக்கும் சம சந்தர்ப்பமாகவே வரும். ஒருவர் மாற்றினாலும், கேம் வேறு விதமாக மாறினாலும், குறிப்பாக இவருக்குத்தான் வாய்ப்பு உள்ளது என்று யாரையும் குறிப்பிட்டுக் கூற இயலாது என்று செஸ் வல்லுநர்கள் கூறுகின்றனர். 13. Rf1 - d1 ... Qd8 - c7, 14. d2 - d3 ... Ra8 - c8 என்று, 'தொடர்ச்சியை வெள்ளை இணைத்து விடலாம், இடையில் கருப்பினால் தொடர் மாற்றப்படும் பட்சத்தில்' என்று காணப்படுகிறது.

**10. Nc3 - e2!**

**10. ... a7 - a5** வெள்ளையின் 10-வது நகர்த்தலுக்குப் பின், இதன் ஒரிஜினல் நகர்த்தலான 10 ... c7 - c5-ஐ நகர்த்தத்தான் தூண்டுவதாகவும், பார்வையாளர்கள் (Spectators) அதைத்தான் எதிர்பார்க்கின்றனர் என்றும் கூறப்பட்டுள்ளது. 10. ... a7 - a5 பின் 11. d2 - d3 ... Be7 - f6, 12. Qd1 - c2 ... Bf6 × Bb2, 13. Qc2 × Bb2 ... Ne4 - f6 என்று நம்பகமான, உறுதியான (Reliable and Solid moves) நகர்த்தல்கள் செல்லும் என்று செஸ் வல்லுநர்கள் கூறுகின்றனர். ஆனால், 10. c7 - c5 என்று தியரியில் உள்ளபடி

சென்றால், வெள்ளையின் நகர்த்தல் d2 - d4 என்று மாறும். அதனால் இந்த நம்பகமான, உறுதியான நகர்த்தல் (Reliable and Solid) நிலை மாறலாம் என்றும் நிபுணர்கள் கணிக்கின்றனர்.

**11.** **d2 - d3** இது c4க்கு கூடுதல் பாதுகாப்பளிப்பதுடன் கருப்பு நைட்டை பயமுறுத்துகிறது. இது கருப்பு எதிர்பார்த்ததுதான். போர்டின் நிலையை கணிக்கும்பொழுது e1 முதல் a5 வரை கருப்பு குறுக்குக் கட்டங்கள், தங்கு தடையின்றி (Free) உள்ளது.

**11.** **Be7 - f6** இவர் தனது நைட்டைக் காப்பாற்றவில்லை. d3 × Ne4 என்று அடித்தால் Bf6 × Bb2 என்று அடித்துவிட்டு, பின்வாங்கிக் கொள்வார். அதற்குள் Ra1-ஐக் காப்பாற்றிக் கொள்வார்.

**12.** **Qd1 - c2** இவர் b2-லிருக்கும் பிஷப்பைக் காப்பாற்றவில்லை. d3 × Ne4 என்று நைட்டை அடிக்கவும் இல்லை. ஆனால், Bb2-க்கு பாதுகாப்பு (Support) தந்துவிட்டார். இது நல்ல நகர்த்தல் அல்ல. 12. Bb2 × Bf6 ... g7 × Bf6, 13. d3 × Ne4 என்று அடித்திருந்தால், ஒரு பிஷப்பை இழந்து, ஒரு பிஷப், ஒரு நைட்டைப் பெறுவார்.

**12.** **... Bf6 × Bb2** ரூக்கிற்கு பயமுறுத்தல்.

**13.** **Qc2 × Bb2** இந்த Q கருப்பின் g7-ஐத் தாக்குகிறது. g7 கட்டத்திற்கு, வெள்ளை இன்னுமோர் சப்போர்ட் பெற்றிருந்தால் போதும். கருப்பு ராஜா வளைக்கப்பட்டுவிடும்.

**13.** **... Ne4 - d6** e4 -லிருந்து சென்று விடுவதே நலம். இல்லையேல் அடிபட்டு விடும் என்று திரும்பிப் போய்விட்டார். கருப்பு 13. ... Qd8 - f6, 14. Qb2 - c2 ... Ne4 - d6, 15. c4 × d5 அல்லது 13 ... Qd8 - f6, 14. Qb2 - c2 ... Nd7 - c5, 15. d3 - d4 என்று இரண்டு வழிகளில் செல்லலாம். இரண்டும், போராட்ட (Struggle) திணறல் வழிகள். ஆனால், யாருக்கும் சாதகமான வழி அன்று. இரண்டிலும் பான் c7 அபாயத்தில் (கருப்பு பான்) தான் தள்ளப்படும். இப்படியும் விளையாடுகின்றனர். ஆனால், எல்லாவற்றிலும், சிறந்தது. 13 ... Ne4 - f6. இந்த ஒரு மாற்றம் செய்தும், மேலே இறுதிவரை எப்படிச் செல்கின்றது என விளையாடிப் பார்க்கவும்.

**14.** **c4 × d5** 'd' ஃபைலில் இரண்டு பான்கள் வந்துவிட்டன. செஸ் தியரிப்படி இது நல்லதல்ல. நடு ஃபைல்களில் இருப்பதால் பாதகமும் அல்ல. 'c' ஃபைல் தங்கு தடையின்றி (Free) ஆகி விட்டது. அதில் வெள்ளை தனது a1 அல்லது f1 ரூக்கை வைக்கலாம். கருப்பு e6 × d5 என்று அடிப்பதே சிறந்த நகர்த்தல். எப்படி c8 - h3, d8 - h4 குறுக்கு கட்டங்கள் ஆதிக்கத்தில் வரும், எதிர்வரும் நகர்த்தல்களில் Bb7 - c8 என்று நகர்த்தி வெள்ளையின் அரணைத் தாக்கலாம். வேறு திட்டம் (Strategy) எதுவும் இவர் இதுவரை போடவில்லை.

**14.** **... Bb7 × d5** இது b3, Nf3-ஐத் தாக்கலாம். எதைத் தாக்கினாலும் அடிபட்டு விடும். இதில் இவர் 14 ... e6 × d5, 15. Ra1 - c1 ... c7 - c5, 16. d3 - d4 என்று குழப்பமான (Complicated) நிலையை ஏற்படுத்தும்

ஆட்டத்தை கையாண்டிருக்கலாம் என்று கிராண்ட் மாஸ்டர் மாக்கரிசேவ் (Makarychev) கூறுகின்றார். சந்தர்ப்பம் இருவருக்கும் இணையாகவே இருக்கும். ஆனால், கருப்பு குழப்பமான விளையாட்டை ஆட விரும்பவில்லை என்றும் கணிக்கின்றார்.

**15. d3 - d4** 15. Ne2 - f4 ... Bd5 - b7, 16. Nf4 - h5 என்று முன்னேற்றமாக (advantage) செல்லும் நகர்த்தல், 16-ல் கருப்பு f7 - f6 என்று நகர்த்தி விட்டால், அவருக்கு சாதகமாக மாறிவிடும். ... e6 - e5 மேலும் உதவி செய்யும்.

**15. ... c7 - c5**

**16. Rf1 - d1**

**16. Ra8 - c8** வெள்ளை, 17. Ne2 - f4 என்று வந்தால், Bd5-க்கு குறி (aim) வைக்கின்றார் என்று அர்த்தம். அவ்வழியில், காய் பரிமாற்றம் செய்தாவது, கருப்பு பிஷப்பை (active Bishop now) எடுக்க நினைக்கின்றார். அதைமாற்ற 16 ... Qe7 மிகவும் பொருத்தமான நகர்த்தலாகும் என்று செஸ் நிபுணர் கூறுகின்றார்.

கருப்பு தனது 16-வது நகர்த்தலைச் செய்தபின்பு போர்டின் நிலையை **படம் 37** உடன் ஒப்பிட்டு சரிபார்த்துக்கொள்ளவும்.

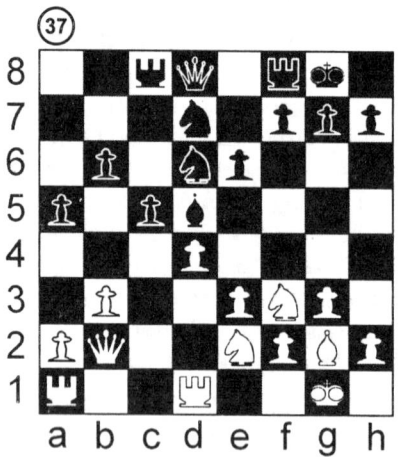

(37)

கருப்பு தனது 16-வது நகர்த்தலைச் செய்தபின்பு போர்டின் நிலை. (ரிடி திறப்புகள் (Reti Openings) கேம் - 2)

**17. Ne2 - f4** மேலே கூறியது போலவே வெள்ளை நகர்த்திவிட்டார்.

**17. Bd5 × f3** 17 ... Bd5 - c7 என்று பின் வாங்கியிருந்தால் (Retreat), 18. d4 × c5 ... Nd7 × c5, 19. Qb2 - e5 ... Nc5 - b7, 20. Nf4 - h5 அல்லது 17 ... Bd5 - a8, 18. d4 × c5 ... Nd5 × c5, 19. Qb3 - e5 என்று நகர்ந்து, வெள்ளைக்கு அனுகூலமாக மாறும். எனவே, 17 ... Bd5 × f3 சரியான நகர்த்தலே.

18. **Bg2 × f3** காய் பரிமாற்றம். நைட்டை இழந்து பிஷப்பைப் பெற்றுவிட்டார்.
18. **... Qd8 - e7** இதனால் Qe7-ஐ h4-வரை நகர்த்த இயலும். e8-ல் இருந்ததை விட e7-ல் வைப்பது முன்னேற்றமே (advantage).
19. **Ra1 - c1** 19 ... c5 × d4 என்றால் 'c' ஃபைலில் இவரது ஆதிக்கமும் இருக்கும் என்று Ra1 - c1 நகர்த்தியுள்ளார். d5 கட்டத்தில் எந்தவித தாக்குதலும் தொடங்க முடியாது. அதற்கு Nd7, Rc8-ன் பாதுகாப்பு உண்டு.
19. **... Rf8 - d8**
20. **d4 × c5**
20. **... Nd7 × c5**
21. **b3 - b4** இப்பொழுது 'c', 'd' ஃபைல்கள் திறக்கப்பட்டுவிட்டன. இரண்டு ஃபைல்களிலும் நைட்கள்தான் உள்ளன. அதை பான் போன்று ஃபைலை அடைக்கும் வஸ்து (material) வாகக் கருத இடமில்லை. 21 ... b6 - b5 என்று வராவிடில் 22-ல் b4 × a5 ... b6 × a5 என்று 'b' ஃபைலையும் திறக்கச் செய்து, b, c, d ஃபைல்கள் வழியாக ராணி, இரண்டு ரூக்குகள் மூலமாக, கருப்பிற்கு அழுத்தம் கொடுக்க விரும்புகின்றார்.
21. **... a5 × b4** ஒரே ஃபைலில் இரண்டு கருப்பு பான்கள். இரண்டும் பாதுகாப்பற்று தனிமையில் (Isolated) உள்ளன.
22. **Qb2 × b4** ஒரு பான் அடிபட்டுவிட்டது. வெள்ளையின் a2 பான் ஆதரவின்றி தனிமையில் உள்ளது.
22. **... Qe7 - a7** a2 பானை பயமுறுத்துகின்றார்.
23. **a2 - a3** தப்பித்துக் கொண்டார்.
23. **... Nd6 - f5** 23 ... Nd6 - e8 என்று நகர்த்தியிருந்தால் வெள்ளை Rc1- b1 என்று நகர்த்தி வெள்ளைதான் முன்னேற்றத்தில் (advantage) இருக்கும். எனினும் Nd6 - f5-ஐ விட Nd6 - e8 சிறந்தது என கணிக்கின்றனர். எப்படியெனில் ... Ne8 - Nf6 என்றும், Nc5 - d7 என்றும் நகர்த்தும்பொழுது வெளிப்படும் என்கின்றனர்.
24. **Rc1 - b1**
24. **... Rd8 × d1+**
25. **Rb1 × d1** இது ஒரு பலனும் இல்லாத செயல். இறுதியாட்டங்களில் ரூக் இருந்தால், விளையாடுவது எளிதாக இருக்கும். காய் பரிமாற்றம் ரூக், விஷயத்தில், நடுகள விளையாட்டில் (Middle Game) விரும்பத்தக்கதல்ல.
25. **... Qa7 - c7**
26. **Nf4 - d3** Nc5-ம் Nd3-ம் ஒன்றையொன்று தாக்கினால், மற்றவை தாக்கப்படும்.
26. **... h7 - h6** b6-ல் இருக்கும் கருப்பு பானை அடிக்க Rd1 - b1 என்று வைப்பதே வெள்ளைக்கு, சிறந்த நகர்த்தல்.

கருப்பு தனது 26-வது நகர்த்தலைச் செய்தபின்பு போர்டின் நிலையை **படம் 38** உடன் ஒப்பிட்டு சரிபார்த்துக்கொள்ளவும்.

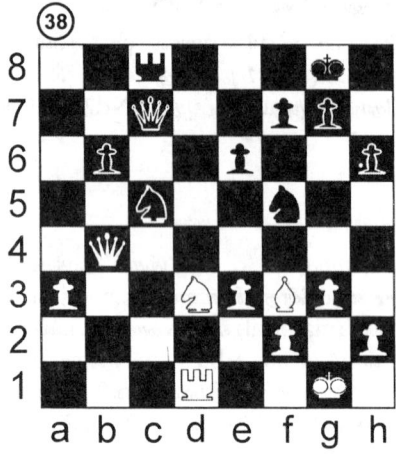

38

கருப்பு தனது 26-வது நகர்த்தலைச் செய்தபின்பு போர்டின் நிலை. (ரிடி திறப்புகள் (Reti Openings) கேம் - 2)

**27. Rd1 - c1** நைட்டிற்கு நைட் என்று, காய் பரிமாற்றம் (Exchange) செய்து ஒரு பான் லாபத்துடன் இருக்க யோசிக்கிறார். அதன் பிரதிபலிப்பே இந்நகர்த்தல்.

**27. ... Nf5 - e7**

**28. Qb4 - b5** இதனால் 8-வது ரேங்க்கில் e8-ல் இறங்கி ராஜாவிற்கு செக் சொல்லலாம். அதற்கும் Rc8-ஐ நகர்த்தி விடுவார் அல்லது அடித்து விடுவார்.

**28. ... Ne7 - f5** இதனால் வெள்ளையின் e4, g4-ஐ அடித்தால் அடிபட்டு விடும். இவர் மீண்டும் இங்கு வந்ததன் நோக்கம், இதை Nf5 - d6-ல் வைத்து c8 ரூக்கையும், e8 கட்டத்தைக் கண்காணிக்கவும் தான்.

**29. a3 - a4**

**29. ... Nf5 - d6** மேலே கூறியதுபோல் e8 கட்டத்தைக் கண்காணிக்க வந்து விட்டார்.

போர்டின் நிலையை கண்காணிக்கும் பட்சத்தில் காய்கள் ஒன்றுக்கொன்று ஆதரவாக உள்ளன. Bf3-ஐத் தவிர.

**30. Qb5 - b1** ஒருவர் ராஜாவை ஒருவர் வளைக்கும் திட்டத்தில், யாரும் இன்னும் இறங்கவில்லை. இந்நகர்த்தலை ஆராயும்பட்சத்தில், திட்டம், பாதுகாப்பு, தற்காப்பு ஏதும் இல்லாத நகர்த்தல்.

| 30. | ... Qc7 - a7 |
| --- | --- |
| 31. | Nd3 - e5 இங்கிருந்து g5-ல் நிறுத்தினால் ராஜாவை வளைக்க உதவும். ஆனால், f7-ல் பான் உள்ளது. அடிபட்டு விடும். f7-ல் வைத்தாலும் அடிபட்டு விடும். d7-ல் வைத்தால் Qa7 × d7. c6-ல் வைத்து Qa7-ஐ பயமுறுத்தலாம். Bf3 சப்போர்ட் பின்பக்கத்தில் அதாவது c4, d3, g4 கட்டங்கள், திரும்பி வரவே (Retreat) உதவும். |
| 31. | ... Nc5 × a4 |
| 32. | Rc1 × c8 + ஏன் இதை நகர்த்தினார்? மீண்டும் ஏன் காய் பரிமாற்றம் (Exchange) செய்கிறார். வெள்ளை, போர்டில் அதிக காய்களைக் குறைத்து, விளையாட (Lesser the weightage, lesser mental load) விரும்புகிறார் என்று செஸ் நிபுணர்கள் கூறுகின்றனர். |
| 32. | ... Nd6 × Rc8 |
| 33. | Qb1 - d1 இவர் Qb1 - b5 என்று நகர்த்தியிருக்க வேண்டும். உதாரணமாக 33. Qb1 - b5 ... Nc8 - d6, 34. Qb5 - c6 ... Nd6 - f5, 35. Qc6 - e8+ ... Kg6 - h7, 36. Ne5 × f7 ... Qa7 - e7, 37. Qe8 - Qh8 + ... Kh7 - g6, 38. Nf7 - Ne7+ ... Kg6 - f6, 39. Nef - c6 என்ற சிறந்த நகர்த்தல் செஸ் கோட்பாடு (Theory) புத்தகங்களில் காணப்படுவதை வெள்ளை நழுவ (Slipped) விட்டுவிட்டாரென்று கூறுகின்றனர். |

கருப்பின் 32-வது நகர்த்தலுக்குப் பின் கீழ்க்கண்ட நகர்த்தல் இருவரையும் சமநிலையில் நடத்திச் செல்லும்.

33. Qb1 - d1 ... Na4 - c5, 34. Qd1 - d8+ ... Kg8 - h7, 35. Qd8 × Nc8. இந்நகர்த்தலில் ஒரு சிறு மாற்றம் செய்துவிட்டால், வெள்ளைக்கு ஒரு பிஷப் போய், ஒரு பான் கிடைக்கும். அது,

33. Qb1 - d1 ... Na4 - c5, 34. Qd1 - d8+ ... Kg8 - h7, 35. Ne5 × f7 ... Qa7 × Nf7, 36. Qd8 × Nc8 ... Qf7 × Bf3.

இன்னுமோர் மாற்று நகர்த்தலும் உண்டு. இதில் கருப்பிற்கு பயப்படவேண்டிய அவசியம் தவிர்க்கப்படுகின்றது. அது,

33. Qb1 - b1 ... Na4 - c5, 34. Qd1 - d8+... Kg8 - h7, 35. Bf3 - d1 ... Nc8 - e7, 36. Ne5 × f7 ... Ne7 - g8.

கருப்பின் 32-வது நகர்த்தல் தொகுப்பிற்குப்பின் மேற்கண்ட நகர்த்தல் தொகுப்புகள் உருவாகின்றன (developing). இவைகளை யோசனை செய்து, தங்களுக்கு வேண்டிய/ பொருந்தக் கூடிய தொகுப்பினைத் தெரிந்தெடுத்து விளையாட அதிக நேரம் பிடித்தமையால் (Severe time pressure) அழுத்தத்திற்கு ஆளாகி, அதனால் கருப்பு ஒரு தவறு (Grave mistake) செய்துவிட்டார் என்று குறிப்பு காணப்படுகிறது. இந்த கேமில் முழுமைபெற (Perfection) இந்நகர்த்தல்கள் ஒவ்வொன்றுடனும் விளையாடி

பழக்கப்படுத்திக் கொள்ளுங்கள். இந்த கேமை விளையாடியவர்கள் உலக சாம்பியன்கள் காரி காஸ்பரோவும் (வெள்ளை), அனடோலி கார்போவும் ஆவார்கள் (கருப்பு).

**33. ... Nc8 - e7** இது கேள்விக்குரிய நகர்த்தல். Qd1 - Qd8+ வெள்ளை வைப்பார். அச்சமயம், கருப்பு ராஜாவிற்கு h7 கட்டத்தைத் தவிர வேறு கட்டங்கள் இருக்காது. அதற்காக g7-g6 நகர்த்தியிருக்கலாம். அல்லது Qa7 - a8 அல்லது b8-க்கு நகர்த்தியிருக்கலாம்.

**34. Qd1 - d8 +**

**34. ... Kg8 - h7**

**35. Ne5 × f7** இதில் இவர் 35. Bf3 - h5 ... Ne7 - g6, 36. Bh5 × Ng6 ... f7 × g5, 37. Qd8 - e8 ... g7 - g5, 38. h2 - h4 ... g5 × h4, 39. g3 × h4 ... Qa6 × a5, 40. Qe8 - Qg6 + விரைவில் வெற்றி வாய்ப்பை அடைந்திருக்கலாம். சரிதான். இவர் 35-ல் Bf3 - h5 என்று நகர்த்திவிடுவார். ஆனால், எதிரி (கருப்பு) இதில் குறிப்பிட்டுள்ளபடி நகர்த்தி விடுவாரா என்ன ? என வாசகர்கள் கேட்கலாம். சிறந்த நகர்த்தல் (Best of move) அடிப்படையில் இப்படித்தான் நகர்த்துவார். கருப்பு வேறு காய்களை நகர்த்தினால், வெள்ளைக்கு, சிறு சிறு மாற்றங்களை (ஓரிரு நகர்த்தல்) செய்த பின்பு, முன்னேற்றமே (Advantage) கிடைக்கும். செஸ் வல்லுநர்கள் இதை நன்கு கணித்துதான் வெளியிடுகின்றனர். இல்லையேல், இன்னுமோர் மாற்று நகர்த்தல் என்று எத்தனை விதமாக மாற்றி நகர்த்த இயலுமோ, அத்தனையும் கூறி விடுகின்றனர். அதுபோன்று பல மாற்று நகர்த்துதல்களை, ஒரு சந்தர்ப்பத்தில் கூறியதை மேலே கண்டோம்.

**35. ... Ne7 - g6** Qd8 - h8+ என்று வைத்தால், Ng6 × h8 என்று அடித்து விடுவார். எனவே, இது ஒரு மிகச் சிறப்பான (Excellant) நகர்த்தல்.

**36. Qd8 - e8** அடுத்து Nf7 - e5 என்று வைக்கலாம். 36... Ng6 நகராது. வேறு எதையாவது கருப்பு நகர்த்தினால் 37. Nf7 - e5 ... Ng6 × Ne5, 38. Bf3 - e4 + ... Ne5 - g6 (ஆப்பு -Pin), 39. Be4 × Ng6 + செக் மேட்டாகி விடும்.

**36. ... Qa7 - e7** Na4-ஐ பயமுறுத்துகிறார் (Threatening).

கருப்பு தனது 36-வது நகர்த்தலைச் செய்தபின்பு போர்டின் நிலையை **படம் 39** உடன் ஒப்பிட்டு சரிபார்த்துக்கொள்ளவும்.

சுராவின் செஸ் திறப்புகள் (ஓப்பனிங்ஸ்)

39

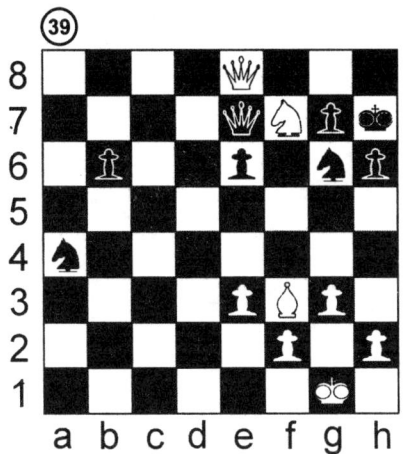

கருப்பு தனது 36-வது நகர்த்தலைச் செய்தபின்பு போர்டின் நிலை. (ரிடி திறப்புகள் (Reti Openings) கேம் - 2).

**37. Qe8 × a4** கருப்பிற்கு இக்கட்டான சூழ்நிலையாக இருந்தது. அதைச் சமாளித்து விட்டார். நைட்டிற்கு பதில் நைட்டும் எடுப்பார்.

**37. ... Qe7 × Nf7** இரண்டே நகர்த்தலில் லாப-நஷ்டமின்றி கருப்பு தனது ராஜாவை காப்பாற்றியது மட்டுமின்றி, வெள்ளை ராணி, நைட் ஊடுருவலை ஒழித்து, அணியை (Group) ஏற்படுத்திவிட்டார்.

**38. Bf3 - e4** மீண்டும் Ng6-க்குக் குறி வைக்கின்றார். Be4 ஆதரவாக (Support) உள்ளது. ராணியினால் தாக்குவார். இப்படித் தாக்கினால் இருவரது ராணியும், பிஷப்பும் நைட்டும் போய்விடும். ராணி உடன் தாக்கும் நிலையில் இல்லை என்பது குறிப்பிடத்தக்கது.

**38. ... Kh7 - g8** ராஜாவிற்கு h7-ஐ விட g8 பாதுகாப்பு அதிகம் உள்ள கட்டம். எனவே, அங்கு சென்றுவிட்டார்.

**39. Qa4 - b5** b6 பானை அடிப்பார்.

**39. ... Ng6 - f8** இப்பொழுது கருப்பை தாக்குவது எளிதல்ல. நல்ல அரணை அமைத்துவிட்டார்.

**40. Qb5 × b6** போர்டின் நிலையை கணிக்கும் பட்சத்தில் கருப்பிற்கு ராணியும், நைட்டும், வெள்ளைக்கு ராணியும் பிஷப்பும் உள்ளது. கருப்பிற்கு மூன்று பான்களும் வெள்ளைக்கு 4 பான்களும் உள்ளன.

**40. ... Qf7 - f6** எதையும் தாக்க இயலாத, திட்டங்களைச் செயல்படுத்த இயலாத நிலையில், எந்தக் காயை நகர்த்தினாலும், பாதுகாப்பிற்கு குறை என்ற நிலையில் உள்ளார். நகர்த்த வேண்டுமே என்பதற்காக, ராணியை f6-ல் நகர்த்தியுள்ளார்.

**50.** **... Kg8 - g7** 51. Bc4 × e6 ... Nf8 × Be6, 52. Qb6 × Ne6 ... Qf7 × Qe7 என்று கருப்பிற்கு ராணி தங்கிவிடும். வெள்ளைக்கு போய்விடும்.

**51.** **Qd6 - e5 +**

**51.** **... Kg7 - g8**

**52.** **Qe5 - d6**

**52.** **... Kg8 - g7**

**53.** **Bc4 - b5**

**53.** **... Kg7 - g8** கருப்பு தனது நிலையை உயர்த்தவோ, தாழ்த்தவோ விரும்பவில்லை. டிரா (Draw) செய்ய வாய்ப்பிருந்தும், அதற்கும் முயற்சிக்கவில்லை. இருக்கும் நிலையிலிருந்து மாறினால் சிக்கிக் கொள்வோமோ என்று எண்ணி திரும்பத் திரும்ப ராஜாவையே Kg8 - g7 என்று நகர்த்திக்கொண்டு (Repeating) உள்ளார்.

**54.** **Bb5 - c6**

**54.** **... Qf7 - a7** எல்லா காய்களும் ஆதரவுடன் (Support) உள்ளன. எனவே, எதையும் அடிக்க இயலாது.

வெள்ளையும் கருப்புக் காயை தாக்க முடியாது.

**55.** **Qd6 - b4**

**55.** **... Qa7 - c7** Bc6-ஐ பயமுறுத்துகின்றார்.

**56.** **Qb4 - b7** இவர் ஏதோ திட்டத்துடன் சமம் கொடுக்கின்றார் (Equal). Q × Q B × Q என்று.

**56.** **... Qc7 - d8** கொடுத்த ராணியை இவர் ஏற்றுக்கொள்ளவில்லை (Declined).

கருப்பு தனது **56**-வது நகர்த்தலைச் செய்தபின்பு போர்டின் நிலையை **படம் 41** உடன் ஒப்பிட்டு சரிபார்த்துக்கொள்ளவும்.

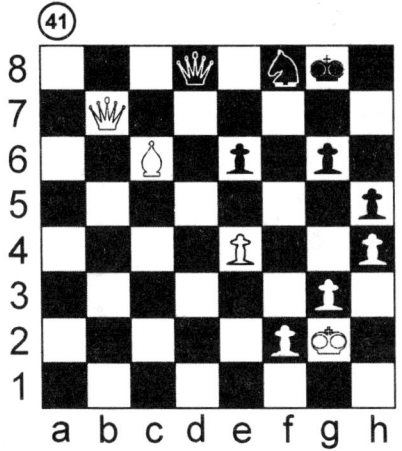

(41)

கருப்பு தனது 56-வது நகர்த்தலைச் செய்தபின்பு போர்டின் நிலை. (ரிடி திறப்புகள் (Reti Openings) கேம் - 2)

**57.** **e4 - e5**

**57.** **. . . Qd8 - a5**

**58.** **Bc6 - e8**

**58.** **... Qa5 - c5**

**59.** **Qb7 - f7+**

**59.** **. . . Kg8 - h8**

**60.** **Be8 - a4**

**60.** **. . . Qc5 - d5 +**

**61.** **Kg2 - h2**

**61.** **... Qd5 - c5...f2** பானை எடுக்க முயற்சி

**62.** **Ba4 - b3**

**62.** **... Qc5 - c8**

**63.** **Bb3 - d1**

**63.** **... Qc8 - c5**

**64.** **Kh2 - g2** கருப்பு தோல்வியை ஒப்புக்கொண்டார் (Black Resigns)

கருப்பு தோல்வியை ஒப்புக்கொண்டபின் போர்டின் நிலையை படம் 42 உடன் இணைத்து சரிபார்த்துக் கொள்ளவும்.

30-ல் நான் Qb5 - b1, அவர் Qc7 - a7, 31-ல் நான் Nd3 - e3, அவர் Nc5 × a4, 32-ல் நான் Rc1 - c8+, அவர் Nd6 × c8, 33-ல் நான் Qb1 - d1, அவர் Nc8 - e7 ? 34-ல் நான் Qd1 - d8+, அவர் Kg8 - h7, 35-ல் நான் Ne5 × f7, அவர் Ne7 - g6, 36-ல் நான் Qd8 - e8, அவர் Qa7 - e7, 37-ல் நான் Qe8 × a4, அவர் Qe7 × f7, 38-ல் நான் Bf3 - e4, அவர் Kh7 - g8, 39-ல் நான் Qa4 - b5, அவர் Ng6 - f8, 40-ல் நான் Qb5 × b6, அவர் Qf7 - f6, 41-ல் நான் Qb6 - b5, அவர் Qf6 - e7, 42-ல் நான் Kg1 - g2, அவர் g7 - g6, 43-ல் நான் Qb5 - a5, அவர் Qf7 - g7, 44-ல் நான் Qa5 - c5, அவர் Qg7 × f7, 45-ல் நான் h2 - h4, அவர் h6 - h5, 46-ல் நான் Qc5 - c6, அவர் Qf7 - e7, 47-ல் நான் Be4 - d3, அவர் Qe7 - f7, 48-ல் நான் Qc6 - d6, அவர் Kg8 - g7, 49-ல் நான் e3 - e4, அவர் Kg7 - g8, 50-ல் நான் Bd3 - c4, அவர் Kg8 - g7, 51-ல் நான் Qd6 - e5+, அவர் Kg7 - g8, 52-ல் நான் Qe5 - d6, அவர் Kg8 - g7, 53-ல் நான் Bc4 - b5, அவர் Kg7 - g8, 54-ல் நான் Bb5 - c6, அவர் Qf7 - a7, 55-ல் நான் Qd6 - b4, அவர் Qa7 - c7, 56-ல் நான் Qb4 - b7, அவர் Qc7 - d8, 57-ல் நான் e4 - e5, அவர் Qd8 - a5, 58-ல் நான் Bc6 - e8, அவர் Qa5 - c5, 59-ல் நான் Qb7 - f7+, அவர் Kg8 - h8, 60-ல் நான் Be8 - a4, அவர் Qc5 - d5 +, 61-ல் நான் Kg2 - h2, அவர் Qd5 - c5, 62-ல் நான் Ba4 - b3, அவர் Qc5 - c8, 63-ல் நான் Bb3 - d1, அவர் Qc8 - c5, 64-ல் நான் Kh2 - g2 Black resigns.

(b) அடுத்தடுத்து வரும் நகர்த்தலில், தனித்தனி காய்களைப் பற்றிய சிந்தனைப் பயிற்சிக்குத் தேவையான நகர்த்தல்கள் (Required moves for consequence thinking of single pieces).

வெள்ளை பான்கள்

**a2** - 23-வது நகர்த்தலில் a3-க்கு நகர்த்தப்படுகின்றது. 29-வது நகர்த்தலில் a4 -க்குச் செல்கிறது. 31-வது நகர்த்தலில் அடிபட்டுவிடுகின்றது.

**b2** - 4-ல் b3, 21-ல் b4 அதே நகர்த்தலில் அடிபட்டுவிடுகின்றது.

**c2** - 1-ல் c4, 14-ல் d5, அதே நகர்த்தலில் அடிபட்டுவிடுகின்றது.

**d2** - 11-ல் d3, 15-ல் d4, 20-ல் c5, அதே நகர்த்தலில் அடிபட்டுவிடுகின்றது.

**e2** - 8-ல் e3, 49-ல் e4, 57-ல் e5 இறுதிவரை அடிபடவில்லை.

**f2** - இறுதிவரை நகரவே இல்லை.

**g2** - 3-ல் g3 அடிபடவில்லை.

**h2** - 45-ல் h4 அடிபடவில்லை.

வெள்ளை ரூக்குகள்

**a1** - 19-ல் c1, 24-ல் b1, 25-ல் d1, 27-ல் c1, 32-ல் c8. அதே நகர்த்தலில், அங்கேயே அடிபட்டுவிடுகின்றது.

**h1** - 6-ல் f1 கேஸ்ட்லிங்கிற்காக, 16-ல் d1, 24-ல் அடிபட்டுவிடுகின்றது.

## வெள்ளை நைட்டுகள்

- **b1** - 9-ல் c3, 10-ல் e2, 17-ல் f4, 26-ல் d3, 31-ல் e5, 35-ல் f7, 37-ல் அடிபட்டு விடுகின்றது.
- **g1** - 2-ல் f3, 17-ல் அடிபட்டுவிடுகிறது.

## வெள்ளை பிஷப்புகள்

- **c1** - 7-ல் b2, 13-ல் அடிபட்டுவிடுகிறது.
- **f1** - 5-ல் g2, 18-ல் f3, 38-ல் e4, 47-ல் d3, 50-ல் c4, 53-ல் b5, 54-ல் c6, 58-ல் e8, 60-ல் a4, 62-ல் b3, 63-ல் d1. அடிபடவில்லை.

## வெள்ளை ராணி

- **d1** - 12-ல் c2, 13-ல் b2, 22-ல் b4, 28-ல் b5, 30-ல் b1, 33-ல் d1, 34-ல் d8, 36-ல் e8, 37-ல் a4, 38-ல் e4, 39-ல் b5, 40-ல் b6, 41-ல் b5, 43-ல் a5, 44-ல் c5, 46-ல் c6, 48-ல் d6, 50-ல் c4, 51-ல் e5, 52-ல் d6, 53-ல் b5, 54-ல் c6, 55-ல் b4, 56-ல் b7, 59-ல் f7 அடிபடவில்லை.

## வெள்ளை ராஜா

- **e1** - 6-ல் g1, கேஸ்ட்லிங்கிற்காக. 42-ல் g2, 61-ல் h2, 64-ல் g2. கருப்பு தோல்வியை ஒப்புக்கொண்டார் (Black Resigns).

## கருப்பு பான்கள்

- **a7** - 10-வது நகர்த்தலில் a5-க்குச் செல்கிறது. 21-ல் b4, 22-ல் அடிபட்டு விடுகிறது.
- **b7** - 6-ல் b6, 40-ல் அடிபட்டுவிடுகின்றது.
- **c7** - 15-ல் c5, 20-ல் அடிபட்டுவிடுகின்றது.
- **d7** - 3-ல் d5, 14-ல் அடிபட்டுவிடுகின்றது.
- **e7** - 1-ல் e6. இறுதிவரை அடிபடவே இல்லை.
- **f7** - 37-வது நகர்த்தலில் அதிலேயே அடிபட்டுவிடுகிறது.
- **g7** - 42-வது நகர்த்தலில் g6 அடிபடவில்லை.
- **h7** - 26-வது நகர்த்தலில் h6, 46-ல் h5 அடிபடவில்லை.

## கருப்பு ரூக்குகள்

- **a8** - 16-ல் c8, 32-ல் அடிபட்டுவிடுகின்றது.
- **h8** - 6-ல் f8 கேஸ்ட்லிங்கிற்காக, 16-ல் c8, 32-ல் அடிபட்டுவிடுகிறது.

## கருப்பு நைட்டுகள்

- **b8** - 8-ல் d7, 20-ல் c5, 31-ல் a4, 32-ல் அடிபட்டுவிடுகிறது.
- **g8** - 2-ல் f6, 9-ல் e4, 13-ல் d6, 23-ல் d5, 27-ல் e7, 28-ல் f5, 29-ல் d6, 32-ல் c8, 33-ல் e7, 35-ல் g6, 39-ல் f8 அடிபடவில்லை.

1. **... e7 - e5** இரண்டு முக்கிய நடுக்கட்டங்களில் பானும், பானும் மோதி நிற்கின்றன. இந்த e5 கருப்பு பான் d4, f4 கட்டங்களைக் கண்காணிக்கின்றது. ராணிக்கு (Qd8) h4 வரை இடது குறுக்குக் கட்டங்கள் திறப்பு (ஓப்பன்) ஆகிவிட்டன. பிஷப்பிற்கு (Bg8) வலது குறுக்குக் கட்டங்கள் a3 வரை திறந்துவிட்டது. d7-ல் ராஜாவும் Ng8-ம் செல்ல இயலும்.

2. **Ng1 -f3** கருப்பின் e5-ஐ பயமுறுத்துகிறது (threatening), g5, h4, d4 ஆகிய கட்டங்களில் செல்லும். இதில் e5, g5 எதிரியின் கட்டங்கள்.

2. **... Ng8 - f6** இது e4 ஐ பயமுறுத்துகிறது. e4, g4 இரண்டும் எதிரியின் கட்டங்கள். h5, d5-லும் செல்லும்.

இருவரின் நகர்த்தலும் ஒத்தாற்போல் (Symmetrical) உள்ளது.

3. **Nf3 × e5** d7, f7-ஐ பயமுறுத்துகிறது. ஆனால், அவைகளுக்கு ஆதரவு (Support) உள்ளதால் அடிக்க இயலாது. c6, g6 கட்டங்களைக் கண்காணிக்கின்றது. ஆனால், அதில் இறங்க முடியாது. இதற்கு ஆதரவு (Support) கிடையாது.

கருப்பு இதுவரை இணையாக நகர்த்தினார். இப்பொழுது இணையாக அடிப்பாரா ? மாட்டார்.

3. **... d7 - d6** குதிரையை (Ne5) பயமுறுத்துகின்றார். அத்துடன் c5 கட்டத்தைக் கண்காணிக்கின்றார். Bc8-க்கு இடது குறுக்கு கட்டம் h3 வரை திறந்து விட்டது.

4. **Ne5 - f3** திரும்பிவிட்டார். ஒரு பான் வெற்றி பெற்றுள்ளார்.

4. **... Nf6 × e4** இவரும் அடித்துவிட்டார். d7 - d6-ஐ செய்யாமலேயே இதை செய்திருக்கலாம். இது g3, f2, d2, c3 ஆகிய கட்டங்களைக் கண்காணிக்கின்றது. ஆனால், அக்கட்டங்களில் அடித்தோ, அடிக்காமலோ செல்ல முடியாது. எல்லாவற்றிலும் பாதுகாப்பு உள்ளது.

5. **d2 - d4** இது c5, e5 கட்டங்களைக் கண்காணிக்கின்றது பிஷப்பிற்கு (Bc8) h6 வரை குறுக்கு கட்டம் திறந்துவிட்டது. d2, d3 கட்டங்களில் ராணி செல்ல இயலும்.

5. **... Bf8 - e7** இடது குறுக்கில் h7 வரை செல்லும். f8 கட்டம் காலியாகி (developed) விட்டது. கருப்பு இப்பொழுது கோட்டை கட்டிக் (Castling) கொள்ளலாம்.

6. **Bf1 - d3** Nd4 ஐ பயமுறுத்துகிறது (threatening).

6. **... d6 - d5** Ne4-க்கு பாதுகாப்பு கொடுத்துவிட்டார். இது c4 கட்டத்தையும் கண்காணிக்கின்றது. இதற்கு ஆதரவு Qd8.

7. **0 - 0** ராஜாபக்க (King's side Castling) கோட்டை கட்டிக் கொண்டார். இதனால் ராணி Qd1 - e1 வரை செல்ல இயலும். முதல் நிலை அரண் (Fortification) அமைந்துவிட்டது.

7. **... Nb8 - c6** இது d4-ஐ அடித்தால் Nf3 × Nd4 என்றாகிவிடும். b4-லும் செல்லும். அக்கட்டத்திற்கு பாதுகாப்பு இல்லை. a5, e5-களிலும் செல்லும். e5-ல் சென்றால் அடிபட்டுவிடும். b8 கட்டம் காலியாகிவிட்டது.

8. **Rf1 - e1** இச்சமயம் f1, e1-ல் இருப்பதே சிறந்தது என வைத்துவிட்டார். f1 கட்டம் காலி.

8. **... Bc8 - f5** Ne4-க்கு இன்னுமோர் பாதுகாப்பு கிடைத்துவிட்டது.

9. **Nb1 - d2** இது c4, e4 கட்டத்தைக் கண்காணிக்கின்றது. Nd2 × Ne4 ... d5 × Ne5 என்று இரட்டைக் குறி (Skewers) போட்டு விடும். வெள்ளை Bd3 × e5 என்றால் Bf5 × Be4 என்று வெள்ளைக்கு ஒரு பிஷப் நஷ்டமாகும். 9-ல் Nb1 - d2-ஐத் தவிர, 9. Nb1 - c3, 9. a2 - a3-ஐயும் விளையாடியுள்ளனர். அதில் பெரும் லாபம் ஒன்றும் காணப்படவில்லை. நஷ்டமுமில்லை. 9. c2 - c4 சக்தி (Strong) உள்ளதாகத் தென்பட்டதாகக் கூறுகின்றனர். 9. c2 - c4 ... Nc6 - b4 10. Bd3 - f1 என்று சென்றதாகக் கூறுகின்றனர். ஆனால், 10. c4 × d5 ... Ne4 × f2 செய்யக் கூடாது.

9. **... Ne4 × Nd2** காய் பரிமாற்றத்தை விரும்புகிறார். மொத்த போர்டின் அழுத்தம் குறையும் (Reduces weightage of the Board) கருப்பு ராஜாவிற்கு (Ke8) பிஷப் (Be7) ஆப்பு (Pin) ஆகிவிட்டது. Be7-ஐ நகர்த்த முடியாது.

10. **Qd1 × d2** சமம் (Equal) ஆகிவிட்டது. கருப்பின் Bf5, g7, b7 ஆகியவை ஆதரவின்றி (Support) உள்ளன. Qd2 - g5 என்று வைத்தால் Bf5 அல்லது g7-ஐ எடுக்கலாம். Bd3 × Bf5 என்று அடிக்க வாய்ப்பு உள்ளது.

10. **... Bf5 × Bd3** மீண்டும் காய் பரிமாற்றம் (Exchange).

11. **Qd2 × Bd3**

11. **... 0 - 0** இவரும் ராஜாபக்க கோட்டை (King side castling) செய்து கொண்டார். இவருக்கும் முதல் நிலை அரண் (Fortification) அமைந்து விட்டது. இதனால் Be7 தடையற்றதாக (Free) ஆகிவிட்டது. h4 வரை செல்லும். வலது குறுக்கில் a3 வரை செல்லும்.

இத்துடன் பெட்ரோஃப் டிஃபன்ஸ் திறப்பு (Petroff Defence Opening) முடிந்துவிட்டது. நுணுக்கமாக நோக்கினால் (Technically) 7-வது நகர்த்தலிலேயே முடிந்துவிட்டது.

இந்தத் திறப்பை, சமீப காலத்தில் (Latest) தூசு தட்டி எடுத்தவர் 'உலக சாம்பியன் அனடோலி கார்போவ்' என்று ஒரு குறிப்பு காணப்படுகிறது.

கருப்பு தனது 11-வது நகர்த்தலைச் செய்தபின்பு போர்டின் நிலையை **படம் 44** உடன் ஒப்பிட்டுப் பார்த்துக்கொள்ளவும்.

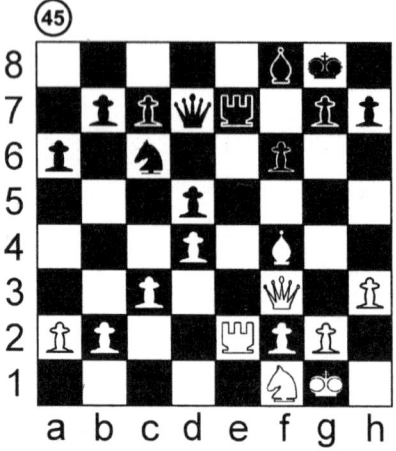

45

கருப்பு தனது 21-வது நகர்த்தலைச் செய்தபின்பு போர்டின் நிலை. பெட்ரோஃப் டிஃபன்ஸ் (Petroff Defence) கேம் - 1.

**22. Nf1 - e3**

**22. ... Nc6 - d8** 23-வது நகர்த்தலைச் செய்யும் முன்பு யோசிப்போம். Qf3 × b7 என்றால் Nd8 × Qb7. Ne3 × d5 எனில் ... Qd7 × Nd5. ஒரு சிறு திட்டம் Bf4 × c7 .... Qd7 × Bc7 பின் Ne3 × d5 இதனால் 'ஃபோர்க்' (இரண்டிலொன்று-Fork) போடப்பட்டுவிடும். Qc7 அல்லது Rf7 கிடைத்து விடும். அதாவது பிஷப்பை இழந்து ஒரு யானை (ரூக்) ஒரு பான் (சிப்பாய்) கிடைக்கும். இவர்கள் யோசனை என்னவென்று பார்ப்போம்.

**23. Bf4 × c7**

**23. ... Qd7 × c7**

**24. Ne3 × d5** ஃபோர்க் (இரண்டிலொன்று)

**24. ... Qc7 - d6** நமது யோசனையின்படிதான் மேலேயுள்ள நான்கு நகர்த்தல்களையும் செய்துள்ளனர். ஆனால், கருப்பு பான்களின் நிலை ஊடுருவல்களுக்கு இடமளிப்பதாகவும் (Passive) வெள்ளை பான்கள் பலமுடன் (Strong) இருப்பதாகவும் கூறுகின்றனர்.

மேலும் 24 ... Re8, 25. Nd5 × Qc7 ... Re2 - e1+, 26. Kg2 - h2 ... Bf8 - d6+, 27. g2 - g3 .. Bd6 × Nc7, 28. Qf3 - f5 ... Re1 - e7 (28 .. Re1 - e6, 29. c2 - c4 என்றும் மாற்றலாம்) 29. Kh2 - g2 தொடர்ந்து 'c' 'd' முன்னேறும், அடிபடும், என்று நகர்த்தி வெள்ளையின் கபட திட்டத்தை (Cunning plan) கருப்பு முறியடித்திருக்கலாம் என்று கூறுகின்றனர்.

இதனால் வெள்ளைக்கு ஒரு ராணி, ஏழு பான்கள் மட்டும் மிஞ்சுகிறது. 'c' 'd' பான்கள் எளிதில் அடிபட்டுவிடும் நிலை. கருப்பிற்கு ஒரு யானை (ரூக்) ஒரு பிஷப், ஒரு நைட் ஐந்து பான்கள் தங்குகின்றன.

**25. Nd5 × Re7+**

**25. ... Bf8 × Ne7** கருப்பிற்கு ரூக் போய் ஒரு நைட் மட்டும்தான் கிடைத்துள்ளது. நஷ்டம் தான்.

**26. Qf3 - e4**

**26. ... Be7 - f8**

**27. Qe4 - e8** இந்த ராணியின் திடீர் நுழைவால், கருப்பிற்கு ஒரு தள்ளு தள்ளியது (Impulsive) போல உணர்வு ஏற்படலாம். ஏனெனில் அவர் நகர்த்தல், பெரும்பாலும், புத்தக நகர்த்தலை பிரதிபலிப்பதாக உள்ளமையால் இதை இவர் 27. c3 - c4 என்றும் நகர்த்தியிருக்கலாம் என்று அனேக விமர்சகர்கள் (many commentators) விமர்சித்துள்ளதாகக் கூறப்படுகின்றது. மேலும் வெள்ளைக்கு சாதகமான நகர்த்தல் தொகுப்பினையும் சுட்டிக் (Suggest) காட்டுகின்றனர். அது 27. b7 - b6 28. g2 - g3 ... Nc8 - f7, 29. Kh2 - g2 ... g7 - g6, 30. Re2 - c2 ... f6 - f5, 31. Qe4 - f4 ... Qd6 - c6+, 32. Qf4 - f3 என்பதாகும். இதை நன்கு கற்றுக்கொள்ளவும். பயனளிக்கும்.

**27. ... g7 - g6**

**28. a2 - a4**

**28. ... Kg8 - g7**

**29. b2 - b4** வெள்ளை, கருப்பை குறைவாக மதிப்பிட்டுவிட்டார். வெற்றிதான் என்ற வெறியோடு விளையாடிய வெள்ளைக்கு வெற்றி வாய்ப்பு நழுவுகிறது எனக் கூறுகின்றனர்.

**29. ... Qd6 - c7** c3-ஐத் தாக்கினால், அதற்கு Q-வை திருப்பித் தாக்க ஆதரவு (Support) காய்கள் கிடையாது.

**30. Re2 - e3** c3-க்கு ஆதரவு (Support) வைத்துவிட்டார்.

**30. ... Nd8 - f7** கருப்பு ராஜாவை நெருங்க இயலாத அளவுக்கு பாதுகாப்பு உள்ளது.

**31. Qe8 - e6** கருப்பின் a6-ஐ அடிப்பதற்காக நகர்த்தியுள்ளார்.

**31. ... Qc7 - d8** கருப்பு தனது 31-வது நகர்த்தலைத் செய்தபின்பு போர்டின் நிலையை **படம் 46** உடன் இணைத்து சரிபார்த்துக்கொள்ளவும்.

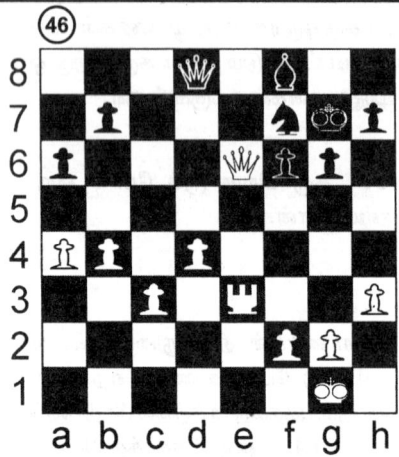

46

கருப்பு தனது 31-வது நகர்த்தலைச் செய்தபின்பு போர்டின் நிலை. பெட்ரோஃப் டிஃபன்ஸ் (Petroff Defence) கேம் - 1.

**32. a4 - a5** b5-ஐ அடிக்கவில்லை. a6 × b5 என்று போய்விடும். கருப்பு b5-ம் வெள்ளை b4-ம் தடைபட்டு (Pawns are Blocked) நிற்கின்றன.

**32. ... h7 - h5** h4, h5 தடைபட்டுவிடும் அல்லது h4, h3 தடைபட்டுவிடும்.

**33. Qe6 - e4** Re3 - g3 ஆதரவுடன் (Support) g6-ஐத் தாக்கலாம்.

**33. ... Qd8 - d7** வெள்ளை வைத்து விளையாடுபவர், வெற்றிக்கு வழிகாணுபவராய்த் திகழ்ந்தார். இப்பொழுது வாய்ப்பு குறைவாக உள்ளது.

**34. Qe4 - e6** இதனால் ராணிக்கு ராணி என்று காய் பரிமாற்றம் (Exchange) செய்து கொள்ளலாம். அதனால் எவ்வித லாபமும் (Advantage) கிடைக்கப் போவதில்லை.

**34. ... Qd7 - d8** காய் பரிமாற்றத்தை விரும்பவில்லை.

**35. Kg1 - f1?** வெள்ளை ராஜா பரிதாபகரமான நிலையில் f1-ல் வைக்கப்படுகின்றார். அவர் கீழ்க்கண்ட தொகுப்பினை விளையாடியிருந்தால் இரு முனை மாற்றங்களைப் (double edged variation) பெற்று வெற்றியை அடைந்திருப்பார் என்று செஸ் நிபுணர்கள் கணித்துள்ளனர். அந்நகர்த்துதல்களாவன; 35. Re3 - e1 ... Bf8 - d6, 36. c3 - c4 ... Bd6 × b4, 37. Re1 - b1 ... Qd8 × a5, 38. c4 - c5 ... Qa5 - b6, 39. Rb1 - b3 ... a6 - a5, 40. Rb3 - f3 ... Qb6 - c6, 41. Rf3 × f6 ... Qc6 × Qe6, 42. Rf6 × Qe6.

மறுமுனை வழி 35 வெள்ளைவரை அதே நகர்த்தல்கள். பின் 35 ... Nf7 - h6, 36. Qe6 - b6 மிகவும் சிறந்தது. எப்படியெனில் கருப்பு 36... Qd8 - d5, பின் 37. c3 - c4, 38. Qd5 - b7+ ... Nh7 - f7, 39. b4 - b5 என்ற வழியில் செல்வது.

**35. ... Nf7 - h6**

**36. g2 - g4** மேலே செய்த இரு நகர்த்தல்களும் கருப்பை மேலும் சுறுசுறுப்பாக செயல்பட வைக்கிறது. டிராவிற்கே கஷ்டம் என்று நினைத்தவர், இப்பொழுது வெற்றிக்கு முயற்சிக்கிறார். என்றாலும் வெள்ளையின் 36-வது நகர்த்தல் Qe6 - e4 ஆக இருந்திருக்குமானால் கருப்பு 36 ... Qd8 - c8 என்று சரியான (adequate) பதில் நகர்த்தல் செய்திருக்கவேண்டும்.

**36. ... h5 × g4**

**37. h3 × g4**

**37. ... Nh6 - f7** நைட் வந்த இடத்திற்கே திரும்பிப் போய்விட்டார். 'h' ஃபைல் தங்கு தடையின்றி (free) உள்ளது. வெள்ளை, ராணி, ரூக்கை அந்த ஃபைலில் (file) கொண்டு சென்று கருப்பு ராஜாவை வளைக்கலாம்.

**38. Kf1 - e2**

**38. ... Nf7 - g5**

**39. Qe6 - b6**

**39. ... Qd8 - d7**

**40. ... Ke2 - d3**

**40. ... Bf8 - d6**

**41. Kd3 - c2** வெள்ளை டிரா (Draw) கேட்டார். கொடுக்கப்பட்டது. இந்த ஆட்டத்தில் உலக சாம்பியன் காரி காஸ்பரோவ், வெற்றி பெற வேண்டும் என்பதற்காக, மிகவும் கவனமாக விளையாடினார். அனைவரும் அவர்தான் ஜெயிப்பார் என்று நம்பினார்கள். ஆனால், தோற்காமல் 'டிரா' (Draw) கேட்டார். கொடுக்கப்பட்டது. அவர் தோற்றிருப்பின் அடுத்து வரும் உலக சாம்பியன் போட்டிகளில் கிடைக்கும் சில சலுகைகள் நிறுத்தப்பட்டிருக்கும். செஸ் உலகில் தன்னைத்தானே பிரமாதப்படுத்தி பேசியதாலும் (உண்மை நிலை அதுவாகவே இருந்தாலும்) தலை குனிவு ஏற்பட்டிருக்கும். ஆட்டம் முடிந்ததும் அவர் கீழ்க்கண்ட வரிகளைக் கூறினார். அவர் விளையாடியது வெள்ளை.

"இந்த ஆட்டம் எனக்கு அனேக விஷயங்களைக் கற்றுத் தந்து விட்டது. இந்த ஆட்டத்தில் நான் தோற்றுப் போயிருந்தாலும், முறையாக ஏற்படும் தோல்வியை உணர்ச்சி வசப்படாமல் ஏற்றுக்கொள்ளும் மனப்பக்குவம் ஏற்பட்டது". (Self control of a persistent and systematical attainment of one's object without getting too exite) எனக் கூறி 12-ம் நூற்றாண்டில் அஜர்பெய்ஜான் நாட்டின் (Azerbaijan) 'கவி அஃபாலாதீன் காகனி' (Afaaladin Khakani) செஸ்ஸைப்பற்றி எழுதிய கவிதையை நினைவு கூருகின்றார். அவைகள் கீழே;

"Do not strive to be a queen - India-
The straight path she can't tread
But rather be a pawn
And go on right ahead!

இதற்கு உரையும் அவரே தந்துள்ளார். அதன் தமிழ் மொழிபெயர்ப்பு கீழே.

"இந்தியாவில் தோன்றிய சதுரங்க விளையாட்டிற்கு பண்டைக் காலத்தில், பானிற்கு முதல் நகர்த்தலில் ஒரு கட்டம் மட்டும் முன்னேறும். சிப்பாயின் சலுகை (Pawn's privilege) கிடையாது. மந்திரி (தற்பொழுது ராணி) நான்கு (ஒரே ஒரு) குறுக்கு கட்டத்தில் மட்டும் செல்லும். இப்பொழுது எவ்வளவோ, விதிகளில் முன்னேற்றம் இருந்தும் தோற்காமல், 'டிரா' (Draw) வாவது பெற்றேனே; 'மேலே போ' என்று எனக்கு நானே சொல்லிக் கொள்கின்றேன்".

சிறிது கொச்சையான தமிழில் கூறுவோமேயாகில், இவ்வளவு வசதிகள் இருந்தும் தோற்றுப்போய்விட்டாய், பேசாமல் அடங்கி ஒடுங்கி மேலே விளையாடு: 'ஆடாதடா' என்பார்களே அந்தப் பார்வையைக் (view) கொண்டது.

இதில் 'chess - chaturanga' என்ற இந்தி வார்த்தை எழுதியிருப்பது குறிப்பிடத்தக்கது.

இதில் கருப்பு பக்கம் விளையாடியவர், உலக சாம்பியன் அனடோலி கார்போவ் (Anatoly Karpov) ஆவார். 'பெட்ரோஃப் டிபன்ஸ்' அவருக்கு உதவியுள்ளது. இன்னும் முயன்றிருந்தால் வெற்றி பெற்றிருக்கலாம்.

வெள்ளை தனது 41-வது நகர்த்தலைச் செய்தபின்பு போர்டின் நிலையை **படம் 47** உடன் ஒப்பிட்டுப் பார்த்துக்கொள்ளவும்.

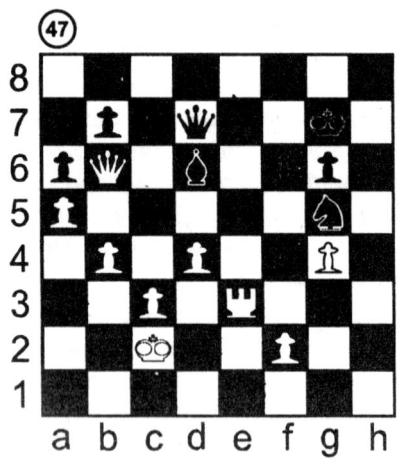

47

வெள்ளை தனது 41-வது நகர்த்தலைச் செய்தபின்பு போர்டின் நிலை. (பெட்ரோஃப் டிஃபன்ஸ் (Petroff Defence) கேம் - 1)

மேலே விளையாடி கேமை முடிப்போம்.

**41. ... Qd7 - c6**

**42. Qb6 - a7**

**42. ... Ng5 - f7**

| | |
|---|---|
| 43. | Kc2 - b3 |
| 43. | ... Kg7 - h6 |
| 44. | f2 - f3 |
| 44. | ... Qc6 - c4+ |
| 45. | Kb3 - c2 |
| 45. | ... Bd6 × b4 |
| 46. | Kc2 - d2 |
| 46. | ... Qc4 - a2+ |
| 47. | Kd2 - d3 |
| 47. | ... Bb4 × a5 |
| 48. | Qa7 × b7 |
| 48. | ... Qa2 - a3 |
| 49. | Qb7 × a6 |
| 49. | ... Qa3 × c3+ |
| 50. | Kd3 - e2 |
| 50. | ... Qc3 - b4 |
| 51. | Qa6 - c6 |
| 51. | ... Ba5 - b6 |
| 52. | f3 - f4 |
| 52. | ... Qb4 × d4 |
| 53. | Qc6 - e4 |
| 53. | ... Qd4 - c5 |
| 54. | f4 - f5 |
| 54. | ... g6 × f5 |
| 55. | g4 × f5 |
| 55. | ... Qc5 - c2+ |
| 56. | Ke2 - f3 |
| 56. | ... Qc2 - h2 |
| 57. | Qe4 - e6 |
| 57. | ... Bb6 × Re3 |
| 58. | Kf3 × Be3 |
| 58. | ... Qh2 - h3+ |

**59.** **Ke3 - f4**

**59.** **... Qh3 - h5**

**60.** **Qe6 × f6+**

**60.** **... Kh6 - h7**

**61.** **Qf6 - g6+**

**61.** **... Qh5 × Qg6**

**62.** **f5 × Qg6+**

**62.** **... Kh7 × g6**

கருப்பு தனது 62-வது நகர்த்தலைச் செய்தபின்பு மிஞ்சுவது கருப்பிற்கு ராஜாவும், ஒரு நைட்டும், வெள்ளைக்கு தனி ராஜா மட்டும். கருப்பு தனது 62-வது நகர்த்தலைச் செய்தபின்பு **படம் 48** உடன் ஒப்பிட்டுப் பார்த்துக் கொள்ளவும். டிரா (Draw)விற்குப் பின்பு அதாவது வெள்ளையின் 41-வது நகர்த்தலுக்குப் பின் நீங்களும் சுயமாக 'டிரா' (Draw) விற்கு விளையாடிப் பார்க்கவும். சற்று கடினமாக இருப்பினும் மூளைக்கு நல்ல பயிற்சி.

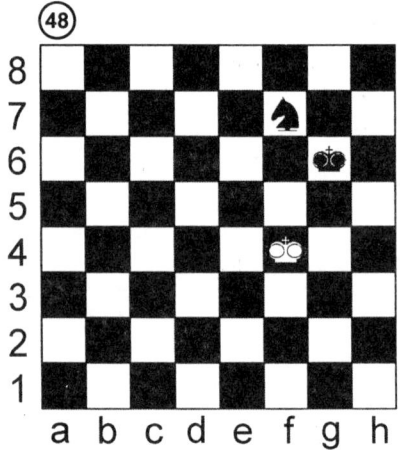

48

கருப்பு தனது 62-வது நகர்த்தலைச் செய்தபின்பு போர்டின் நிலை. இறுதியாட்டத்தின் நிலை. பெட்ரோஃப் டிஃபன்ஸ் (Petroff Defence) கேம் - 1.

**3.** அடுத்ததாக வருவது சிந்தனைப் பயிற்சி. இதில் இரண்டு வித சிந்தனைப் பயிற்சிகள் உள்ளன என்பதையறிவீர்கள். இப்பயிற்சிகளை நான்கு கட்டங்களாகச் செய்யவேண்டுமென்பதையும் அறிவீர்கள். இரண்டு வித பயிற்சிகளும் கீழே தரப்பட்டுள்ளன. முதலாவதாக வருவது,

(a) அடுத்தடுத்து வரும் நகர்த்தலில் அனைத்து காய்களைப்பற்றிய சிந்தனைப் பயிற்சி (Consequence thinking of whole coins).

இதன் முதல் கட்டப் பயிற்சியை 'யோசிப்பதெப்படி' என்ற 2-ம் பாடம் பாரா 4(a) (b)-ன்படி செய்து கொள்ளவும். இரண்டாம் கட்டப் பயிற்சிக்கு தேவையான நகர்த்தல்கள் கீழே தரப்பட்டுள்ளன.

1-வது நகர்த்தலில் நான் e2 - e4-ஐ நகர்த்தினேன்., அவர் e7 - e5-ஐ நகர்த்தினார். 2-ல் நான் Ng1 - f3, அவர் Ng8 - f6, 3-ல் நான் Nf3 × e5, அவர் d7 - d6, 4-ல் நான் Ne5 - f3, அவர் Nf6 - e4, 5-ல் நான் d2 - d4, அவர் Bf8 - e7, 6-ல் நான் Bf1 - d3, அவர் d6 - d5, 7-ல் நான் 0 - 0, அவர் Nb8 - c6, 8-ல் நான் Rf1 - e1, அவர் Bc8 - f5, 9-ல் நான் Nb1 - d2, அவர் Ne4 × Nd2, 10-ல் நான் Qd1 - d2, அவர் Bf5 × Bd3, 11-ல் நான் Qd2 × Bd3, அவர் 0 - 0, 12-ல் நான் c2 - c3, அவர் Qd8 - d7, 13-ல் நான் Bc1 - f4, அவர் a7 - a6, 14-ல் நான் Re1 - e3, அவர் Ra8 - e8, 15-ல் நான் Ra1 - e1, அவர் Be7 - d8, 16-ல் நான் h2 - h3, அவர் Re8 × Re3, 17-ல் நான் Re1 × Re3, அவர் f7 - f6, 18-ல் நான் Re3 - e3, அவர் Rf8 - f7, 19-ல் நான் Nf3 - d2, அவர் Bd8 - e7, 20-ல் நான் Nd2 - f1, அவர் Be7 - f8, 21-ல் நான் Qd3 - f3, அவர் Rf7 - e7, 22-ல் நான் Nf1 - e3, அவர் Nc6 - d8, 23-ல் நான் Bf4 × c7, அவர் Qd7 × c7, 24-ல் நான் Ne3 × d5, அவர் Qc7 - d6, 25-ல் நான் Nd5 × Re7, அவர் Bf8 × Ne7, 26-ல் நான் Qf3 - e4, அவர் Be7 - f8, 27-ல் நான் Qe4 - e8, அவர் g7 - g6, 28-ல் நான் a2 - a4, அவர் Kg8 - g7, 29-ல் நான் b2 - b4, அவர் Qd6 - c7, 30-ல் நான் Re2 - e3, அவர் Nd8 - f7, 31-ல் நான் Qe8 - e6, அவர் Qc7 - d8, 32-ல் நான் a4 - a5, அவர் h7 - h5, 33-ல் நான் Qe6 - e4, அவர் Qd8 - d7, 34-ல் நான் Qe4 - e6, அவர் Qd7 - d8, 35-ல் நான் Kg1 - f1?, அவர் Nf7 - h6, 36-ல் நான் g2 - g4, அவர் h4 × g5, 37-ல் நான் h3 × g4, அவர் Nh6 × f7, 38-ல் நான் Kf1 × e2, அவர் Nf7 - g5, 39-ல் நான் Qe6 × b6, அவர் Qd8 - d7, 40-ல் நான் Ke2 - d3, அவர் Bf8 - d6, 41-ல் நான் Kd3 - c2.

(b) அடுத்தடுத்து வரும் நகர்த்தலில் தனித்தனி காய்களைப்பற்றிய சிந்தனைப் பயிற்சி. இதன் முதல் கட்டப் பயிற்சியை 'யோசிப்பதெப்படி' என்ற 2-ம் பாடம், பாரா 4(c) (d)-ல் உள்ளபடி செய்துகொள்ளவும். இரண்டாம் கட்டப் பயிற்சிக்குத் தேவையான நகர்த்தல்கள் கீழே தரப்பட்டுள்ளன.

**வெள்ளை பான்கள்**

**a2** - 28-வது நகர்த்தலில் a4, 32-ல் a5.

**b2** - 29-ல் b4 அடிபடவில்லை.

**c2** - 12-ல் c3 அடிபடவில்லை.

**d2** - 5-ல் d4 அடிபடவில்லை.

**e2** - 1-ல் e4, 4-ல் அடிபட்டுவிடுகிறது.

**f2** - அடிபடவில்லை. நகரவும் இல்லை.

g2 - 36-ல் g4, அதே நகர்த்தலில் அடிபட்டுவிடுகிறது.
h2 - 16-ல் h3, 37-ல் g4, அடிபடவில்லை.

## வெள்ளை ரூக்குகள்

a1 - 14-ல் e1, 17-ல் e3, 18-ல் e2, 30-ல் e3 அடிபடவில்லை.
h1 - 7-ல் f1, (கேஸ்ட்லிங்கிற்காக) 8-ல் e1, 14-ல் e3, 16-ல் அடிபட்டு விடுகிறது.

## வெள்ளை நைட்டுகள்

b1 - 9-ல் d2, அதே நகர்த்தலில் அடிபட்டுவிடுகிறது.
g1 - 2-ல் f3, 3-ல் e5, 19-ல் d2, 20-ல் f1, 22-ல் e3, 24-ல் d5, 25-ல் e7 அதிலேயே அடிபட்டுவிடுகிறது.

## வெள்ளை பிஷப்புகள்

c1 - 13-ல் f4, 23-ல் c7 அந்நகர்த்தலிலேயே அடிபட்டுவிடுகிறது.
f1 - 6-ல் d3 10-ல் அடிபட்டுவிடுகிறது.

## வெள்ளை ராணி

d1 - 10-ல் d2, 11-ல் d3, 21-ல் f3, 26-ல் e4, 27-ல் e8, 31-ல் e6, 33-ல் e4, 34-ல் e6, 35-ல் f1, 39-ல் b6

## வெள்ளை ராணி

e1 - 7-ல் g1 (கேஸ்ட்லிங்கிற்காக) 35-ல் f1, 38-ல் e2, 40-ல் d3, 41-ல் c2

## கருப்பு பான்

a7 - 13-ல் a6 அடிபடவில்லை.
b7 - இறுதிவரை அதிலேயே அடிபடவில்லை.
c7 - 23-ல் அதிலேயே அடிபட்டுவிடுகிறது.
d7 - 6-ல் d5, 24-ல் அடிபட்டுவிடுகிறது.
e7 - 1-ல் e5, 3-ல் அடிபட்டுவிடுகிறது.
f7 - 17-ல் f6 அடிபடவில்லை.
g7 - 27-ல் g6 அடிபடவில்லை.
h7 - 33-ல் h5, 36-ல் அடிபட்டுவிடுகிறது.

## கருப்பு ரூக்குகள்

a8 - 14-ல் e8, 16-ல் e3, 18-ல் அடிபட்டுவிடுகிறது.
h8 - 11-ல் f8, (கேஸ்ட்லிங்கிற்காக) 18-ல் f7, 21-ல் e7, 25-ல் அடிபட்டு விடுகிறது.

## கருப்பு நைட்டுகள்

b8 - 7-ல் c6, 22-ல் d8, 30-ல் f7, 35-ல் h6, 35-ல் g5 அடிபடவில்லை.
g8 - 2-ல் f6, 4-ல் e4, 9-ல் d2, 10-ல் அடிபட்டுவிடுகிறது.

**கருப்பு பிஷப்புகள்**

c8 - 7-ல் f5, 10-ல் d3, 11-ல் அடிபட்டுவிடுகிறது.

f8 - 5-ல் e7, 15-ல் d8, 25-ல் e7, 26-ல் f8, 40-ல் d6 அடிபடவில்லை.

**கருப்பு ராணி**

d1 - 12-ல் d7, 23-ல் c7, 24-ல் d6, 29-ல் c7, 32-ல் d8, 33-ல் d7, 34-ல் d8, 39-ல் d7.

**கருப்பு ராஜா**

e1 - 11-ல் g8, (கேஸ்ட்லிங்கிற்காக) 28-ல் g7.

## வினாக்களுக்கு விடையளிக்கவும்

1. பெட்ரோஃப் (Petroff Defence) டிஃபன்ஸைப்பற்றி குறிப்பு எழுது.    8
2. வெள்ளையின் 9-வது நகர்த்தலில், சில மாற்று நகர்த்தல்கள் அவற்றின் தன்மையுடன் விளக்கப்பட்டுள்ளன. அவைகளை எழுது.    4
3. சில விளையாட்டு வீரர்கள் ஏன் காய் பரிமாற்றம் (Exchange) செய்து கொள்கின்றனர் ?    3
4. கருப்பு 17 .... Rf8 - e8 (தெளிவான சாதாரண நகர்த்தல்) செய்திருந்தால், கடின நிலை ஒன்றினை ஏற்படுத்தியிருக்கும். அது என்ன ? நகர்த்தல் தொகுப்புடன் விளக்கு.    5
5. கருப்பின் 18-வது நகர்த்தலில் சில நகர்த்தல் தொகுப்புக்கள் கொடுக்கப்பட்டுள்ளன. அவற்றை விளக்கு.    5
6. 19-வது கருப்பின் நகர்த்தலில், வெள்ளைக்கு அனுகூலமாகச் செல்லும் நிபுணர்கள் கூறும் நகர்த்தல்களை எழுது.    5
7. 21-வது நகர்த்தலில், எதை நகர்த்தினார் ? எதை நகர்த்தியிருந்தால் மேலும் சிறப்பாக இருந்திருக்கும்.    2
8. 23-வது நகர்த்தலில் வெள்ளை போட்ட திட்டம் என்ன ?    5
9. 23-ல் வெள்ளை போட்ட சூழ்ச்சித் திட்டத்தை (Cunning) கருப்பு எவ்வாறு முறியடித்திருக்கமுடியும் ?    5
10. வெள்ளையின் 27-வது நகர்த்தலில் விமர்சகர்கள் (Commentators) சுட்டிக் காட்டும் (Suggest) நகர்த்தல் தொகுப்பினைக் கூறு.    4
11. வெள்ளை வெற்றியடைய, வெள்ளையின் 35-வது நகர்த்தலில், இருமுனை மாற்றங்கள் கூறப்படுகின்றன. அவற்றை விளக்கு.    6
12. இந்த ஆட்டத்தின் இறுதியில் காஸ்பரோவ் கூறிய அறிவுரை என்ன ?    4

## பாடம் - 13

# பெட்ரோஃப் டிஃபன்ஸ் - 2
# (Petroff Defence - 2)

இது பெட்ரோஃப் டிஃபன்ஸில் 2-வது விளையாட்டு. இதுவும் உலக சாம்பியன்கள் இருவரால் விளையாடப்பட்ட ஆட்டமாகும். கீழே விளையாட்டு கொடுக்கப்பட்டுள்ளது.

1. **e2 - e4** இதனால் ராணிக்கு (d1) வலது குறுக்குக் கட்டங்கள் h5 வரை திறந்து விட்டன. பிஷப்பிற்கு இடது குறுக்குக் கட்டங்கள், e2, d3, c4, b5, a6 வரை ஓப்பனாகி விட்டன. e4 பான் d5, f5 கட்டங்களைக் கண்காணிக்கின்றது. d5 முக்கியமான நடு கட்டம்.

1. **... e7 - e5** இதனால் கருப்பு ராணிக்கு இடது குறுக்கில் h4 வரை கட்டங்கள் திறந்துவிட்டன. பிஷப்பிற்கு (f8) வலது குறுக்கில் a3 வரை திறப்பு ஆகி விட்டது. e5 பான் d4, f4 ஆகிய கட்டங்களைக் கண்காணிக்கின்றது. இதில் f4 முக்கிய நடுக்கட்டங்களில் ஒன்றாகும்.

e2, e7 பான்கள் நகர்ந்தமையால் இருவருக்கும் ராஜா வெளிப்பட்டு (Expose)விட்டது. வெள்ளை ராணி, பிஷப்பிற்கு வெள்ளை குறுக்குக் கட்டங்களும், கருப்பு பிஷப், ராணிக்கு கருப்பு குறுக்குக் கட்டங்களும், திறந்துள்ளன. இதுவரை இருவர் நகர்த்தல்களும் இணையாக உள்ளன (symmetrical).

2. **Ng1 - f3** இந்த நைட் e5, g5, d4, h4 ஆகிய கட்டங்களைக் கண்காணிக்கின்றது. e5-லிருக்கும் பானை அடிக்க இயலும். ஆபத்தொன்றும் இல்லை. ஒரே ஆபத்து என்னவென்றால், தான் புறப்பட்ட g1 கட்டம் தான் திரும்பிச் செல்ல (Retreat) உள்ளது என்பதுதான்.

2. **... Ng8 - f6** இது h5, d5, e4, f4 கட்டங்களைக் கண்காணிக்கின்றது. e4-ல் இருக்கும் வெள்ளை பானை அடிக்கலாம். ஆபத்தில்லை. d5 முக்கியமான நடு கட்டமாகும். திரும்பிச் செல்ல (Retreat) புறப்பட்ட கட்டமேயுள்ளது (g8).

3. **Nf3 × e5** இது c6, d7, f7, g6 ஆகிய கட்டங்களைக் கண்காணிக்கின்றது. d7, f7 களில் உள்ள கருப்பு பான்களைத் தாக்கினால், அடிபட்டுவிடும். c6, g6 கட்டங்களில், பாதுகாப்பு உள்ளதால் அவைகளில் வைக்க இயலாது.

3. **. . . d7 - d6** Ne5-ஐ விரட்டுவதற்காக இந்த நகர்த்தல். இந்த d6 பான், e5, c5 ஆகிய கட்டங்களைக் கண்காணிக்கிறது. இதனால் பிஷப்புக்கு (Bc8) இடது குறுக்குக் கட்டம் h3 வரை திறக்கப்பட்டுவிட்டது. Bc8-ஐ g4-ல் வைத்து Qd1-ஐ பயமுறுத்தலாம். இதற்குப் பாதுகாப்பாக Nf6 உள்ளது. அதனால் Qd1 தாக்காது.

4. **Ne5 - f3** திருப்பி (Retreat) விட்டது. இப்பொழுது g5-ல் Bc8-ஐ வைத்து Qd1-ஐ பயமுறுத்த இயலாது. இது இப்பொழுது முன்போலவே e5, g5, d4, h4 ஆகிய கட்டங்களைக் கண்காணிக்கின்றது.

4. **... Nf6 × e4** இது d2, f2, c3, g3 ஆகிய கட்டங்களைக் கண்காணிக்கின்றது. ஆனால், இக்கட்டங்களில் செல்ல முடியாது. அடிபட்டு விடும்.

5. **d2 - d4** இதனால் பிஷப் (Bc1) வலது குறுக்குக் கட்டங்களில் h6 வரை செல்லும். d4 பான் c5, e5 கட்டங்களைக் கண்காணிக்கின்றது. d2 கட்டத்தை கருப்பு Ne4-ம், வெள்ளை Nf3-ம் கண்காணிக்கின்றது.

5. **... d6 - d5** Ne4 திரும்பச் செல்லாமல் இருக்க, அதற்கு d5 ஆதரவு (Support) அளிக்கிறது.

6. **Bf1 - d3** இந்நகர்த்தல் கேஸ்ட்லிங் செய்வதற்கு, உதவும் நகர்த்தல். Ne5-ன் ஆதரவு 'd' நீங்காதவரை Ne5-ஐ அடிக்க இயலாது.

6. **... Nb8 - c6** இது a5, e5, b4, d4 ஆகிய கட்டங்களைக் கண்காணிக்கின்றது. e5-க்கு d4, Nf3ன் பாதுகாப்பு உள்ளது. e7-க்கும் போகும்.

7. **0 - 0** கேஸ்ட்லிங் செய்துகொண்டார். (ராஜா பக்கக் கோட்டை கட்டிக் கொண்டார்). Ne5, நகர்ந்தால் 'e' ஃபைல், தங்குதடையின்றி (Free) ஆகி விடும். Qd1 அல்லது Rf1-ஐ e1-ல் வைத்து ஆதிக்கம் செலுத்தலாம். Rf1-ஐ வைப்பதே சிறந்தது. அதனால் ராணியை (அதிக சக்தியுள்ளவராக இருப்பதால்) வைத்து விளையாட நன்றாக இருக்கும்.

7. **... Bf8 - e7** இதனால் f8 கட்டம் காலியாகிவிட்டது. f8, g8 கட்டம் காலியாகி விட்டதால் கோட்டை (Castling) கட்டிக் கொள்ளலாம். இதை f6-ல் வைத்தால் d4-ஐத் தாக்கலாம். ஆனால், Nf3-ஆல் அடிபட்டுவிடும். h4, g4-ல் வைக்க இயலாது. Nf3 அடிக்கும். வலது குறுக்கில் d6-ஐத் தவிர வேறு எதிலும் வைக்க இயலாது.

8. **c2 - c4** கருப்பு d5 உடன் மோதுகிறது. b5 கட்டத்தைக் கண்காணிக்கின்றது. d5 × c4 என்று கருப்பு அடித்தாலும் c4 × d5 என்று வெள்ளை அடித்தாலும் சமமாகி (Equal) விடும். Qd8 × d5, Bd3 × c4 என்று அடித்த பின்னும் சமம் ஆகும். இதனால் b3, Bd3-க்கு பாதுகாப்பு நீக்கப்பட்டு விட்டது. ஆனால், இவைகளுக்கு வேறு பாதுகாப்பு உள்ளது.

8. **... Ne4 - f6** திரும்பிச் சென்றுவிட்டார். இதனால் d5 பானிற்கு கூடுதல் பாதுகாப்பு கிடைக்கின்றது. மேலும் h5, g4, e4 கட்டங்களைக் கண்காணிக்கின்றது. 'e' ஃபைல் முழுமையாக தடையின்றி (Free) உள்ளது. d7, f8-ல் திரும்பிச் செல்லலாம். (இதில் Nc6 - b4, 9. Nf3 - e5 இதைவிட சிறந்த நகர்த்தலாக இருக்கும்).

9. **Nb1 - c3** d5 பானை அடிக்கும். a4, e4 கட்டங்களையும், எதிரியின் b5 கட்டத்தையும் கண்காணிக்கின்றது. e2-லும் செல்லும். 'e' ஃபைலில் இதுவரை யாரும் ஆதிக்கம் செலுத்தவில்லை.

**9. ... 0 - 0** ராஜா பக்க கோட்டை (Castling) கட்டிக்கொண்டார்.

இத்துடன் திறப்பு முடிந்துவிட்டது. போர்டின் நிலையை **படம் 49** உடன் ஒப்பிட்டு சரிபார்த்துக்கொள்ளவும்.

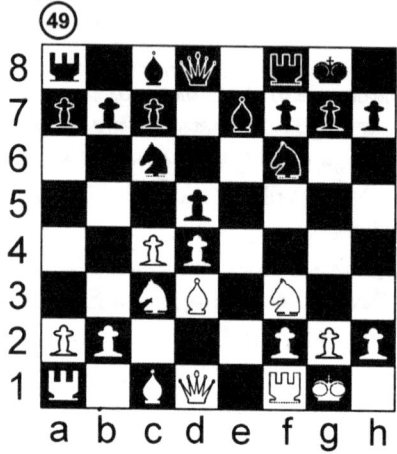

49

கருப்பு தனது 9-வது நகர்த்தலைச் செய்து 0-0 செய்து கொண்ட பின்பு போர்டின் நிலை. பெட்ரோஃப் டிஃபன்ஸ் (Petroff Defence) கேம் - 2.

இருவரும் இந்தத் திறப்பை (Petroff Defence) இதுவரை ஒரு சில மாற்றங்களைத் தவிர, சரியாக விளையாடி விட்டனர். அவை :- கருப்பு 5-வது நகர்த்தலில் Bf8 - e7-க்கு பதிலாக d6-d5-ம், 6-வது நகர்த்தலில் Bf1 - d3-க்கு பதிலாக Nb8 - c6-ம், 7-ல் Nb8-க்கு பதிலாக Bf8 - e7-ம், 8-ல் வெள்ளை. Rf1 - e1-க்கு பதிலாக c2 - c4-ம் ... Bc8 - f5-க்கு பதிலாக Ne4 - f6 என்று முன்பின் மாற்றி நகர்த்தியுள்ளனர். மொத்தத்தில் பெட்ரோஃப் டிஃபன்ஸ் (Petroff Defence) என்பது தெளிவாக உள்ளது.

**10. h2 - h3** பொதுவாக ஆரம்பத்தில் இதை நகர்த்துவது சிறந்தது அல்ல. h2-ல் கருப்பு ராணி இறங்கி செக் சொல்லவிடலாம். இப்பொழுது இதற்கு Nf3-ன் கண்காணிப்பு உள்ளது. இன்னும் சில காய்களை இருவரும் இழந்த பின்பு செய்திருக்கலாம். இக்கட்டத்தின்மீது எப்பொழுதும் ஒரு கவனம் தேவை. இந்த h3 பான் g4 கட்டத்தைக் கண்காணிக்கின்றது.

**10. ... d5 × c4** வெள்ளை உடன் Bd3 × c4 என்று அடித்துவிட வேண்டும்.

**11. Bd3 × c4** அடித்துவிட்டார்.

**11. ... Nc6 - a5** Bc4-ஐ அடிப்பதற்காக இதை நகர்த்தியுள்ளார். இது b3 கட்டத்தைக் கண்காணிக்கின்றது.

**12. Bc4 - d3** அடிப்பதற்காக மட்டும். பின், ஒரு பான் போதும் என்று பின்னால் போய்விட்டார்.

| | | |
|---|---|---|
| 12. | ... Bc8 - e6 | a2, h3 பான்களை அடிக்கலாம், a2க்கு சப்போர்ட் உள்ளது. h3-க்கும் சப்போர்ட் (ஆதரவு) இருந்தாலும் Qd8 - d7-ல் வைத்து அடிக்கலாம். |
| 13. | Rf1 - e1 | 'e' ஃபைலை (e5 வரை) ஆதிக்கத்தில் கொண்டு வந்துள்ளது. |
| 13. | ... Na5 - c6 | (இவர் 13 ... c7 - c5 விளையாடி இருக்க வேண்டும்). |
| 14. | a2 - a3 | Be7 தாக்கினால், b2 ஆதரவு (Support) உள்ளது. |
| 14. | ... a7 - a6 | Bd3 அடித்தால் b7 ஆதரவு உள்ளது. |
| 15. | Bc1 - f4 | c7ஐ அடித்தால் Qd8 அடிக்கும். |
| 15. | ... Qd8 - d7 | (15 ... Nf6 - d5 இதைவிட சிறந்தது). |
| 16. | Nf3 - Ne5 | Qd7-ஐ குறி வைக்கின்றார். Ne5 × Nd6 என்றால், நைட்டிற்கு நைட் காய் பரிமாற்றம் (Exchange) ஆகிவிடும். |
| 16. | ... Nc6 × Ne5 | (இதே நகர்த்தலில் ... Qe7, திரும்பி Qe8-க்கே சென்றிருக்கலாம். வெள்ளை d4 - d5 என்று பதில் தரும்). |
| 17. | d4 × Ne5 | போர்டின் நிலையை கவனிக்கும் பட்சத்தில், இருவருக்கும் காய்கள் சமமாகப் போயுள்ளன. |
| 17. | ... Nf6 - Nd5 | |
| 18. | Nc3 × Nd5 | |
| 18. | ... Be6 × Nd5 | இருவரும் மீண்டும் காய் பரிமாற்றம் செய்துகொண்டனர் (Exchange). |
| 19. | Qd1 - c2 | இந்த அடித்தலில் வெள்ளை, வெற்றி பெற்றார் (Positional Advantage) என்று கூறலாம். Bc2 × h7-ஐத் தாக்கலாம். |
| 19. | ... g7 - g6 | கருப்பு தனது 19வது நகர்த்தலைச் செய்தபின்பு போர்டின் நிலையை படம் 50 உடன் ஒப்பிட்டு சரிபார்த்துக்கொள்ளவும். |

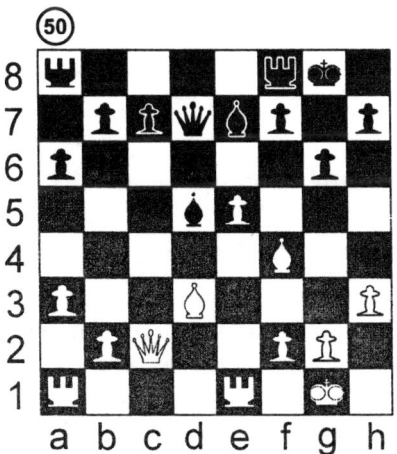

கருப்பு தனது 19-வது நகர்த்தலைச் செய்தபின்பு போர்டின் நிலை. பெட்ரோஃப் டிஃபன்ஸ் (Petroff Defence) கேம் - 2.

20. **Ra1 - d1** வெள்ளையின் Bd3 மாறினால் கருப்பு Bd5 மாறிவிடும். கருப்பு ராணிக்கு (Qd7) ஆபத்து.

20. **... c7 - c6** மேற்கூறிய ஆபத்து நீங்கிவிட்டது.

21. **Bf4 - h6** Rf8-க்கு ஆபத்து.

21. **... Rf8 - d8** நகர்ந்து கொண்டார்.

22. **e5 - e6** ராணியையும், f7 பானையும் இந்த பான் பயமுறுத்துகிறது.

22. **... f7 × e6** ... Qd7 - e8, 23. Qc2 - c3 ... f7 - f5, 24. f2 - f4 என்று தொகுப்பு வெள்ளைக்கு சாதகமானது.

23. **Bd3 × g6** h7 பானால் பிஷப்பை (Bg6) அடிக்கமாட்டார். அப்படி அடித்தால் Qc2 × g6 என்று அடித்துவிடுவார். அத்துடன் கேமே முடிந்துவிடும்.

23. **... Be7 - f8**

24. **Bh6 × f8**

24. **... Rd8 × f8**

25. **Bg6 - e4**

25. **... Rf8 - f7** 'f' மற்றும் 'g' ஃபைல்கள் ஃப்ரீயாக இருப்பதால், வெள்ளை ரூக்குகள் எச்சமயமும் ராஜாவிற்கு செக் வைத்து அழுத்தம் கொடுக்கலாம். எனவே, கருப்பு தனது ராஜாவை h8-ல் வைத்துவிடுதல் நலம்.

26. **Re1 - e3** வெள்ளை வளைக்கும் பணியில் ஈடுபட்டுவிட்டார். கருப்பு தற்காப்புப் பணியில்தான் இருக்கின்றார்.

26. **... Rf7 - g7** (27. Re3 - Rg3 .... எது என்றாலும், வெள்ளை 28. Be4 × h7 ... Rg7 × Bh7, 29. Q23 - c3 +) என்று நெருக்க ஆரம்பித்துவிடுவார்.

27. **Rd1 - d3**

27. **... Ra8 - f8** இவரும் தாக்குதல் தொடுக்க தனது சக்தி (Powers) களை வலது பக்கம் கொண்டு வந்துவிட்டார்.

28. **Re3 - g3**

28. **... Kg8 - h8** போர் துவங்குவதற்கு தயார் (Preparatory) நிலையை அமைத்து விட்டனர் இருவரும்.

(அத்துடன் வெள்ளை 29. Be4 × h7 என்று பயமுறுத்துகிறது).

29. **Qc2 - c3**

29. **... Rf8 - f7** கருப்பு எதிர் நகர்த்தலை (For counter attack) பிரமாதமாகச் செய்து வருவதாக நிபுணர்கள் கூறுகின்றனர்.

கருப்பு தனது 29-வது நகர்த்தலைச் செய்தபின்பு போர்டின் நிலையை படம் 51 உடன் இணைத்து சரிபார்த்துக்கொள்ளவும்.

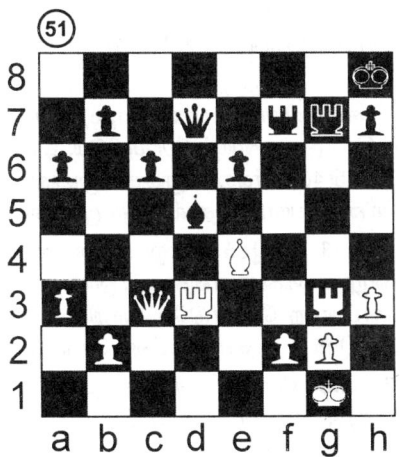

கருப்பு தனது 29-வது நகர்த்தலைச் செய்தபின்பு போர்டின் நிலை. பெட்ரோஃப் டிஃபன்ஸ் (Petroff Defence) கேம் - 2.

30. Rd3 - e3

30. ... Kh8 - g8 இந்த ஒரு நகர்த்தலால், f7, g7, h7 ஆகிய மூன்று கட்டங்களுக்கும் ஆதரவு (Support) அதிகரித்துள்ளது.

இருவரும் திறமையான நகர்த்தல்களை தாக்குவதற்கும், தடுப்பதற்கும் (attack and defence) செய்திருப்பினும், கணித்துப் பார்க்கும்பொழுது வெள்ளைக்கு சாதகமானதாகவே தெரிகின்றது. இப்படி சற்று மாற்றியிருப்பாரேயானால் வெள்ளையால் உண்டாக்கப்பட்டிருக்கும் கடினம் குறையும். 30. Bd4 × e5, 31. Re3 × e4 ... Kh8 - g8, 32. Rg3 × Rg7+ ... Rf7, × Rg7 33. Qe3 - e5.

31. Qc3 - e5! மிகச் சிறந்த நிலை (Excellant Position) வெள்ளை ராணியை எட்டாவது ரேங்க்கில் வைத்து + சொன்னால் ரூக் (f7)-ல் ஆப்பு (Pin) போட்டுக் கொள்வார். பின்பு Be3 × h7+ என்றால் Rg7-ஆல் அடிக்கமாட்டார். (திறப்பு செக்) என்று அழுத்தம் தரலாம். ஆனால், கருப்பு ராணியை 8-வது ரேங்க்கிலோ அல்லது c7-லோ வைத்துவிட்டாலும் Be4 × h7 என்று அடிக்கலாம்.

31. ... Qd7 - c7 வெள்ளையின் பயமுறுத்தல் Rg3 × g7, 33. Qe5 - b8-ஆக இருந்தது. அது முறியடிக்கப்பட்டுவிட்டது.

32. Rg3 × Rg7+

32. ... Rf7 × Rg7

33. Be4 × Bd5    இந்த பிஷப்பை e6 பானால் அடித்தால் Qe5 - e8+ என்று வைத்தால் ஆட்டம் முடிந்துவிடும். c6 × Bd5 என்று அடித்தால் Qe5 × e6+ என்று அடிப்பார்.

33. ... Qc7 × Qe5    காய் பரிமாற்றம் (Exchange) செய்துவிட்டார். ராணியை அடித்துவிட்டார். இவரது ராணியும் போய்விடும். இவர் இப்படி ராணியை அடிக்காவிடில் ஆட்டம் 40 நகர்த்தல்களுக்குள் முடிந்திருக்கும். இப்பொழுது, இருவரும் ராணியின்றி போராடுவதால் அதிக மூவ்கள் பிடிக்கும்.

34. Bd5 × e6+    Re3 × Qe5 என்று உடன் அடிக்கவில்லை. ஏன்? Bd5 × e6+ என்று வைக்கலாமாகையால், ஒரு பான் கிடைக்கிறது. அவர் செக்கைதான் காப்பாற்ற வேண்டுமேயொழிய, ராணியைக் காப்பாற்ற இயலாது. ஆனால், Qe5 × Be6 என்று பிஷப் போய்விடும்.

34. ... Qe5 × Be6    பிஷப் போய்விட்டது. இது அதிகப் பிரசங்கித்தனமாகும் (வெள்ளை செய்தது) இது போன்ற சந்தர்ப்பத்தில் ஏற்படும் மன நெகிழ்ச்சியை அடக்கப் பழகிக்கொள்ள வேண்டும். மேலும் ஆசைப்படக்கூடாது.

35. Re3 × Qe6    ராணியை அடித்துவிட்டார்.

35. ... Rg7 - d7    போர்டின் நிலையை கணிக்கும் பட்சத்தில், இருவருக்கும் ராஜா, ஒரு ரூக்கும், வெள்ளைக்கு ஐந்து பான்களும், கருப்பிற்கு நான்கு பான்களும் உள்ளன.

36. b2 - b4    ராணியாக்க முயற்சி.

36. ... Kg8 - f7    ராஜாவைக் கொண்டுவந்து ரூக்கின் உதவியுடன் செக் வைக்க முயற்சிக்கின்றார். இயலாதென்றே தோன்றுகிறது. ஏனெனில் வெள்ளைக்கு பான்களும், ஒரு ரூக்கும் உள்ளது.

37. Re6 - e3    தனது காய்களுக்கு பாதுகாப்பாக கீழே இறங்கிவிட்டார்.

37. ... Rd7 - d1+

38. Kg1 - h2

38. ... Rd1 - c1

39. g2 - g4    இதை 36-வது நகர்த்தலிலேயே செய்திருந்தால் இதைவிட நன்றாக இருந்திருக்கும்.

39. ... b7 - b5    இது தப்பித்துவிடும் என்ற நம்பிக்கை இல்லை. இவரும் a, b, c பான்களில் ஒன்றை நகர்த்தியிருப்பது சிறப்பாகும்.

கருப்பு தனது 39-வது நகர்த்தலைச் செய்தபின்பு போர்டின் நிலையை படம் 52 உடன் ஒப்பிட்டு சரிபார்த்துக்கொள்ளுங்கள்.

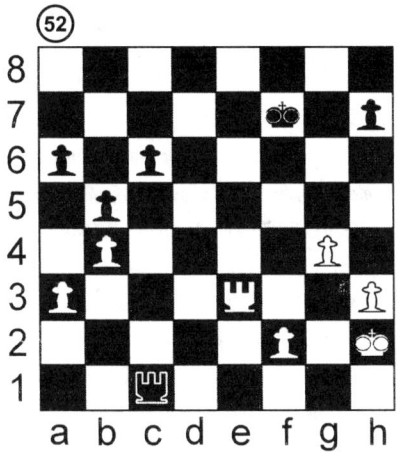

52

கருப்பு தனது 39-வது நகர்த்தலைச் செய்தபின்பு போர்டின் நிலை. பெட்ரோஃப் டிஃபன்ஸ் (Petroff Defence) கேம் - 2.

**40. f2 - f4** இறுதியாட்டத்தின் நிபுணர்கள் இருவரும் ராணி ஆக்க இயலும் என்கின்றனர். வெள்ளை ஒரு படி முன்னேறியுள்ளார். ஒரு பானும் அதிகம். எனவே, முன்னேற்றம் (advantage) அதிகம் என்கின்றனர்.

**40. ... c6 - c5**

**41. b4 × c5** கருப்புக்கு ஒரு பான் குறைந்துவிட்டது.

**41. ... Rc1 × c5** இவருக்கும் ஒரு பான் போய்விட்டது.

**42. Re3 - d3** வெள்ளை அதிகம் சிந்தித்து செயல்படவேண்டும். ஏனெனில் எதிரே கருப்பு ராஜா நிற்கின்றது. 43. Rd7+ வைத்தால் 'd' ஃபைலைத் தாண்டி தன் பான்களை ஆதரவுடன் அழைத்துச்சென்று 'a' 'b' ஃபைல் பக்கம் வராது கருப்பை விரட்டும். எனவே, கருப்பிற்கு சங்கடம்தான். ஆனால், வெள்ளை தனது பான்களுக்கு அருகிலேயே உள்ளது.

**42. ... Kf7 - e7**

**43. Kh2 - g2**

**43. ... a6 - a5**

**44. Kg2 - f3**

**44. ... b5 - b4**

**45. a3 × b4**

**45. ... a5 × b4**

**46. Kf3 - e4**

**46. ... Rc5 - b5** வெள்ளை ராஜாவும் ரூக்கும் வந்தால்தான் b4 பானை அடிக்க இயலும். வர இயலும்.

**47. Rd3 - b3**

**47. ... Rb5 - b8**

**48. Ke4 - d5** கருப்பு பானை அடிக்க முன்னேறி வருகின்றார்.

**48. ... Ke7 - f6** நகர்த்தல்களை வீணாக்கிவிட்டார். இப்பொழுது தனது பான்களைக் காப்பாற்ற இயலாது என்பதனை உணர்ந்து, வெள்ளை பான்களை அடிக்க திரும்பிச் செல்கின்றார்.

**49. Kd5 - c5** சரியாக கணக்கிட்டு வருகின்றார்.

**49. ... Rb8 - e8** இதற்கு பதிலாக Rg8 × g3 என்று அடித்திருக்கவேண்டும்.

கருப்பு தனது 49-வது நகர்த்தலைச் செய்தபின்பு போர்டின் நிலையை **படம் 53** உடன் ஒப்பிட்டுப் பார்த்துக்கொள்ளவும்.

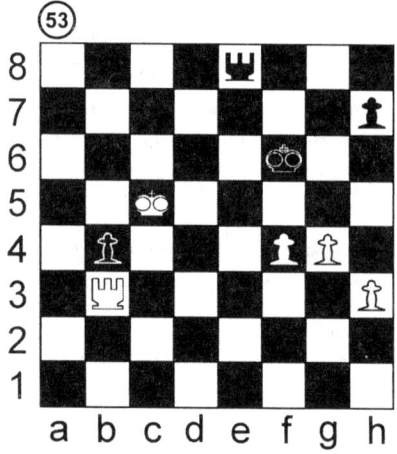

53

கருப்பு தனது 49-வது நகர்த்தலைச் செய்தபின்பு போர்டின் நிலை. (பெட்ரோஃப் டிஃபன்ஸ் (Petroff Defence) கேம் - 2.)

**50. Rb3 × b4**

**50. ... Re8 - e3**

**51. h3 - h4**

**51. ... Re3 - h3**

**52. h4 - h5**

**52. ... Rh3 - h4**

**53. f4 - f5** 53. g4 - g5+ ... Kf6 × f5, 54. h5 - h6 என்று எளிதாக ஜெயிக்கும் வழி (வெள்ளைக்கு) உள்ளது. இறுதியாட்ட நிபுணர் தைமனோவ் (Taimanov) கூறுவது (Suggested) 54. ... Rh4 - h1, 55. Kc5 - d6 ... Rh1 - e1, 56. Rb4 - b8! ... Kf5 × f4, 57. g5 - g6 ... h7 × g6, 58. h7 ... Re1 - h1 59. h7 - h8 (Q) ... Rh1 × h8, 60. Rb8 × Rh8 ... g6 - g5, 61. Kd6 என்று சிறந்த போராட்ட வழியாகும்.

**53. ... Rh4 - h1**

**54. Kc5 - d5**

**54. ... Rh1 - d1+**

**55. Rb4 - d4** Rd1 × Rd4 என்றால் Kd5 × Rd1 என்று சமமாகி (Equal) விடும்.

**55. ... Rd1 - e1**

**56. Kd5 - d6** இதுபோன்று ராஜாக்கள் ஒன்றுக்கொன்று, ஒரு கட்டம் விட்டு நேராக நின்றால், ஏதாவதொரு ராஜாவிற்கு செக் செய்தால், அவர் அந்த ஃபைலிலோ, ரேங்க்கிலோ நிற்க இயலாது. மாறியே ஆக வேண்டும். இறுதியாட்டங்களில், இந்நதகர்த்தல் மூலம் இறுதி ஃபைலிலோ, ரேங்க்கிலோ ஒதுங்கிவிடும். பின் ரூக் மூலம் செக் (பிடி) வைத்துவிடலாம். இதற்கு **'ரூக் எண்டிங்'** என்று பெயர். அது இந்த போர்டில் பான்கள் இருப்பதால் இயலாது.

**56. ... Re1 - e8** மேலே கூறிய முறையில் ராஜாவை வளைக்க e8க்குச் செல்கிறார்.

**57. Kd6 - d7** கருப்பின் திட்டத்தை இவர் புரிந்துகொண்டு, எதிரெதிராக நிற்பதை மாற்றிக்கொண்டார்.

**57. ... Re8 - g8** d4 ரூக் நகர்ந்தால் g4 பானை அடிக்க இயலும். (அல்லது 57. ... Re8 - e1, 58. Rd4 - d6+ ... Kf6 - g5, 59. f5 - f6 என்றும் நகர்த்தலாம்).

**58. h5 - h6**

**58. ... Kf6 - f7** (58. ... Kf6 - f5, 59. Rd4 - d6 என்றும் நகர்த்தலாம்).

**59. Rd4 - c4**

**59. Kf7 - f6**

கருப்பு தனது 59-வது நகர்த்தலைச் செய்தபின்பு போர்டின் நிலையை **படம் 54** உடன் ஒப்பிட்டு சரிபார்த்துக்கொள்ளுங்கள்.

சுராவின் செஸ் திறப்புகள் (ஓப்பனிங்ஸ்)

(54)

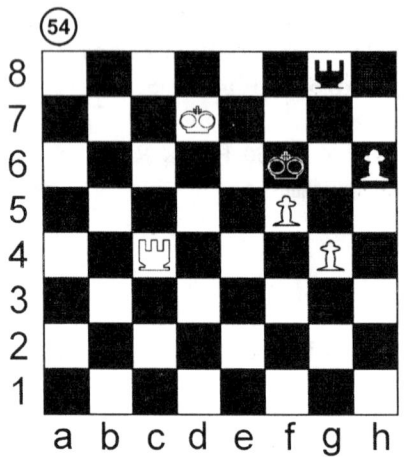

கருப்பு தனது 59-வது நகர்த்தலைச் செய்தபின்பு போர்டின் நிலை. பெட்ரோஃப் டிஃபன்ஸ் (Petroff Defence) கேம் - 2.

**60. Rc4 - e4**

**60. ... Kf6 - f7**

**61. Kd7 - d6**

**61. ... Kf7 - f6** (மற்றபடி 62. Kd - e5, 63-ல் Kf4 என்று தொடரும்).

**62. Re4 - e6+**

**62. ... Kf6 - f7**

**63. Re6 - e7+**

**63. ... Kf7 - f6**

**64. Re7 - g7** (Re7 × h7 என அடித்திருக்கலாம்).

**64. ... Rg8 - d8+**

**65. Kd6 - c5**

**65. ... Rd8 - d5+** வெள்ளை, கருப்பின் Rd5-ஐ அடித்தால் , கருப்பு ராஜா, நகர இயலாமை (stalemate) ஆகும். தோல்வியை விட டிரா (Draw) சிறந்தது அல்லவா.

**66. Kc5 - c4** வெள்ளை இதை உணர்ந்துவிட்டார். அதனால் Kc5 × Rd5 என்று அடிக்கவில்லை. எப்படி நகர இயலாமை (Stalemate)? Kc5 × Rd5 என்றால் கட்டங்கள் e5, e6-ஐ வெள்ளை ராஜா கண்காணிக்கும் (cover செய்துவிடும்). 7-வது ரேங்க்கை, வெள்ளையின் ரூக் (Rg7)-ம் g6, g5-ஐ Rg7-ம் கண்காணிக்கின்றது. எனவே, ராஜா (Kf6 கருப்பு) விற்கு நகர கட்டங்களே கிடையாது. எனவே, ஸ்டேல் மேட், டிராவிற்கு சமம். (Stalemate is equal to draw as per chess law) h7-ம் நகர கட்டங்கள் கிடையாது.

**66. ... Rd5 - d4+** இதை வெள்ளை அடித்தாலும் ஸ்டேல்மேட் தான்.

**67. Kc4 - c3** கருப்பு தனது 67-வது நகர்த்தலைச் செய்யாது தோல்வியை ஒப்புக் கொண்டார். இந்நிலையை படம் 55 உடன் ஒப்பிட்டு சரிபார்த்துக்கொள்ளவும்.

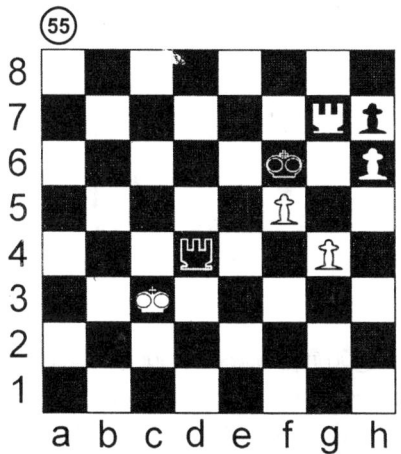

55

வெள்ளை தனது 67-வது நகர்த்தலைச் செய்தபின்பு, கருப்பு தனது தோல்வியை ஒப்புக்கொண்டார். அச்சமயம் போர்டின் நிலை. பெட்ரோஃப் டிஃபன்ஸ் (Petroff Defence) கேம் - 2.

மேலே விளையாடி கருப்பு ராஜாவை வளைப்போம் (செக்மேட் செய்வோம்).

**67. ... Kf6 - e5**

**68. Rg7 - e7+**

**68. ... Ke5 - d6**

**69. Kc3 × Rd4**

**69. ... Kd6 × Re7**

**70. Kd4 - e5**

**70. ... Ke7 - f7**

**71. f5 - f6**

**71. ... Kf7 - g8**

**72. Ke5 - e6**

**72. ... Kg8 - f8**

**73. g4 - g5**

**73. ... Kf8 - e8**

**74. f6 - f7+**

**74. ... Ke8 - d8**

**75. f7 - f8 (Q)+**

**75. ... Kd8 - c7**

**76. g5 - g6**

**76. ... h7 × g6**

**77. h6 - h7**

**77. ... g6 - g5**

**78. h7 - h8 (R)**

**78. ... Kc7 - b௨**

**79. Qf8 - d6+**

**79. ... Kb6 - b5**

**80. Qd6 - c7**

**80. ... g5 - g4**

**81. Rh8 - b8+**

**81. ... Kb5 - a5**

**82.. Kc7 - a7+** கருப்பு ராஜா வளைக்கப்பட்டுவிட்டார் (Checkmate).

ஆரம்பத்தில் ரூக்கை மட்டும் வைத்தோ, அல்லது 75-வது நகர்த்தலில் f7 - f8 (Q)-ஐ மட்டும் வைத்தோ கருப்பு ராஜாவை வளைக்க முயன்றிருந்தால் இன்னும் நகர்த்தல்கள் அதிகரித்திருக்கும்.

போர்டின் இறுதி நிலையை படம் 56-உடன் ஒப்பிட்டு சரிபார்த்துக் கொள்ளவும்.

56

வெள்ளையின் 82-வது நகர்த்தலில் கருப்பு ராஜா சுற்றி வளைக்கப்பட்டுவிட்டார். அச்சமயம் போர்டின் நிலை. பெட்ரோஃப் டிபன்ஸ் (Petroff Defence) கேம் - 2.

**2.** அடுத்ததாக வருவது சிந்தனைப் பயிற்சி. இதில் இரண்டு வித சிந்தனைப் பயிற்சிகள் நான்கு கட்டங்களாக செய்யப்படுகின்றன என்பதனை அறிவீர்கள். முதலாவதாக,

(a) அடுத்தடுத்து வரும் நகர்த்தல்களில் அனைத்து காய்களைப்பற்றிய சிந்தனைப் பயிற்சி (Consequence thinking of whole coins) இதற்குரிய முதற்கட்டப் பயிற்சியையும், இரண்டாம் கட்டப் பயிற்சியையும் 'யோசிப்பதெப்படி' என்ற 2-ம் பாடம், பாரா 4(a) (c)-ல் உள்ளபடி செய்து கொள்ளவும். 2-ம் கட்டப்பயிற்சிக்கு தேவையான நகர்த்தல்கள் கீழே கொடுக்கப்பட்டுள்ளன.

1-வது நகர்த்தலில் நான் e2 - e4, அவர் e7 - e5, 2-ல் நான் Ng1 - f3, அவர் Ng8 - f6, 3-ல் நான் Nf3 × e5, அவர் d7 - d5, 4-ல் Ne5 - f3, அவர் Nf6 × e4, 5-ல் நான் d2 - d4, அவர் d6 - d5, 6-ல் நான் Bf1 - d3, அவர் Nb8 - c6, 7-ல் நான் 0 - 0, அவர் Bf8 - e7, 8-ல் நான் c2 - c4, அவர் Ne4 - f6, 9-ல் நான் Nb1 - c3, அவர் 0 - 0, 10-ல் நான் h2- h3, அவர் d5 × c4, 11-ல் நான் Bd3 × c4, அவர் Nc6 - a5, 12-ல் நான் Bc4 × d3, அவர் Bc8 - e6, 13-ல் நான் Rf1 - e1, அவர் Na5 - c6, 14-ல் நான் a2 - a3, அவர் a7 - a6, 15-ல் நான் Bc1 - f4, அவர் Qd8 - d7, 16-ல் நான் Nf3 ×Ne5, அவர் Nc6 - Ne5, 17-ல் நான் d4 × Ne5, அவர் Nf6 - Nd5, 18-ல் நான் Nc3 × Nd5, அவர் Be6 × Nd5, 19-ல் நான் Qd1 - c2, அவர் g7 - g6, 20-ல் நான் Ra1 - d1, அவர் c7 - c6, 21-ல் நான் Bf4 - h6, அவர் Rf8 - d8, 22-ல் நான் e5 - e6, அவர் f7 × f6, 23-ல் நான் Bd3 × g6, அவர் Be7 - f8, 24-ல் நான் Bh6 × f8, அவர் Rd8 × f8, 25-ல் நான் Bg6 - e4, அவர் Rf8 - f7, 26-ல் நான் Re1 - e3, அவர் Rf7 - g4, 27-ல் நான் Rd1 - d3, அவர் Ra8 - f8, 28-ல் நான் Re3 - g3, அவர் Kg8 - h8, 29-ல் நான் Qc2 - c3, அவர் Rf8 - f7, 30-ல் நான் Rd3 - e3, அவர் Kh8 - g8, 31-ல் நான் Qc3 - e5, அவர் Qd7 - c7, 32-ல் நான் Rg3 × Rg7+, அவர் Rf7 × Rg7, 33-ல் நான் Be4 - Bd5, அவர் Qc7 × Qe5, 34-ல் நான் Bd5 × e6+, அவர் Qe5 × Be6, 35-ல் நான் Re3 × Qe6, அவர் Rg7 - d7, 36-ல் நான் b2 - b4, அவர் kg8 - f7, 37-ல் நான் Re6 - e3, அவர் Rd7 - d1+, 38-ல் நான் Kg1 - h2, அவர் Rd1 - c1, 39-ல் நான் g2 - g4, அவர் b7 - b5, 40-ல் நான் f2 - f4, அவர் c6 - c5, 41-ல் நான் b4 × c5, அவர் Rc1 × c5, 42-ல் நான் Re3 - d3, அவர் Kf7 - e7, 43-ல் Kh2 - g2, அவர் a6 - a5, 44-ல் நான் Kg3 - f3, அவர் b5 - b4, 45-ல் நான் a3 × b4, அவர் a5 × b4, 46-ல் நான் Kf3 - e4, அவர் Rc5 - b5, 47-ல் நான் Rd3 - b3, அவர் Rb5 - b8, 48-ல் நான் Ke5 - d5, அவர் Ke7 - f6, 49-ல் நான் Kd5- c5, அவர் Rb8 - e8, 50-ல் நான் Rb3 × b4, அவர் Re8 × e3, 51-ல் நான் h3- h4, அவர் Re3 - h3, 52-ல் நான் h4 - h5, அவர் Rh3 - h4, 53-ல் நான் f4 - f5, அவர் Rh4 - h1, 54-ல் நான் Kc5 - d5, அவர் Rh1 - d1+, 55-ல் நான் Rb4 - d4, அவர் Rd1 - e1, 56-ல் நான் Kd5 - d6, அவர் Re1 - e8, 57-ல் நான் Kd6 - d7, அவர் Re8 - g8, 58-ல் நான் h5 - h6, அவர் Kf6 - f7, 59-ல் நான் Rd4 - c4, அவர் Kf7 - f6, 60-ல் நான் Rc4 - e4, அவர் Kf6 - f7, 61-ல் நான் Kd7 - d6,

ச.ராவின் செஸ் திறப்புகள் (ஒப்பனிங்ஸ்)

அவர் Kf7 - f6, 62-ல் நான் Re4 - e6+, அவர் Kf6 - f7, 63-ல் நான் Re6 - e7+, அவர் Kf7 - f6, 64-ல் நான் Re7 - g7, அவர் Rg8 - d8+, 65-ல் நான் Kd6 - c5, அவர் Rd8 - d5, 66-ல் நான் Kc5 - c4, அவர் Rd5 - d4+, 67-ல் நான் Kc4 - c3, அவர் Kf6 - e5.

வெள்ளை தனது 67வது நகர்த்தலைச் செய்த பின்பு கருப்பு தோல்வியை ஒப்புக்கொண்டது.

(b) இரண்டாவதாக வருவது, அடுத்தடுத்து வரும் நகர்த்தலில் தனித்தனி காய்களைப்பற்றிய சிந்தனைப் பயிற்சி (Consequence thinking of individual pieces) இப்பயிற்சியை 'யோசிப்பதெப்படி' என்னும் 2-ம் பாடம், பாரா 4 (b) (d)-ல் உள்ளபடி (முதற்கட்ட, இரண்டாம் கட்ட) பயிற்சிகளை செய்து கொள்ளவும். இரண்டாம் கட்டப் பயிற்சிக்குத் தேவையான நகர்த்தல்கள் கீழே கொடுக்கப்பட்டுள்ளன.

**வெள்ளை பான்கள்**

a2 - 14-வது நகர்த்தலில் a3, 45-ல் b4 அதிலேயே அடிபட்டுவிடுகிறது.

b2 - 36-ல் b4, 41-ல் c5 அதிலேயே அடிபட்டுவிடுகிறது.

c2 - 8-ல் c4, 10-ல் அடிபட்டுவிடுகிறது.

d2 - 5-ல் d4, 17-ல் e5, 22-ல் e6, அதிலேயே அடிபட்டுவிடுகிறது.

e2 - 1-ல் e4, 4-ல் அடிபட்டுவிடுகிறது.

f2 - 40-ல் f4, 53-ல் f5 அடிபடவில்லை.

g2 - 39-ல் g4 அடிபடவில்லை.

h2 - 51-ல் h4, 52-ல் h5, 58-ல் h6 அடிபடவில்லை.

**வெள்ளை ரூக்குகள்**

a1 - 20-ல் d1, 27-ல் d3, 30-ல் e3, 35-ல், e6, 37-ல் e3, 42-ல் d3, 47-ல் b3, 50-ல் b4, 55-ல் d4, 59-ல் c4, 60-ல் e4, 62-ல் e6, 63-ல் e7, 64-ல் g7, அடிபடவில்லை.

h1 - 7-ல் f1 (கேஸ்ட்லிங்கிற்காக), 14-ல் e1, 26-ல் e3, 29-ல் g3, 32-ல் g7, அதே நகர்த்தலில் அதிலேயே அடிபட்டுவிடுகிறது.

**வெள்ளை நைட்டுகள்**

b1 - 9-ல் c3, 18-ல் d5, அதே நகர்த்தலில் அதிலேயே அடிபட்டுவிடுகிறது.

g1 - 2-ல் f3, 3-ல் e5, 4-ல் f3, 16-ல் e5, அதே நகர்த்தலில் அதிலேயே அடிபட்டுவிடுகிறது.

**வெள்ளை பிஷப்புகள்**

c1 - 12-ல் d3, 15-ல் f4, 21-ல் h6, 24-ல் f8. அதே நகர்த்தலில், அதிலேயே அடிபட்டுவிடுகிறது.

f1 - 6-ல் d3, 11-ல் c4, 12-ல் d3, 23-ல் g6, 25-ல் e4, 33-ல் d5, 34-ல் e6, 35-ல் அடிபட்டுவிடுகிறது.

சுராவின் செஸ் திறப்புகள் (ஒப்பனிங்ஸ்)

வெள்ளை ராணி

d1 - 20-ல் c2, 30-ல் c3, 31-ல் e5, 34-ல் அடிபட்டுவிடுகிறது.

வெள்ளை ராஜா

e1 - 8-ல் g1, (கேஸ்ட்லிங்கிற்காக) 38-ல் h2, 43-ல் g3, 44-ல் f3, 46-ல் e3, 48-ல் d5, 49-ல் c5, 54-ல் d5, 56-ல் d6, 57-ல் d7, 61-ல் d6, 65-ல் c5, 66-ல் c4, 67-ல் c3.

கருப்பு பான்கள்

a7 - 14-ல் a6, 43-ல் a5, 45-ல் b4, அதிலேயே அடிபட்டுவிடுகிறது.

b7 - 39-ல் b5, 44-ல் b4, 45-ல் அதிலேயே அடிபட்டுவிடுகிறது.

c7 - 20-ல் c6, 40-ல் c5, 41-ல் அடிபட்டுவிடுகிறது.

d7 - 3-ல் d6, 5-ல் d5, 10-ல் c4, 11-ல் அடிபட்டுவிடுகிறது.

e7 - 1-ல் e5, 3-ல் அடிபட்டுவிடுகிறது.

f7 - 22-ல் e6, 34-ல் அடிபட்டுவிடுகிறது.

g7 - 19-ல் g6, 23-ல் அடிபட்டுவிடுகிறது.

h7 - இறுதிவரை அதிலேயே அடிபடவில்லை

கருப்பு ரூக்குகள்

a8 - 27-ல் f8, 29-ல் f7, 32-ல் g7, 35-ல் d7, 37-ல் d1, 38-ல் c1, 41-ல் c5, 46-ல் b5, 47-ல் b8, 49-ல் e5, 50-ல் e3, 51-ல் h3, 52-ல் h4, 53-ல் h1, 54-ல் d1, 55-ல் e1, 56-ல் e8, 57-ல் g8, 64-ல் d8, 65-ல் d5, 66-ல் d4, அடிபடவில்லை.

h8 - 9-ல் f8 (கேஸ்ட்லிங்கிற்காக), 21-ல் d8, 24-ல் f8, 25-ல் f7, 26-ல் g7, 32-ல் அடிபட்டுவிடுகிறது.

கருப்பு நைட்டுகள்

b8 - 6-ல் c6, 11-ல் a5, 13-ல் c6, 16-ல் e5, 17-ல் அடிபட்டுவிடுகிறது.

g8 - 2-ல் f6, 4-ல் e4, 8-ல் f6, 17-ல் d5, 18-ல் அடிபட்டுவிடுகின்றது.

கருப்பு பிஷப்புகள்

c8 - 12-ல் e6, 18-ல் d5, அதிலேயே அடிபட்டுவிடுகின்றது.

f8 - 7-ல் e7, 23-ல் f8, 34-ல் அடிபட்டுவிடுகின்றது.

கருப்பு ராணி

d8 - 15-ல் d7, 31-ல் c7, 33-ல் e5, 34-ல் e6, 35-ல் அடிபட்டுவிடுகிறது.

கருப்பு ராஜா

e1 - 9-ல் g8, (கேஸ்ட்லிங்கிற்காக) 28-ல் h8, 30-ல் g8, 36-ல் f7, 42-ல் e7, 49-ல் d6, 58-ல் f7, 59-ல் f6, 60-ல் f7, 61-ல் f6, 62-ல் f7, 63-ல் f6.

# வினாக்களுக்கு விடையளிக்கவும்

1. 8 ... Ne4 - f6-ஐ விட, இரண்டு நகர்த்தல்கள் சிறந்தவை. அவை என்ன ? 2
2. இந்த ஆட்டத்தில் பெட்ரோஃப் டிஃபன்ஸின் வரிகள் தெளிவாக இருப்பினும் சில நகர்த்தல்களை மாற்றியுள்ளனர். அவைகளை எழுது. 4
3. கருப்பு தனது 13-வது நகர்த்தலில் எதை நகர்த்தியிருக்க வேண்டும் ? 1
4. 15-வது நகர்த்தலில் மற்றொரு சிறந்த நகர்த்தல் உண்டு. அது என்ன ? 1
5. கருப்பு 16-ல் வேறு நகர்த்தலும் செய்திருக்கலாம். அது என்ன ? 1
6. 22-வது கருப்பின் நகர்தலில் வெள்ளைக்கு சாதகமான நகர்த்தல் ஒன்று கூறப்பட்டுள்ளது. அது என்ன ? 2
7. 27-வது நகர்த்தலில் வெள்ளை கருப்பிற்கு எவ்வாறு அழுத்தம் கொடுப்பார் ? 3
8. 30-வது நகர்த்தலை கருப்பு எப்படி துவங்கியிருந்தால், கடினம் குறைந்திருக்கும். அந்நகர்த்தல் தொகுப்பினைக் கூறு. 4
9. 33-வது நகர்த்தலில் c6 அல்லது e6 பான் Bd5 (வெள்ளை) பிஷப்பை அடித்தால் வெள்ளை என்ன செய்வார் ? 3
10. 33-ல் கருப்பு ராணிக்கு, ராணி எடுத்தமையால் என்ன ஏற்பட்டது ? 2
11. 34-வது நகர்த்தலில் வெள்ளை எதை செய்திருக்கக் கூடாது ? 2
12. 53-வது நகர்த்தலில் இறுதியாட்ட நிபுணர் தைமநோவ் (End game expert Taimonov) கூறுவதென்ன ? 5
13. கருப்பின் 57-வது நகர்த்தலில் கூறப்பட்டுள்ள மாற்று நகர்த்தல் யாது ? 3

# பாடம் - 14

# அலெக்கைன் டிஃபன்ஸ் (Alekhin's Defence)

இதுவரையில் ஆறு குருயன்ஃபெல்டு டிஃபன்ஸ், இரண்டு ரிடி (Reti Openings) திறப்புகள், இரண்டு பெட்ரோஃப் (Petroff Defence) திறப்புகள், நடுகள (Middle), இறுதி (End game) யாட்டத்தைப் பற்றியும் படித்து பயிற்சி பெற்றோம். இப்பாடத்தில் ஒரு அலெக்கைன் டிஃபன்ஸ் திறப்பைப் (Alekhine defence opening) பற்றி படித்து, பயிற்சி பெறுவோம். இந்த திறப்பும், உலகளவில் நடக்கும் டோர்னமென்ட்டுகளில், அவ்வப்பொழுது விளையாடப்படுகின்றது. இந்த திறப்பு, டெவலப் செய்யப்பட்டு, ஆராயப்பட்டு, சோவியத் நாட்டில் செஸ் கல்விக்காக, அரசாங்கத்தால் நடத்தப்படும் செஸ் கல்வி நிலையங்களில் கொடுக்கப்பட்டு, ஆராயப்பட்டு அங்கீகாரம் பெற்ற திறப்பு ஆகும். இதனை உருவாக்கியவர் (developer) **'அலெக்ஸாண்டர் அலெக்கைன்'** என்பவர். அவரது பெயரே இத்திறப்புக்கு வைக்கப்பட்டுள்ளது. அவர் 1928 - 36, 1938 - 46 ஆக 16 (பதினாறு) ஆண்டுகள் உலக செஸ் சாம்பியனாகத் திகழ்ந்தவர். 'பிரின்சிபல் தியரி ஆன் செஸ் ஓப்பனிங்ஸ்' (Principal theory on chess openings) என்ற சிறந்த புத்தகத்தை எழுதியவர். பல பாராட்டுகளைப் பெற்றவர். செஸ் விளையாட்டிற்கு தன்னை அர்ப்பணித்தவர் (A chess devotee). ரஷ்யாவைச் சேர்ந்த இவர், மது அருந்தி, மாமிசம் (அதிகம்) உண்பவர்கள் எப்படி செஸ் விளையாட்டில் தாழ்ந்து விடுகின்றனர் (Degraded him/herself) என்பதனை விளக்கியவர். ஆட்டம் கீழே கொடுக்கப்பட்டுள்ளது.

1. **e2 - e4** குருயன்ஃபெல்டில் முதல் நகர்த்தல் d2 - d4 ஆக இருந்தது. இதில் e2 - e4. இதனால் Qd1-க்கு e2, f3, g4, h5 ஆகிய ஐந்து கட்டங்களிலும், Bf1-க்கு e2, d3, c4, b5, a6 ஆகிய ஐந்து கட்டங்களிலும், ராஜாவிற்கு (e1) e2, e3 ஆகிய இரண்டு கட்டங்களிலும் செல்ல வழிகிடைக்கும். இந்த ஒரு திறப்பினில் தான் (e2 - e4) காய்கள் இந்த அளவிற்கு செல்ல இயலும். பான் (e4) d5, f5 ஆகிய கட்டங்களைக் கண்காணிக்கிறது.

1. **... Ng8 - f6** Ng8 - f6 இதனால் g8 கட்டம் காலியாகிவிட்டது. கருப்பு கேஸ்ட்லிங் செய்துகொள்ள உதவும் கட்டம். நைட் (Nf6) e4 பானை அடிக்க இயலும். d5, g4, h5 ஆகிய கட்டங்களைக் கண்காணிக்கிறது. e4, g4 எதிரியின் கட்டங்கள். திறப்புகள் பாடத்தில் "ஆரம்பத்தில் ஏற்படும் ஒரு நகர்த்தலின் வித்தியாசம் ஆட்டத்தையே மாற்றிவிடும்" என படித்தோமல்லவா ? இந்த ஒரு நகர்த்தலின் வித்தியாசத்தில் (d2 - d4-க்குப் பதிலாக e2 - e4) அடுத்த நகர்த்தலிலேயே (இரண்டிலும் Nf8 - f6) மாற்றம் உண்டாகிவிட்டதை காண்கிறோம்.

**2. e4 -e5** f2 - f3 என்றோ, d2 - d4 (Bc1 திறந்துவிடும்) Qd1 - e2 என்றோ, (மற்ற காய்களை) நகர்த்தி அந்த e4-க்கு ஆதரவு (Support) தரவில்லை. சாதாரண விளையாட்டு வீரர்கள் அதைத்தான் செய்திருப்பார்கள். ஆனால், 'அலெக்கைன்', e4-லிருந்து e5-க்கு நகர்த்தி நைட்டை (f6) பயமுறுத்துகிறார் (threatening). இதை நாம் ஏற்க வேண்டியவர்களாயிருக்கின்றோம்.

**2. ... Nf6 - d5** சாதாரணமாக, பெரும்பாலான திறப்புகளில், முக்கியக் கட்டங்களான நடுக்கட்டங்களை கட்டுப்பாட்டுக்குள் வைப்பதற்காகவே நகர்த்தல்கள் இருக்கும். ஆனால், இதில், முக்கிய நடுக்கட்டங்களில் ஒன்றாகிய d5-ல் நைட் வந்தமர்ந்துவிட்டது. எதிரியின் உள் கட்டங்களை (Interior) அதாவது c3, e3, b4, f4 கட்டங்களைக் கண்காணிக்கின்றது. ஆரம்பத்தில் இக்கட்டங்களில் தாக்குதல் நடத்த வாய்ப்பு ஏற்பட்டாலும், அதிக அளவில் ஆதரவு (Support) இருக்குமாகையால் தாக்க இயலாது. எனினும் வெள்ளை, கருப்பு குதிரையின் வரவை (entry) ஒவ்வொரு மூவிலும் கவனமாகக் கணிக்கவேண்டும்.

திறப்புகள் பாடத்தில் நைட்டை நகர்த்துமுன், அது திரும்பிவர (Retreat) கட்டங்கள் உள்ளன. பா என்பதனையும் கணிக்க வேண்டுமென்று படித்தோம். இதில் Nf6-க்கு தான் புறப்பட்ட கட்டத்தைத் (Ng8) தவிர பின்வாங்க வேறு கட்டம் இல்லை. அது கோட்டை கட்ட (Castling) தேவைப்படுவதால், முன்னேறி விட்டாரோ ?

**3. d2 - d4** இதனால் e5-க்கு ஆதரவு (Support) கிடைத்துவிட்டது. Qd1, d4-க்கு ஆதரவு. d4, c5 கட்டத்தையும் கண்காணிக்கின்றது. இப்பொழுது போர்டின் நிலையை கணிப்போமேயாகில், வெள்ளையே முன்னேறியுள்ளது. அதிக காய்களுக்கு வழி ஏற்படுத்தியுள்ளது. இவர் மூன்று நகர்த்தல்களில் c1, d1, e1, f1 ஆகிய நான்கு பீஸ் (piece)களுக்கு வழியேற்படுத்திக் (developed) கொடுத்துள்ளார். கருப்பு ஒரு காய்கூட முன்னேற வழி (Not developed) ஏற்படுத்தவில்லை. வெள்ளையின் c1 பிஷப் h6 வரையும், f1 பிஷப் a6 வரையிலும், Qd1, h5 வரையிலும், d2, d3 யிலும் செல்ல வழி ஏற்பட்டுள்ளது.

**3. ... d7 - d6** முன்னேறிவரும் e5 வெள்ளை பானை d6 அடிக்கிறது. இவ்வேலையை f7-f6-லும் செய்திருக்கலாம். அது (f7) அரணின் (Fortification) அங்கம். பொதுவாக f, g, h ஃபைல்களில் நிற்கும் பான்கள் ஆட்டத்தின் இறுதியில்தான் நகர்த்தப்படுவதைக் கண்டிருப்பீர்கள்.

**4. Ng1 - f3** இந்நகர்த்தலால் தனது பான்கள் d4, e5-க்கு மேலும் ஆதரவு (Support) கிடைக்கின்றது. h4, g5 கட்டம் கண்காணிக்கப்படுகின்றது. தாக்கப்படும் அபாயம் ஏதும் இல்லை.

**4. ... g7 - g6** இந்நகர்த்தல் எப்பொழுதும் ராஜா பக்க கோட்டை கட்டிக்கொள்ள (King's side castling) உதவும். எப்படி ? g8 காலியாகிறது. இந்த g6-ஐ இறுதிவரை பெரும்பாலும் நகர்த்தமாட்டார்கள்.

5. **Bf1 - c4** ; இதற்கு பதிலாக 5. c2 - c4 என்றும் 6. e5 × d6 என்றும் நகர்த்தியிருப்பின், கருப்பு Nb8 - b6 என்று நகர்த்தியிருப்பார். இது தற்சமயம் செய்துள்ள Bf1 - c4 நகர்த்தலைவிட உபயோகமானதாக இருக்கும்.

5. **... Nd5 - b6** இது Bc4-ஐ பயமுறுத்துகிறது, a4, d5-ஐக் கண்காணிக்கின்றது.

6. **Bc4 - b3** கருப்பு நைட்டால் (Nb6) அடிபடுவதிலிருந்து காப்பாற்றிவிட்டார். ஏனெனில், கருப்பு குதிரையை அடிக்க வேறு காய் இல்லை. ஒரு கட்டம் பின்னேறினாலும் f6 வரை செல்லும்.

6. **... a7 - a5** எவ்வித குறிக்கோளும் இல்லாத நகர்த்தல். இதைவிட Bf8 - g7 நகர்த்தியிருக்கலாம். கேஸ்ட்லிங் செய்ய உதவியிருக்கும்.

7. **a2 - a4**

7. **... Bf8 - g7** வேறு நகர்த்தலில் (முன்பே) செய்திருக்கவேண்டியதை இப்பொழுது செய்துவிட்டார். கேஸ்ட்லிங் செய்துகொள்ளலாம்.

8. **Nf3 - g5** f7 பானை ஆதரவுடன் (with support) எடுத்துவிட இயலும். கருப்பு f7-ஐ Bb3-ம், Ng5-ம் தாக்குகிறது. ஆனால், அதற்கு Kc1-ஐத் தவிர, வேறு ஆதரவு இல்லை. Kc1-ஆல் f7-ஐ அடிக்க இயலாது. ஏனெனில் Bb3-ன் செக் விழும்.

8. **... e7 - e6** Bb3-க்கு பின் போட்டுவிட்டதால் Ng5-ஆல் f7-ஐ அடிக்க இயலாது. இதில் கவனிக்கவேண்டிய விஷயம் கருப்பு இதுவரை a7 - a5 தவிர மற்ற எல்லா பான்களையும் ஒரு கட்டமே நகர்த்தியுள்ளார்.

வெள்ளை தனது Bb3 × e6 பானை அடித்தால் கருப்பு f7 × Be6, வெள்ளை Ng5 × e6 ராணி (Kd8) க்கும், பிஷப்பிற்கும் (Bg7) 'ஃபோர்க்' (Fork) விழுகிறது. இதனால் Ne6 × Bg7+ என்று வெள்ளைக்கு இரண்டு பான்கள் அதிகம் கிடைக்கும். 8. d4 - d5 அதிக பயனுள்ள நகர்த்தல்.

9. **f2 - f4**

9. **... d6 × e5**

10. **f4 × e5**

10. **... c7 - c5**

11. **0 - 0** ராஜா பக்க கோட்டை (King's side castling) கட்டிக்கொண்டார். இந்தத் திறப்பை (Openings) இருவரும், வெற்றியடைவோம் என்ற நல்ல நம்பிக்கையில் விளையாடியுள்ளனர். 11. c2 - c3 .... c5 × d4, 12. 0 - 0 என்று விளையாடினால், ஆட்டம் மிக நன்றாக இருக்கும். குறிப்பாக வெள்ளைக்கு மிக நன்றாக இருக்கும் என்று நிபுணர்கள் கருதுகின்றனர்.

11 **... 0 - 0** இவரும் ராஜா பக்க கோட்டை (King's side castling) கட்டிக் கொண்டார்.

இத்துடன் திறப்புகள் (Openings) முடிந்துவிட்டன. ஒரு குறிப்பிட்ட மூவில்தான் திறப்புகள் முடியும் என்று விதி கிடையாது. பெரும்பாலும் 0 - 0

அல்லது 0 - 0 - 0 இருவருக்கும் ஆகிவிட்டால் அல்லது ரூக்கைத் தவிர மற்ற காய்களுக்கு வழி கிடைத்து விட்டால் திறப்புகள் முடிந்துவிட்டதாகக் கொள்ள வேண்டும். ஒரு சில நகர்த்தல்கள் முன்பின் இருக்கலாம். சில ஆட்டங்களில் ஒருவருக்கு திறப்புகள் முடிந்து கேஸ்ட்லிங் செய்திருப்பார். மற்றவர் ஏதும் செய்யாமலேயே விளையாடிக்கொண்டிருப்பார், கேஸ்ட்லிங்கிற்கு, வாய்ப்பிருந்தும் செய்யமாட்டார், அத்தகைய ஆட்டங்களில் 10 நகர்த்தல்களாவது அதிகம் இருக்கும். அப்படிப்பட்ட ஆட்டங்களில், ஒருவர் கேஸ்ட்லிங் செய்தபின், மூன்று முதல் ஐந்து நகர்த்தல்களுக்குப்பின் திறப்புகள் முடிந்துவிட்டதாகக் கொள்ள வேண்டும். ஒருவர் திறப்புகள் விளையாடவில்லையெனில் அது பத்து (10) நகர்த்தலுக்குள் தெரிந்துவிடும்.

கருப்பு பதினோராவது (11) நகர்த்தலைச் செய்தபின்பு போர்டின் நிலையை **படம் 57** உடன் ஒப்பிட்டு சரிபார்த்துக்கொள்ளவும்.

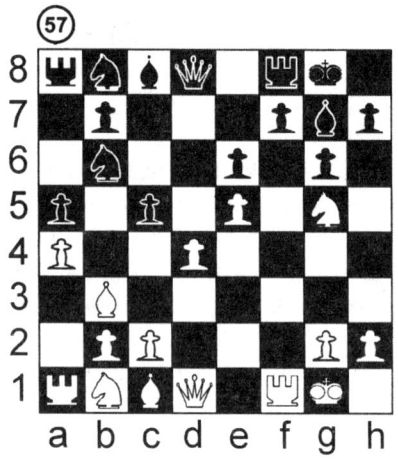

11-வது நகர்த்தலை கருப்பு நகர்த்தியபின் போர்டின் நிலை.
(அலெக்கைன் டிஃபன்ஸ்)

ஒரு மாற்று நகர்த்தலும் கூறப்படுகிறது. (Suggest செய்யப்படுகிறது) அதுவும், நல்ல நகர்த்தல்தான் என்று கூறப்படுகிறது. அது, 11. ... Qd8 × d4 +, 12. Qd1 × d4 ... c5 × d4, 13. R × f7 ... Bg7 × e5-ம் தொடர்ச்சியுமாகும்.

**12. c2 - c3**

**12. ... Nb8 - c6** கருப்பிற்கு இது சாதாரண நகர்த்தல்தான் - மற்ற திறப்புகளுடன் பொதுவாக ஒப்பிட்டுப் பார்க்கும் பட்சத்தில். ஆனால், இந்தத் திறப்பில் அவ்வளவு பொருத்தமாகத் தென்படவில்லை. இதை c5 × d4 செய்தபின்பு செய்திருக்கவேண்டுமென நிபுணர்கள் கருதுகின்றனர். ஏனெனில், c5 பான் லாபமின்றி போய்விட வாய்ப்புள்ளது.

கூராவின் செஸ் திறப்புகள் (ஓப்பனிங்ஸ்)

**13. Ng5 - e4** இப்பொழுது c5 பானுக்கு இரண்டு பயமுறுத்தல்கள். வெள்ளை d4 × c5 என்று அடிப்பதைத்தான் கருப்பு எதிர்பார்த்தார்.

**13. ... Nb6 - d7** வீம்பான நகர்த்தல். d5-க்காக இருவரும் இரண்டு ஆதரவு வைத்துவிட்டனர். சில சமயம் செஸ் விளையாடும்பொழுது ஒரே இடத்தில் (at one point) அதிக பார்வை (Keenness) இதுபோல் ஏற்படுவது இயற்கை. தவறல்ல. ஆனால், கவனம், மற்ற காய்களின் நல்லகெட்ட நகர்த்தலிலும் இருக்கவேண்டுமென்று குறிப்புகள் கூறுகின்றன.

**14. Bc1 - e3** இந்த திறப்பை மற்ற திறப்புடன் ஒப்பிட்டுப் (compare) பார்க்கும் பொழுது ராஜாக்களுக்கு பாதுகாப்பு குறைவு என்று தோன்றுகிறது. f2-பானை அரணிலிருந்து (Fortification) இறுதிவரை, பிரிக்க மாட்டார்கள். ஆனால், f2 நகர்த்தப்பட்டு அடியும் பட்டுவிட்டது. ஆனால், f2, e3, d4 ஆகிய குறுக்குக் கட்டங்களுக்கு பாதுகாப்பு (Resistance) தேவைப்படுகிறது. அதை உணர்ந்தே இந்த நகர்த்தல் (c1 - e3).

**14. ... Nc6 - e7** இந்த திறப்பில் அசாதாரண நகர்த்தல் சற்று அதிகமாகவே உள்ளது. நைட் தாக்குதலுக்காகவோ (attack), தற்காப்பிற்காகவோ (Defence) நகர்த்தப்பட்டதாகத் தெரியவில்லை. தனது எல்லைக்குள்ளேயே நகர்த்துகின்றார்.

**15. Be3 - g5** Ne7 நகர்த்தப்பட்டால் ராணியை அடிக்கலாம் என்பது உத்தேசம். மேலும் f7-ஐ f6-க்கு நகர்த்தி Bg5- ஐ விரட்ட இயலாது. ஏனெனில் Bc4-ஆல் செக் விழும். கருப்பு Ne7, Bg7-க்கிடையில், 'இரட்டைக் குறி' (Skewers) வைத்தால், Ne7 அல்லது Bg7-ல் ஒன்று போய்விடும். Nd7 அதற்கு மாறவேண்டும்.

**15. . . . c5 × d4**

**16. c3 × d4** 'c' ஃபைல் திறந்துவிட்டது. இது போன்று ஃபைல்கள் முழுவதும் திறந்துவிட்டால், ரூக்கின் (Rook) நகர்த்தல் ஆரம்பமாகும். இது இறுதி ஆட்டத்தின் (End game) ஆரம்பம் எனலாம்.

**16. ... h7 - h6** Bg5 பயமுறுத்தப்படுகிறது.

**17. Bg5 - h4** இது போன்ற நகர்த்தல்கள் குரூயன்ஃபெல்டு டிஃபன்ஸில் வருவதில்லையல்லவா ?

**17 ... g6 - g5** பெரும்பாலான திறப்பினில் இதுபோன்று அரணை (Fortification) உடைய வைக்கும் காய்களை நகர்த்தமாட்டார்கள். மீண்டும் பிஷப்பிற்கு (Bg4) பயமுறுத்தல்.

**18. Bh4 - f2** இப்பொழுது வெள்ளையின் அரண் முழுமையாக உள்ளது. ஆனால், f2-ல் ஒரு பான் இருக்கவேண்டும். ஆனால், ஒரு பிஷப் உள்ளது.

18. ... Ne7 - g6  பொதுவான நோக்கில் (General look) இது மேலை நாடுகளில் கிராமங்களில் விளையாடப்படும் விளையாட்டு போல் தோன்றுகிறது என்கின்றனர். ஆனால், நிபுணர்கள் அதை மறுக்கின்றனர்.

19. Nb1 - c3  இதை குருயன்ஃபெல்டில் முதல் பகுதியிலேயே செய்திருப்பார்கள். தாமதமாக நைட்டை (b1) நகர்த்துவதால் பாதிப்பு ஏதும் ஏற்படாது. ஏனெனில் ராஜா பக்க கோட்டை (0 - 0) தான் கட்டியாகிவிட்டது. 0 - 0 - 0 என்றால்தான் Nb1-ஐப் பற்றி கவலைப்படவேண்டும்.

19. ... Qd8 - e7  Qe7, b4-ல் வந்து நிற்கலாம். d6-லும், c5-லும் நிற்க இயலாது. Nc4 அக்கட்டங்களைக் கண்காணிக்கின்றது. b2-க்கு வெள்ளை பாதுகாப்பு தரவேண்டும். இல்லையேல் ராணி புகுந்துவிடும்.

20. Bb3 - c2  இன்னும் b2-க்கு பாதுகாப்பு தரவில்லை.

20. ... b7 - b6  ராணியை வெள்ளைப் பகுதிக்கு கொண்டுசெல்லவில்லை. Qe7 - b4 சிறந்ததாக இருந்திருக்கும்.

21. Bf2 - e3  போர்டின் நிலையை சற்று வெள்ளையின் தரப்பில் (White's side) சிந்திப்போமேயானால், ராணி b4-க்கு வந்து அபாயத்தை விளைவிக்கலாம். Ng6, h4-க்கு வந்து, பின் f5-க்கு சென்று பின்பு Be3-ஐத் தாக்கி 'ஃபோர்க்' (Fork) போடலாம். இது உடனடி ஆபத்து இல்லை.

21. ... Bc8 - a6  f1 ரூக்கிற்கு (Rook) பயமுறுத்தல் (threatening).

22. Rf1 - f2  Bf6-ஆல் அடிபடுவதிலிருந்து தனது ரூக்கை காப்பாற்றிக் கொண்டார்.

22. ... Ng6 - h8  இந்நகர்த்தலை மற்ற திறப்புடன் ஒப்பிட்டுப் பார்க்கும்பொழுது மாறுபட்டதாக உள்ளது. நைட்டை முற்றிலும் மூலையில் வைத்துவிட்டார். அரண் (Fortification) பலமாகத்தான் இருக்கின்றது. ராஜாவை நகர்த்த h7-ஐத் தவிர வேறு கட்டமே கிடையாது. Ne4-ஐ வேறு இடத்திற்கு நகர்த்திவிட்டால் Bc2-ஆல் இருக்கும் ஒரு கட்டமும் (h7) அடைபட்டுவிடும். எனினும் செக்மேட் (Checkmate) ஸ்டேல்மேட் (Stalemate) கிடையாது. ஏனெனில் போர்டில் நகர்த்த காய்கள் அநேகம் உள்ளன என்பதனை அறிவீர்கள். போர்டின் இந்த நிலை ஒரு செஸ் பிரச்சினை (chess problem) போல் உள்ளது. ஏமாறாமல் இருக்க இடைவிடா கவனமும், நுட்பமான, சுறுசுறுப்பான (Keen and activeness) நடவடிக்கை தேவை.

கருப்பு தனது 22-வது நகர்த்தலைச் செய்த பின்பு போர்டின் நிலையை **படம் 58** உடன் ஒப்பிட்டு சரிபார்த்துக்கொள்ளவும்.

சூராவின் செஸ் திறப்புகள் (ஓப்பனிங்ஸ்)

58

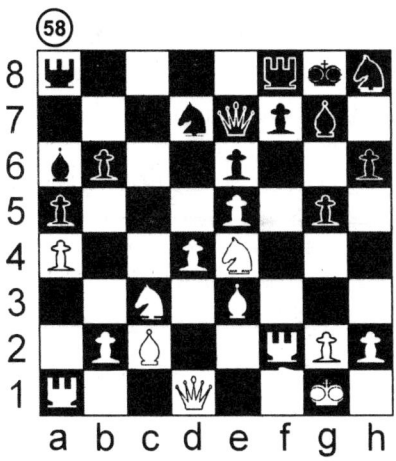

22-வது நகர்த்தலை கருப்பு செய்தபின்பு போர்டின் நிலை. (அலெக்கைன் டிஃபன்ஸ்)

கருப்பு அநேக நல்ல நகர்த்தல்களைத் தவற விட்டுவிட்டார் என கூறுவதோடு, அதன் விளைவு பின்வரும் நகர்த்தல்களில் வெளிவரும் (Following consequence moves will exploit these defects) என்று நிபுணர்கள் கூறுகின்றனர்.

அவற்றை கவனிப்போம்.

***23.*** **Be3 × g5** வெள்ளை தனது பிஷப்பால் g5 பானை அடித்துவிட்டார். g5 கட்டத்திற்கு இரண்டு ஆதரவுகள் உள்ளன. ஒன்று h6 பான். மற்றொன்று, Qe7 ராணி. வெள்ளை Bg5 கருப்பு h6 பானால் தாக்கப்பட்டால், அதை வெள்ளையின் நைட் (Ne4) எடுத்துவிடும். அந்த Ng5-ஐ கருப்பின் Qe7 அடித்துவிடும். ஆக இந்த நகர்த்தலால், வெள்ளைக்கு இரண்டு கருப்பு பான்கள் மட்டும் கிடைக்கும். ஆனால், ஒரு பிஷப்பும், ஒரு நைட்டும் போய்விடும். இல்லையேல் கண்டிப்பாக பிஷப் போய்விடும். இது அறியாமல் விளையாடிய ஆட்டம் அல்ல. இது பலி (Sacrifice) கொடுப்பதற்கு சமம். பலி கொடுத்தால், மிகவும் நிதானம் வேண்டும். காய்க்கு ஆசைப்பட்டு, தனக்கு ஏதும் திட்டம் இல்லாமல், எதிரியின் திட்டமும் புரியாமல் பலி தரப்படும் காயை அடிக்கக்கூடாது என்பது செஸ் கோட்பாட்டின் குறிப்பு. இதில் கருப்பின் பலவீனத்தை (Weakness of thinking) உணர்ந்து - அதாவது ராஜா நகர ஒரே ஒரு கட்டம்தானே உள்ளது. அதை (ராஜாவை) வளைத்து விட தீவிரமான சிந்தனையுடன் செயல்படுகிறார். எனவே, ... h6 × Bg5 சரியல்ல. வேண்டாம் நமக்கு பிஷப், போனால் போகட்டும் ஒரு பான் என்று கருப்பு, ராஜாவிற்கு வழியேற்படுத்தும். முயற்சியாக Rf8 - d8 அல்லது c8 என்று நகர்த்துவதே நல்லது.

**23. ... h5 × g5** கருப்பு, பார்த்துக்கொள்ளலாம், இப்பொழுது பிஷப் கிடைக்கிறதே என்று அடித்தேவிட்டார். ராஜாவிற்கு அதே நிலைதான் (g8) வெள்ளைக்கு இந்த பலி (Sacrifice) கொடுத்தது ஒரு வெற்றிப்படியே.

**24. Qd1 - h5** ஒரு ஆதரவுடன் (Support) Qh5 - h7+ என்றால் ஆட்டம் முடிந்து விடும் (Checkmate). Ne5- ஐ g5 பானை அடித்துவிட்டு அதில் வைத்தால் Qh7-க்கு ஆதரவு கிடைத்துவிடும். ஆனால், Ng5 கட்டத்தை Qe7 கண்காணிக்கின்றது. எனவே, அதற்கான வழி திட்டமெல்லாம் இருக்கும். அவை, அடுத்து வரும் நகர்த்தலில் அவைகள் தெரியும். கருப்பு ஒரு நகர்த்தலை பிஷப்பிற்கு ஆசைப்பட்டு வீணடித்துவிட்டார்.

**24. ... f7 - f5** ராஜா (Kg8) நகர ஒரு கட்டம் திறந்தார். ஆனால், அதுவும் வெள்ளை ராணியால் கண்காணிக்கப்படுகிறது. இவர் முன்பு கூறியதைப்போல் RF8 - d8 செய்வதே நல்லது.

**25. Ne4 × g5** இந்நகர்த்தலால் வெள்ளைக்கு h7-ல் ஆதரவுடன் இறங்கி செக் சொல்ல இயலும். Qh5 - h7. Ng5 ஆதரவாக உள்ளது. ராஜா செக்கில் வருவதால் Qe7 × Ng5 இயலாது. ஒரே நகர்த்தல்தான் பாக்கி. கருப்பு எதை நகர்த்தி சமாளிக்கப்போகிறாரோ ! நிபுணர்கள் மீண்டும் கூறுவது Rf8 - d8 தான்.

**25. ... Rf8 - f7** இப்படி இருக்குமானால் கருப்புக்கு நல்ல தற்காப்பு (The best defence for black) என்று கூறுகின்றனர். அவை, 25. ... Rf8 - d8 26. Rf2 × f5 ஆகும். அடுத்து 25. ... Rf8 - c8, 26. Qh5 - Qh7 + ... Kg8 - f8, 27. Ng5 × e6+ ... Q × Ne6, 28. B × f5, இப்படி நகர்ந்தால் கருப்புக்கு தோல்வி நிச்சயம் (Black would have perished at once) என்பது நிபுணர்கள் கருத்து. இவைகளை வாசகர்களே நன்கு கற்று, மனதில் நிறுத்திக் கொள்ளவும்.

**26. Bc2 × f5** வெள்ளை தான் போட்ட (கெட்ட) கடினமான திட்டங்களில் வெற்றியடையாமையால் அடுத்த பிஷப்பை பலி கொடுக்கின்றார். இது கருப்பின் பாதுகாப்பை (Defence-ஐ) அதிகம் பாதிக்கிறது. கருப்பு தொடர்ந்து சிந்திப்பதே இத்தருணத்தில் நல்லது. இதிலும் பிஷப்பை எடுக்காமல் விடுவதே நல்லது. ஆனால், கருப்பு, பார்த்துக்கொள்ளலாம் என்று பிஷப்பை அடிக்கின்றார்.

**26. ... Rf7 × Bf5** வெள்ளை இரண்டு பிஷப்புகளை இழந்துவிட்டது. கருப்பு ராஜாவை மடக்க தற்சமயம் 1 ராணி 1 நைட் மட்டுமே வைத்துள்ளது. அதைக் கொண்டு கருப்பு, ராஜாவை வளைக்க முயல்கிறார். கருப்புக்கு 1 ராணி, 2 பிஷப்புகள், 2 நைட்கள், 2 ரூக்குகள் இருந்தும் தடுமாறுகிறார். ஏன் ? இந்நிலையில் கருப்பு ராணிக்கு × ராணி என்று பரிமாற்றம் செய்து கொள்ளல் வேண்டும் என்பது, நிபுணர்கள் கருத்து. இருவரும் பிரபல WGM களே (World

Grand Masters) கருப்பு, e6 × Bf5 என்று நகர்த்தினாலும் 27. Nc3 - d5 ... Qe7 - e8, 28. e5 - e6 ... Rf7 - f6 29. Qh5 - h7 + ... Kg8 - f8, 30. e6 - e7+ ... Qe8 × e7 31. Nd5 × Qe7 ... Kf8 × Ne7, 32. Qh7 × Bg7+ என்று நான்தான் ஜெயிப்பேன் என்று வெள்ளை கூறினாராம். இந்நிலையில் Ke7-லிருந்து, 8-வது ரேங்க்கிலோ, 6-வது ரேங்க்கிலோ வந்தாலும் Rf2, Ra1 உதவியுடன் மடக்கியேவிடுவார். மகா சாமர்த்தியம்தான். இந்நகர்த்தல்களை நன்கு புரிந்துகொள்ளவும். இவை மிகவும் பயனுள்ளவை. 27. Rf2 × Rf5 இப்பொழுது காய் (R×R) பரிமாற்றம் செய்கிறார்.

27. **Rf2 × Rf5**

27. **... e6 × Rf5** கருப்பும் சமாளித்துவிட்டார். வெள்ளையின் பழைய அழுத்தம் தளர்ந்து விட்டது. இரண்டு பிஷப்புகளை இழந்துவிட்டார். மீண்டும் திட்டம் தீட்டுகிறார்.

28. **Nc3 - d5** அங்கிருந்த சக்திகள் குறைந்துவிட்டபடியால் இங்குள்ள நைட்டை d5-க்கு நகர்த்திவிட்டார். Nd5 ராணியை பயமுறுத்துவதால் கருப்பு தனது Qe7-ஐக் காப்பாற்ற வேண்டும்.

28. **... Qe7 - e8** போர்டின் நிலையை சிந்திப்போமானால் வெள்ளை Qh5 - Qh7+ என்றால், Kg8 - f7-க்கு வர இயலாது.

29. **Qh5 - h7+**

29. **... Kg8 - f8**

30. **Qh7 × f5+** அழுத்தம் கொடுக்கின்றார்.

30. **... Kf8 - g8**

31. **Qf5 - h7+** திரும்பத் திரும்ப ஒரே நகர்த்தல் (Repeating)

31. **... Kg8 - f8**

32. **Ra1 - a3!** நல்ல நகர்த்தல். உதவிக்கு மற்றுமோர் காய். இந்த நிலையிலும் கருப்பு தனது ராணியை ராஜா முன்பு f7-ல் வைத்து காய் பரிமாற்றம் செய்து Nh8-ஐ வெளியே கொண்டுவந்தால், தோல்வியல்லாது டிரா (Draw) அல்லது வெற்றி (Win) கிடைக்குமென செஸ் வல்லுநர்கள் கணிக்கின்றனர்.

32. **... Ra8 - c8** கருப்பின் நகர்த்தல் 32. Qe8 -g6 என்று இருப்பினும் 33. Ra3 - f3+ ... Kf8 - e8, 34. Qh7 - g8+ என்று வெள்ளையே ஜெயிப்பார்.

33. **Ra3 - f3+** கீழ்க்கண்ட நகர்த்தலின் தொகுப்பும் கருப்பிற்கு சாதகமானது அல்ல. 33. Nh8 - f7, 34. Rf3 × Nf7+ ... Qe8 × Rf7, 35. Ng5 × f7 ... Rc8 - c1+, 36. Kg1 - f2 ... Rc1 - f1 +, 37. Kf2 - g3 ... Rf1 × f7, 38. Qh4 என்றொரு மாற்று நகர்த்தல் தொகுப்பும் உள்ளதாகவும் அது கருப்பிற்கு சாதகமானது அல்ல என்றும் கூறப்படுகிறது.

33. **... Nd7 - f6** நைட்டால் பின் (Pin) போட்டுக்கொண்டார்.

34. **h2 - h3** கருப்பின் ரூக் Rc8 - Rc1+ என்று இறங்கலாம் எனக்கருதி தற்காப்பிலும் (Defence) கவனம் செலுத்துகின்றார். h2, ராஜா நகர உதவுமென்று h2 - h3.

34. **... Qe8 - g6** Qh7 × Qg6 என்றால் Nh8 × Qg6 இருவரின் ராணிக்கும் அவரவர் நைட் Nh8, Nh6 ஆதரவு (Support) தருகின்றன. கருப்பின் ராணி (Qg8) b1 வந்து வெள்ளை ராஜாவிற்கு செக் சொல்லலாம். Rc8, c2-க்கு வந்து வெள்ளை ராஜாவை மடக்கி இருக்கலாம். ஆனால், அது h2 - h3 என்று h2-ஐ டெவலப் (develop) செய்துகொண்டது. வெள்ளை h7 × Nh8 என்றால் Bg7 × Qh8 ஆகிவிடும்.

35. **Rf3 × Nh6+** மீண்டும் ரூக்கைக் கொடுக்கின்றார். ஆனால், அதற்கு பதில் ரூக் கிடைக்காது. எனவே, ஏதோ திட்டத்துடன் செயல்படுகிறார். இப்பொழுதும் கருப்பு, ராணிக்கு ராணி என்று எடுத்துவிட்டால் டிரா (Draw) வாவது ஆகும்.

35. **... Bg7 × Rf6**

36. **Ng5 - e6+** நெருக்கிவிட்டார்.

36. **... Kf8 - e8** இப்பொழுதாவது கருப்பு Q - b2 என்று நகர்த்தியிருக்கலாம்.

37. **Nd5 × f6+** இரண்டு குதிரைகளை வைத்தே ராஜாவை மடக்கிவிட்டார்.

37. ... கருப்பு தோல்வியை ஒப்புக்கொண்டு விட்டது (Black Resigns)

இந்த ஆட்டத்தில் கருப்பு வெறும் தற்காப்பிலேயே (Defence) இருந்துவிட்டார். கடைசி நகர்த்தலில் கூட, விளையாட்டின் திசையை இலகுவாக திருப்பியிருக்கலாம். குரூயன்ஃபெல்டு டிஃபன்சிற்கும் இதற்கும் உள்ள பொதுவான வித்தியாசம் இதில் நைட்களை இறுதிவரை வைத்து விளையாடுகின்றனர். போராட்டம் (அடித்தல்) குரூயன்ஃபெல்டில் a, b, c, d ஃபைல்களில் தான் நடக்கின்றது. இதில் e, f, g, h ஃபைல்களில் அதிகம் நடக்கின்றது. குரூயன்ஃபெல்டில் d2 - d4 முதல் நகர்த்தல். இதில் e2 - e4. அதில் அரண் (Fortification) இருவருக்கும் உறுதி (Strong). இதில் அவ்வாறு இல்லை.

37-வது நகர்த்தலை வெள்ளை நகர்த்தியபின், கருப்பு தோல்வியை (Resigned) ஒப்புக்கொண்ட பின்பு போர்டின் நிலையை **படம் 59** உடன் ஒப்பிட்டு சரிபார்த்துக்கொள்ளவும்.

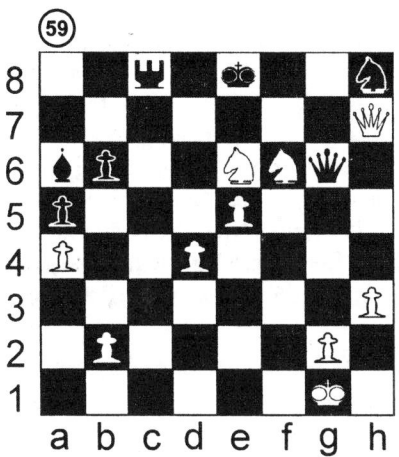

வெள்ளை 37வது நகர்த்தலைச் செய்தபின் கருப்பு தனது தோல்வியை ஒப்புக்கொண்டபின்பு (Black Resined) போர்டின் நிலை. (அலெக்கைன் டிஃபன்ஸ்)

அடுத்ததாக, சிந்தனைப் பயிற்சிகள்: முதலில் அடுத்தடுத்து வரும் நகர்த்தல்களில் அனைத்து காய்களைப்பற்றி சிந்தித்தல் (Consequence thinking of whole coins). இரண்டாவதாக அடுத்தடுத்து வரும் நகர்த்தலில் தனித்தனி காய்களைப்பற்றி சிந்தித்தல் (Consequence thinking of single pieces).

இப்பயிற்சியினை செய்வதற்கு தயார் செய்துகொள்வது பற்றிய விபரம் 'யோசிப்பதெப்படி' என்ற பாடத்தின் இறுதியில் தரப்பட்டுள்ளது. இது மேலே குறிப்பிடப்பட்டுள்ள இரண்டு பயிற்சிகளை செய்யும் முன்பு செய்தல் வேண்டும். அதற்கு வேண்டிய நகர்த்தல்கள் கீழே தரப்பட்டுள்ளன.

(a) அடுத்தடுத்து வரும் நகர்த்தல்களில் அனைத்து காய்களைப்பற்றி சிந்தித்தலுக்குத் தேவையான நகர்த்தல்கள் (Required moves for consequence thinking of whole coins).

1-ல் நான் c2 - e2, அவர் Ng8 - f6, 2-ல் நான் e4 - e5, அவர் Nf6 - d5, 3-ல் நான் d2 - d4, அவர் d7 - d6, 4-ல் நான் Ng1 - f3, அவர் g7 - g6, 5-ல் நான் Bf1 - c4, அவர் Nd5 - b6, 6-ல் நான் Bc4 - b3, அவர் a7 - a5, 7-ல் நான் a2 - a4, அவர் Bf8 - g7, 8-ல் நான் Nf3 - g5, அவர் e7 - e6, 9-ல் நான் f2 - f4, அவர் d6 × e5, 10-ல் நான் f4 × e5, அவர் c7 - c5, 11-ல் நான் 0 - 0 அவரும் 0 - 0, 12-ல் நான் c2 - c3, அவர் Nb8 - c6, 13-ல் நான் Ng5 - e4, அவர் Nb6 - d7, 14-ல் நான் BC1 - e3, அவர் Nc6 - e7, 15-ல் நான் Be3 - a5, அவர் e5 × d4, 16-ல் நான் c3 × d4, அவர் h6 - h7, 17-ல் நான் Bg5 - h4, அவர் g6 - g5, 18-ல் நான் Bh4 - f2, அவர் Ne7 - g6, 19-ல் நான் Nb1 - c3, அவர்

Qd8 - e7, 20-ல் நான் Bb3 - c2, அவர் b7 - b6, 21-ல் நான் Bf2 - e3, அவர் Bc8 - a6, 22-ல் நான் Rf1 - f2, அவர் Ng6 - h8, 23-ல் நான் Be3 × g5, அவர் h6 × g5, 24-ல் நான் Qd1- h5, அவர் f7 - f5, 25-ல் நான் Ne4 × g5, அவர் Rf8 - f7, 26-ல் நான் Bd3 × f5அவர் Rf7 × f5, 27-ல் நான் Rf2 × f5, அவர் e6 × f5, 28-ல் நான் Nc3 - d5, அவர் Qe7 - e8, 29-ல் நான் Qh5 - h7+, அவர் Kg8 - f8, 30-ல் நான் Qh7 × f5+, அவர் Kf8 - g8, 31-ல் நான் Qf5 - h7+, அவர் Kg8 - f8, 32-ல் நான் Ra1 - a31, அவர் Ra8 - c8, 33-ல் நான் Ra3 - f3+, அவர் Nd7 - f6, 34-ல் நான் h2 - h3, அவர் Qe8 - g6, 35-ல் நான் Rf3 × f6+, அவர் Bg7 × f6, 36-ல் நான் Ng5 - e6+, அவர் Kf8 - e8, 37-ல் நான் Nd5 × f6+, அவர் (Resigned) தோல்வியை ஒப்புக் கொண்டார்.

அடுத்ததாக, அடுத்தடுத்து வரும் நகர்த்தலில், தனித்தனி காய்களைப் பற்றிய சிந்தனைக்குத் தேவையான நகர்த்தல்கள் கீழே தரப்பட்டுள்ளன. (Required moves for consequence thinking of single pieces). பயிற்சியின் ஆரம்பப் பகுதி முன் கூறியது போல் 'யோசிப்பதெப்படி' என்ற பாடத்தின் இறுதியில் உள்ளது.

**வெள்ளை பான்கள்**

**a2** - 7-வது நகர்த்தலில் a4, அடிபடவில்லை.

**b2** - இறுதிவரை அதிலேயே, அடிபடவில்லை.

**c2** - 12-ல் c3, 16-ல் d4-க்கு போய்விட்டது. அடிபடவில்லை.

**d2** - 3-ல் d4, 15-ல் அடிபட்டுவிடுகிறது.

**e2** - 1-ல் e4, 2-ல் e5, 9-ல் அடிபட்டுவிடுகிறது.

**f2** - 9-ல் f4, 10-ல் e5.

**g2** - இறுதிவரை அதிலேயே அடிபடவில்லை.

**h2** - 34-ல் h3, அடிபடவில்லை.

**வெள்ளை ரூக்குகள்**

**a1** - 32-ல் a3, 33-ல் f3, 35-ல் f6, 37-ல் அடிபட்டுவிடுகிறது.

**h1** - 11-ல் f1 (Castling), 22-ல் f2, 27-ல் f5.

**வெள்ளை நைட்டுகள்**

**b1** - 19-ல் c3, 28-ல் d5; 37-ல் f6 +

**g1** - 4-ல் f3, 8-ல் g5, 13-ல் e4, 25-ல் g5, 36-ல் e6+.

**வெள்ளை பிஷப்புகள்**

**c1** - 14-ல் e3, 15-ல் g5, 17-ல் h4, 18-ல் f2, 21-ல் e3, 23-ல் g5, அங்கேயே, அதே நகர்த்தலில் அடிபட்டுவிடுகிறது.

**f1** - 5-ல் c4, 6-ல் b3, 20-ல் c2, 26-ல் f5. அதே நகர்த்தலில் அங்கேயே அடிபட்டுவிடுகிறது.

### வெள்ளை ராணி
d1 - 24-ல் h5, 29-ல் h7, 30-ல் f5, 31-ல் h7.

### வெள்ளை ராஜா
e1 - 11-ல் g1 கேஸ்ட்லிங்.

### கருப்பு பான்கள்
a7 - 6-ல் a5, அடிபடவில்லை.
b7 - 20-ல் b6, அடிபடவில்லை.
c7 - 9-ல் c5, 15-ல் d4, 16-ல் அடிபட்டுவிடுகிறது.
d7 - 3-ல் d6, 9-ல் × e5, 10-ல் அடிபட்டுவிடுகிறது.
e7 - 8-ல் e6, 27-ல் f5, 30-ல் அடிபட்டுவிடுகிறது.
f7 - 24-ல் f5, 26-ல் அடிபட்டுவிடுகிறது.
g7 - 4-ல் g6, 16-ல் g5, 22-ல் அடிபட்டுவிடுகிறது.
h7 - 16-ல் h6, 23-ல் g5, 25-ல் அடிபட்டுவிடுகிறது.

### கருப்பு ரூக்குகள்
a8 - 32-ல் c8, அடிபடவில்லை.
h8 - 11-ல் f8 (கேஸ்ட்லிங்கிற்காக), 25-ல் f7, 26-ல் f5, 27-ல் அடிபட்டு விடுகிறது.

### கருப்பு நைட்டுகள்
b8 - 12-ல் c6, 14-ல் e7, 17-ல் g6, 22-ல் h8.
g8 - 11-ல் f8, (கேஸ்ட்லிங்கிற்காக) 25-ல் f7, 26-ல் f5, 27-ல் அடிபட்டு விடுகிறது.

### கருப்பு பிஷப்புகள்
c8 - 21-ல் a6, அடிபடவில்லை.
f8 - 7-ல் g7, 35-ல் f6, 37-ல் அடிபட்டுவிடுகிறது.

### கருப்பு ராணி
d8 - 19-ல் e7, 28-ல் e8, 34-ல் g6, அடிபடவில்லை.

### கருப்பு ராஜா
e8 - 11-ல் g8, (கேஸ்ட்லிங்), 29-ல் f8, 30-ல் g8, 31-ல் f8, 36-ல் e8.

# வினாக்களுக்கு விடையளிக்கவும்

1. செஸ் விளையாட்டிற்காக தன்னை அர்ப்பணித்துக்கொண்ட (chess devotee) 'அலெக்சாண்டர் அலெக்கைனை'ப் (Alexander Alekhine) பற்றி குறிப்பெழுது. 4
2. கருப்பு தனது 6-வது நகர்த்தலில் எதை நகர்த்தியிருக்க வேண்டும் ? 2
3. 11-வது நகர்த்தல், முறையே வெள்ளை/கருப்பு செய்தபின்பு செஸ் நிபுணர்களால் கூறப்பட்ட (Suggested) நகர்த்துதல்களை எழுது. 5
4. அலெக்கைன் டிஃபன்சிற்கும், குரூயன்ஃபெல்டு டிஃபன்சிற்கும் உள்ள சில அடிப்படை மாற்றங்களைக் கூறு. 5
5. கருப்பு தனது h6 பானால் Bg5-ஐ எடுத்திருக்கக் கூடாது. ஏன் ? 5
6. 25-வது நகர்த்தலில், கருப்பிற்கு, தற்காப்பைத் தரும் இரு நகர்த்தல்களைக் கூறு. 2
7. 25-வது நகர்த்தலில் கருப்பு 25. ... Rf8 - c8 என்று நகர்த்தியிருந்தாலும், அவருக்கு படுதோல்வி ஏற்பட்டிருக்கும். அத்தொகுப்பை எழுது. 5
8. வெள்ளை தனது 27-வது நகர்த்துதலைச் செய்யுமுன்பு, கருப்பு தனது 26-ல் ... Rf7 × Bf5 க்கு பதிலாக e6 × Bf5 என்று நகர்த்தியிருந்தாலும் நான்தான் ஜெயித்திருப்பேன் என்று கூறினாராம். அவர் கூறிய நகர்த்துதல்களைக் கூறு. 5
9. குரூயன்ஃபெல்டு டிஃபன்சிற்கும், இதற்கும் உள்ள பொதுவான வேறுபாடுகளை எழுது. 5

## பாடம் - 15

# இண்டியன் டிஃபன்ஸ் (Indian Defence)

நூற்றுக்கு மேற்பட்ட திறப்புகள் உள்ளன. அவற்றில் ஏறத்தாழ 45 திறப்புகள் சமீப காலங்களில் உலகளவில் விளையாடப்பட்டு வருபவை என்பதனையும், அந்த 45 திறப்புகளின் பெயர்களையும், **சுராவின் 'செஸ் விளையாட்டு'** என்ற புத்தகத்தில் படித்திருப்பீர்கள். சில திறப்புகள் பழமையானவை. அவற்றில் ஒரு சிறு மாற்றங்களை, பிரபல செஸ் சாம்பியன்கள், நிபுணர்கள் செய்வர். பின் அதுவே பிரபலமாகிவிடும். பழைய பெயருடன் அவர்கள் பெயரையும் இணைத்துவிடுவர். சில சமயம் அதன் பழைய பெயர் மறைந்துவிடும். சில திறப்புகள், பழைய முறையிலும் புதிதாக முன்னேற்றப்பட்டும் (Improved or modified) சில மாற்றங்கள் பெற்றும் விளையாடப்படுகிறது. குரூயன்ஃபெல்டு டிஃபன்ஸ் போன்ற இன்னும் சில திறப்புகளுக்கு, மூல (Original) திறப்புகள் இந்த **'இண்டியன் டிஃபன்ஸ்'** (Indian Defence) என்று குறிப்புகள் காணப்படுகின்றன. இது சமீப காலங்களில், (Appreciable Percentage) போற்றத்தகுந்த அளவில் விளையாடப்பட்டுள்ளது. உலகளவு மேட்சுகளிலும் சமீபத்தில் விளையாடப்பட்டுள்ளது. இந்த திறப்பும், வேறு சில திறப்புகளும் செஸ் உலகில் பரவியபோது பெயரிடப்படாமல் விளையாடப்பட்டதாகவும், பிரிட்டிஷ் பிரெஞ்சுக்காரர்கள், அவைகளுக்கு பெயரிட்டதாகவும் அறியப்படுகிறது. இந்த திறப்புகள் நல்ல வலுவான (Strength game) ஆட்டத்தைத் தருகிறது என்று ஆங்காங்கே விமர்சித்துள்ளனர் (comments). இந்த திறப்பை நாமும் கற்போம்.

**1.** **d2 - d4** ராணியின் பான் முன்னேறிவிட்டது (குரூயன்ஃபெல்டைப் போன்றே) கருப்பு கட்டத்தில் நிற்கும் பிஷப்பிற்கு (Bc1) வலதுபக்கக் குறுக்கு கட்டங்கள் (Right diagonal) போர்டின் இறுதி (End - Square) கட்டமான h6 வரை வழி கிடைத்துவிட்டது. ராணிக்கு (Qd1)-க்கும் d2, d3 கட்டங்களிலும் செல்ல இயலும். d4 பான், c5 e5 கட்டங்களைக் கண்காணிக்கின்றது. d4, d5, e4, e5 முக்கிய நடு கட்டங்களாகும்.

**1.** **... Ng8 - f6** இந்நகர்த்தலால் 0 - 0 செய்வதற்கு g8 கட்டம் காலியாகிவிட்டது. வெள்ளையின் e4, g4 கட்டங்களையும், d5, h5 கட்டங்களையும் கண்காணிக்கின்றது. d5 முக்கிய நடுகட்டமாகும்.

**2.** **Ng1 - f3** முக்கிய நடு கட்டமாகிய e5-ஐத் தாக்கும். g5, h4, d4 கட்டங்களைக் கண்காணிக்கின்றது.

**2.** **... d7 - d6** இது c5, e5 கட்டங்களைக் கண்காணிக்கின்றது. இதனால் வெள்ளை கட்டத்தில் நிற்கும் கருப்பு பிஷப்பிற்கு (Be8) இடது குறுக்கு

கட்டங்கள் (Left diagonal) h3 வரை திறந்துவிட்டது. ராணி (Qd8) d7-ல் செல்லும். ராஜாவும் (Ke8) d7-ல் செல்வார். நைட் (Nf6)-ம் d7-ல் தற்சமயம் பின்வாங்கிக் (Retreat) கொள்ளலாம்.

3. **Nb1 - c3** இதில் இண்டியன் முறைப்படி (According to Indian system) ஆட்டம் ஆரம்பமான சில நகர்த்தலில் c2 - c4 செய்யப்படவேண்டும். ஆனால், இதில் வெள்ளை வைத்து விளையாடுபவர் அவ்வாறு செய்யவில்லை. அவர் இதை ஆரம்பத்தில் விளையாடாவிட்டாலும் ஒன்றும் பாதிப்பு இருக்காது. அது ஒரு இணையான வழிதான் (It's a side line). முக்கிய வழி (track)க்கு பாதிப்பு ஏற்படாது. பழமையான விளையாட்டு என்பதற்காக ஒரு மதிப்பு கொடுப்பதும், பார்வையாளர்களை ஏமாற்றாமல், திருப்திப்படுத்துவதற்கும் தான் c2 - c4 விளையாடப்படுகிறது. மாற்றி விளையாடுவதும் காரணத்திற்காக அல்ல. ஒரு விருப்பம் (Not for a reason but opinion) தான் என்று பிரபல செஸ் சாம்பியன்களும் நிபுணர்களுமான, **'இம்மானுவேல் லஸ்கர்'**, (E. Laskar), 'கேபாப்ளேங்கா (Capablanca), 'A. அலெக்கைன்' (A. Alekhine) போன்றவர்களே c2 - c4-ஐ ஆரம்பத்தில் தவிர்த்து விளையாடி இருக்கின்றார்கள். இதனால் ஆட்டத்தின் தன்மை (Positional Validity and Similar build-up) குறையாது என்றும் கூறுகிறார். ஆனால், இவர் கூறுவதனைத்தும் ஏற்றுக்கொள்ளக்கூடியது அல்ல. இவர் எதிரியை குழப்புவதற்காகவே மாற்றி விளையாடுகிறார் என்பது சில செஸ் வல்லுநர்களின் கருத்து.

3. **... Bc8 - g4** Bf8 - g7 விளையாடுவது இதைவிடச் சிறப்பானது. 3-ல் கருப்பு g7 - g6, நிபுணர்கள் கருத்துப்படி விளையாட வேண்டும்.

4. **e2 - e4**

4. **... Nb8 - d7** கருப்பு தனது 4-வது நகர்த்தலில் வழக்கப்படி c6 அல்லது e6 நகர்த்தியிருக்க வேண்டும். இந்த Nb8 - d7 நகர்த்தல், வெள்ளையைத் தாக்க இறங்க வைக்கும் தன்மையுடையது. (Provokes white to a attack). அதனால், இருவரும் திறப்பு செய்வதை இழந்து, முறையற்ற நடுகள விளையாட்டைத் துவங்க வைக்கும் நிலைமையில் தள்ளப்படுவர்.

5. **e4 - e5**

5. **... Nf6 - g8** கருப்பு 5. ... d6 × e5, 6. d4 × e5 ... Bg4 × Nf3, 7. Qd1 × f3 ... Nd7 × e5, 8. Qf3 × b7 என்ற வெள்ளைக்கு சாதகமான வழி (Smooth track for white) ஒன்று செஸ் புத்தகங்களில் காணப்படுகின்றது. நிபுணர்களால் ஆராயப்பட்டது. Nf6 - g8 பின்வாங்கியது. ஏனெனில், வெள்ளை ஏற்படுத்தும் குழப்பத்தை உணர்ந்து, அதனால் அவர் பயனடையாமல் போகவேண்டும் என்பதற்காகவே.

6. **h2 - h3**

**6.** **... Bg4 × Nf3** கருப்பு 6-ல் ... Bg4 - h5, 7. g2 - g4 ... Bh5 - g6, 8. e5 - e6 ... f7 × e6, 9. h3 - h4 என்றும் ஒரு வழி (track) உண்டு. இதிலும் விளையாடுகின்றனர். இதில் உள்ள பின்னேற்றம் (disadvantage) என்னவென்றால், வெள்ளை உடனடி தாக்குதலைத் தொடுக்கும். (White would at once launch an attack). கேஸ்ட்லிங், திறப்புகள் நிறைவேறும், நிறைவேறாமலும் போக வாய்ப்புகள் உண்டு.

**7.** **Qd1 × Bf3**

**7.** **... c7 - c6**

**8.** **Bc1 - f4** வெள்ளை 8. e5 × d6 ... e7 × d6, 9. Bc1 - f4 அல்லது 9. d4 - d5 ... c6 - c5, 10. Bc1 - f4 என்றொரு நல்ல மாற்று நகர்த்தலும் உண்டு. அமைதி வழியில் ஆட்டத்தைக் கொண்டு செல்லும் (good and quieter character). மேற்கண்ட நகர்த்தல்களில் (7, 8) வெள்ளை 'd' ஃபைலை ஃப்ரீ (free) ஆக்கவும், e5-ல் வெள்ளை பான் ஒன்று இருப்பதையும் விரும்பி செயல்படுகிறார் என்று கணிக்கின்றனர்.

**8.** **... d6 - d5** 8. ... e7 - e6, 9. e5 × d6 ... Nd8 - f6, 10. 0 - 0 - 0 (Queen's side castling) .. Bf8 × d6 என்றொரு, அங்கீகரிக்கப்பட்ட மாற்று நகர்த்துதல் தொகுப்பும் உண்டு. ஆனால், அதில் 11. Bf4 - e5 என்று வராமல் இருப்பது நல்லது. சாதாரணமாக 11-ல் வெள்ளைக்கு அப்படி செய்யும். உந்துதல் (tempted) ஏற்படாது. அப்படி ஏற்பட்டுவிட்டால், கருப்பு, அடுத்து சில நகர்த்தல்களில் ஜாக்கிரதையாக (Careful play) விளையாட வேண்டும்.

**9.** **e5 - e6** வெள்ளை தனது பானை பலி (Sacrifice) கொடுக்கிறது. செஸ் தியரி விதிப்படி ஒருவர் பலி கொடுத்தால் அதில் ஏதாவது லாபமடைவார். அதைவிட எதிரியை சிக்கலில் ஆழ்த்தலாம். இதனால் தற்சமயம் e7 பான் தடைபட்டு (Block) உள்ளது. வெள்ளை e6 × f7 என்று அடிக்காமல், கருப்பு f7 × e6 என்று அடிக்க நேரிட்டால் கருப்பிற்கு ஒரு ஃபைலில் இரண்டு பான்கள் வந்துவிடும். இதுவும் செஸ் தியரி விதிப்படி அவ்வளவு நல்லதல்ல.

**9.** **... f7 × e6** இது அவ்வளவு நல்லதல்ல, என்றாலும் கருப்பு செய்துவிட்டார். காரணம் வெள்ளை Qf3 - h5 என்று வந்து e6 × f7 -க்கு ஆதரவு (Support) அளிக்கும், அல்லது Qh5 × f7 என்று ஆட்டத்தையே முடித்துவிடும்.

**10.** **Bf1 - d3** h7-ஐக் குறி வைக்கிறார். Qf3 - h5 ஆதரவாகவோ அல்லது அதுவே தாக்குவதாக இருக்கும்.

**10.** **... Ng8 - f6** ஒரு நகர்த்தல் வெள்ளையினால் விரயம்.

**11.** **Qf3 - e2** இந்த நகர்த்தலுக்குப்பின் ஒரு மிகச்சிறந்த நகர்த்தல் தொகுப்பை செஸ் வல்லுநர்கள் கண்டுபிடித்துள்ளனர் (developed). அந்த நகர்த்தலை ஓர் அழகான மாற்றம் (a beautiful variation) என்று பலர் புகழ்கின்றனர். அதை உலகளவில் விளையாடி வெற்றி பெற்றதில் பல உலக சாம்பியன்கள்,

கிராண்ட் மாஸ்டர்கள் (Grand masters) மனமகிழ்ச்சி அடைந்துள்ளனர் என்று அறிகின்றோம். அதை நீங்களும் தெரிந்து வைத்துக்கொள்ளவும். வெள்ளை வைத்து விளையாடும்பொழுது ஜெயிப்பீர்கள். அந்த நகர்த்தல் தொகுப்பு 11. Qd8 - b6 12. 0 - 0 - 0 (Queen's side castling) . . . 0 - 0, 13. Qe2 × e6 ... Qb6 × d4, 14. Qe6 × c6 + ... b7 × Qe6, 15. Bd3 - a6 ++ checkmate.

இதில் எதிரி (கருப்பு) மாறுவதற்கு சந்தர்ப்பம் குறைவு. வெள்ளையின் ராணியே, அவருக்கு ஒரு சிப்பாய் கூட இழப்பு இல்லாமல் கிடைக்கிறது. மேலும் சிறந்த நகர்த்தல் (Best of move) அடிப்படையில் b7 - b6 பக்கம் விளையாட சந்தர்ப்பம் இல்லை.

**11. ... g7 - g6** Bf8-ஐயும், நகர்த்திக் கொண்டால் 0 - 0 (castling - King's - side) செய்துகொள்ள இயலும். வெள்ளை எவ்வகை கேஸ்ட்லிங்கும் செய்து கொள்ளலாம்.

**12. Qe2 × e6**

**12. ... Bf8 - g7**

**13. 0 - 0** இந்த இடத்தில், 0 - 0 - 0 செய்வது நல்லதா அல்லது 0 - 0 செய்வது நல்லதா என்று சிறு குழப்பம் ஏற்படலாம். இதில் ராஜா e1-ல் இருப்பதை விட g1-ல் இருப்பதே சிறந்தது. ராஜாவை f2, g2, h2 பாதுகாக்கும். இதில் d1-ல் பான் இல்லை. எனவே, இச்சமயம் 0 - 0 தான் நல்லது. இதைப் பற்றிய குறிப்பில் 0 - 0 - 0 தான் சிறந்தது, என பொதுவாக (இந்த ஆட்டத்தில் இல்லை) (0 - 0 - 0 is more logical and stronger) ராணி பக்க கேஸ்ட்லிங் சிறந்தது என குறிப்பிடுகின்றனர்.

**13. ... Nf6 - h5** Bf4ஐ அடிக்கும் உத்தேசத்தில் வைத்துள்ளார். வெள்ளையின் d4-க்கும் ஆதரவு (Support) இல்லை.

இத்துடன் திறப்பு முடிந்துவிட்டது. வெள்ளையின் c2 - c4, கருப்பின் Bg7 இவை ஆரம்பத்தில் செய்யப்பட்டிருந்தால் 10 நகர்த்துதல்களுக்கு முன்பு இருவரும் கோட்டை கட்டிக் (Castling) கொண்டிருப்பர். ஒரு நகர்த்தலில் கருப்பு Nf8 - f6, பின் ஒரு நகர்த்தலில் Nf6 - f8 என்று பின்வாங்கி, மீண்டும் Nf8 - f6-க்கு வந்தார். இதனால் இரண்டு நகர்த்தல்கள் (2 moves) கருப்பிற்கு வீணாகி விட்டது. 'இந்தியன் டிபன்ஸி'ல் (Indian Defence) சற்று மாற்றம் ஏற்பட்டு 13-ல் ஒருவர்தான் கேஸ்ட்லிங் (Castling) செய்துள்ளார்.

போர்டின் நிலையை (Board's Position) **படம் 60** உடன் ஒப்பிட்டு சரிபார்த்துக்கொள்ளவும். (கருப்பு 13-வது நகர்த்தலைச் செய்தபின்)

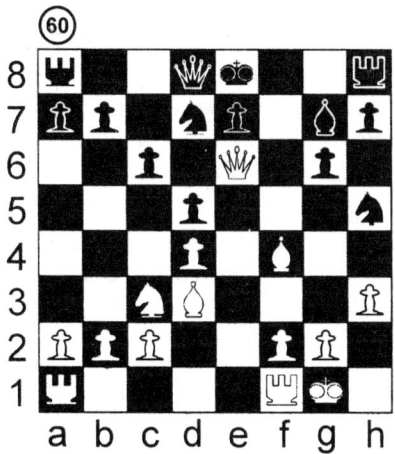

60

கருப்பு தனது 13-வது நகர்த்தலைச் செய்தபின்பு போர்டின் நிலை. (இண்டியன் டிஃபன்ஸ்)

**14. Bf4 - g5?!** செஸ் நிபுணர்கள் (Experts) வெள்ளை பொறுமையிழந்து, அவசரமாக செயல்பட முனைகின்றார். இது அவரது மனது மூளை செயல்பாட்டை (Psychological factor) வெளிப்படுத்துவதாக உள்ளது என்கின்றனர். இந்நகர்த்துதலில் சாதாரணமாக (Best move அடிப்படையில்) 14. Bf4 - e3 ... Qd8 - c7, 15. Rf1 - e1 என்று நகர்த்தியிருக்கலாம். இது வெள்ளைக்கு சாதகமானதும், கருப்பிற்கு பாதகமானதும் (Very unpleasant for Black) ஆகும். இது தவிர 14. Bf4 - e3 ... Bg7 × d4, 15. Nc3 × d5 ... c6 × Nd5, 16. Bd3 - b5 ... Nh5 - f6, 17. Ra1 - d1 ... Qd8 - b6, 18. Bb5 × Nd7+ என்று வெள்ளை தனக்கு சாதகமாக மனரீதியான (Psychological) பாதிப்பைக் காண்பிக்காது நகர்த்தியிருக்கலாம் என்று கூறுகின்றனர். மேலும் 16-ல் Bd3 - b5 என்று நகர்த்தும்பொழுது கருப்பு 16. ... a7 - a6 என்று மாற்றினாலும், இவருக்கு நல்ல பாதுகாப்பு (Excellant defensive resources) உண்டு என்றும் கூறுவதோடு, மனநிலை பாதிப்பு (Psycho - effect) கூடாதென்றும் கூறுகின்றனர்.

**14. ... Nd7 - f8** இந்நகர்த்தல் எதிர்பார்த்ததுதான். கருப்பின் Qd8 நகர்ந்து விட்டால், செக்மேட் ஆகிவிடும் (Qe6 × e7).

**15. Qe6 - g4** ராணியை பின்வாங்கிக் கொண்டார். Bg5-ன் ஆதரவு இருப்பதால், வெள்ளை சற்று அவசரப்படுகின்றார். கருப்பை மேட் (mate) ஆக்கிவிடவோ, அல்லது அழுத்தம் கொடுக்கவோ முயற்சிக்கின்றார். இச்சமயம் கருப்பும் பதில் நடவடிக்கையாகத் தாக்கினால் (counter attack) நல்லது. தாக்குதலில் இறங்க வேண்டும்.

சுராவின் செஸ் திறப்புகள் (ஓப்பனிங்ஸ்)

15. ... Nh5 - f6   கருப்பு, உஷாராகிவிட்டார். வெள்ளை தாக்குதலைத் துவங்கி விட்டதை அறிந்து செயல்படுகிறார். இந்நகர்த்தலினால் தனது கட்டங்களுக்கு பாதுகாப்பு ஏற்படுத்துவதுடன், வெள்ளை ராணியையும் தாக்குகின்றது.

16. Qg4 - e2   Bg4-ன் ஆதரவுடன் (Support) Qe2-லிருந்து செயல்பட விரும்புகிறார். இச்சமயம் அவ்விடமே (e2) சரியானது என்பதை உணர்ந்து விட்டார். Qd8 நகர்ந்தால் செக்மேட்தான்.

16. ... Qd8 - d6   இதைவிட இவர் Nf8 - d7-ல் வைத்திருக்கவேண்டும். அதனால் அவருக்கு, எதிர்தாக்கும் சக்தியும், கேஸ்ட்லிங் (castling) செய்வதற்கு வாய்ப்பும் கிடைத்திருக்கும். வெள்ளையின் செயல்பாட்டால் கருப்பு சுறுசுறுப்பு (active) ஆகிவிட்டார் என்பது நிபுணர் கருத்து.

17. Ra1 - e1   e7-ஐக் குறி வைத்து செயல்படுகிறார்.

17. ... e7 - e6   கருப்பு e6 கட்டத்தை, பாதுகாப்பு கருதி நைட்டிற்காக காலியாக வைக்க விரும்பியது. (அத்துடன் கேஸ்ட்லிங் செய்து கொள்ளவும் இயன்றிருக்கும்) அப்படியானால் அவரது ராஜாவை Ke8 - f7-க்கு நகர்த்த வேண்டும். ஆனால், அது வெள்ளைக்கு சாதகமாகவே (advantage) இருக்கும். எனவே, e7 - e6 செய்து விட்டோம். ராஜாவை நகர்த்தியிருந்தால் எப்படி அது வெள்ளைக்கு சாதகமாகும் என்பதனை நாமும் தெரிந்து கொள்வோம்.

17. ... Ke8 - f7   18. Bg5 - h4 ... Nf8 - e6, 19. Bh4 - g3 ... Qd6 - d7, 20. Bg3 - e5. இத்துடன் இன்னொன்றும் கூறப்படுகிறது. 17 ... Kd8 - f7, 18. Bg5 - h4 ... Nf8 - e6, 19. Bh4 - g3 ... Ne6 × d4, 20. Qe2 - e3 ... Qd6 - b4, 21.  a2 - a3 போன்ற வழி.

18. Nc3 - a4

18. ... Ke8 - f7

19. b2 - b4   மிகவும் நல்ல தந்திரமான நகர்த்தல்.

19. ... b7 - b6   சாதாரணமாக இந்நகர்த்தலில் 19. Qd6 × b4, 20. Na4 - c5 ... Qb4 × d4, 21. Nc5 × e6 ... Nf8 × Ne6, 22. Qe2 × e6+ என்று வெள்ளையின் தாக்குதல் தவிர்க்க இயலாததாக இருக்கும்.

20. Qe2 - d2

20. ... Ra8 - e8

21. Bg5 - f4

21. ... Qd6 - e7   இதில் கருப்பு Qd6 - d7 என்றும், 22. c2 - c4 என்றும் நகர்த்துவது நல்ல நகர்த்தல்.

22. b4 - b5

22. ... Qe7 - a3   22. b4 - b5 ... c6 - c5, 23. d4 × c5 ... b6 × c5, 24. c2 - c4 என்று செல்வது, உயர்தர (Classical moves) நகர்த்தல்களாகக் கருதப்பட்டது. இது இரு தரப்பிலும் தாக்குதலை ஏற்படுத்தும்.

**23. Na4 - c3**

**23. ... c6 - c5** கருப்பு தனது 23-வது நகர்த்தலைச் செய்தபின்பு போர்டின் நிலையை **படம் 61** உடன் ஒப்பிட்டு சரிபார்த்துக்கொள்ளவும்.

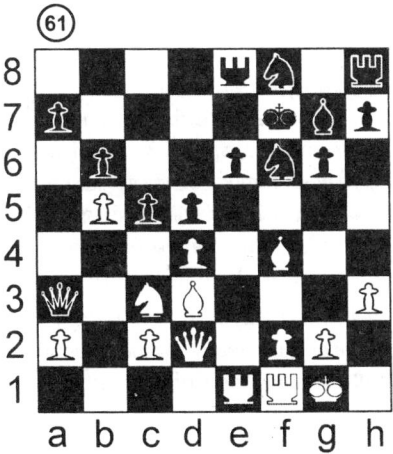

61

கருப்பு தனது 23-வது நகர்த்தலைச் செய்தபின்பு போர்டின் நிலை. (இண்டியன் டிஃபன்ஸ்)

**24. Nc3 - b1** a3-ல் இருக்கும் கருப்பு ராணியை பயமுறுத்துகிறார். இதற்கு c3, a3 கட்டங்களைத் தவிர வேறு கட்டங்கள் செல்லுவதற்கு கிடையாது.

**24. ... Qa3 - a4** இதனால் இவர் d4 பானைத் தாக்க முடியும். இங்கு 24. . . . Qa3 - b4, 25. Qd2 × Qb4 ... c5 × d4, 26. Bf4 - d6 என்ற மாற்றுவழி (another - track)யும் உண்டு. விளையாடத் தகுந்ததே.

**25. d4 × c5**

**25. ... b6 × c5**

**26. c2 - c4**

**26. ... Nf8 - d7** இந்த இடத்தில் 26. . . . d5 × c4, 27. Nb1 - c3 என்பதும், 26. ... d5 - d4 27. Bf4 - d6 என்பதும் வெள்ளைக்கு, சாதகமானது (advantageous) என்பதனை அறியவும்.

**27. Nb1 - c3**

**27. ... Qa4 - a5**

**28. Qd2 - c2**

**28. ... Qa5 - d8** 28. ... e6 - e5, 29. Bf4 - d2 ... d5 - d4, 30. Nc3 - e4 ... Qa5 - b6 31. Ne4 - g5+ இந்த நகர்த்தல் தொகுப்பு கருப்பிற்கு சிறந்த நகர்த்தல் அல்ல.

**29. Bf4 - g5** Nf6 நகர்ந்தால் ராணியை (Qd8)-ஐ எடுத்துவிடலாம் என்ற முயற்சி.

**29. ... Nd7 - b6** இந்நகர்த்தலினால், எதையும் அடிக்க இயலாது. ஆதரவற்று இருக்கும் c5-க்கு.

**30. a2 - a4**

**30. ... d5 × c4** இந்நகர்த்தல் கருப்பிற்கு சாதகம். இருவரும் 30 நகர்த்தல்கள் செய்துவிட்டனர். கருப்பு, வெள்ளையின் 1 நைட், 3 பான்களை மட்டும் அடித்துள்ளார். வெள்ளை, கருப்பின் 1 பிஷப், 2 பான்களை மட்டும் அடித்துள்ளார். நடுகள விளையாட்டே இன்னும் முடியவில்லை. பெரிய திட்டம் (Strategy) யாராவது தீட்டி செயல்படுகிறார்களா என்றால் அதுவும் இல்லை. கருப்பு கேஸ்ட்லிட்ங் (Castling) செய்து கொள்ளவுமில்லை. இது இண்டியன் டிஃபென்ஸ்ஸிற்கு (opening - Indian Defence) புறம்பானது.

**31. Bd3 - e4** ராணியின் (Qc2) சப்போர்ட் இருந்தும் நான்கு குறுக்குக் (four diagonals) கட்டங்களிலும் எதையும் தாக்க இயலவில்லை. அடுத்த மூவிலும் c6-ல் வைத்து Re8-ஐ பயமுறுத்தலாம் (threaten). அவ்வளவே.

**31. ... Re8 - e7**

**32. a4 - a5** வெள்ளை, கருப்பு Nb6-ஐ பயமுறுத்துகிறது. Nb6 நகர்ந்துவிட்டால் Qd8-ஆல் (Qd8 × a5) அடிபடும். ஆதரவு (Support) கிடையாது. வெள்ளை இந்நகர்த்தலில் Be4 - c6, அடுத்த சந்தர்ப்பத்தில் Re1 - d1 என்றும் நகர்த்தியிருக்கலாம். இந்த a4 - a5-ம் மோசமான நகர்த்தல் அல்ல.

**32. ... Nb6 - d7** Re1 - d1 என்று நகரும் என்பதனை எதிர்பார்த்து இந்நகர்த்தலைச் செய்துள்ளது.

**33. Be4 - c6** போர்டின் நிலையைக் காணும்பொழுது 30-வது நகர்த்தலில் கூறியதுபோல், வெள்ளைக்கு சாதகமாக உள்ளது. கருப்புக் காய்களின், நகரும் தன்மை (activeness) முடங்கும். 'c' ஃபைல் ஒரு சிக்கலான ஃபைலாகிவிடும் ஒரு ஃபைலில் இரண்டு பான்கள் இருப்பது நல்லதல்ல. d, e, f, g ஃபைல்களுக்குள்தான் போர் நடக்கும். அந்த ஃபைல்களை (Files) வெள்ளை தனக்கு சௌகரியம் அளிப்பதாக மாற்றி விடுகின்றார்.

**33. ... Nd7 - b8** கருப்பு உடனடியாக வெள்ளை ராஜாவின் அரணை (Fortification) பலி (Sacrifice) கொடுத்தாவது தாக்க வேண்டும். கருப்பின் ராஜாவின் கோட்டை உறுதியானது அன்று. 3 பீஸ் (Pieces) ரூக், நைட், பிஷப் எதிரியைத் தாக்கும் வேலையில் ஈடுபடாது. ராஜாவை பாதுகாக்கும் பணியில் உள்ளன. வெள்ளைக்கு அப்பணியை f2, g2, h3 பான்கள் மட்டுமே செய்கின்றன என்றாலும் கருப்பின் அரணைவிட (Fortification) உறுதியானது. வெள்ளை தாக்குதலை கருப்பு சமாளிப்பாரா என்பது தற்சமயம் கேள்விக்குறியாக உள்ளது.

இன்னும் ஒரு சில ஆட்டங்களில் தாக்கும் பணியை (mating combination point) வெள்ளை தொடங்கலாம்.

கருப்பு தனது 33-வது நகர்த்தலைச் செய்தபின்பு போர்டின் நிலையை படம் 62 உடன் ஒப்பிட்டு சரிபார்த்துக்கொள்ளவும்.

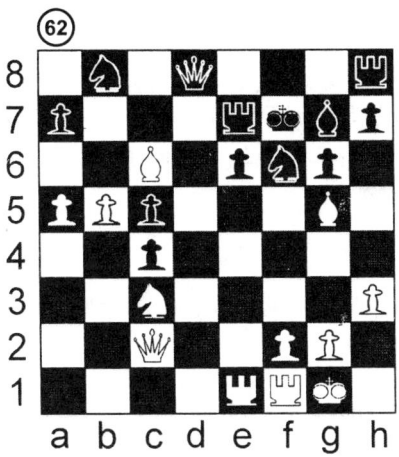

கருப்பு தனது 33-வது நகர்த்தலைச் செய்தபின்பு போர்டின் நிலை. (இண்டியன் டிஃபன்ஸ்)

34. **Re1 - d1**   Bc6-ஐக் காப்பாற்றியிருக்க வேண்டும். அதைச் செய்யவில்லை. Nb8 × Bc6 என்று அடித்தால் Qd1 × Qd8 என்று கருப்பு ராணியை அடித்து விடுவார். கருப்பின் நைட் Nf6-ஐ நகர்த்தினால் Bg5 × Re7 என்று கருப்பு ரூக்கை எடுத்துவிடும்.

34. ... **Qd8 × a5**   Rd1-ஐ d8-க்கு கொண்டுவருவதற்கு (Positional advantage) a5-ஐ அடிக்கும்படி வெள்ளை செய்தார். கருப்பு ராணி மீண்டும் d8-க்கு வந்துவிட வேண்டும்.

35. **Nc3 - e4**
35. ... **Rh8 - f8**
36. **Bg5 - f4**
36. ... **Nb8 × Bc6**   பிஷப்பை எடுத்துவிட்டார்.
37. **b5 × Nc6**   நைட்டை எடுத்துவிட்டார்.
37. ... **Nf6 - e8**   வெள்ளை எதிர்பார்த்தது. கருப்பிற்கு இரண்டு பான்கள் அதிகமாக உள்ளன. எனினும் கருப்பின் நிலை சிக்கலாகவே உள்ளது. 37. ... Nf6 × Ne4, 38. Qc2 × Ne4 ... Bg7 - d4 இந்த நகர்த்தல் தொகுப்பு கருப்பிற்கு நல்ல தொகுப்பாக அமையும்.
38. **Rd1 - d7**
38. ... **Re7 × Rd7**

39. c6 × Rd7
39. ... Ne8 - f6
40. Ne4 - d6+
40. ... Kf7 - e7
41. Nd6 × c4   ராணிக்கு பயமுறுத்துதல். இந்நகர்த்தலில் (41ல்) Nd6 - b7 என்று நகர்த்தியிருந்தாலும் வெள்ளைக்கு சாதகமானதே.
41. ... Qa5 - a6   இதில் கருப்பு d8-க்கு சென்றிருக்கவேண்டும் என்பது நிபுணர்கள் கருத்து.
42. Bf4 - d6+
42. Ke7 × d7
43. Bd6 × Rf8   கருப்பிற்கு இந்த இறுதியாட்டத்தில் ரூக் மிகவும் தேவை. அதை ஒரு பிஷப்பை இழந்து எடுத்துவிட்டார்.
43. ... Bg7 × Bf8   கருப்பு தனது 43-வது நகர்த்தலைச் செய்தபின்பு போர்டின் நிலையை படம் 63 உடன் ஒப்பிட்டு சரிபார்த்துக்கொள்ளவும்.

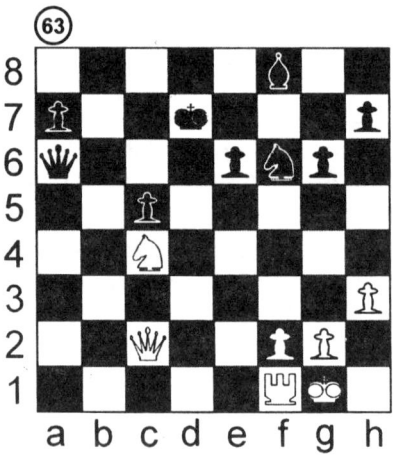

கருப்பு தனது 43-வது நகர்த்தலைச் செய்தபின்பு போர்டின் நிலை. (இண்டியன் டிஃபன்ஸ்)

44. Qc2 - d3+   காய்களின் பலம் இருவருக்கும் சமமாக இருப்பினும், கருப்பின் ராஜா பாதுகாப்பாக இல்லை. ஏனெனில் அவர் கேஸ்ட்லிங் (castling) செய்து கொள்ளவில்லை. அதனால் அவருக்கு வெள்ளையை சமாளிப்பது கஷ்டம்.
44. ... Kd7 - e7
45. Rf1 - d1   இரண்டு சக்திகள் ஒன்றன்பின் ஒன்றாக உள்ளன. கருப்பிற்கு அழுத்தம் (Pressure) அதிகரிக்கும்.

| | | |
|---|---|---|
| 45. | ... Nf6 - d5 | வெள்ளையின் ராணியும், ரூக்கும், ஒன்றன்பின் ஒன்றாக இறங்குவதற்கு மறைத்துக்கொண்டார். |
| 46. | Qd3 - e4 | இப்பொழுது Rd1 × Nd5 என்று வெள்ளை அடித்தால் e6-ஆல் அடிக்க இயலாது, ஓப்பன் செக் ஆகிவிடும். |
| 46. | ... Ke7 - f7 | |
| 47. | Nc4 - e5+ | |
| 47. | ... Kf7 - g8 | ராஜாவிற்கு பாதுகாப்பற்ற நிலை. வெள்ளையின் ராஜாவை தாக்கவோ, செக் வைத்து பயமுறுத்தவோ தற்சமயம் இயலாது. |
| 48. | Ne5 - d7 | Bf8-க்கு பயமுறுத்தல் |
| 48. | ... c5 - c4 | |
| 49. | Rd1 - b1 | ஃப்ரீயான 'b' ஃபைலில் மேலே செல்வதற்கு. |
| 49. | ... Qa6 - d6 | Nd7-க்கு பயமுறுத்தல். |
| 50. | Rb1 - b7 | Nd7-க்கு பாதுகாப்பு a7-க்கு பயமுறுத்தல். 50. Nd7 - f8 ... Nd5 - c3, 51. Qe4 - a8 ... Nc3 × Rb1, 52. Nf8 × e6+ ... Kg8 - f7, 53. Ne6 - g5+ என்றநகர்த்தலும் வெள்ளைக்கு சாதகமான நகர்த்தல். c4 பானை ராணியாக்க விடாது. தொடர்ந்து செக் வைத்து ஜெயித்துவிடும். |
| 50. | ... c4 - c3 | எப்படி ராணியாவதைத் தடுப்பார் பார்க்கலாமென்று அதையே செய்துவிட்டார். |
| 51. | Nd7 × f8 | |
| 51. | ... Kg8 × Nf8 | |
| 52. | Rb7 × h7 | ஏழாவது ரேங்க்கிற்கு கருப்பு ராஜா வர இயலாது. அதனால், செஸ் தியரி விதிப்படி, ராணி அதன் அருகில் உடன்சென்றுவிட வேண்டும். |
| 52. | ... Qd6 - f4 | |
| 53. | Qe4 × Qf4 | |
| 53. | ... Nd5 × Qf4 | |
| 54. | Kg1 - f1 | |
| 54. | ... a7 - a5 | |
| 55. | Rh7 - a7 | |
| 55. | ... Nf4 - d5 | |
| 56. | Ra7 × a5 | |
| 56. | ... Kf8 - f7 | |
| 57. | g2 - g3 | கருப்பு தோல்வியை ஒப்புக்கொண்டார் (Black - Resigns). |

இந்த ஆட்டத்தில் நாம் கற்றுக்கொள்ள வேண்டியது என்னவெனில், கேஸ்ட்லிங் (castling) செய்யாமல் விளையாடக்கூடாதென்பதே. கேஸ்ட்லிங் செய்யாமல் விளையாடும் விளையாட்டுகளில் நகர்த்தல்கள் கூடும்.

57-வது வெள்ளையின் நகர்த்தலுக்குப் பின்பு, காய்களை நகர்த்தி + செக்மேட் செய்யுங்கள். கீழே உள்ள நகர்த்தல்களைப் பார்க்காமல் நீங்களாக முயற்சிக்கவும்.

வெள்ளையின் 57-வது நகர்த்தலுக்குப் பின்பு போர்டின் நிலையை **படம் 64** உடன் ஒப்பிட்டு சரிபார்த்துக்கொள்ளவும்.

64

வெள்ளை தனது 57-வது நகர்த்தலைச் செய்தபின்பு கருப்பு தோல்வியை ஒப்புக்கொண்டார் (Black Resigns). அச்சமயம் போர்டின் நிலை. (இண்டியன் டிஃபன்ஸ்)

நகர்த்தல்கள் கீழே:

**57. ... c3 - c2**

**58. Ra5 - c5**

**58. ... Nd5 - b4**

**59. Rc5 - c4**

**59. ... Nb4 - d3**

**60. Rc4 × c2**

**60. ... Nd3 - b4**

**61. Rc2 - c5**

**61. ... Nb4 - d3**

**62. Rc5 - c6**

| | | |
|---|---|---|
| 62. | ... | Nd3 - e5 |
| 63. | Rc6 - a6 | |
| 63. | ... | Ne5 - c4 |
| 64. | Kf1 - e2 | |
| 64. | ... | Kf7 - f6 |
| 65. | Ke2 - f3 | |
| 65. | ... | Nc4 - e5+ |
| 66. | Kf3 - e4 | |
| 66. | ... | g6 - g5 |
| 67. | Ra6 - a5 | |
| 67. | ... | Ne5 - c4 |
| 68. | Ra5 - c5 | |
| 68. | ... | Nc4 - d6+ |
| 69. | Ke4 - d4 | |
| 69. | ... | e6 - e5+ |
| 70. | Rc5 × e5 | |
| 70. | ... | Nd6 - f7 |
| 71. | Re5 - e4 | |
| 71. | ... | Nf7 - d6 |
| 72. | Re4 - g4 | |
| 72. | ... | Nd6 - f7 |
| 73. | Kd4 - e4 | |
| 73. | ... | Nf7 - d6+ |
| 74. | Ke4 - f3 | |
| 74. | ... | Nd6 - f5 |
| 75. | Rg4 - a4 | |
| 75. | ... | Nf5 - d6 |
| 76. | Kf3 - g4 | |
| 76. | ... | Nd6 - f5 |
| 77. | Ra4 - a6+ | |
| 77. | ... | Nf5 - d6 |
| 78. | Ra6 × Nd6+ | |

**78.** ... **Kf6 - f7**

**79.** **Kg4 × g5**

**79.** ... **Kf7 - g7**

**80.** **Rd6 - f6**

**80.** ... **Kg7 - g8**

**81.** **Kg5 - g6**

**81.** ... **Kg8 - h8**

**82.** **Rf6 - f8 +** } **செக்மேட்**
**+**

வெள்ளையின் **82**-வது நகர்த்தலுக்குப் பின்பு போர்டின் நிலையை **படம் 65** உடன் ஒப்பிட்டுப் பார்க்கவும்.

65

விளையாட்டு முடிந்ததும் (After Checkmating) போர்டின் நிலை. (இண்டியன் டிஃபன்ஸ்) வெள்ளையின் 82-வது நகர்த்தலுக்குப்பின் உள்ள நிலை. (Position)

அடுத்ததாக சிந்தனைப்பயிற்சி: முதலில் அடுத்தடுத்து வரும் நகர்த்துதலில் அனைத்து காய்களைப்பற்றிய சிந்தனைப் பயிற்சி (Consequence thinking of whole coins). இரண்டாவதாக அடுத்தடுத்த நகர்த்தலில் வரும் ஒவ்வொரு காயைப்பற்றிய சிந்தனைப் பயிற்சி (Consequence thinking of each piece) இந்த இரு சிந்தனைப் பயிற்சியினையும் தொடங்கும் முன், இதன் ஆரம்பப் பயிற்சியை 'யோசிப்பதெப்படி' என்ற பாடத்தின் இறுதியில் கொடுக்கப்பட்டுள்ளது போல் செய்துகொள்ள வேண்டும். இரண்டாம் நிலை பயிற்சிக்குத் தேவையான நகர்த்தல்கள், இரண்டு பயிற்சிக்கும் தனித்தனியே கீழே கொடுக்கப்பட்டுள்ளது.

சுராவின் செஸ் திறப்புகள் (ஒப்பனிங்ஸ்)

(a) முதலில் அடுத்தடுத்து வரும் நகர்த்துதலில் அனைத்து காய்களைப் பற்றிய சிந்தனைக்குத் தேவையான நகர்த்தல்கள் (Required moves for consequence thinking of whole coins).

முதல் நகர்த்தலில் நான் d2 - d4-ஐ நகர்த்தினேன்., அவர் Ng8 - f6-ஐ நகர்த்தினார். 2-ல் நான் Ng1 - f3, அவர் d7 - d6, 3-ல் நான் Nb1 - c3, அவர் Bc8 - g4, 4-ல் நான் e2 - e4, அவர் Nb8 - d7, 5-ல் நான் e4 - e5, அவர் Nf6 - g8, 6-ல் நான் h2 - h3, அவர் Bg4 × f3, 7-ல் நான் Qd1 × f3, அவர் c7 - c6, 8-ல் நான் Bc1 - f4, அவர் d6 - d5, 9-ல் நான் e5 - e6, அவர் f7 × e6, 10-ல் நான் Bf1 - d3, அவர் Ng8 - f6, 11-ல் நான் Qf3 - e2, அவர் g7 - g6, 12-ல் நான் Qc2 × e6, அவர் Bf8 - g7, 13-ல் நான் 0 - 0, அவர் Nf6 - h5, 14-ல் நான் Bf4 - g5, அவர் Nd7 - f8, 15-ல் நான் Qe6 - g7, அவர் Nh6 - f6, 16-ல் நான் Qg4 - e2, அவர் Qd8 - d6, 17-ல் நான் Ra1 - e1, அவர் e7 - e6, 18-ல் நான் Nc3 - a4, அவர் Ke8 - f7, 19-ல் நான் b2 - b4, அவர் b7 - b6, 20-ல் நான் Qe2 - d6, அவர் Ra8 - e8, 21-ல் நான் Bg5 - f4, அவர் Qd6 - e7, 22-ல் நான் b4 - b5, அவர் Qe7 - a3, 23-ல் நான் Na4 - c3, அவர் c6 - c5, 24-ல் நான் Ne3- b1, அவர் Qa3 - a4, 25-ல் நான் d4 × c5, அவர் b6 × c5, 26-ல் நான் c2 - c4, அவர் Nf8 - d7, 27-ல் நான் Nb1- c3, அவர் Qa4 - a5, 28-ல் நான் Qd2 - c2, அவர் Qa5 - d8, 29-ல் நான் Bf4 - g5, அவர் Nd7 - b6, 30-ல் நான் a2 - a4, அவர் d5 × c4, 31-ல் நான் Bd3 - e4, அவர் Re8 - e7, 32-ல் நான் a4 - a5, அவர் Nb6 - d7, 33-ல் நான் Be4 - c6, அவர் Nd7 - b8, 34-ல் நான் Re1 - d1, அவர் Qd8 - a5, 35-ல் நான் Nc3 - e4, அவர் Rh8 - f8, 36-ல் நான் Bg5 - f4, அவர் Nb8 × c6, 37-ல் நான் b5 × c6, அவர் Nf6 - e8, 38-ல் நான் Rd1 - d7, அவர் Re7 - d7, 39-ல் நான் c6 × d7, அவர் Ne8 - f6, 40-ல் நான் Ne4 - d6+, அவர் Kf7 - e7, 41-ல் நான் Nd6 × c4, அவர் Qa5 - a6, 42-ல் நான் Bf4 - d6+, அவர் Ke7 - d7, 43-ல் நான் Bd6 × f8, அவர் Bg7 × f8, 44-ல் நான் Qc2 - d3+, அவர் Kd7 - e7, 45-ல் நான் Rf1 - d1, அவர் Nf6 - d5, 46-ல் நான் Qd3 - e4, அவர் Ke7 - f7, 47-ல் நான் Nc4 - e5+, அவர் Kf7 - g8, 48-ல் நான் Ne5 - d7, அவர் c5 - c4, 49-ல் நான் Rd1 - b1, அவர் Qa6 - d6, 50-ல் நான் c4 - e3, அவர் c4 - c3, 51-ல் நான் Nd7 × f8, அவர் Kg8 - f8, 52-ல் நான் Rb7 - h7, அவர் Qd6 × f4, 53-ல் நான் Qe4 × f4, அவர் Qe4 × Qf4, 54-ல் நான் Kg1 - f1, அவர் a7 - a5, 55-ல் நான் Rh7- a7, அவர் Nf4 - d5, 56-ல் நான் Ra7 × a5, அவர் Kf8 - f7, 57-ல் நான் g2 - g3. கருப்பு தோல்வியை ஒப்புக் கொண்டார். (Black Resigns).

(a) இரண்டாவதாக அடுத்தடுத்து வரும் நகர்த்தலில், ஒவ்வொரு காய்களைப் பற்றிய சிந்தனைக்குத் தேவையான நகர்த்தல்கள் (Required moves for consequence thinking of single pieces).

### வெள்ளை பான்கள்

- **a2** - 30-வது நகர்த்தலில் a4, 32-ல் a5, 34-ல் அடிபட்டுவிடுகிறது.
- **b2** - 19-ல் b4, 22-ல் b5, 37-ல் c6, 39-ல் d7, 42-ல் அதிலேயே அடிபட்டு விடுகிறது.
- **c2** - 26-ல் c4, 30-ல் அடிபட்டுவிடுகிறது.
- **d2** - 1-ல் d4, 25-ல் c5 அதிலேயே அதே நகர்த்தலில் அடிபட்டுவிடுகிறது.
- **e2** - 4-ல் e4, 5-ல் e5, 9-ல் e6 அதிலேயே அந்நகர்த்தலிலேயே அடிபட்டு விடுகிறது.
- **f2** - கடைசிவரை அதிலேயே உள்ளது. அடிபடவில்லை.
- **g2** - 57-வது கடைசி நகர்த்தலில் g3. அடிபடவில்லை.
- **h2** - 6-ல் h3. அடிபடவில்லை.

### வெள்ளை ரூக்குகள்

- **a1** - 17-ல் e1, 34-ல் d1, 38-ல் d7, அதிலேயே, அந்த நகர்த்தலிலேயே அடிபட்டுவிடுகிறது.
- **h1** - 13-ல் (கேஸ்ட்லிங்கிற்காக) f1, 45-ல் d1, 49-ல் b1, 50-ல் b7, 57-ல் h7, 55-ல் a7 அடிபடவில்லை.

### வெள்ளை நைட்டுகள்

- **b1** - 3-ல் c3, 19-ல் a4, 23-ல் c3, 24-ல் b1, 27-ல் c3, 35-ல் e4, 40-ல் d6, 41-ல் c4, 47-ல் e5, 48-ல் d7, 51-ல் f8 அதிலேயே அந்த நகர்த்தலிலேயே அடிபட்டுவிடுகிறது.
- **g1** - 2-ல் f3, 6-ல் அதிலேயே அடிபட்டுவிடுகிறது.

### வெள்ளை பிஷப்புகள்

- **c1** - 8-ல் f4, 15-ல் g5, 21-ல் f4, 28-ல் g5, 36-ல் f4. 52-ல் அதிலேயே அடிபட்டுவிடுகிறது.
- **f1** - 10-ல் d3, 31-ல் e4, 33-ல் e6, 36-ல் அதிலேயே அடிபட்டுவிடுகிறது.

### வெள்ளை ராணி

- **d1** - 7-ல் f3, 11-ல் e2, 12-ல் e6, 15-ல் g4, 16-ல் e2, 20-ல் d7, 28-ல் c2, 44-ல் d3, 46-ல் e4, 53-ல் f4, 53-லேயே அடிபட்டுவிடுகிறது.

### வெள்ளை ராஜா

- **e1** - 13-ல் கேஸ்ட்லிங்கிற்காக g1, 54-ல் f1.

### கருப்பு பான்கள்

- **a7** - 54-ல் a5, 56-ல் அடிபட்டுவிடுகிறது.
- **b7** - 19-ல் b6, 25-ல் c5, 48-ல் c4, 50-ல் c3 அடிபடவில்லை.
- **c7** - 7-ல் c6, 23-ல் c5, 25-ல் அடிபட்டுவிடுகிறது.

**d7** - 2-ல் d6, 8-ல் d5, 30-ல் c4, 41-ல் அடிபட்டுவிடுகிறது.

**e7** - 17-ல் e6, அடிபடவில்லை.

**f7** - 9-ல் e6, 12-ல் அடிபட்டுவிடுகிறது.

**g7** - 11-ல் g6, அடிபடவில்லை.

**h7** - 52-ல் அதிலேயே அடிபட்டுவிடுகிறது.

**கருப்பு ரூக்குகள்**

**a8** - 20-ல் e8, 31-ல் e7, 38-ல் d7, 48-ல் அடிபட்டுவிடுகிறது.

**h8** - 35-ல் f8, 43-ல் அடிபட்டுவிடுகிறது.

**கருப்பு நைட்டுகள்**

**b8** - 4-ல் d7, 14-ல் f8, 26-ல் d7, 29-ல் b6, 32-ல் d7, 33-ல் b8, 36-ல் c6, 37-ல் அடிபட்டுவிடுகிறது.

**g8** - 1-ல் f6, 5-ல் g8, 10-ல் f6, 13-ல் h6, 15-ல் f6, 37-ல் e8, 39-ல் f6, 45-ல் d5, 53-ல் f4, 55-ல் d5.

**கருப்பு பிஷப்புகள்**

**c8** - 3-ல் g4, 6-ல் f3, 7-ல் அடிபட்டுவிடுகிறது.

**f8** - 12-ல் g7, 44-ல் f8.

**கருப்பு ராணி**

**d1** - 16-ல் d6, 21-ல் e7, 22-ல் a3, 24-ல் a4, 27-ல் a5, 28-ல் d8, 34-ல் a5, 41-ல் a6, 49-ல் d6, 52-ல் f4, 55-ல் அடிபட்டுவிடுகிறது.

**கருப்பு ராஜா**

**e1** - 18-ல் f7, 40-ல் e7, 42-ல் d7, 44-ல் e7, 46-ல் f7, 47-ல் g8, 51-ல் f8, 51-ல் f8, 56-ல் f7.

# வினாக்களுக்கு விடையளிக்கவும்

1. இண்டியன் டிஃபென்ஸைப்பற்றி குறிப்பெழுது. 4
2. இண்டியன் டிஃபென்ஸின் முத்திரையாக ஆட்டம் ஆரம்பமான சில நகர்த்தலிலேயே வெள்ளை c2 - c4 செய்யப்படவேண்டும். ஆனால், வெள்ளை அதனைச் செய்யவில்லை. ஏன் ? அதற்கு அவர் கூறும் காரணங்கள் யாவை ? 5
3. சில மாற்று நகர்த்தல்கள், 5, 6, 7-வது நகர்த்தல்களுக்குப் பின் கூறப்பட்டுள்ளன. அவைகளை எழுது. 6
4. கருப்பு தனது ஐந்தாவது நகர்த்தலில் Nf6 - g8 என்று நைட்டை பின்வாங்கிக் கொண்டார். ஏன் ? இதனால் அவருக்கேற்பட்ட பின்னேற்றம் (disadvantage) என்ன ? 3

5. வெள்ளையின் 9-வது நகர்த்தல் e5-e6, கருப்பிற்கு பாதகமானது (disadvantage). எப்படி? 4

6. 11-வது நகர்த்தலுக்குப்பின், செஸ் நிபுணர்கள் கூறும் சிறந்த மாற்று நகர்த்தல் தொகுப்பினைக் கூறு. 5

7. 14-வது நகர்த்தலில் வெள்ளைக்கு மனநிலை பாதிப்பு (Psychological effect) ஏற்பட்டு எதையோ, மாற்றி நகர்த்திவிட்டதாகவும், அதற்கு நல்ல (சாதாரண) மாற்று நகர்த்தல்களையும் செஸ் வல்லுனர்கள் கூறுகின்றனர். அதனைக் கூறு. 4

8. 17-ல் கருப்பு c7 - c6 நகர்த்தினார். வெள்ளைக்கு சாதகமான வேறு மாற்று நகர்த்தல் தொகுப்பும் உண்டு. அதனைக் கூறு. 5

9. 19. b2 - b4 என்ற தந்திரமான நகர்த்தலை கருப்பு எவ்வாறு முறியடித்தார்? 4

10. 22-ல் b4 - b5-க்கு பதிலாக ஒரு சிறு உயர்தர (classic) மாற்று நகர்த்தல் உண்டு. அது என்ன? 2

11. கருப்பிற்கு விளையாடத்தகுந்த ஒரு மாற்று நகர்த்தல் 24-வது நகர்த்தலுக்குப்பின் கூறப்பட்டுள்ளது. அதனைக் கூறு. 2

12. கருப்பின் 27-வது நகர்த்தலுக்குப்பின் வெள்ளைக்கு சாதகமான மாற்று நகர்த்தலும் உண்டு. அது என்ன? 2

13. 28-வது நகர்த்தலுக்குப்பின் கூறப்பட்டுள்ள நகர்த்தல் தொகுப்புகளில் கருப்பிற்கு ஏற்றது அல்ல என்று கூறப்படும் நகர்த்தலைக் கூறு. 2

14. 37-வது நகர்த்தலில், கருப்பிற்கு கூறப்படும் சாதகமான நகர்த்தல் எது? 2

15. 50-வது நகர்த்தலில் வெள்ளைக்கு கூறப்படும் சாதகமான நகர்த்தலைக் கூறு. 3

16. இவ்விளையாட்டில் கருப்பின் தோல்விக்கு காரணம் என்ன? 2

## பாடம் - 16
# ராணியின் பானின் திறப்பு
## (Queen's Pawn Opening)

இதுவும் பழமையான திறப்பு ஆகும். இதை 1922-1927-ல் உலக சாம்பியனாக இருந்த **ஜோஸ் ராவுல் கேபாப்ளாங்கா** (Jose Raul Capablanka) என்பவர் இந்த திறப்பை செஸ்ஸின் உயர்தர திறப்புகளில் (one of the classics of chess) இதுவும் ஒன்றாகும் என்று புகழ்ந்துள்ளார். இவர் இந்த திறப்பை உலகளவில் விளையாடும் மேட்சுகளில் (matches) விரும்பி விளையாடுவார். இந்த திறப்பும் அவ்வப்பொழுது விளையாடப்படுகிறது. இதை நாமும் தெரிந்து வைத்திருப்பது அவசியமல்லவா ? இதோ ஆட்டம் ஆரம்பமாகிறது.

1. **d2 - d4** ராணியின் முன்னால் இருக்கும் பான் d2. அதை வெள்ளை நகர்த்தியிருக்கின்றார். இதனால் பிஷப்பிற்கு (c1) வலது கருப்பு குறுக்குக் (Right Black diagonal) கட்டங்கள் திறந்துவிட்டன. ராணி (Qd1) d2, d3 ஆகியவற்றில் செல்லும். பான் d4, c5, e5 கட்டங்களைக் கண்காணிக்கின்றன.

1. **... Ng8 - f6** g8 கட்டம் காலியாகிவிட்டது. f8 கட்டம் காலியாகிவிட்டால் கருப்பு கேஸ்ட்லிங் (castling) செய்துகொள்ள இயலும். கருப்பு நைட், e4, g4 ஆகிய வெள்ளை பகுதி கட்டங்களைக் கண்காணிக்கின்றன. d5, h5 ஆகிய கருப்புக் கட்டங்களைக் கண்காணிக்கின்றது. இவற்றில் d5 முக்கிய நடுக்கட்டமாகும்.

2. **Bc1 - g5** இந்த நகர்த்தல், நாம் இதுவரை இப்புத்தகத்தில் படித்த இதர திறப்பினிலிருந்து மாறுபட்ட நகர்த்தல் ஆகும். மற்ற நகர்த்தலில் பானையோ அல்லது நைட்டையோதான் நகர்த்துவதைக் கண்டோம்.

2. **... Nf6 – e4** இதுவும் மற்ற திறப்பிலிருந்து மாறுபட்ட நகர்த்தல் ஆகும். கருப்பு நைட் (Nf6) வெள்ளையின் எல்லைக்குள் இறங்கிவிட்டது. அது f2, d2, g3, c3 ஆகிய கட்டங்களைத் தாக்குகிறது. மேலும் திரும்பி (Retreat) செல்ல அதனுடைய கட்டங்களே ஃப்ரீயாக (free) உள்ளன. இதன் நகர்த்தலை நன்கு சிந்திக்க வேண்டும். தியரி விதிப்படி நைட்டுகளுக்கு ஆரம்பத்தில் அபார சக்தியுள்ளது. விளையாடுபவர் நைட்டுகளை திறமையாக நகர்த்தினால், சில பவர்களை எடுத்துவிடுவார். இந்த Ne4 - f2-க்கு (Ne4 × f2) வந்தால் Ke1 அதனை அடிக்கும். ஆனால், ராஜா நகர்ந்துவிட்டபடியால் கேஸ்ட்லிங் செய்ய இயலாது போய்விடும். (King Exposed) ராஜா வெளிப்படும். ஆனால், ஒரு சில நகர்த்தலில் ஆதரவுடன் (Support) அடிக்கும். ஜாக்கிரதை வேண்டும். d2-ல் இரண்டு சக்திகள் உள்ளன. பயமில்லை. அதேபோன்று c3-லும் பயமில்லை. இரண்டு எதிர் சக்திகள் உள்ளன. எனினும் இந்த நைட் தனது எல்லைக்கு திரும்பும்வரை அதன்மீது அதிக கவனம் தேவை. Bg5-ஐக் காப்பாற்ற வேண்டும்.

**3.** **Bg5 - f4** வெள்ளை மூன்றாவது நகர்த்தலைச் செய்தும், இரண்டு திறப்புகள் கூட செய்ய இயலவில்லை. காரணம், கருப்பு நைட்டின், உள்வருகையினால் ஏற்பட்ட விளைவு.

**3.** **... c7 - c5** வெள்ளை d4 × c5 என்றால் கருப்பு Ne4 × c5 என்று திரும்பி அடித்துவிடும். இருவருக்கும் லாப நஷ்டம் இல்லை. சரியான நகர்த்தல்கள். ஆனால், திறப்பை தடைபடுத்தும் நகர்த்தல். இதனால் கருப்பு ராணியின் வலது பக்க குறுக்குக் கட்டங்கள் (Right - diagonal) திறந்துவிட்டன. இது d4, b4 கட்டங்களைக் கண்காணிக்கின்றது.

**4.** **d4 - d5** இதற்கு Qd1-ன் ஆதரவு (Support) உள்ளது. இந்த d5; c6, e6 கட்டங்களைக் கண்காணிக்கின்றது.

**4.** **... Qd8 - b6** இந்த கருப்பு ராணிக்கு a5-ல் வைத்து செக் சொல்லும் எண்ணம் இல்லை. வெள்ளை கவனிக்காது இருந்துவிட்டால், b2 (Qb6 × b2) என்று அடித்து, Ra8 என்று அடிக்க திட்டம். Nb1-ஐத் தூக்கி c3-ல் வைத்துவிட்டால் அதையும் அடிப்பார். ஆனால், வெள்ளை உஷாராகி விட்டார்.

**5.** **Bf4 - c1** பான் b2-க்கு Bc1 பாதுகாப்பாகிவிட்டது. கருப்பு ராணி b2-ஐத் தாக்கமாட்ட ார். ஆனால், a5 என்று செக் வைக்கலாம். ஆரம்ப நிலையாக இருப்பதால் அந்த செக்கை பின் செய்துகொள்ள இயலும். இதில் Bc1-க்கு பதிலாக 5. Qc1-ம் விளையாடலாம். ஆனால், ஐந்தாவது நகர்த்தல் 5. b2 - b3 என்று விளையாடக் கூடாது. ஏனெனில், உடனே கருப்பு Qb6 - f6 என்று நகர்த்தி Ra1-க்கு பயமுறுத்துதலை கொடுத்துவிடுவார். அது வெள்ளைக்கு ஆபத்தாக முடியும். எப்படியெனில் 5. b2 - b3 ... Qb6 - f6, 6. Nb1 - c3 ... Qf6 × Nc3 +. Nc3-ஐ ராணியால் அடிக்காமல் Ne4 × Nc3 என்றும் அடிக்கலாம். 5. b2 - b3 ... Qb6 - f6, 6. c2 - c3 ... Ne4 × c3, 7. Nb1 × Nc3 ... Qf6 × Nc3 என்று அடித்தலில் லாபகரமானதாக கருப்பு இருக்கும். எனவே, 5. Bf4 - c1 நகர்த்தியதுதான் சரியான நகர்த்தல்.

இப்பொழுது போர்டை கவனியுங்கள். வெள்ளைக்கு ஐந்து நகர்த்தல் செய்த பின்பு ஒரே ஒரு நகர்த்தலுக்கான திறப்புதான் ஆகியுள்ளது. கருப்பிற்கும் ஒரே ஒரு நகர்த்தலுக்குத்தான் சமம். நைட் வெளிவருவது திறப்பினில் எடுத்துக் கொள்ளப்படுவதில்லை. இந்நிலைக்குக் காரணம் என்ன ? இருவரும் திறப்பைக் கடைப்பிடித்து அதில் கவனம் செலுத்தி நகர்த்தவில்லை. திறப்புகள் கண்டிப்பு அல்ல என்ற (Opening is not mandatory) செஸ் தியரியின் வாக்கியத்தைத் தவறாக கையாண்டுவிட்டனர்.

**5.** **... e7 - e6** இதனால் c5 கட்டம் கருப்பின் Ne4, Qb6, Bf8 ஆகிய மூன்று சக்தி (Power) களால் கண்காணிக்கப்படுகிறது. Nb8, முன்னேற இயலாது (Develop) வெள்ளை d5 உள்ளது.

போர்டின் நிலையை **படம் 66** உடன் இணைத்து சரிபார்த்துக்கொள்ளவும்.

சுராவின் செஸ் திறப்புகள் (ஓப்பனிங்ஸ்)

(66)

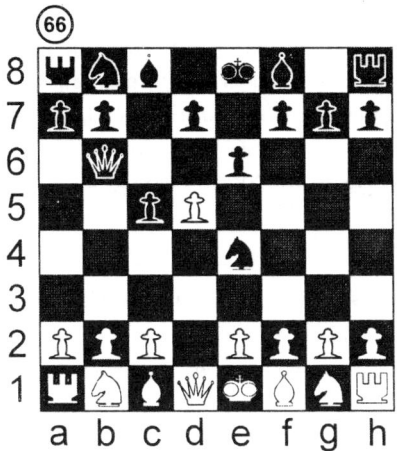

கருப்பு தனது 5-வது நகர்த்தலைச் செய்தபின்பு போர்டின் நிலை. ராணியின் பானின் திறப்பு (Queen's Pawn Opening)

**6.** **f2 - f3** Ne4-க்கு பயமுறுத்தல்.

**6.** **... Qb6 - a5+** வெள்ளைக்கு ஆப்பு (Pin) போட காய்கள் இல்லையென்றால் மேட் (mate) ஆகிவிடும். பான் c2 - c3 அல்லது Bc1 - d2 அல்லது Nb1 - d2 இவைகளை ஆப்பாக (Pin) போட்டுக்கொள்ளலாம். எவ்வகை பின் (Pin) களுக்கும் இரண்டு ஆதரவுகள் (Support) உள்ளன. எனவே, பயப்படத் தேவையில்லை.

**7.** **c2 - c3** ஆப்பு (Pin) போட்டுக்கொண்டார்.

**7.** **... Ne4 - f6** கருப்பு இத்தாக்குதலிலிருந்து பின்வாங்கிக்கொண்டார்.

**8.** **e2 - e4** இவர் கேஸ்ட்லிங் செய்வதற்கான நகர்த்தலைச் செய்யவில்லை.

**8.** **... d7 - d6** போர்டின் நிலையை கவனிக்கும் பட்சத்தில், ஒருவரையொருவர் தாக்க இயலாத நிலையில் இருவரும் இருக்கின்றார்கள்.

**9.** **Nb1 - a3** இங்கே 9. Bc1 - d2 ... Qa5 - b6, 10. c5 - c4 ... Q × b2, 11. Nb1 - c3 என்ற தொகுப்பு 1984-ல் **விழ்மா நவின் - எல்வெஸ்ட்** (Vyzhma Navin-Elvest - 1984) என்பவரால் 1984-ல் விளையாடப்பட்டது. இது அனைவருக்கும் விருப்பமாக (interesting) இருந்தது. ரசித்தனர், செஸ் வல்லுநர்களாலும் ஏற்றுக்கொள்ளப்பட்டது என்ற குறிப்பு காணப்படுகிறது. கருப்பு 9. . . . e6 × d5 10. c3 - c4 ... Qa5 - c7 11. c4 × d5 ... g7 - g6 என்ற தொகுப்பினை விளையாட வேண்டும் என்று நிபுணர்கள் கூறுகின்றனர்.

**9.** **... e6 × d5**

**10.** **e4 × d5**

10. ... **Bf8 - e7** கருப்பு கேஸ்ட்லிங் (castling) செய்துகொள்ள இயலும்.

11. ... **Na3 - c4** கருப்பு ராணிக்கு ஆபத்து. இதுவரை அதிக முன்னேற்றம் அடைந்திருப்பவர் கருப்புதான். வெள்ளை சிறிது கவனக்குறைவாக விளையாடினாலும் கருப்பு ராணி a5-லிருந்து, c3, b2-ஐத் தாக்கி உள்ளிறங்கி செக் சொல்ல ஆரம்பித்துவிடும். வெள்ளையின் c3, f3 பான்கள் ஒரு அலங்காரமாகத்தான் (adorned) உள்ளது. எதையும் காக்கவும் இல்லை. தாக்கவும் இல்லை.

11. ... **Qa5 - d8**

12. **Nc4 - e3** d5 பானுக்கு ஆதரவு (Support) அளிக்கின்றது.

12. **0 - 0** ராஜா பக்கக் கோட்டை (King's side castling) செய்துகொண்டார். கருப்பின் ராஜாவிற்கு பாதுகாப்பு கிடைத்துவிட்டது.

13. **Ng1 - e2** d4, d5, f4, f5, c4, g4, c3, g3 ஆகிய கட்டங்கள் வெள்ளை நைட்களால் கண்காணிக்கப்படுகின்றன.

13. ... **Rf8 - e8**

14. **g2 - g4** வெள்ளையின் இந்த நகர்த்தல் மிகவும் தவறானது. மிகவும் அலட்சியப்போக்கால் இதைச் செய்கிறார். (Reckless mood) வெள்ளை இத்தருணத்தில் தாக்கப்பட்டுவிடுமோ என்ற எண்ணம் கொள்வதும் தவறு. கேஸ்ட்லிங்கும் செய்யாது g2 - g3 செய்தது அறியாமையால் அல்ல. ஏதோ அலட்சியப்போக்கால்தான். இந்த g2 - g3 இறுதியாட்டத்தில் கட்டத்தின் இறுதியில் நகர்த்தும் நிலைக்கு உள்ளாக்கலாம். இல்லையேல் அதிலேயே (g2-ல்) தங்கிவிடும் (அதுவே சரி) என்று செஸ் நிபுணர்கள் இப்பொழுது நகர்த்தியதை குறை கூறி எழுதியுள்ளனர் .

14. ... **Nf6 - d7** Nf8 - d7, Nfb - d7 என்று 'd7'-ல் நைட்டை வைப்பதை நாம் அநேக கேம்களில் கண்டோம். சில சமயம் யோசித்து தோல்வியடைய இயலாத நிலையில் பாதுகாப்பான நகர்த்தல் என்றுதான் உணர்ந்தோம். ஆனால், செஸ் வல்லுநர்கள், சில நேரம் இது ஒரு குறிப்பிட்ட (Specific and tactical) திறமையான நகர்த்தல் என்று கூறுகின்றனர். இது c5, e5 கட்டங்களைக் கண்காணிக்கின்றது. இது அதிக இடைவெளியினால் (gaping weakness) ஏற்படும் பலவீனத்தைக் குறிப்பதாக கூறுகின்றனர். இந்த பலவீனம் (Weakness) தற்சமயம் வெள்ளைக்கு உள்ளது.

15. **Ne2 - g3**

15. ... **Be7 - g5** கருப்பு தனது 15-வது நகர்த்தலைச் செய்தபின்பு போர்டின் நிலையை **படம் 67** உடன் இணைத்து சரிபார்த்துக்கொள்ளவும்.

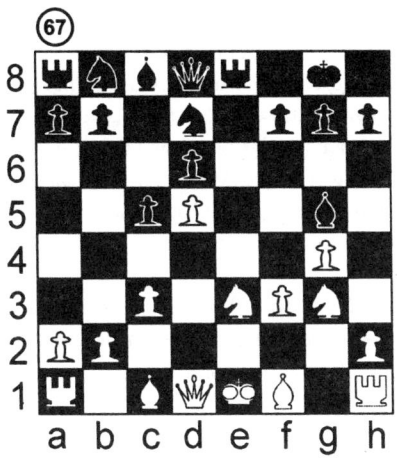

67

கருப்பு தனது 15-வது நகர்த்தலைச் செய்தபின்பு போர்டின் நிலை. (ராணியின் பானின் திறப்பு)

16. **Ke1 - f2**

16. **... Nd7 - Ne5** 17. h2 - h4 ... Bg5 × Ne3 +, 18. Bc1 × Be3 ... Qd8 - f6 ... Ne5 × g4+ என்ற கருப்புக்கு சாதகமான நகர்த்தல் தொகுப்பு ஒன்றும் உள்ளது.

17. **Bf1 - b5**

17. **... Bc8 - d7** போர்டின் நிலையை பரிசோதிப்போம். வெள்ளையின் பிஷப்பை (Bb5) கருப்பு (Bd7) பிஷப் தாக்குகின்றது. முதலில் வெள்ளை அதைக் காப்பாற்ற வேண்டும். Ne3, Bg5-ஆல் தாக்கப்பட்டால் Bc1-ஆல் அது தாக்கப்படும். Ne3 எதையும் தாக்கவில்லை. ஆனால், f5, g5 கட்டங்களைக் கண்காணிக்கின்றது. பான் d5-ம் (Pawns are Blocked) d6-ம் பிளாக் ஆகி உள்ளன. Ne3, f5 கட்டத்தைக் கண்காணிக்கின்றது. d5-ல் பான் உள்ளது.

கருப்பிற்கு Qd1-ம், Bg5-ம் ஒரே குறுக்குக் கட்டங்களில் (Diagonal-ல்) உள்ளன. இது ஒரு அறியப்பட்ட நிலை. ஆபத்தை விளைவிக்கலாம். Qd1, Bg5, Ne5 சரியாக செயல்பட்டால் செக்மேட்டாக வாய்ப்புள்ளது. வெள்ளை கவனமாக இருக்கவேண்டும். வெள்ளையின் காய்கள் அதிகமாக உள்ளமையால். Qd1-தனது வலது குறுக்கில் (diagonal) அவ்வளவாக இறங்காது.

18. **Bb5 × Bd7**

18. **... Nb8 × Bd7** வெள்ளை, காய் பரிமாற்றம் செய்துகொண்டார். நகர்த்தல்களுக்குப்பின்பு இவர்கள் அடித்த முதல் பீஸ்.

19. **Ne3 - f5**

*19.* **... c5 - c4**

இதனால் கருப்பு திட்டமிட்டபடி தனது நைட்டை (Ne5) d3-ல் இறக்கி விடுவார். ராஜாவிற்கு செக் சொல்வார். செக் சொல்லும் நைட்டை ராணியால் அடிக்க இயலாது. ராணியை d5-பான் அடிக்கும். இது வெள்ளைக்கு இக்கட்டான சூழ்நிலை. இதற்கு வெள்ளை வேறு ஏதாவது பதில் நடவடிக்கை (counter - attack) எடுக்கவேண்டுமேயொழிய, இங்கு ராஜாவை நகர்த்தித்தான் செக்கிலிருந்து விடுபட வேண்டும். முன் கூட்டியே ராஜாவை வேறு கட்டத்தில் வைத்தாலும் கருப்பு நைட் (Ne5) d3-ல் வைப்பதைத் தடுக்க இயலாது.

***20.*** **Ng3 - h5** இப்பொழுது இரண்டு வெள்ளை நைட்டுகளும் g7-ஐத் தாக்குகின்றன. கருப்பின் Ne5 - d3+-க்கு இப்பொழுது பதிலடி கொடுக்க இயலும். வெள்ளை Bc1 × g5 என்றும் அடித்திருக்கலாம்.

***20.*** **... Ne5 - d3+**

***21.*** **Kf2 - g3**

***21.*** **. . . Bg5 × c1** வெள்ளை ரூக்கால் அடித்தால் ரூக்கை இழந்துவிடுவார்.

***22.*** **Ra1 × c1** இது தவறான நகர்த்தல். பயந்துவிட்டார். வெள்ளை 22. Nf5 × g2 ... கருப்பு எதை நகர்த்தினாலும் Re8-ஐ எடுத்திருக்கலாம்.

***22.*** **... g7 - g6** (Skewers) 'இரட்டைக்குறி'. இரண்டு நைட்டில் ஒன்றை g6 பானால் எடுத்துவிடுவார். இவர் அந்தத் தவறை (Himalayan Blunder) செய்திருக்காவிட்டால் ஒரு ரூக், ஒரு பான் நிச்சயம் கிடைத்திருக்கும். கருப்பை வென்றிருக்கலாம். வெள்ளை தனது 23-வது நகர்த்தலைச் செய்யாது தோல்வியை ஒப்புக்கொண்டார். அச்சமயம் போர்டின் நிலையை (Board's - Position) **படம் 68** உடன் ஒப்பிட்டு சரிபார்த்துக்கொள்ளவும்.

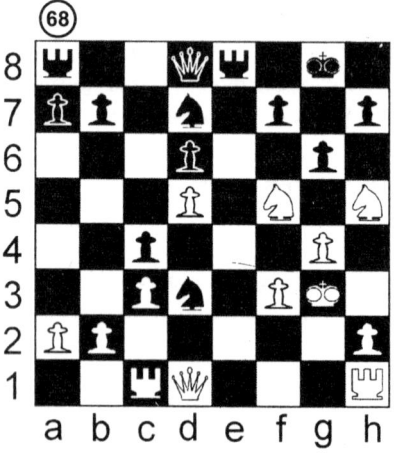

68

வெள்ளை தனது 23-வது நகர்த்தலைச் செய்யாது தோல்வியை ஒப்புக்கொண்டது. அச்சமயம் போர்டின் நிலை. (ராணியின் பானின் திறப்பு)

இந்த கேமில் வெள்ளை தோற்றதற்கு முக்கிய காரணம் கேஸ்ட்லிங் செய்யாததுதான். அதனால் இறுதியில் அவர் ராஜா e**3**-ல் வெளியே தெரிய ஆரம்பித்துவிட்டது (Exposed). எனவே, கருப்பு ராணி குறுக்கில் (Diagonal) வந்து செக் வைக்க ஏதுவாகிவிட்டது. இதற்கு மற்றொரு காரணம் வெள்ளையின் அதிக தன்னம்பிக்கை (over-confidence), போனால் போகட்டும் என்ற அலட்சியப்போக்கு, சற்று அவசரம். வெள்ளை கருப்பை விட திறமையானவர் என்பதை அவர் நகர்த்தலிலிருந்து அறிகின்றோம். c**4**தான் தோல்விக்குக் காரணமான நகர்த்தல் (Keymove).

மேலே விளையாடி ஆட்டத்தை முடிப்போம்.

**23. Rc1 - c2** ரூக்கைக் காப்பாற்ற வேண்டும்.

**23. ... g6 × Nh5**

**24. g4 × h5**

**24. ... Qd8 - g5+ (செக்)**

**25. Kg3 – h3**

**25. Nd3 - f2 +**
**+** } **செக்மேட்**

வெள்ளை **24**-ல் g**4** × h**5**-ஐ அடிக்காவிட்டால் கருப்பு h**5** × g**4** என்று அடிப்பார். மீண்டும் அடிக்காது விட்டால் g**4** × f**2** என்று அடித்து அதே நிலையை உருவாக்கிவிடுவார்.

போர்டின் நிலையை **படம் 69** உடன் ஒப்பிட்டு சரிபார்த்துக்கொள்ளவும்.

69

போர்டின் இறுதிநிலை (முதல் முறை) (Mating Position). முதல் முறையில் ராஜா வளைக்கப்பட்டுவிட்டார். (ராணியின் பானின் திறப்பு).

மற்றொரு முறையில் (2);

23. Qd1 - d2
23. ... g6 × Nh5
24. Qd2 - h6
24. ... Qd8 - f6
25. Qh5 × Qf6
25. ... Nd7 × Qf6
26. g4 × h5
26. ... Nf6 × h5+
27. Kg3 - h4
27. ... Nd3 × Rc1
28. Rh1 × Nc1
28. ... Nh5 - f4
29. Rc1 - d1
29. ... Re8 - e5
30. Nf5 - h6
30. ... Kg8 - g7
31. Nh6 - g4
31. ... Nf4 × d5
32. Rd1 - g1
32. ... Ra8 - e8
33. Kh4 - g3
33. ... Re5 - g5
34. Kg3 - h3
34. ... Nd5 - f6
35. Rg1 - g3
35. ... Re8 - e2
36. Kh3 - h4
36. ... Rg5 - h5 + செக்மேட் (checkmate)

இறுதி நிலை (2) படம் 70 உடன் ஒப்பிட்டு சரிபார்த்துக்கொள்ளவும்.

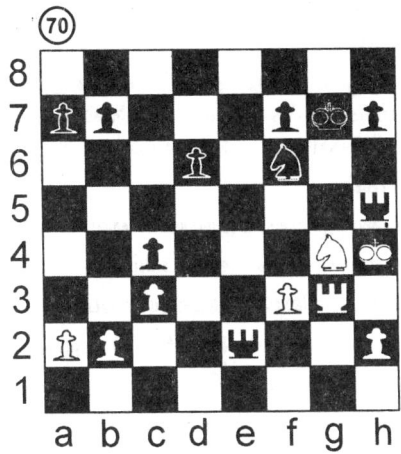

இரண்டாவது முறை (Mating Position (2)) (ராணியின் பானின் திறப்பு) இரண்டாவது முறையில் ராஜா வளைக்கப்பட்டு விட்டார்.

அடுத்ததாக, அடுத்தடுத்து வரும் நகர்த்தலில் அனைத்து காய்களைப்பற்றிய சிந்தனைப் பயிற்சி (Consequence thinking of whole coins) மற்றும் அடுத்தடுத்து வரும் நகர்த்துதல்களில் தனித்தனிக் காய்களைப் பற்றிய சிந்தனைப் பயிற்சி (Consequence thinking of single pieces). இதற்குத் தேவையான ஆரம்பப் பயிற்சி 'யோசிப்பதெப்படி' என்ற பாடத்தின் இறுதியில் தரப்பட்டுள்ளது. அதைத் தொடர்ந்து செய்யவேண்டிய பயிற்சிக்குத் தேவையான நகர்த்தல்கள் அடுத்த பக்கத்தில் தரப்பட்டுள்ளன.

(a) அடுத்தடுத்து வரும் நகர்த்தலில், அனைத்து காய்களைப்பற்றிய சிந்தனைப் பயிற்சிக்குத் தேவையான நகர்த்தல்கள்(Required moves for consequence thinking of whole coins).

1-ல் நான் d2 - d4, அவர் Ng8 - f6, 2-ல் நான் Bc1 - g5, அவர் Nf6 - e4, 3-ல் நான் Bg5 - f4, அவர் c7 - c5, 4-ல் நான் d4 - d5, அவர் Qd8 - b6, 5-ல் நான் Bf4 - c1, அவர் c7 - c6, 6-ல் நான் f2 - f3, அவர் Qb6 - a5+, 7-ல் நான் c2 - c3, அவர் Ne4 - f6, 8-ல் நான் c2 - c4, அவர் d7 - d6, 9-ல் நான் Nb1 - a3, அவர் c6 × d5, 10-ல் நான் e4 × d5, அவர் Bf8 - e7, 11-ல் நான் Na3 - c4, அவர் Qa5 - d8, 12-ல் நான் Nc4 - e4, அவர் 0 - 0, 13-ல் நான் Ng1 - e2, அவர் Rf8 - e8, 14-ல் நான் g2 - g4, அவர் Nf6 - d7, 15-ல் நான் Ne2 - g3, அவர் Be7 - g5, 16-ல் நான் Ke1 - f2, அவர் Nd7 - e5, 17-ல் நான் Bf1 - b5, அவர் Bc8 - d7, 18-ல் நான் Bb5 × d7, அவர் Nb8 × d7 19-ல் நான் Ne3 - f5, அவர் c5 - c4, 20-ல் நான் Ng3 - h5, அவர் Ne5 - d5, 21-ல் நான் Kf2 - g3, அவர் Bg5 × c1, 22-ல் நான் Ra1 - c1, அவர் g7 - g6.

வெள்ளை தனது 23-வது நகர்த்தலைச் செய்யாது தோல்வியை ஒப்புக் கொண்டது (Resigned)

(b) அடுத்தடுத்து வரும் நகர்த்தல்களில் தனித்தனி காய்களைப்பற்றிய சிந்தனைப் பயிற்சிக்குத் தேவையான நகர்த்தல்கள் (Required moves for consequence thinking of single pieces).

### வெள்ளை பான்கள்

a2 - இறுதிவரை அதிலேயே அடிபடவில்லை.
b2 - இறுதிவரை அதிலேயே அடிபடவில்லை.
c2 - 7-வது நகர்த்தலில் c3. அதிலேயே அடிபடவில்லை.
d2 - 1-வது நகர்த்தலில் d4, 4-ல் d5, 9-ல் அடிபட்டுவிடுகிறது.
e2 - 8-ல் e4, 10-ல் d5, அதிலேயே உள்ளது. அடிபடவில்லை.
f2 - 6-ல் f3, அதிலேயே அடிபடவில்லை.
g2 - 14-ல் g4, அதிலேயே அடிபடவில்லை.
h2 - இறுதிவரை அதிலேயே அடிபடவில்லை.

### வெள்ளை ரூக்குகள்

a1 - 22-ல் c1, அதிலேயே உள்ளது. அடிபடவில்லை.
h1 - இறுதிவரை அதிலேயே உள்ளது. அடிபடவில்லை.

### வெள்ளை நைட்டுகள்

b1 - 9-ல் a3, 11-ல் c4, 12-ல் e3, 19-ல் f5, அதிலேயே உள்ளது. அடிபடவில்லை.
g1 - 13-ல் e2, 15-ல் g3, 20-ல் h5 அதிலேயே உள்ளது. அடிபடவில்லை.

### வெள்ளை பிஷப்புகள்

c1 - 2-ல் g5, 3-ல் f4, 4-ல் c1, 21-ல் அடிபட்டுவிடுகிறது.
f1 - 17-ல் b5, 18-ல் d7, அதே நகர்த்தலில் அதிலேயே அடிபட்டுவிடுகிறது.

### வெள்ளை ராணி

d1 - இறுதிவரை அதிலேயே உள்ளது. அடிபடவில்லை.

### வெள்ளை ராஜா

e1 - 16-ல் f2, 21-ல் g3

### கருப்பு பான்கள்

a7 - இறுதிவரை அதிலேயே உள்ளது. அடிபடவில்லை.
b7 - இறுதிவரை அதிலேயே உள்ளது. அடிபடவில்லை.
c7 - 7-ல் c5, 19-ல் c4, அதிலேயே உள்ளது. அடிபடவில்லை.
d7 - 8-ல் d6, அதிலேயே அடிபட்டுவிடுகிறது.

**e7** - 5-ல் e6, 10-ல் d5, 11-ல் அதிலேயே அடிபட்டுவிடுகிறது.

**f7** - அதிலேயே அடிபடவில்லை.

**g7** - 22-ல் g6, அதிலேயே அடிபடவில்லை.

**h7** - அதிலேயே அடிபடவில்லை.

**கருப்பு ரூக்குகள்**

**a8** - இறுதிவரை அதிலேயே உள்ளது. அடிபடவில்லை.

**h8** - 12-ல் f8 (கேஸ்ட்லிங்கிற்காக), 13-ல் e8. இறுதிவரை அதிலேயே உள்ளது. அடிபடவில்லை.

**கருப்பு நைட்டுகள்**

**b8** - 18-ல் d7, அதிலேயே உள்ளது. அடிபடவில்லை.

**g8** - 1-ல் f6, 2-ல் e4, 7-ல் மீண்டும் f6, 14-ல் d7, 15-ல் e5, 20-ல் d3, அதிலேயே அடிபடவில்லை.

**கருப்பு பிஷப்புகள்**

**c8** - 17-ல் d7, 18-ல் அதிலேயே அடிபட்டுவிடுகிறது.

**f8** - 10-ல் e7, 15-ல் g5, 21-ல் c1, அதிலேயே 22-ல் அடிபட்டுவிடுகிறது.

**கருப்பு ராணி**

**d1** - 4-ல் b6, 6-ல் a5+, 11-ல் d8.

**கருப்பு ராஜா**

**e1** - 16-ல் f2, 21-ல் g3

# வினாக்களுக்கு விடையளிக்கவும்

1. கருப்பு ராணியின் b2 தாக்குதலை சமாளிக்க 5-வது நகர்த்தலில் வெள்ளை Bf4 - e1 அல்லது Qd1 - e1 தான் சரியான நகர்த்தல் ஆகுமா ? அல்லது 5-ல் b2 - b3 சரியான நகர்த்தல் ஆகுமா ? 5. b2 - b3 ஆபத்தானது என்றால் எப்படி ? 5
2. இருவரும் ஐந்து நகர்த்தல்கள் செய்தும் போர்டின் நிலை ஒரே ஒரு நகர்த்தல் செய்தது போல் உள்ளதே. ஏன் ? 2
3. நகர்த்தல் 9-ல் 1984-ல் விழ்மா நவின் எல்வஸ்ட் (Vyzhma Navin Elvast - 1984) விளையாடிய நகர்த்தல் தொகுப்பை எழுது. 3
4. கருப்பு தனது 9-வது நகர்த்தலில், செய்திருக்கவேண்டிய, நிபுணர்கள் கூறும் நகர்த்தல் தொகுப்பு எது ? 3
5. செஸ் நிபுணர்கள், வெள்ளை தனது 14-வது நகர்த்தல் செய்தபின்பு கூறும் குறை என்ன ? 3

6. சில சமயம், ஆட்டத்தில் நைட்டை d2, d7-ல் வைப்பதால் ஓரிரு குறைகள் நீங்குகின்றன. அவை என்ன ? 2

7. கருப்பிற்கு சாதகமான மாற்று நகர்த்தலைக் கூறு. 2

8. 19.... c5 - c4 வெள்ளைக்கு இக்கட்டான சூழ்நிலையை உருவாக்கிவிட்டது எப்படி ? 2

9. 22. Ra1 - c1, வெள்ளையின் மாபெரும் தவறான (Himalayan Blunder) நகர்த்தல். எப்படி ? அவர் எப்படி விளையாடியிருக்கவேண்டும் ? விவரி. 4

## பாடம் - 17

# பர்ட் திறப்பு
# (Bird Opening)

இந்தத் திறப்பு பற்றிய செஸ் சரித்திரத்தை ஆராயும் பட்சத்தில், 1726 - 95-களில் வாழ்ந்த, பிரெஞ்சு நாட்டின் சிறந்த செஸ் விளையாட்டு வீரர் **'F.A.D. ஃபிலிடோர்'** (Francois Andre Darican Philidor) என்பவர் பிரெஞ்ச் மொழியில் எழுதிய புத்தகத்தில் *(Treatise Analyse du Jeu Echecs)* இந்தத் திறப்பைப் பற்றி குறிப்பு எழுதியுள்ளதாக செஸ் அறிஞர்கள் கூறுகின்றனர். எனவே, இது அதற்கு முன்பே விளையாடப்பட்டிருக்கவேண்டும் என்று தெரிகிறது. மேலும் இது திறப்பின்போது நடுக்கட்டங்களில் போராட வேண்டியதன் அவசியத்தை உணராத காலத்தில் விளையாடப்பட்டுள்ளது என்பதனை, இதன் நகர்த்தல்களின்மூலம் அறிகின்றோம். சில பத்து (some decades ago) வருடங்களுக்கு முன்பு பிரபல உலக செஸ் சாம்பியன்கள், தங்களது ஜூனியர்களுக்கு அறிவுரை (advise) வழங்கும்பொழுது, 'உனது எதிரியின் மன நிலையை (Psychological effect) புரிந்துகொள், அவரிடம் ஃபைனலில் (final) மோதும் முன்பு, அவர் தோற்கடித்த விளையாட்டு வீரர்களுடன் நீயும் விளையாடி தோற்றுப்போ !' போன்ற தந்திரமான (cunning advise) அறிவுரைகளுடன், 'அவர் விரும்பாத, திறப்புகள் விதிகளுக்கு அப்பாற்பட்ட அல்லது அவருக்கு தெரியாத திறப்பை விளையாடு' என்றும் கூறுவார்களாம். அவர்களின் இந்த, புத்திமதிகளை ஏற்று சில உலக சாம்பியன்கள் அவ்வப்பொழுது இந்த திறப்பை விளையாடியுள்ளனர். இதை நாம் தெரிந்து வைத்திருப்பது அவசியமல்லவா ? போட்டிகளில் விளையாடுவது, விளையாடாமல் இருப்பது உங்கள் விருப்பம். இதோ **'பர்ட் திறப்பு'** (Bird Opening). பெயர்க் காரணம் போர்டில் ஏற்படும் நிலையின் (Board - Position) அடிப்படையில் இடப்பட்டதாகும்.

**1.** **f2 - f4** இது திறப்புகள் விதிகளுக்கு முற்றிலும் புறம்பானது. இதனால் எந்த பீசும் (Piece) நகர வழி கிடைக்கவில்லை. (No development) f4 பான், e5, g5 கட்டங்களைக் கண்காணிக்கின்றது. ராஜாவை எங்கு வைப்பது ? மத்திய கட்டங்களாகிய d4, d5, e4, e5-ஐ விட்டுவிட்டு ஓரக்கட்டங்களில்தான் போராட வேண்டும். e2 - e4 அல்லது d2 - d4-ஐத் திறந்திருந்தால் ஏராளமான காய்களுக்கு வழி கிடைத்திருக்கும் என்றாலும், இந்த திறப்பினால், எதிரி திக்குமுக்காடுவார். (much distrupted).

**1.** **... d7 - d5** இதற்கு சரியான எதிர்ப்பு (Prepared) நகர்த்தல் கருப்பிற்கு தெரியவில்லை. எனவே, முக்கிய கட்டங்களாகிய d4, d5, e4, e5-ஐ எண்ணத்தில் கொண்டே செயல்படுகிறார்.

2. **Ng1 - f3** Nf3, e5, g5, d4, h4 ஆகிய கட்டங்களைக் கண்காணிக்கிறது. கருப்பு என்ன செய்வார், கருப்பின் d5, c4, e4 கட்டங்களைக் கண்காணிக்கின்றது. பான் f4 தனிமையாகிவிட்டது.

2. **. . . Ng8 - f6** குரூயன்ஃபெல்டில் பெரும்பாலும் இரண்டாவது நகர்த்தலாக இதைத்தான் செய்வார்கள். இதில் இவர், வெள்ளையை இவருக்கு இணையான எதிர் (counter moves) நகர்த்தல் செய்யும்படி மாற்றவேண்டும். அல்லது வெள்ளை கருப்பை, தனக்கு இணையான எதிர் (counter moves of Bird Opening) நகர்த்துதலை அதாவது 'பர்ட் திறப்பி'ற்கு எதிராக செய்யப்படும் நகர்த்தலுக்கேற்றவாறு, நகர்த்தும்படி மாற்றவேண்டும். அதாவது இருவரும், தனித்தனி வழியில் செல்லாது, நகர்த்தலுக்கு எதிர் நகர்த்தல் செய்ய வேண்டும். இவர் 'f' ஃபைல் அவர் 'd' ஃபைல் என்பது சரியன்று. இதுபோன்றே மற்றவைகளும். இதில் கருப்பால் வெள்ளையின் பர்ட் (Bird) திறப்பிற்கு ஈடுகொடுத்து விளையாடத் தெரியவில்லை. தெரிந்து ஈடுகொடுத்தாலும், ஆட்டம், தற்காலத்திற்கு ஏற்றவாறு (Modern Openings) மாறாது குளறுபடிக்களைச் செய்யும். கருப்பு தெளிவின்றி செல்வார்.

3. **e2 - e3** வெள்ளை, மெதுவாக மாறுகிறார். ஒரிஜினல் பர்ட் (Bird) திறப்பில் e2 - e3 இந்நகர்த்தலில் இல்லை. ஆனால், g2 - g3 அல்லது g4 உண்டு. இந்த e2 - e3-ஆல் Qd1, Bf1-க்கு வழி திறக்கப்பட்டுவிட்டது என்றாலும் நடு கட்டங்களில் போர் (d4, d5, e4, e5) என்ற விதியினை இன்னும் எட்டவில்லை.

3. **... Bc8 - g4** இவர் குரூயன்ஃபெல்டுடைப் பின்பற்றுகிறார். பர்ட் (Bird - Opening) நகர்த்தல் செய்யவில்லை. வெள்ளைக் குதிரையை (Nf3) நகர்த்த இயலாது. ஏனெனில், Bg4 × Qd1 ஆகிவிடும். 0 - 0 - 0-க்கு (ராணி பக்க கேஸ்ட்லிங்) முயற்சிக்கின்றார்.

4. **b2 - b3** 'என்னய்யா நகர்த்தல் !' என்று கேட்கத் தோன்றுகிறது அல்லவா ? வலது பக்கமிருந்து, இடது பக்கத்திற்கு மாறிவிட்டார். கருப்பிற்கு மீண்டும் திகைப்பு. யோசனை. நாம் ஜெயிக்க இயலுமா என்ற கேள்வி.

4. **... Nb8 - d7** இந்நகர்த்தல் பர்ட் திறப்பும் (Bird Openings) அல்ல, குரூயன்ஃபெல்டும் அல்ல. ராணி பக்க கோட்டை கட்ட இடைக்கட்டங்களைக் காலி செய்கின்றார். போர்டை கணிக்கும் பட்சத்தில் ஒன்றும் ஆபத்தில் இல்லை. அவர் அவர் வழி, இவர் இவர் வழியில் செல்கின்றனர். பிரஷர் / டென்ஷன் (Pressure / Tension) இதுவரை ஏற்படவில்லை. Nd7; c5, e5 கட்டங்களைக் கண்காணிக்கின்றன. e5-க்கு வர இயலாது, f4 உள்ளது. b6 அதன் கட்டம். தற்சமயம் ஆபத்தில்லை.

5. **Bc1 - b2** இதில் Bb2, c3, d4, e5-க்கு ஆதரவாக உள்ளது. பான்கள் d2, e3, f4 முக்கிய தாக்குதல் காய்களாக மேற்கண்ட கட்டங்களுக்கு உள்ளன. மேற்கண்ட கட்டங்களை பான்களும் பிஷப்பும் கண்காணிக்கின்றன.

5. **... c7 - c6** இவரது இந்த நகர்த்தலுக்குப் பின்பு (Bird Openings) பர்ட் திறப்புடன் மாற்றப்பட்டு விட்டாரோ எனத் தோன்றுகிறது. Ra8, b7, c6, d5,

d2, e3, f4 அமைப்புகளைக் காணும்பொழுது பெயருக்கேற்றார்போல் பறவையின் இறக்கை ஞாபகம் வருகிறது. கருப்பு மத்திய கட்டங்களில், ஆட்டத்தை (counter play) மாற்ற முயற்சிக்கின்றார். அத்துடன் வெள்ளையின் Bc1 - b2, தான் கேஸ்ட்லிங் செய்து கொள்வதைத் தடுக்கும் வெள்ளையின் முயற்சி என்பதனை அறிகின்றார். எனினும் ராஜா பக்க கோட்டை கட்டிக்கொள்ள (King's side castling) நான் அறிவேன் என்கிறார். (குறிப்புகளில் உள்ளபடி)

**6.** **Bf1 - e2** இந்நகர்த்தலிலிருந்து பர்ட் (Bird) திறப்புகள் ஒன்றும் மோசமானதல்ல, சிறந்தவைகளில் ஒன்றே என்பதை நாம் அறியலாம்.

**6.** **... Qd8 - c7** பொதுவாக குருயன்ஃபெல்டில் Qd8 - e7 ஆக இருக்கும். இது (Qd8 - c7) பர்ட் திறப்பின் எதிர் நகர்த்தலே. (counter move of Bird Opening) இதனால் ராணி (Bc7) வெள்ளையின் எந்தக் காயையும் தாக்க இயலாது. கருப்பின் திட்டம் (Strategy) உறுதி ஆகிவிட்டது என்பது என்னவோ உண்மைதான். வெள்ளை இதுவரை செய்த நகர்த்தலாலும், கருப்பு பர்ட் திறப்பை, தனக்கேற்றவாறு மாற்ற விரும்புவதாலும், g7 கட்டம் ஃப்ரீயாக கிடைக்காமையினாலும் கேஸ்ட்லிங் (கருப்பு) செய்ய இயலவில்லை. ராணி பக்க கோட்டை (0 - 0 - 0) (Queen's side castling) கட்டிக்கொள்ள முயற்சிக்கின்றார்.

**7.** **0 - 0** ராஜா பக்க கோட்டை (King's side castling) செய்துகொண்டார். பழைய செஸ் வீரர்கள் கூறிய "எதிரிக்கு தெரியாத திறப்புகளை விளையாடு", என்று கூறிய அறிவுரை (advise) இதுவரை உண்மையாகவே தெரிகின்றது. (உணர முடிகிறது - இருவரின் போக்கும் புரியாத நிலையிலேயே செல்கிறது).

**7.** **... Bg4 × Nf3** பிஷப்பைக் கொடுத்து, நைட்டை எடுக்கின்றார். இதில், e5 கட்டத்தை தன் ஆதிக்கத்தில் கொண்டுவரும் திட்டம் (கருப்பிற்கு) உள்ளது. தற்சமயம் அது (கருப்பிற்கு) இடைஞ்சலாக உள்ளது. வெள்ளை நிதானிக்க வேண்டும். கருப்பு போராடத் துவங்கிவிட்டார்.

**8.** **Be2 × f3** இப்பொழுதும் வெள்ளை மாறவில்லை. கருப்பு செய்வதறியாது யோசனையில் ஆழ்ந்துள்ளார்.

**8.** **... e7 - e5** பர்ட் திறப்பிற்கு எதிர் நகர்த்தல் கருப்பின் இரண்டு நைட்களும் இறங்க இயலாது. எனவே, வெள்ளைக்கு ஆபத்து குறைவு.

**9.** **d2 - d3** வெள்ளை தனது திறப்பில் உறுதியாகவே உள்ளார்.

**9.** **... Bf8 - d6** இந்த நகர்த்தலில் கருப்பு 9. . . . e5 × f4, 10. e3 × f4 ... Qc7 × f4 என்று நகர்த்தியிருந்தால் வெள்ளைக்கு மிகவும் அனுகூலமாக இருந்திருக்கும். எப்படியெனில் 11. Qd1 - e2+ கருப்பு 11. ... கருப்பு பிஷப்பால் பின் செய்தால் (Bf8 - e7) வெள்ளை 12. Bf4 × d5.

**10.** **g2 - g3** வெள்ளை இதை நகர்த்தியிருக்கக் கூடாது. இதனால் ராஜாவிற்கு பாதுகாப்பு குறைந்து, முன்னேற்றம் குறையலாம்.

**10. ... 0 - 0 - 0** ராணி பக்க கோட்டைக் கட்டிக்கொண்டார் (Queen's side castling). கருப்பு தனது 10-வது நகார்த்தலைச் செய்தபின்பு போர்டின் நிலையை **படம் 71** உடன் ஒப்பிட்டு சரிபார்த்துக்கொள்ளவும்.

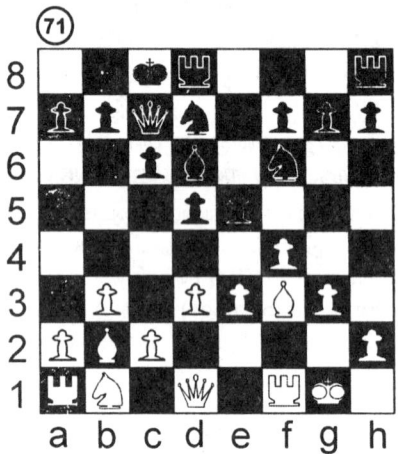

71

கருப்பு தனது 10-வது நகர்த்தலைச் செய்தபின்பு போர்டின் நிலை. (பர்ட் திறப்பு Bird Openings)

கருப்பு, வெள்ளையின் நகர்த்துதலுக்கு ஈடுகொடுத்து விளையாடவில்லை. தனது போக்கிற்கு, தற்காப்பு (Defence) தக்க சமயத்தில் அடித்தல் (offence) என்று நேர்மையாக விளையாடுகிறார். நல்ல முன்னேற்றம் ஏற்படலாம் என நிபுணர்கள் கருத்து (comments) தெரிவிக்கின்றனர். அதோடு வெள்ளையும் பர்ட் (Bird Openings) திறப்புகளை சரியாக விளையாடுவதாகவும் கூறுகின்றனர்.

**11. c2 - c4** வெள்ளை தனது நம்பிக்கையால், நடுக்கட்டங்களில், போரை தவிர்த்துக்கொண்டே வருகிறார். அது வெள்ளைக்கு சாதகமாகத் திரும்பி விடும் என கருப்பு அஞ்சுவதாகத் தெரிகிறது. எனவே, f4 × d5 என்று அடிக்கவில்லை. அவர் (வெள்ளையின்) எண்ணம், அவருக்கு பலவீனம் என்றும் கணிக்கின்றனர். Nb1 - d2 என்பது அவருக்கு (சிறந்த) வெற்றிக்கு வழிவகுக்கும் நகர்த்தல். நடுக்கட்டங்களில் போர் வேண்டாம் என்ற உறுதியான எண்ணத்தில் Nb1 - d2-ஐத் தவற விட்டுவிட்டார்.

**11. ... d5 × c4**

**12. b3 × c4** வெள்ளை 12-ல் d3 × c4 ... Qc7 - b6 என்பது உறுதியான (strong move) நகர்த்தலாக இருந்திருக்கும். கருப்பின் பயமுறுத்தல்களை (threats) எதிர்கொள்ள முடியும். உதாரணமாக 13. f4 × e5 'இரட்டைக் குறி' (Skewers) ... Qb6 × e3 +, 14. Kg1 - h1 ... Nd7 × e5

**12. ... h7 - h5** 'வெள்ளை நடுக்கட்டங்களில் போர் புரிவதை, வேண்டுமென்றே (Purposely) தவிர்க்கிறார். அதனால் வேறு பல நகர்த்தல்களைச் செய்கிறார். அது சரியான போராட்டத்தைத் தவிர்த்துவிட்டது. என்னை வேறு வழிக்கு தள்ளிவிட்டது. அது அவருக்கு பெரிய ஆபத்தை உண்டுபண்ணும்' என்று கருப்பு கூறுகின்றார்.

**13. Qd1 - c2**

**13. ... h5 - h4** இந்நகர்த்தல், இந்த திறப்பிற்கு சம்பந்தப்படாதவை. இந்த h4-ஐ g3 அடிக்கவேண்டுமென்று எதிர்பார்க்கிறார். அதனால் ராஜா வெளிப்பட்டு (Expose) விடுவார். அதனை சாதகமாகப் பயன்படுத்திக்கொள்வார்.

**14. Nb1 - c3** வெள்ளை தனது பர்ட் திறப்பு (Bird Opening) படியே விளையாடுகிறார். நன்றாகவே வெள்ளை விளையாடுகிறார் என்பது நிபுணர்கள் கணிப்பு.

**14. ... h4 × g3** எதிர்பார்த்தது நடக்கவில்லை. எனவே, அவரே அடித்துவிட்டார். பலன் நிச்சயம் உண்டு.

**15. h2 × g3** இப்பொழுது 'g', 'h' ஃபைல்கள் காலியாக உள்ளன. இரு ராஜாக்களும் கவனமாக இருக்க வேண்டும். g3, h3 அகல அவகாசம் தேவைப்படாது.

**15. ... e5 × f4** கருப்பின் Qc7, Bd6, f2 எல்லாம் ஒரே குறுக்கில் (Diagonal) உள்ளன. வெள்ளையின் அரண் (Fortification) உடைந்து கொண்டுள்ளது. கவனிக்க வேண்டும்.

**16. e3 × f4** 16-ல் g3 × f4 என்றிருந்தால் 'e' ஃபைல் காலியாகாமல் இருந்திருக்கும். இது வெள்ளைக்கு சாதகமானது.

**16. ... g7 - g5** கருப்பு பான்களை வைத்தே நன்கு விளையாடுகின்றார். அவரது ராஜா பாதுகாப்பாக உள்ளது. இவர் பான்கள் பரிமாற்றம் (Exchange) மூலம் e, f, g கட்டங்களை (e4, e5, f4, f5, g4, g5) காலி செய்கின்றார். இவரது Bd6, Qc7, Nd7, Rh8 வெள்ளை ராஜாவை வளைக்கும் பணியில் தங்கு தடையின்றி (free) வர இயலும். வெள்ளைக்கு அவ்வாறான சூழ்நிலை இல்லை. அவர் அதை ஏற்படுத்திக்கொள்ளவில்லை. தற்சமயம் கருப்பு முன்னேற்றமாகவே (Advantage) இருக்கின்றார்.

**17. Nc3 - e4** இந்நகர்த்தல் வெள்ளைக்கு சாதகமானது. எப்படி என்பதை அடுத்தடுத்து வரும் நகர்த்தலில் காணலாம் என்பதால் அதை இங்கு தரவில்லை. ஆனால், அவர் இதைச் செய்யாமல், c4 - c5 அல்லது Qc2 - b3 செய்வதே சிறந்த நகர்த்தல் ஆகும்.

அடுத்த மூவில், கருப்பு Nf6 × Ne4-ஐ பரிமாற்றம் செய்தால், வெள்ளைக்கு நஷ்டமே. அவ்வாறு பரிமாற்றம் (Exchange) செய்யாவிடில் வெள்ளை Ne4 × Nf6 கருப்பு Nd7 × Nf6 வெள்ளை Bb2 × Nf6 (இரண்டு ரூக்குகளில் ஒன்று கிடைக்கும்). பின்பு வெள்ளை Bf3 - g4+ என்று வெள்ளையின் கை ஓங்கியிருக்கும். ஆனால், வெள்ளைதான் Ne3 - e4 செய்துவிட்டார்.

**17. ... Nf6 × e4** எதை வேண்டாமென்று கருதினோமோ அதையே செய்து விட்டார்.

**18. d3 × Ne4** இது சரியான நகர்த்தல்தான். ஆனால், பெரும்பாலான பார்வையாளர்கள் (Audience) 18. Bb2 × Rh8 ரூக்கை அடித்திருக்க வேண்டுமென்று கூறுவர். அப்படி 18. Bb2 × Rh8 ... Ne4 × g3, 19. Kg1 - g2 அல்லது Qc2 - g2 என்றால் 19. ... Rd8 × Bh8 பின்பு கருப்புக் குதிரை (Ng3) போகும் (அடிபடும்). ஏறத்தாழ சமநிலையே.

**18. ... Rh8 - g8** அடுத்த மூவில் f4 × g5 அல்லது g5 × f4 எது நடந்தாலும் கருப்பிற்கு லாபமே. g5 அல்லது g3 கிடைக்கும். g3 என்றால் +. தவிர Bd6 - c5+ என்றும் வைக்கலாம்.

**19. e4 - e5** ஆதரவுடன் (Support) நகர்த்தியுள்ளார். கருப்பு Bd5-க்கு பயமுறுத்துதல்.

**19. ... Bd6 - c5+**

**20. Kg1 - g2**

**20. ... g5 × f4** வெள்ளை இப்பொழுது பின்னடைந்திருப்பதற்குக் காரணம், தனது பிடிவாதப் போக்கான பர்ட் (Bird) திறப்புகளில் ஆரம்பத்தில் விட்டுக் கொடுக்காமை, அதைவிட அந்த திறப்பின் குறிப்புப்படி அரண் (Fortification) செய்துகொள்ளாது அலட்சியப்போக்குடன் விளையாடியதுதான் காரணம் என்கின்றனர்.

கருப்பு தனது 20-வது நகர்த்தலைச் செய்தபின்பு போர்டின் நிலையை (Board - Position) **படம் 72** உடன் ஒப்பிட்டு சரிபார்த்துக்கொள்ளவும்.

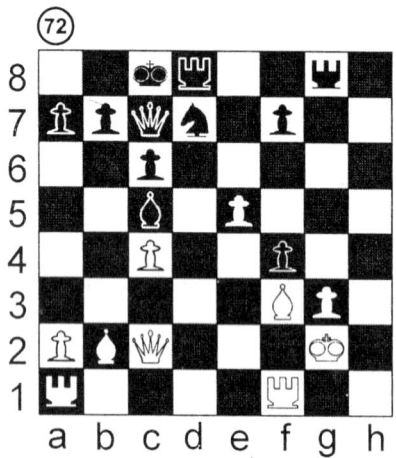

72

கருப்பு தனது 20-வது நகர்த்தலைச் செய்தபின்பு போர்டின் நிலை. (பர்ட் திறப்பு - Bird Openings)

**21. g3 - g4** இதுவும் சிறந்த நகர்த்தல் அல்ல. g3 × f4 ஆக இருத்தல் வேண்டும். இதனால் e5-க்கு ஆதரவு கிடைக்கும். இரண்டு தனி பான்கள் (Two isolated Pawns) உருவாவது தவிர்க்கப்பட்டிருக்கும்.

**21. ... Nd7 × e5** மேற்கூறிய தவறால் வெள்ளைக்கு ஒரு பான் போய்விட்டது.

**22. Qc2 - f5+**

**22. ... Qc7 - d7** 22. ... Ne5 - Nd7, 23. Ra - d1என்றும் நகர்த்தியிருக்கலாம். Q × Q என்ற கேள்வி / சஸ்பென்ஸ் உண்டாக்கியிருக்காது. வாசகர்கள் அப்படியும் விளையாடலாம்.

**23. Qf5 × Qd7** இது வெள்ளையின் சிறப்பான நகர்த்தல் ஆகும். காய்களைக் கருதி 23. Qf5 × Ne5 ... Re8 × g5+, 24. Kg1 - f2 ... Qd7 - d2+ என்று மேட் ஆகியிருக்கும். Kg1 - f2-க்குப் பதிலாக வேறு எங்கு சென்றாலும் (h1, h2-தான் உள்ளது) Rd8 - Rh8 என்று செக்மேட் ஆகிவிடும்.

**23. ... Ne5 × Qd7**

**24. Kg2 - h3**

**24. ... Nd7 - b6** கருப்பு வெள்ளை ராஜாவை வளைக்கும் முயற்சியில் செயல்படுகிறார். ஆனால், வெள்ளை அவ்வாறில்லை.

**25. Bb2 - f6**

**25. ... Rd8 - d3**

**26. Ra1 - c1** இவர் Kh3 - g2 செய்திருக்கவேண்டும்.

**26. ... Nb6 - d7**

**27. Bf6 - a1**

**27. ... f7 - f5**

**28. Kh3 - h4** இங்குதான் இமாலயத் தவறு செய்துவிட்டார்.
Rf1 - g1-ல் வைத்திருக்கவேண்டும்.

**28. ... Bc5 - e7+** வளைக்கிறார்.

**29. Kh4 - h5** 28-ல் Rf1 - g1 வைத்திருந்தால் வெள்ளைக்கு இந்த நிலை ஏற்பட்டிருக்காது.

**29. ... Rg8 - g5+** வெள்ளை தோல்வியை (Resigned) ஒப்புக்கொண்டார். இந்த ஆட்டத்தைப் பற்றி செஸ் வல்லுநர்கள் கூறுவது: வெள்ளை முறையான பர்ட் திறப்பு (Bird Opening) விளையாடினார், கருப்பு முதலில் குரூயன்ஃபெல்டு டிஃபன்ஸூம், பின் ரெகுலர் விளையாட்டு (Regular play) (அதாவது எந்த திறப்பிலும் சேராத விளையாட்டு) விளையாடினார். நடுகள ஆட்டத்தில் வெள்ளை மிக சக்தி (very strong) ஆக விளங்கினார். அதனால்

அவருக்கு அதிக தன்னம்பிக்கை (over confidence) ஏற்பட்டு, இறுதியாட்டத்தில் ஒவ்வொரு நகர்த்தலிலும் அலட்சியப்போக்கு காட்டி விளையாடினார். வெள்ளை தோற்றதற்கு வேறு காரணமே கிடையாது. வெள்ளை சந்தர்ப்பத்தைப் பயன்படுத்திக்கொண்டார் என்று கூறுவதைவிட, சந்தர்ப்பங்கள் (chances) அவரைத் தட்டிக்கொண்டே இருந்தன. இதுபோன்ற நிலையில் வெள்ளை தோற்பதற்கு சாத்தியமே கிடையாது என்று கூறுகின்றனர்.

கருப்பு 29-வது நகர்த்தலைச் செய்தபின்பு போர்டின் நிலையை **படம் 73** உடன் ஒப்பிட்டு சரிபார்த்துக்கொள்ளவும்.

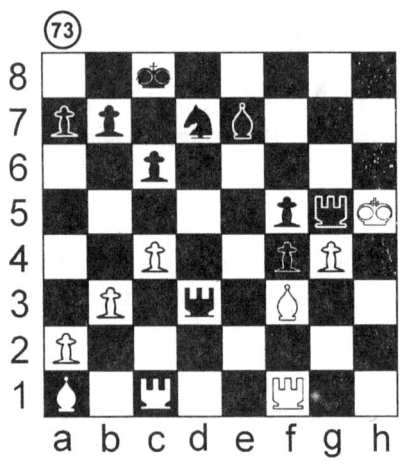

கருப்பு தனது 29-வது நகர்த்தலைச் செய்தபின்பு வெள்ளை தோல்வியை ஒப்புக் கொண்டது. அச்சமயம் போர்டின் நிலை. (பர்ட் திறப்பு Bird Openings)

மேலே விளையாடினால்,

30. Kh5 - h6 ... Rd3 - Rd6, 31. Kh6 - h7 ... Nd7 - f8 +, 32. Kh7 - h8 ... Be7 - f6+ mate. **படம் 74** அடிக்கப்பட்டுவிட்டது. (*முதல் முறை*).

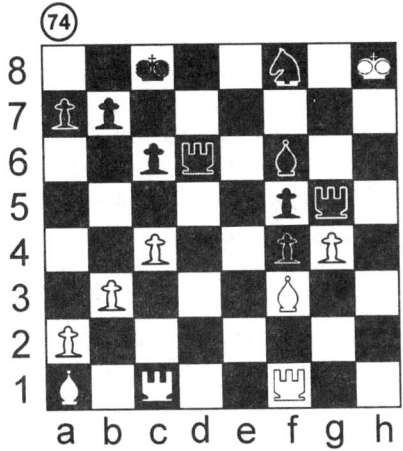

74

32-வது நகர்த்தலை கருப்பு செய்தபின்பு வெள்ளை ராஜா வளைக்கப்பட்டுவிட்டது. போர்டின் அந்த நிலை. (பர்ட் திறப்பு Bird Opening) (முதல் முறை)

**30. Kh5 - h4**
**30. ... f5 × g4**
**31. Bf3 × g4**
**31. ... Rg5 - Rf5+**

செக்மேட் ஆகிவிட்டது. (இரண்டாம் முறை) படம் 75.

75

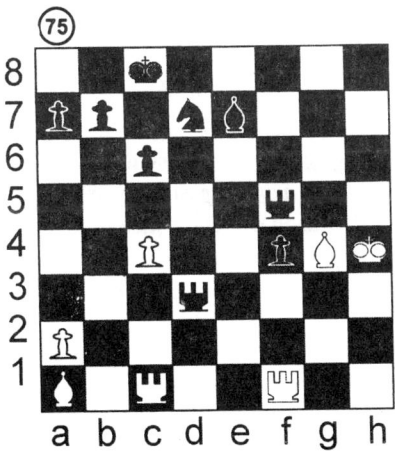

31-ம் நகர்த்தலை கருப்பு செய்தபின்பு செக்மேட் ஆகிவிட்டது. (இரண்டாவது முறை). அச்சமயம் போர்டின் நிலை. (பர்ட் திறப்பு - Bird Opening)

அடுத்ததாக சிந்தனைப் பயிற்சி. முதலில் அடுத்தடுத்து வரும் நகர்த்தல்களில், அனைத்து காய்களைப்பற்றிய சிந்தனை. (Consequence thinking of whole coins). இரண்டாவதாக அடுத்தடுத்து வரும் தனித்தனி காய்களைப்பற்றிய சிந்தனை (Consequence thinking of single pieces). இப்பயிற்சியின் ஆரம்ப நிலைப் பயிற்சி, 'யோசிப்பதெப்படி' என்ற பாடத்தின் இறுதியில் கொடுக்கப்பட்டுள்ளது. அதனைத் தொடர்ந்து இதனையும் இணைத்து இரண்டு பயிற்சிகளையும் செய்யவும்.

அடுத்தடுத்து வரும், நகர்த்தலில், அனைத்து காய்களைப்பற்றி சிந்தனைக்குத் தேவையான நகர்த்தல்கள் (Required moves for consequence thinking of whole coins) கீழே தரப்பட்டுள்ளது.

(a) 1-ல் நான் f2 - f4, அவர் d7 - d5, 2-ல் நான் Ng1 - f3, அவர் Ng8 - f6, 3-ல் நான் e2 - e3, அவர் Bc8 - g4, 4-ல் நான் b2 - b3, அவர் Nb8 - d7, 5-ல் நான் Bc1 - b2, அவர் c7 - c6, 6-ல் நான் Bf1 - e2, அவர் Qd8 - c7, 7-ல் நான் 0 - 0 ராஜா பக்க கோட்டை கட்டிக் கொண்டேன் (King's side castling), அவர் Bg4 × f3, 8-ல் நான் Be2 × f3, அவர் e7 - e5, 9-ல் நான் d2 - d3, அவர் Bf8 - d6, 10-ல் நான் g2 - g3, அவர் ராணி பக்க கேஸ்ட்லிங் (Queen's side castling) செய்து கொண்டார். 11-ல் நான் c2 - c4, அவர் d5 × c4, 12-ல் நான் b3 × c4, அவர் h7 × h5, 13-ல் நான் Qd1 - c2, அவர் h5 - h4, 14-ல் நான் Nb1 - c3, அவர் h4 × g3, 15-ல் நான் h2 × g3, அவர் e5 × f4, 16-ல் நான் e3 × f4, அவர் g7 - g5, 17-ல் நான் Nc3 - e4, அவர் Nf6 × e4, 18-ல் நான் d3 × e4, அவர் Rh8 - g8, 19-ல் நான் e4 - e5, அவர் Bd6 - c5+, 20-ல் நான் Kg1 - g2, அவர் g5 × f4, 21-ல் நான் g3 - g4, அவர் Nd7 × e5, 22-ல் நான் Qc2 - f5, அவர் Qc7 - d7, 23-ல் நான் Qf5 - d7+, அவர் Ne5 × d7, 24-ல் நான் Kg2 - h3, அவர் Nd7 - b6, 25-ல் நான் Bb2 - f6, அவர் Rd8 - d3, 26-ல் நான் Ra1 - c1, அவர் Nb6 - d7, 27-ல் நான் Bf6- a1, அவர் f7 - f5, 28-ல் நான் Kh3 - h4, அவர் Bc5 - e7+, 29-ல் நான் Kh4 - h5, அவர் Rg8 - g5+

(b) அடுத்தடுத்து வரும் நகர்த்தலில், ஒவ்வொரு காயைப்பற்றிய சிந்தனைக்குத் தேவையான நகர்த்தல்கள் (Required moves for consequence thinking of each piece).

**வெள்ளை பான்கள்**

**a2** - இறுதிவரை அதிலேயே அடிபடவில்லை.

**b2** - 4-வது நகர்த்தலில் b3, 12-ல் c4 அடிபடவில்லை.

**c2** - 12-ல் c4, அதிலேயே அடிப்பட்டுவிடுகிறது.

**d2** - 9-ல் d3, 18-ல் e4, 19-ல் e5, 21-ல் அடிபட்டுவிடுகிறது.

**e2** - 3-ல் e3, 16-ல் f4, 20-ல் அடிபட்டுவிடுகிறது.

**f2** - 1-ல் f4, 15-ல் அடிபட்டுவிடுகிறது.

g2 - 10-ல் g3, 14-ல் அடிபட்டுவிடுகிறது.
h2 - 15-ல் g3, 21-ல் g4, அடிபடவில்லை.

வெள்ளை ரூக்குகள்

a1 - 26-ல் c1, அடிபடவில்லை.
h1 - 7-ல் f1 - கேஸ்ட்லிங்கிற்காக - அடிபடவில்லை.

வெள்ளை நைட்டுகள்

b1 - 14-ல் c3, 17-ல் e4, அதிலேயே அடிபட்டுவிடுகிறது.
g1 - 2-ல் f3, 7-ல் அடிபட்டுவிடுகிறது.

வெள்ளை பிஷப்புகள்

c1 - 5-ல் b2, 25-ல் f6, 27-ல் a1
f1 - 6-ல் e2, 8-ல் f3

வெள்ளை ராணி

d1 - 13-ல் c2, 22-ல் f5, 23-ல் d7 அதிலேயே அடிபட்டுவிடுகிறது. (அதே நகர்த்தலில்)

வெள்ளை ராஜா

e1 -
     7-ல் g1 கேஸ்ட்லிங், 20-ல் g2, 24-ல் h3, 28-ல் h4, 29-ல் h5.

கருப்பு பான்கள்

a7 - இறுதிவரை அதிலேயே அடிபடவில்லை.
b7 - இறுதிவரை அதிலேயே அடிபடவில்லை.
c7 - 5-ல் c6, இறுதிவரை அதிலேயே அடிபடவில்லை.
d7 - 1-ல் d5, 11-ல் c4, 12-ல் அடிபட்டுவிடுகிறது.
e7 - 7-ல் e5, 15-ல் f4, 16-ல் அடிபட்டுவிடுகிறது.
f7 - 27-ல் f5 அதிலேயே அடிபடவில்லை.
g7 - 16-ல் g5, 20-ல் f4, அதிலேயே அடிபடவில்லை.
h7 - 12-ல் h5, 13-ல் h4, 14-ல் g3, 15-ல் அடிபட்டுவிடுகிறது.

கருப்பு ரூக்குகள்

a8 - 10-ல் d8 (கேஸ்ட்லிங்) 25-ல் d3 அடிபடவில்லை.
h8 - 18-ல் g8, 29-ல் g5 அடிபடவில்லை.

கருப்பு நைட்டுகள்

b8 - 4-ல் d7, 21-ல் e5, 23-ல் d7, அடிபடவில்லை.

கூராவின் செஸ் திறப்புகள் (ஓப்பனிங்ஸ்)

**கருப்பு பிஷப்புகள்**

**c8** - 4-ல் g4, 7-ல் f3, 8-ல் அடிபட்டுவிடுகிறது.

**f8** - 9-ல் d6, 20-ல் c5, 29-ல் e7

**கருப்பு ராணி**

**d8** - 5-ல் c7, 22-ல் d7, 23-ல் அடிபட்டுவிடுகிறது.

**கருப்பு ராஜா**

**e8** - 10-ல் c8, (கேஸ்ட்லிங்) நகரவே இல்லை.

# வினாக்களுக்கு விடையளிக்கவும்

1. பர்ட் திறப்பு (Bird Opening) பற்றி குறிப்பு எழுதவும். 3
2. 12-வது நகர்த்தலில், வெள்ளைக்கு கருப்பினால் ஏற்படவிருக்கும் பயமுறுத்தல்களை எதிர்கொள்ள சில நகர்த்தல்கள் கூறப்பட்டுள்ளன. அவை யாவை ? 2
3. 16-வது நகர்த்தலில் கருப்பு, முன்னேற்றம் அடைந்தவராக காணப்படுகிறார். எப்படி ? 5
4. 17-வது நகர்த்தலில் வெள்ளை Nc3 - c4 செய்யாது, வேறு எப்படி நகர்த்தி இருக்க வேண்டும் ? 5
5. 18-வது நகர்த்தலில் வெள்ளைக்கு உள்ள மாற்று நகர்த்துதலைக் குறிப்பிடுக. 5
6. 21-வது நகர்த்தலில் வெள்ளை, இரண்டு தனிமை பான் உருவாவதை எப்படி தடுத்திருக்கலாம் ? 2
7. 29 -வது நகர்த்தலில் வெள்ளை தோல்வியை ஒப்புக்கொண்ட பின்பு, 30-வது நகர்த்தலில் (a) kh4 - h5 (b) Kh4 - h3 என்று செக்கிலிருந்து விடுபட முயன்றால், நகர்த்தல்கள் எப்படிச் செல்லும் ? 5
8. இந்த ஆட்டத்தைப் பற்றி, செஸ் நிபுணர்கள் பொதுவாகக் கூறும் கருத்துக்கள் என்ன ? 5

## பாடம் - 18

# போன்ஜியானி திறப்பு
# (Ponziani Opening)

இது ஒரு பழமையான திறப்பு ஆகும். இது யாரால் எப்பொழுது உருவாக்கப்பட்டது (Developed) என்ற விபரம் இல்லை. தற்கால விளையாட்டு முறைப்படி நடுக் கட்டங்களை (d4, d5, e4, e5) கட்டுப்பாட்டுக்குள் வைத்து விளையாடவேண்டும் என்பதற்கிணங்க, எளிதாக விளையாட இயலும் திறப்பு ஆகும். பழைய முறைப்படி ஒரே மாதிரியாக, திறப்பே விளையாடாத விளையாட்டுக்காரர்களுக்கு ஏற்ற சுலபமாக விளையாட இயலும் விளையாட்டு. 'காலத்துக்கேற்ற நல்ல திறப்புகள்' என்ற பெயரைப் பெற்ற திறப்புகள். அவ்வப்பொழுது மேட்ச்/ டோர்னமென்ட்டுகளில், உலகளவில் கூட விளையாடப்படுகிறது. இனி ஆட்டத்தைப் பார்ப்போம்.

1. **e2 - e4**
1. **... e7 - e5**
2. **Ng1 - f3**
2. **... Nb8 - c6**
3. **c2 - c3** சாதாரணமாக, பெரும்பாலான திறப்புகளில் (வெள்ளைக்கு முதல் நகர்த்தலாக இருப்பதால்) நான்காவது நகர்த்தலில் 4. d2 - d4 ... e5 × d4 5. c3 × d4 என்று மாறி d4, e4-ன் ஆதிக்கம் வெள்ளையிடம் தான் இருக்கும். ... 3-வது நகர்த்தல் d2 - d4 ஆக இருப்பதால் ... d7 - d5 ஆக இருப்பதில்லை. இதில் 3-வது நகர்த்தல் c2 - c3 ஆக இருப்பது நல்லதுதான். ஆனால், இதில் மூன்று லாபமற்ற (Disadvantage) நிலைகள் உள்ளன. அவை (i) இதனால் பான்கள் முன்னேறுகின்றன. பீஸ்கள் முன்னேறுவதில்லை. அதனால் கேஸ்ட்லிங்கில் தாமதம் ஏற்படுகிறது. (ii) ஆரம்பத்தில் c3-ல் பானை நகர்த்துவதால் குதிரையின் (Nb1 - c3) முன்னேற்றம் தடைபடுகிறது. (iii) d3 ஒரு தற்காலிக ஓட்டை போல் உள்ளது. (எதிரி நுழையலாம்) ராணியின் (Qd1) இடது பக்க குறுக்குக் கட்டங்கள் திறந்துள்ளன. நன்மையே எனினும் திறமையான எதிரி அதை எளிதில் தன்வயப்படுத்த (tricky) இயலும். தனி கவனம் தேவை.
3. **... d7 - d5** வெள்ளை c2 - c3-ஐத் திறந்தமையால், அவருக்கு நடுக்கட்டங்களில் ஆதிக்கம் குறைந்துள்ளது. கருப்பு ஆதிக்கம் அதிகமாக உள்ளது. வெள்ளை 3-வது நகர்த்தலில் c2 - c3-க்கு பதிலாக Nb1 - c3 என்று விளையாடியிருப்பாரேயானால், கருப்பு தனது மூன்றாவது நகர்த்தலில் d7 - d5 விளையாடி, இதுபோல் ஆதிக்கம் (control) செய்ய இயலாது. எப்படியெனில் வெள்ளை 3. Nb1 - c3 ... d7 - d5 4. e4 × d5 என்று வெள்ளைக்கு ஒரு பான் கிடைத்திருப்பதோடு Nc6-ஐ பயமுறுத்தும் 4. . . . Qd8 × d5 என்று அடிக்க முடியாது. ஏனெனில் Nc3 × Qd5ஆகி

ராணி போய்விடும். இப்பொழுது c3-ல் நைட் இல்லை. பான்தான் உள்ளது. எனவே, கருப்பின் நிலையில் முன்னேற்றம். 1. e2 - e4 … d7 - d5 என்றால் வெள்ளை 2. e4 × d5 … Qd8 × d5 என்ற அடிப்படையில் … d7 - d5 வெற்றியடையாது. ஆனால், வெள்ளைக்கு Nb1 - c3 வேண்டும். இந்த சமநிலை (Neutralizing Pawn) 1, 2 நகர்த்தலில் அல்லாது 3, 4-வது நகர்த்தலில் கூட ஏற்படலாம். இது செஸ் தியரியின் குறிப்பு … d5 × c4 என்று கருப்பு பயமுறுத்துவதால் (threatening) வெள்ளை வேறு வழி ஏதாவது டெவலப் செய்து கருப்பை பயமுறுத்த வேண்டும்.

4. **Qd1 - a4** போன்ஜியானி (Ponziani) திறப்பின்படி இது சரியான பதில் நகர்த்தல் ஆகும். d5 × e4 என்று கருப்பு அடித்தால் Qa4 × e4 என்று அடித்துவிடலாம். இது சிறிது சிக்கல் என்றால், மாற்று நகர்த்தலும் உள்ளது. 4. Bf1 - d3 கருப்பு 4. … f7 - f6, 5. Qd1 - a4 … Ng8 - d7 என்றும் நகர்த்தலாம். 4. d2 - d3 … d5 × e4 அல்லது 4. d2 - d3 . . . Nb8 - c6 என்றும் விளையாடலாம்.

4. **… f7 - f6** இந்நகர்த்தலினால், கருப்பு தனது நைட்டை (Ng8) அதன் கட்டமான f6-ல் வர தடை செய்துவிட்டார். f7 - f6 ஏன் செய்தாரென்றால் e5 பானை காப்பாற்றுவதற்காகவே. இதைவிட d5 × e4 சிறந்ததுதான். ஆனால், கொஞ்சம் கஷ்டமானது. அல்லது d5 பான் எப்படியோ போகட்டும் என்று விட்டுவிட்டால், அதிக முன்னேற்றம் விரைவில் அடையலாம். மேலும் 4. . . . Bc8 - d7 அல்லது Ng8 - f5 என்றும் விளையாடலாம். அது வெள்ளைக்கு சாதகமானது.

5. **Bf1 - b5** வெள்ளை தனது அடுத்த நகர்த்தல்களில் Bb5 × Nc6+, … b7 × Be6, Qa4 × c6+ என்று நெருக்கலாம் என்பது திட்டம்.

5. **… Ng8 - e7** வெள்ளையின் 4-வது நகர்த்தலும், (Qd1 - a4) 5-வது நகர்த்தலும் (Bf1 - b5), அவருக்கு தொடர்ந்து தாக்குதல் நடத்தும் நிலையை ஏற்படுத்திவிட்டது. 6-ல் e4 × d5 என்றும் … Qd8 × d5 என்றும் தொடரலாம். 7. d2 - d4 … Bc8 - d7, 8. 0 - 0 … e5 × d4, 9. d4 × e5 … Nc6 - e5, 10. Bb5 × Bd7 … Qd5 × Bd7 என்று சமநிலை கேமாகவும் நகர்த்தலாம். (even game) 6-ல் வெள்ளை d2 - d4 என்றால் 6. … d5 × e4. அவர் விளையாடியது,

6. **d2 - d3** வெள்ளையின் அழுத்தத்திற்கு கருப்பு தடை போட உத்தேசிக்கின்றார். (Nc6)

6. **… Bc8 - g4** இதனால் இரண்டு மூன்று நகர்த்தலில் Ra8-க்கு ஏற்படவிருந்த ஆபத்தைத் தவிர்த்ததோடு, இரண்டு வெள்ளை பானுக்கு ஆபத்து என்கின்றார். g4, கருப்பு பிஷப் தற்சமயம் தனித்து இருப்பதால், அதை எடுக்க முயற்சிக்கலாம். எவ்வாறு ? 7. e4 × d5 … Bg4 × Nf3, 8. g2 × Bf3 .. Qd8 × d5. இதைச் செய்தபின்பு போர்டின் நிலை கருப்புக்கு சாதகமானதாக இருக்கும்.

7. **Nb1 - d2**

7. **... a7 - a6** இந்த நகர்த்தலினால் கருப்பு தனது திறப்புகள் முன்னேற்றத்தை ஏறத்தாழ முழுமையாக முடித்துக்கொண்டுவிட்டது. Bb5-ஐ பயமுறுத்துகிறது (threatening). வெள்ளை 8-ல் Bb5 × Nc6 ... Ne7 × Bc6 என்று எடுத்தால் கருப்பு Bf8-ம் ஃப்ரீயாக களத்தில் இறங்கும்.

8. **Bb5 × Nc6+**

8. **... Ne7 × Bc6** இங்கும் வெள்ளை Bg4-ஐ லாபகரமாக எடுப்பதற்கு 9-ல் e4 × d5 ... Bg4 × Nf3, 10. Nd2 × Bf3 ... Qd8 × d5. அப்படியும் கருப்பு உயர்ந்த நிலையில்தான் இருப்பார். காரணம் ஃப்ரீ ஃபைலான (Free File) 'd' ஃபைலில் d3- பான் இடைஞ்சல் இருவருக்கும் உள்ளது.

9. **Qa4 - b3** திறமையான நகர்த்தல் வெள்ளை ராணி, கருப்பின் d5, b7 பான்களை பயமுறுத்தப் பார்க்கின்றது.

9. **... d5 × e4** Nf3-ஐ பயமுறுத்துகின்றது. மாற்று நகர்த்தலாக 9. . . . Bg4 - e6 வெள்ளை 10-ல் Qb3 × b7 என்றால் கருப்பு 10-ல் Nc6 - a5. வெள்ளை 10-ல் d3 × e4 என்றால் 10. ... b7 - b5 என்று பிஷப்புகளுக்கும் நல்ல நகரும் தன்மை (mobility) கிடைக்கும். அல்லது 10. ... Qd8 - c8, கருப்பின் அடுத்தடுத்த நகர்த்தலில் ... Bg4 - e6, பின் ... c4. இதன் மூலம் வெள்ளைக்கு ஆபத்து ஏற்படும் (Risk).

10. **Qb3 × b7** Nc6-ஐ பயமுறுத்துகிறது. 10. ... e4 × Nf3 என்றால் 11. Qb7 × Nc6+ ... Bg4 - d7, 12. Qc6 × பான் f3. ஒரு பான் லாபமடைவார். அல்லது 10. . . . Bg4 - d7, 11. Nf3 × e5 என்று அடித்தாலும் வெள்ளைக்கு ஒரு பான் கிடைக்கும். எப்படியும் இந்த நகர்த்தல் வெள்ளைக்கு சிறு லாபம். ஒரு பான் நிச்சயம் கிடைக்கும்.

10 **... Nc6 - b4** இது ஒரு நல்ல நகர்த்தல். வெள்ளை ஏமாந்துவிட்டால் அடுத்த நகர்த்தலில் கருப்பு Nb4 - c2+ என 'ஃபோர்க்' (Fork) போட்டுவிடுவார். அதனால் வெள்ளை ரூக் கிடைத்துவிடும். Nb4 × d3+ என்று அடித்தாலும் பிஷப் (Bc1) கிடைத்துவிடும். வெள்ளையின் பகுதியில் (territory) ஆதிக்கம் செலுத்த இயலும். Qc7 × Nb4 என்று வெள்ளை அடித்துவிட்டால் கருப்பிற்கு நைட் நஷ்டமாகிவிடும்.

கருப்பு தனது 10-வது நகர்த்தலைச் செய்தபின்பு திறப்புகள் முடிந்துவிட்டது. போர்டின் நிலையை **படம் 76** உடன் ஒப்பிட்டுப் பார்த்துக்கொள்ளவும்.

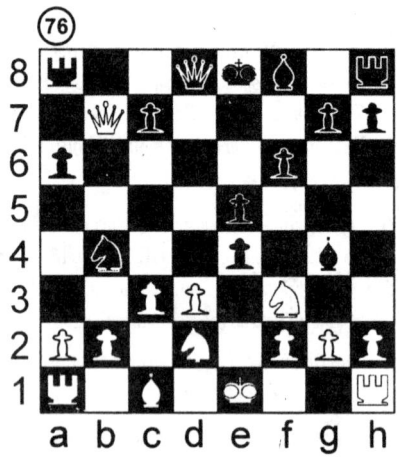

(76)

கருப்பு தனது 10-வது நகர்த்தலைச் செய்தபின்பு போர்டின் நிலை. (போன்ஜியானி திறப்பு - Ponziani Opening)

**11.** **c3 × Nb4** இதனால் கருப்பிற்கு ஒரு நைட் இழப்பு என்றாலும், மொத்தத்தில் லாபமே (Positional disadvantage for Black). ஒரு ஃபைலில் (File) இரண்டு பான்கள் இருப்பது அனுகூலமானதல்ல. (disadvantage) என்று செஸ் கோட்பாடு கூறுகிறது.

**11.** **... e4 × Nf3**

**12.** **Qb7 - c6+** இதனால் கருப்பின் Bg4-ஐ தனது எல்லையிலிருந்து தள்ளப்பார்க்கிறார். அங்கு அவரது பான்களின் நிலையில் மாறுதல் ஏற்பட வேண்டாமென்றும், கேஸ்ட்லிங் செய்ய விரும்புகிறார் என்றும் கருதப்படுகிறது. இதைத்தவிர வெள்ளை 12. Nd2 × f3 ... Ra8 - b8, 13. Qb7 × a6 ... Bf8 × b4+ என்ற ஒரு வழியும் (track) உள்ளது. இதனால் வெள்ளை ஒரு பான் லாபமடைவார். ஆனால், கருப்பின் பீஸ்களுக்கு நல்ல நகரும் தன்மை (Black has mobility) உள்ளதால் அப்பானை திரும்பப்பெற்று விடும். எனினும் வெள்ளைக்கு நஷ்டம் இல்லை.

**12.** **... Bg4 - d7** தனது செக்கை பின் (Pin) போட்டு தடுத்துக்கொண்டார். எனினும் இந்நகர்த்தலில் வெள்ளைக்கு ராணியைத்தான் நகர்த்தவேண்டிய நிலை.

இப்பொழுது, வெள்ளை 13. Qc6 × f3 ... Bf8 × c4 என்று செய்வாரேயானால் இரு பக்கமும் சமநிலை இருக்கும். ஆனால், 14. 0 - 0 ... 0 - 0 என்று ஏற்பட்டால், வெள்ளையின் d3 பான் அடிபடலாம். எப்படியெனில் Bd7 - b5. அச்சமயம் சமநிலை இல்லாது வெள்ளையின் நிலை சற்று தாழ்ந்து விடலாம் (weak).

**13. Qc6 - e4** f3 பானை அடிக்காமல் விட்டது தவறுதான். ஆனால், இரண்டும் கெட்டான் நகர்த்தல் என்று நாம் கருதும் இந்த நகர்த்தலில், அவர் ஓர் திட்டம் வகுத்துள்ளார். அது 13-ல் ... f3 × g2, 14. Q × g2 கருப்பை கேஸ்ட்லிங் (castling) செய்யவிடாமல் தடுப்பது, கேஸ்ட்லிங் கருப்பு செய்ய வேண்டுமாயின் Bf8-ஐ நகர்த்தியாக வேண்டும். அப்படி நகர்த்தினால் g7-ஐ அடித்து h8 ரூக்கை அடித்து, பின் h7-ஐ அடித்து கருப்பை தோல்வியின் பக்கம் தள்ளிவிடலாம் என்பதுதான். நல்ல திட்டம் தான். ஆனால், கருப்பு புரிந்து கொள்ளாமலா போவார். கருப்பு வெள்ளையின் எதிர்பார்ப்பு போல் f3 × g2 என்று போகாமல் Bf8 × b4 என்று அடித்தால், அவர் கோட்டை கட்டும் பணி (castling) தடைபடாது. எனவே, வெள்ளை Qc6 × f3 என்று அடித்திருப்பது தான் சிறந்தது. 14-ல் 0 - 0 ... 0 - 0 செய்து கொள்ளலாம்.

இன்னும் வெள்ளை, கருப்பை கோட்டை கட்டிக்கொள்ள (castling) விடாமல் 14-ல் Qe4 - d5 என்று வைத்தால் Qd5, கேஸ்ட்லிங் செய்யும்பொழுது கருப்பு ராஜா வரும் கட்டமான g8-ஐக் கண்காணிப்பதால் கேஸ்ட்லிங் செய்ய இயலாது. கருப்பு Bd7, b5-க்கு வந்துவிடும். அச்சமயம் Qd5 × Qd8 என்று ராணிக்கு ராணி போனாலும், அல்லது Qd5 வேறு எங்காவது நகர்த்திக் கொண்டாலும் கருப்பிற்கு d3 கிடைக்கும். 13. ... f3 × g2, 14. Qe4 - d5 ... Bd7 - b5, 15. Qd5 - e6+ ... Qd8 - e7, 16. Qe6 - b3 ... Ra8 - d8 என்ற வழியில் சென்றாலும் b4-பான் வெள்ளைக்கு போய்விடும். 13. ... f3 × g2, 14. Qe4 - d5 ... Bd7 - b5, 15. Qd5 - b3 என்று அடுத்த ஓரிரு ஆட்டங்களில் செக்மேட் (mate) ஆக்கும் கருப்பிற்கு மிகச்சாதகமான ஒரு வழியுண்டு.

**13. ... f3 × g2** வெள்ளையின் கேஸ்ட்லிங் செய்யவிடாது உள்ளிறங்கும் திட்டம் வெற்றி பெறவில்லை. Rh1-க்கு பயமுறுத்தல் (threatening).

**14. Qe4 × g2** பான் g7, Bf8-ன் ஆதரவு (Support) உள்ளதால், வெள்ளை ராணி g7-ஐ அடிக்க இயலாது. மேலும் கருப்பு பிஷப் (Bf8) வெள்ளையின் தனிமைப் பான் (Isolated Pawn) b4-ஐ அடிக்க இயலாது.

**14. ... Bd7 - b5** கருப்பு வெள்ளையின் மற்றொரு தனிமை பானாகிய d3-ஐ பயமுறுத்துகிறது (threatening).

**15. 0 - 0** வெள்ளை ராஜா பக்க கோட்டை கட்டிக்கொண்டது (castling).

இருவரும் 8 - 10 நகர்த்தல்களில் கேஸ்ட்லிங் செய்திருக்க வேண்டும். வெள்ளையின் இடையூறால் கருப்பு கோட்டை கட்ட இயலவில்லை. வெள்ளை ஒரு திட்டம் போடுகிறார். ஆனால், அதை கருப்பு கண்டுபிடித்து விடுகின்றார். இதன் காரணமாக கேஸ்ட்லிங் தாமதமாகிவிட்டது. இவ்வளவு தாமதமாக கோட்டை கட்டிக்கொண்டமையால் பூரணமான அரண் (Fortification) அமையவில்லை. வெள்ளைக்கு g2-ம், கருப்பிற்கு f7-ம் இல்லாமலும், இடம் மாறியும் போய்விட்டது. இதை குறைபாடுள்ள அரண் (Handicapped Fortification) என்று கூறுகின்றனர். வெள்ளை Nd2 - c4 என்று நைட்டை c4-ல் வைத்திருந்தால், d3-பானைக் காப்பாற்றியிருக்கலாம்.

சுராவின் செஸ் திறப்புகள் (ஓப்பனிங்ஸ்)

15. ... Bb5 × d3   16-வது நகர்த்தலில், வெள்ளை e6+ என்றால், கேஸ்ட்லிங் விதிப்படி கருப்பு இறுதிவரை கேஸ்ட்லிங் செய்துகொள்ள இயலாது. இச்சமயம் வெள்ளைக்கு, தனது இழந்த பானுக்கு பதில் பான் எடுப்பதைத் தவிர வேறு குறிக்கோள் இருப்பதாகத் தெரியவில்லை. 16-ல் கருப்பு Ke8 - f7 என்று வைத்துவிட்டால், வெள்ளைக்கு விறுவிறுப்பான ஆட்டம் இல்லை. வெள்ளை எதிரி ராஜாவை வளைக்க இதுவரை முயலவில்லை.

16. Rf1 - e1   கருப்பு ராஜா பாதுகாப்பற்றதாக உள்ளது என்று வெள்ளை இந்நகர்த்தலைச் செய்திருக்கின்றார்.

16. ... Ra8 - b8   கருப்பு தனது ரூக்கை ஏன் நகர்த்தினார் ? வெள்ளை Qg2 - c6+ என்றால் ... Qd8 - d7-க்கு நகர்த்தவேண்டி வரலாம். அச்சமயம் Ra8 போக வாய்ப்பு (ஆதரவு இல்லாமையால்) உண்டு. a8 - b8-ல் வைத்ததால் வெள்ளை b4-ஐ அடிக்கலாம். Qg2 - c6+ என்று a6-ஐ அடிக்க முடியாது. ஏனெனில் அதற்கு ... Bd3 × Qa6 ஆகும்.

17. a2 - a3   இப்பொழுது பான் b4-க்கு ஆதரவு (Support) கிடைத்துவிட்டது.

17. ... Qd8 - d7   இந்த நகர்த்தலால் Qg2 - c6+ தவிர்க்கப்பட்டுவிட்டது. g7 பானுக்கு பாதுகாப்பு தருகிறது. அதனால் g7-க்கு காவலாக இருந்த Bf8 ஃப்ரீ (free) ஆகிறது.

18. Nd2 - e4   Bf8-ன் வரவைத் தடுக்கின்றது. Bf8 - d6-இலோ அல்லது c5-இலோ வருவதைத் தடுக்கின்றது. 18. ... Bf8 - d6, 19. Ne4 × Bd6+ .. c7 × Nd6 20. Re1 - d1 ... Bd3 - g6, 21. Qg2 - d5 என்றொரு வழியும் (track) உண்டு. இதனால் கருப்பிற்கு கேஸ்ட்லிங் செய்ய இயலாது போய்விடும். வெள்ளை முன்னேற்றமடையலாம்.

18. ... Bd3 × Ne4   இதனால் எதிரியின் எல்லைக்குள் இருந்த நைட் போய்விட்டது. கருப்பு தனது c7-ஐ மேல் நகர்த்த இயலும். மேலும் ராணி (Qg2) கருப்பு பிஷப்பை (Be4) எடுக்கும்.

19. Qg2 × Be4

19. ... Bf8 - d6   இதனால் கருப்பு கோட்டை கட்டிக்கொள்ள இயலும். ராணிக்கு ஒரு பாதுகாப்பு.

20. Qe4 - c4   இந்த நகர்த்துதலால் Qc4 - g8 கட்டத்தைத் தாக்குகிறது. கருப்பு கேஸ்ட்லிங் செய்தால் அதன் ராஜா அதில்தான் செல்லவேண்டும். இப்பொழுது செல்ல இயலாது. (Castling cannot be done through check, into check).

20. ... Rb8 - b5   கருப்பு தனது 20-வது நகர்த்தலைச் செய்தபின்பு போர்டின் நிலையை (Position of the Board) படம் 77 உடன் ஒப்பிட்டு சரிபார்த்துக் கொள்ளவும்.

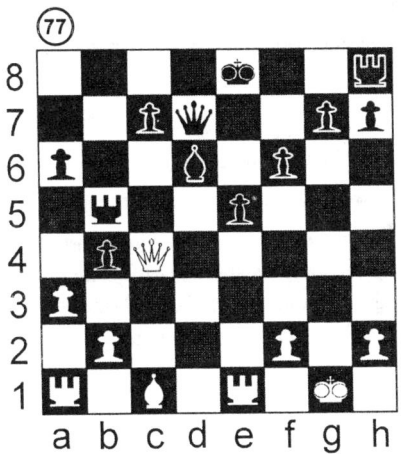

77

கருப்பு தனது 20-வது நகர்த்தலைச் செய்தபின்பு போர்டின் நிலை. (போன்ஜியானி திறப்பு - Ponziani Opening)

இதற்கு ஈடாக வெள்ளை 21. Bc1 - e3 என்று விளையாடினால், வெள்ளை ரூக் Ra8 சுறுசுறுப்பாக இயங்க இயலும். இத்தருணத்தில் அது அவசியம். இது கருப்பிற்கு அழுத்தம் (Pressure) கொடுக்கும்.

**21. Bc1 - f4** e5, Bf4-ஐ அடிக்க இயலாது. ஓப்பன் செக் ஆகும். வெள்ளை அடுத்தடுத்து Bf4 - g3, f2 - f4 என்பது தனது லாபகரமான நகர்த்தல் என்று எண்ணுகிறார். ஆனால், அது கருப்பின் நகர்த்தலைப் பொறுத்து அமையும்.

**21. ... Qd7 - g4+**

**22. Kg1 - h1** 22-ல் வெள்ளை ராஜாவை செக்கிலிருந்து காப்பாற்ற Bf4 - g3 என்று பின் போட்டு இருக்கலாம். ஆனால், ராணி (Qg4) × ராணியை (Qc4) தாக்கும். இப்பொழுது கருப்பு ராணி Bf4-ஐத் தாக்கினால் வெள்ளை ராணி கருப்பு ராணியை (Qf4) தாக்கிவிடும். ஆனால், e5 பானால் வெள்ளை ராணியைத் தாக்க முடியாது. ஏனெனில் e5-ஐ நகர்த்தினால் திறப்பு செக் (ஓப்பன் செக்).

**22. ... Ke8 - f8**

**23. Qc4 - c6** அடுத்த நகர்த்தலில் a8-ல் வைத்து செக் சொல்லும். Rh8-ஐ எடுக்க திட்டம். கருப்பு Qg4 × Bf4 என்றாலும் வெள்ளை Qc6 × Rb5 என்று அடிக்க மாட்டார்.

**23. ... Qg4 × Bf4** Qc6 - a8+ என்று சொன்னாலும் Rh8 கிடைக்கும். ஆனால், இரண்டு நகர்த்தல்கள் நஷ்டம். அதை கருப்பு சாதகமாக பயன்படுத்திக் கொள்வார். வெள்ளையின் ராணிக்கு உதவ மற்ற இரண்டு கோட்டைகளும் உதவ இயலாத நிலையில் உள்ளன. (Non-active). ஆனால்,

கருப்பு ராணி, பிஷப், ரூக் சப்போர்ட்டுடன் உள்ளது. அது செக்மேட் (checkmate) தாக்குதல் தொடங்கினாலும், பின்வாங்கவேண்டிய நிலை ஏற்படாது.

**24. Qc6 - Ra8+**

**24. ... Kf8 - f7**

**25. Qa8 × Rh8** தனித்து செயல்படுகிறது.

**25. ... e5 - e4** திறமையாக முன்னேறுவதன் அறிகுறி.

**26. Qh8 × h7** வெள்ளை தாக்குதலை சமாளித்துவிட்டார். ஆனால், நீண்ட நேரம் தாக்கு பிடிக்க இயலுமா என்பது சந்தேகம். கருப்பின் Qf4, Rb5, Bd6 ஒன்றன் பின் ஒன்றாக வழிக்கு வரும். அந்நிலையில், வெள்ளையின் காய்கள் இல்லை எனினும் Re1 - g1 என்று உதவலாம்.

**26. ... Qf4 - f3+**

**27. Kh1 - g1** இரண்டு ரூக்குகள் இருந்தும் செயல்பட வைக்காமையால் வந்த நிலை.

**27. ... Rb5 - h5** கருப்பு 27. . . . Rb5 - g5+, 28. Kg1 - f1 என்று வந்தாலும், கருப்பினால் மேட் (mate) செய்ய இயலாது. 27. . . . Rb5 - g5+, 28. Kg1 - f1 ... Rg5 - g7, 29. Qh7 - h4 ... Bd6 × h2 என்ற ஒரு மாற்று வழியும் உண்டு. இதில் கருப்பிற்கு லாபம் அதிகம்.

**28. Qh7 × e4**

**28. ... Rh5 - g5+**

**29. Kg1 - f1**

**29. ... Qf3 - h3+**

**30. Kf1 - e2** 23-வது நகர்த்தலில், வெள்ளை தற்காப்பில் கவனம் செலுத்தி, செயல்படுவதில் இருந்து, கருப்பிற்கு வெற்றி வாய்ப்பு இருக்கின்றது என்பதை உணர்ந்துவிட்டார் என அறிகிறோம். இது போன்றதொரு நிலையில் எதிரி அதிகமாக செக் வைப்பார். சில சமயம் இடைவிடாமல் செக் வைத்துக் கொண்டே இருப்பார். இது போன்ற நிலைக்கு 'mat com' (mating-combination) என்று கூறுகின்றனர். இவ்வார்த்தை அங்கீகரிக்கப்பட்டது.

**30. ... Rg5 - e5**

**31.** வெள்ளை தோல்வியை ஒப்புக்கொண்டுவிட்டார் (White resigns).

இவ்விளையாட்டில், வெள்ளை கருப்பினை கேஸ்ட்லிங் செய்யவிடாமல் தடுப்பதற்காக, தனது சில மூவ்களை இழந்துவிட்டார். அதனால் இந்த தோல்வி. வெள்ளையின் திறமையான நகர்த்தல்கள் (Tactics) போற்றத் தகுந்தது.

கருப்பு தனது 30-வது நகர்த்தலைச் செய்தபின்பு வெள்ளை தனது 31-வது நகர்த்தலைச் செய்யாது தோல்வியை ஒப்புக்கொண்டார். அச்சமயம் போர்டின் நிலையை (Board's position) படம் 78 உடன் ஒப்பிட்டு சரிபார்த்துக் கொள்ளவும்.

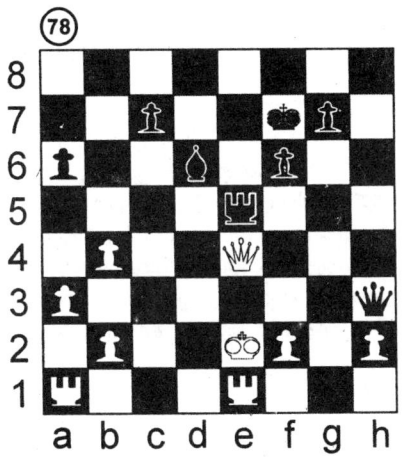

கருப்பு தனது 30-வது நகர்த்தலைச் செய்தபின்பு வெள்ளை தோல்வியை ஒப்புக்கொண்டார். அச்சமயம் போர்டின் நிலை.
(போன்ஜியானி திறப்பு - Ponziani Opening)

மேலே விளையாடி கேமை முடிப்போம். வாசகர்கள் போர்டில் நீங்களாக விளையாடி முடிக்க முயற்சிக்கவும். கருப்பிற்கு ராணி, பிஷப், ரூக், நான்கு பான்கள், வெள்ளைக்கு ராணி, 2 ரூக்குகள், ஐந்து பான்கள் இருந்தும் வெள்ளை தோல்வியடைந்துவிட்டார். இரு பக்கமும் நிறைய காய்கள் உள்ளன. வெள்ளையின் ராணி அடுத்த நகர்த்தலில் போய் விடுமாதலால் வெள்ளை தோல்வியை ஒப்புக்கொண்டுள்ளார் (Resigns). இதனால் நாம் எதிர்பார்ப்பது போல் இரண்டொரு நகர்த்தலில் ஆட்டத்தை முடிக்க இயலாது. கருப்புக்கு ராணியும், பிஷப்பும் இருப்பதால் மட்டும், ஒவ்வொரு நகர்த்தலிலும் செக் சொல்லி வெள்ளை ராஜாவை வளைத்துவிட இயலாது. ஏனெனில், அவர் ராஜா தனிமையாக (Lone King) இல்லை. இரண்டு ரூக்குகள் துணையுடன் இருக்கின்றார். எனவே, கருப்பிற்கு ராணி, பிஷப் போதாது என்ற நோக்குடன், கருப்பு தனது ராஜாவையோ, பானையோ, துணைக்கு அழைத்துச் செல்ல வேண்டும். இல்லையேல் வெற்றியடைய கருப்பால் இயலாது.

நகர்த்தல்கள் கீழே-

31. Qe4 × Re5
31. ... Bd6 × Qe5
32. Re1 - h1
32. ... Be5 × b2
33. Ra1 - a2
33. ... Bb2 - d4

**34. Ra2 - d2**

**34. ... Qh3 - h4**

**35. Ke2 - f1**

**35. ... g7 - g5**

இத்தருணத்தில், வெள்ளை ரூக்கை இழந்து கருப்பின் பிஷப்பை (பிஷப் 3 பாயின்ட், ரூக் 5 பாயின்ட்) பெறுவதில், கருப்பு அடையும் நஷ்டத்தைவிட, வெள்ளைக்கு சில டிகிரிகள் நஷ்டம் கூடுதலேயாகும். ஒரு ராணி, ஒரு ரூக் என பலமற்றதாகத் தென்படும். கருப்பிற்கு பிஷப் போனால், தனித்து ராணியால் வெள்ளை ராஜாவை வளைக்க இயலாது. ஏனெனில், அவரிடம் ஒரு ரூக் இருக்கும். எனவே, இந்த (×) அடித்தல் சரியானதன்று.

**36. h2 - h3**

**36. ... Kf7 - g6**

**37. Rd2 - e2**

**37. ... Kg6 - f5**

**38. a3 - a4**

**38. ... Kf5 - f4**

**39. Rh1 - h2**

**39. ... Kf4 - f3**

**40. b4 - b5**

**40. ... a6 × b5**

**41. a4 × b5**

**41. ... g5 - g4**

**42. Re2 - c2**

**42. ... g4 - g3**

**43. b5 - b6**

**43. ... c7 × b6**

**44. Kf1 - g1**

**44. ... g3 × f2+**

**45. Rc2 × f2+**

**45. ... Bd4 × Rf2+**

**46. Rh1 × Bf2+**

**46. ... Qh4 × Rf2+**

**47. Kg1 - h1**

**47. ... Qf2 - g2 ‡**

ராஜா வளைக்கப்பட்டுவிட்டது. (checkmate)

போர்டின் நிலை **படம் 79**-ல் காண்பிக்கப்பட்டுள்ளது.

79

கருப்பு தனது 47-வது நகர்த்தலைச் செய்தபின் மேட் ஆனது.
மேட் செய்தபின் போர்டின் நிலை.
(போன்ஜியானி திறப்பு - Ponziani Opening)

அடுத்ததாக, அடுத்தடுத்து வரும் நகர்த்தல்களில், அனைத்து காய்களைப் பற்றிய சிந்தனை (Consequence thinking of whole coins) அடுத்தடுத்து வரும் நகர்த்தல்களில், ஒவ்வொரு காயைப்பற்றிய சிந்தனை (Consequence thinking of individual pieces) பயிற்சிகள் செய்ய வேண்டும். இப்பயிற்சிகள், எப்படி செய்யவேண்டும் என்பதற்கான ஆரம்பம் 'யோசிப்பதெப்படி' என்னும் பாடத்தில் தரப்பட்டுள்ளது. அதற்குப்பின் தேவையான நகர்த்தல்கள் கீழே தரப்பட்டுள்ளன.

(a) அடுத்தடுத்து வரும் நகர்த்தல்களில், அனைத்து காய்களைப்பற்றி சிந்திப்பதற்குத் தேவையான நகர்த்துதல்கள் (Required moves for consequence thinking of whole coins).

முதலில் நான் e2 - e4, அவர் e7 - e5, 2-ல் நான் Ng1 - f3, அவர் Nb8 - c6, 3-ல் நான் c2 - c3, அவர் d7 - d5, 4-ல் Qd1 - a4, அவர் f7 - f6, 5-ல் நான் Bf1 - b5, அவர் Ng8 - e7, 6-ல் நான் d2 - d3, அவர் Bc8 - g4, 7-ல் நான் Nb1 - d2, அவர் a7 - a6, 8-ல் நான் Bb5 × Nc6+, அவர் Ne7 × Bc6, 9-ல் நான் Qa4 - b3, அவர் d5 × e4, 10-ல் நான் Qb3 × b7, அவர் Nc6 - b4, 11-ல் நான் c3 × Nb4, அவர் e4 × Nf3, 12-ல் நான் Qb7 - c6+அவர் Bg4 - d7, 13-ல் நான் Qc6 - e4, அவர் f3 × g2, 14-ல் நான் Qe4 × g2, அவர் Bd7 - b5, 15-ல் நான் 0 - 0, அவர் Bb5 × d3, 16. நான் Rf1 - e1, அவர் Ra8 - b8, 17-ல் நான் a2 - a3, அவர் Qd8 - d7, 18-ல் நான் Nd2 - e4, அவர் Bd3 × Ne4, 19-ல் நான் Bg2 × Be4, அவர்

Bf8 - d6, 20-ல் நான் Qe4 - c4, அவர் Rb8 - b5, 21-ல் நான் Bc1 - f4, அவர் Qd7 - g4, 22-ல் நான் Kg1 - h1, அவர் Ke8 - f8, 23-ல் நான் Qc4 - c6, அவர் Qg4 × Bf4, 24-ல் நான் Qc6 - a8+, அவர் Kf8 - f7, 25-ல் நான் Qa8 × Rh8, அவர் e5 - e4, 26-ல் நான் Qh8 - h7, அவர் Qf4 - f3+, 27-ல் நான் Kh1- g1, அவர் Rb5 - h5, 28-ல் நான் Qh7 × e4, அவர் Rh5 × g5+, 29-ல் நான் Kg1 - f1, அவர் Qf3 - h3+, 30-ல் நான் Kf1 - e2. வெள்ளை தோல்வியை ஒப்புக்கொண்டார். (White Resigns).

(b) அடுத்தடுத்து வரும் நகர்த்தல்களில், தனித்தனி காய்களைப் பற்றிய சிந்தனைக்குத் தேவையான நகர்த்தல்கள் (Required moves for consequence thinking of single pieces).

**வெள்ளை பான்கள்**

a2 - 17-வது நகர்த்தலில் a3-க்கு செல்லுகிறது. இறுதிவரை அடிபடவே இல்லை.

b2 - இறுதிவரை b2-ஐ விட்டு நகரவில்லை. அடிபடவும் இல்லை.

c2 - 3-வது நகர்த்தலில் c3, 11-வது நகர்த்தலில் b4 அடிபடவே இல்லை.

d2 - 6-ல் d3, 15-ல் அங்கேயே அடிபட்டுவிடுகிறது.

e2 - 1-ல் e4, 9-ல் அங்கேயே அடிபட்டுவிடுகிறது.

f2 - இறுதிவரை அங்கேயே உள்ளது. அடிபடவில்லை.

g2 - 13-வது நகர்த்தலில் அங்கேயே அடிபட்டுவிடுகிறது.

h2 - இறுதிவரை அங்கேயே உள்ளது. அடிபடவில்லை.

**வெள்ளை ரூக்குகள்**

a1 - இறுதிவரை அதிலேயே உள்ளது. அடிபடவில்லை.

h1 - 15-ல் கேஸ்ட்லிங்கிற்காக f1, 16-ல் e1 அடிபடவில்லை.

**வெள்ளை நைட்டுகள்**

b1 - 7-ல் d2, 18-ல் e4-ல் அடிபட்டுவிடுகிறது.

g1 - 3-ல் f3, 11-ல் f3-லேயே அடிபட்டுவிடுகிறது.

**வெள்ளை பிஷப்புகள்**

c1 - 21-ல் f4, 23-ல் அடிபட்டுவிடுகிறது.

f1 - 5-ல் b5, 8-ல் c6, அதிலேயே அடிபட்டுவிடுகிறது.

**வெள்ளை ராணி**

d1 - 4-ல் a4, 9-ல் b3, 10-ல் b7, 12-ல் c6+, 13-ல் e4, 14-ல் g2, 19-ல் e4, 20-

**வெள்ளை ராஜா**
e1 - 15-ல் கேஸ்ட்லிங்கிற்காக g1, 22-ல் h1, 27-ல் g1, 29-ல் f1, 30-ல் e2.

**கருப்பு பான்கள்**
a7 - 7-வது நகர்த்தலில் a6 அடிபடவில்லை.
b7 - 10-வது நகர்த்தலில் b7-லேயே அடிபட்டுவிடுகிறது.
c7 - இறுதிவரை அதிலேயே உள்ளது. அடிபடவில்லை.
d7 - 3-ல் d5, 9-ல் e4, 11-ல் f3, 13-ல் g2, 14-ல் அடிபட்டுவிடுகிறது.
e7 - 1-ல் e5, 25-ல் e4 இறுதிவரை அதிலேயே உள்ளது. அடிபடவில்லை.
f7 - 4-ல் f6, அதிலேயே உள்ளது. அடிபடவில்லை.
g7 - இறுதிவரை அதிலேயே உள்ளது. அடிபடவில்லை.
h7 - 26-வது நகர்த்தலில் அதிலேயே அடிபட்டுவிடுகிறது.

**கருப்பு ரூக்குகள்**
a8 - 16-ல் b8, 20-ல் b5, 27-ல் h5, 28-ல் g5+, 30-ல் e5, அடிபடவில்லை.
h8 - 25-ல் அதிலேயே அடிபட்டுவிடுகிறது.

**கருப்பு நைட்டுகள்**
b8 - 2-ல் c6, 8-ல் அடிபட்டுவிடுகிறது.
g8 - 5-ல் e7, 7-ல் c6, 11-ல் b4, 12-ல் அடிபட்டுவிடுகிறது.

**கருப்பு பிஷப்புகள்**
c8 - 6-ல் g4, 12-ல் d7, 14-ல் b5, 15-ல் d3, 18-ல் e4, 19-ல் அடிபட்டு விடுகிறது.
f8 - 19-ல் d6, அடிபடவில்லை.

**கருப்பு ராணி**
d8 - 17-ல் d7, 21-ல் g4, 23-ல் f4, 26-ல் f3, 29-ல் h3+, அடிபடவில்லை.

**கருப்பு ராஜா**
e8 - 22-ல் f8, 24-ல் g7.

# வினாக்களுக்கு விடையளிக்கவும்

1. 'போன்ஜியானி திறப்பு' (Ponziani Opening) திறப்பு - ஒரு குறிப்பெழுது. 3
2. நகர்த்தல் 1. e2 - e4 முதல் 3. c2 - c3 வரையில், நீ உணரும் குறிப்பை விவரி. 5
3. இந்த ஆட்டத்தில் வெள்ளையின் நிலையை விவரி. 4
4. இருவரும் 10 நகர்த்தலுக்குள் கேஸ்ட்லிங் செய்துகொள்ளாததற்கு காரணம் என்ன? 3
5. வெள்ளையின் காய்கள் இறுதியாட்டங்களில் செயலிழந்து (non-active) போனது ஏன்? விவரி. 5
6. வெள்ளை, தனது தற்காப்பில் மட்டுமே செயல்பட எந்த நகர்த்தலிலிருந்து துவங்கியது? அது ஏன், எப்படி என்பதைக் கூறு. 4
7. இந்த ஆட்டத்தில் காணப்படும் மாற்று நகர்த்தல்கள் இரண்டினைத் தொகுத்து எழுது. 5
8. இந்த ஆட்டத்தைப்பற்றிய உமது விமர்சனம் (comments) என்ன? 5